द सिमीऑन चेंबर

स्टीव्ह मार्टिनी

अनुवाद
जयवंत चुनेकर

मेहता पब्लिशिंग हाऊस

The Simeon Chamber

by **Steve Martini**

First published in 1993 by Headline Book Publishing

International Creative Management

द सिमीऑन चेंबर / अनुवादित कादंबरी

अनुवाद : जयवंत चुनेकर – ८/२७, अहमद सेलर बिल्डिंग, एस. एम. जाधव रोड, नायगाव, दादर, मुंबई – ४०००१४ © ०२२-२४१३१२७४

प्रकाशक : सुनील अनिल मेहता – मेहता पब्लिशिंग हाऊस, १९४१ सदाशिव पेठ, माडीवाले कॉलनी, पुणे – ४११ ०३० © ०२०-२४४७६९२४

E-mail : info@mehtapublishinghouse.com

Website : www.mehtapublishinghouse.com

मुद्रक : जंगम ऑफसेट प्रा. लि., २५/१० नांदेड फाटा, सिंहगड रोड,
पुणे - ४११ ०४१

मुखपृष्ठ : चंद्रमोहन कुलकर्णी

प्रथमावृत्ती : मार्च, २००९ / पुनर्मुद्रण : फेब्रुवारी, २०१०

किंमत : दोनशे पन्नास रुपये

ISBN 978-81-8498-003-5

सातारा आणि पुणे येथील चैतन्यमयी,
स्मृतिकातर दिवसांस

जयवंत चुनेकर

मूळ लेखकाची टिप्पणी

ही कादंबरी काल्पनिक आहे. 'सिमीऑन चेम्बर' किंवा 'कमिटी ऑफ ॲक्विझिशन' असे काही प्रत्यक्षात अस्तित्वात नाही. १९४२ च्या ऑगस्ट महिन्यात एक नाविक हवाई जहाज सान फ्रान्सिस्कोजवळच्या डॅली स्ट्रीटवर येऊन थडकले होते आणि त्याच्यावरच्या चालक कर्मचाऱ्यांचा – 'क्रू' चा – पत्ता कधीच लागला नाही, ह्या गोष्टी खऱ्या असल्या, तरी रेमण्ड स्लेड, जेम्स स्पेन्सर, जॉर्ज जॉन्सन आणि लुई डॅवीज ही मात्र लेखकाच्या कल्पनेची अपत्यं आहेत आणि वास्तवातले हवाई जहाज-चालक किंवा त्यांची कुटुंबं यांच्याशी त्यांचा काही संबंध नाही. विल्यम रॅण्डाल्फ हर्स्ट हा एक उच्च श्रेणीतला कलावस्तूंचा संग्राहक असल्याचे मानले गेले असले, तरी त्याने कधी जाणतेपणे वा अजाणतेपणे कलेच्या काळाबाजारात व्यवहार केले होते याला काही पुरावा नाही. फ्रान्सिस ड्रेकने त्याच्या सागरी प्रवासात, आज ज्याला 'सानफ्रान्सिस्को' या नावाने ओळखले जाते, त्या ठिकाणाजवळून पॅसिफिक महासागरातून प्रवास केला होता आणि त्याने व त्याच्या जहाजावरील कर्मचाऱ्यांनी १५७९ च्या उन्हाळ्यात एका ठिकाणी छत्तीस दिवस मुक्काम केला होता हे खरे; पण या ठिकाणाची नेमकी जागा हा वैज्ञानिक आणि ऐतिहासिकदृष्ट्या आजवर केवळ अंदाजाचाच भाग राहिला आहे. त्यानं या ठिकाणाला 'नोवा अल्बिऑन' असं म्हटलं होते हे खरं आहे. याबरोबरच हेही ज्ञात आहे, की ड्रेकनं त्याच्या सागरी पृथ्वी प्रदक्षिणेची तपशीलवार वृत्तांतवही ठेवली होती. ती वृत्तांतवही आजवर कधीही सापडलेली नाही. आता ती इतिहासात हरवून गेल्याचे समजले जाते.

लेखकाच्या ऋणनिर्देशातील काही भाग

ह्या पुस्तकाच्या लेखनात मला अनेकांचे साह्य झाले आहे आणि उत्तेजनही मिळाले आहे. त्यांच्या साहाय्याशिवाय माझे हे लेखन शक्य झाले नसते. माझ्या निर्मिति-प्रक्रियेच्या प्रयत्नांमध्ये केंद्रवर्ती भूमिका बजावल्याबद्दल – प्रामाणिक टीका केल्याबद्दल – मरे अर्नोल्ड, कीथ अर्नोल्ड व डेनिस हिगिन्स यांचा मी ऋणी आहे. कथानकातील मनुष्यवधाच्या कृत्यातील अचूकपणाविषयी सहमती व्यक्त करण्याबद्दल सक्रॅमेन्टो काउंटी कॉरोनरच्या कार्यालयातील डॉ. रॉबर्ट अ‍ॅन्थनी, एम. डी., पीएच. डी., फोरेन्सिक पॅथॉलॉजिस्ट यांचा मी ऋणी आहे. 'हर्स्ट सान सिमीऑन हिस्टॉरिकल मॉन्युमेन्ट' बाबत माहिती पुरवण्यासाठी आणि तेथे प्रवेश मिळवून देण्यासाठी सॅली एलस्कॉट, रीजनल इंटरप्रिटिव स्पेशालिस्ट आणि रिटा नुनस, स्पेशल असिस्टंट टु द रीजनल डायरेक्टर, कॅलिफोर्निआ डिपार्टमेंट ऑफ पार्क्स अ‍ॅण्ड रिक्रिएशन, हर्स्ट कासल यांनी मला मदत केली, त्याकरिता मी त्यांचा आभारी आहे. दस्तऐवजात्मक कलावस्तू जतन करणे व त्यांची ओळख पटवणे याविषयी माहितीसाठी विक्टोरिआ ब्लाइथ हिल, सीनिअर पेपर कन्जर्वेटर, लॉस एंजिलिस काउंटि म्युझियम ऑफ आर्ट यांचा मी आभारी आहे. मौल्यवान स्वरूपाची संशोधन व मूलभूत सामग्री शोधून काढण्यातील मदतीसाठी मला सक्रॅमेन्टो येथील 'कॅलिफोर्निआ स्टेट लायब्ररी' तील कर्मचारीवृंदाचेही आभार मानणे आवश्यक वाटते. ....

मला माझी मावशी विविअन बेनिडिट्टी आणि माझी आई रिटा मार्टिनी यांचेही आभार मानले पाहिजेत. दैवहत 'भुताळी जहाजा'च्या त्यांनी सांगितलेल्या गोष्टींनी माझ्या बालमनावर गूढाचे, अद्‌भुततेचे संस्कार घट्टपणे बिंबवून टाकले. या कथेचं बीज तेव्हाच पक्कं रुजलं गेलं...

एसपीएम
ऑबर्न, कॅलिफोर्निआ

अनुवादकाचे मनोगत

माझी ही तिसरी अनुवादित कादंबरी. आधीच्या दोन कादंबऱ्यांप्रमाणे अनुवादक म्हणून कस पाहणारी.

मुळातच अनुवादाचे काम अनुवादकाची क्षमता जोखणारे असते. त्यातून पाश्चात्त्य संस्कृतीतील कलाकृती अनुवादित करताना खूपशी तारेवरची कसरत करावी लागते. मुळातले संदर्भ शोधण्यात, समजून घेण्यात कसूर करून चालत नाही. काही संकल्पनांचे भाषांतर करताना थोडेसे स्वातंत्र्य घ्यावे लागते. संक्षिप्त रूपे समजावून घेताना त्या देशाच्या सामाजिक, शैक्षणिक, व्यावहारिक; प्रसंगी प्रशासकीय चालीरीतींचीही माहिती घेण्याची गरज निर्माण होते. त्यासाठी तर्कावर विसंबून शोध घ्यायला सुरुवात करावी लागते आणि कोशांच्या 'दारोदार' हिंडावे लागते. माहितगारांकडून माहिती जमवावी लागते. त्यातून अमेरिकन समाजाची पार्श्वभूमी कथानकाला असेल, तर अमेरिकन माणसाची भाषासंकोच करण्याची प्रवृत्ती हीही अडचणीची ठरते. इंग्रजी भाषेत आद्याक्षरे एकत्र आणून तोच नवा शब्द म्हणून त्यांच्या भाषिक व्यवहारात चलनात आणण्याची सोय आहे. उदाहरणार्थ, प्रस्तुत कादंबरीत बे एरिआ रॅपिड ट्रान्स्पोर्ट असा एका रेल्वे कंपनीचा उल्लेख आहे. तिचा बीएआरटी (बार्ट) असा सहज उल्लेख होतो. भाषांतरात ती चार अक्षरे किंवा बार्ट असा शब्द वापरणे पुरेसे ठरत नाही. ती संज्ञाच स्पष्ट करणे आवश्यक होऊन बसते. तसेच ह्यातील फक्त रॅपिड ट्रान्स्पोर्ट या अर्ध्याच भागाचा 'जलद वाहतूक' असा अनुवाद करणे उचित ठरत नाही. त्यामुळे बार्ट म्हणजे बे एरिआ रॅपिड ट्रान्स्पोर्ट हेही माहिती करून घेऊन तसाच उल्लेख करणे आवश्यक ठरते.

असे असले, तरी ही प्रक्रिया भाषांतराचा वेगळाच आनंद मिळवून देत असते, हे खरेच.

कादंबरीतील कथानकाचा आधारच असणारा एक महत्त्वाचा शब्द आहे 'पार्चमेन्ट'. 'चर्मपत्र' हा शब्द मी पार्चमेन्ट या मूळ शब्दासाठी निवडला आहे. या शब्दाचे दोन

अर्थ 'ऑक्सफर्ड' शब्दकोशात दिले आहेत. पैकी एक, चर्मपत्र (मेंढी किंवा बकऱ्याची कातडी लिहिण्यासाठी योग्य करून वापरली जाई); व दुसरा, चर्मपत्रसदृश कागद असा आहे. वाक्यरचनेत दुसऱ्या शब्दाचे उपायोजन बेंगरूळ अतएव अव्यवहार्य ठरले असते, हे वेगळे सांगणे नकोच. म्हणून अगदी सुरुवातीला काही ठिकाणी तसा खुलासेवजा अर्थ स्पष्ट केल्यावर (पृ. २१) पुढे चर्मपत्र असाच शब्द 'प्राचीन कागद' याअर्थी, सोयीसाठी, वापरला आहे.

तसाच आणखी एक शब्द, 'ब्लिम्प'. त्याचा 'ऑक्सफर्ड' ने (विशेष करून उत्तर अमेरिकन) 'ए स्मॉल एअरशिप' ॲन एअर क्राफ्ट विदाऊट विंग्ज म्हणजे 'पंखरहित विमान', असा दिला आहे. आणि 'एअरशिप'चा अर्थ 'हवेपेक्षा हलक्या वायूने भरलेले, पंखरहित मोठे एअरक्राफ्ट' असा दिला आहे. या 'ब्लिम्प'साठी लेखकाने एअरशिप, क्राफ्ट, घोस्टशिप असे वेगवेगळे शब्दही वापरले आहेत. उपलब्ध इंग्रजी–मराठी कोशात हा शब्द समाविष्ट झालेला आढळत नाही. त्यामुळे अनुवाद करताना मीही वेगवेगळे; पण त्या-त्या संकल्पनांना अनुरूप शब्द वापरले आहेत.

कादंबरीतीलतील 'चर्मपत्रां'चं रहस्य तर वाचकांची उत्कंठा वाढवणारं आहेच; पण सुझन पॅटर्सनच्या खुन्याचं रहस्यही ज्या पद्धतीनं लेखकानं शेवटपर्यंत कायम ठेवलं आहे त्यानं वाचक चक्रावून जातो. रहस्याचा अगदी अखेरीस उलगडा होतो आणि खुन्याचं नाव समोर येतं तेव्हा तो स्तंभितच झाल्याशिवाय राहणार नाही. ज्या सफाईनं लेखकानं कथानकात या प्रसंगाची गुंफण केली आहे, ती पाहून लेखक म्हणून स्टीव्ह मार्टिनीच्या रचनाकौशल्याला दाद द्यावीशी मला वाटते. कादंबरी वाचणारे सर्वच वाचक याबाबत माझ्याशी सहमत होतील, याची मला खात्री आहे.

मराठी अनुवाद साहित्याच्या क्षेत्रात 'मेहता पब्लिशिंग हाऊस'ची नाममुद्रा आता ठळकपणे उमटली आहे. माझ्या आधीच्या दोन कादंबऱ्यांप्रमाणे याही अनुवादाची जबाबदारी 'मेहता पब्लिशिंग हाऊस'ने स्वीकारली. त्यासाठी श्री. सुनील मेहता यांचे मी मन:पूर्वक आभार मानतो आणि अक्षरजुळणी व मुद्रण यासाठी अनुक्रमे ज. व. चुनेकर व 'जंगम मुद्रण' यांचेही.

जयवंत चुनेकर

उपोद्‌घात

एप्रिल १७, १९०६

मरीन काउंटी, कॅलिफोर्निया

आपल्या सुदैवाचं श्रेय एका क्षुल्लक झुरळाकडे जातं, हा विचार डोक्यात आला तसं अर्ल ह्युबरच्या भारलेल्या, करड्या डोळ्यांखालच्या खोल गेलेल्या गालांवर किंचितसं हसू उमटलं. त्या झुरळाला त्याने नाव दिलं होतं 'सुंदरलाल'. कारण त्याच्या एकांत कोठडीत त्याच्याच आधिपत्याखाली तो करमणुकीखातर लावत असलेल्या झुरळांच्या रात्रीच्या शर्यतींमध्ये त्या झुरळानं कधीच दुसऱ्यावर मात केली नव्हती.

खरं तर ह्युबरला मिळालेल्या ह्या एकांतासाठी दुसऱ्या कुणा जीवाला आपल्या आयुष्याची किंमत चुकवावी लागली होती. ह्युबरच्या भोवतालच्या निष्ठुर परिसराचंच ते वैशिष्ट्य होतं. कारण वदंता अशी होती, की जोआक्विन सांचेझ ह्या गुन्हेगाराला, ह्युबरला ओल्ड स्पॅनिश ब्लॉकमधल्या त्या मेक्सिकनाच्या एकाकी कोठडीत हलवण्यापूर्वी थोडेच दिवस आधी दोन रक्षकांनी मरेस्तोवर बडवलं होतं. इतर कुणी असते तर अंधश्रद्धेच्या प्रभावाखाली ते कचरले असते, त्या कोठडीत आल्यावर अर्ल ह्युबर मात्र बिलकुल घाबरला नाही. नव्यानं प्राप्त झालेला हा एकांत त्यानं सुदैवाचं प्रसादचिन्ह मानून स्वीकारून टाकला!

दोन आठवड्यांपूर्वीच्या त्या रात्री सुद्धा त्याच्या ह्या नेमात बदल झाला नव्हता. त्याच्या एकांत कोठडीत त्याला त्या रात्री बंद केल्यावर झुरळं भरलेली ती पेटी त्यानं थेट त्याच्या पलंगाखालच्या ग्रॅनाइटच्या चिऱ्यांच्या कडेशी लावून ठेवली. त्या लाकडी पेटीनजीकच्या फरशीवर त्यानं थपडा मारल्या, त्याबरोबर त्या मिशाळ प्राण्यांपैकी पाच, तरबेज असल्यासारखे, सुरुवातीच्या दरवाजापासून पळत सुटले आणि भिंतीकडे जाऊ लागले. 'सुंदरलाल' सर्वांत पुढं असल्याचं स्पष्टच दिसत होतं. मग अगदी हलक्या आवाजात ह्युबर एका बाजूने अनाहूत सल्ले देऊ लागला आणि

कुजबुजत्या स्वरात स्पर्धकांना उत्तेजन देऊ लागला; आणि दुसऱ्या बाजूला मनात मात्र पैजा लावून जल्लोष करणाऱ्या, खेळाच्या मैदानात बाकड्यावर बसलेल्या प्रेक्षकांची कल्पना करू लागला.

आरंभबिंदूपासून चार फूट गेल्यावर 'सुंदरलाल' अचानक थांबला आणि ग्रॅनाईटच्या मोठ्या चिऱ्यांपैकी दोन चिऱ्यांमधला विभाजक जणू ओलांडून जाण्यासाठी किंचित डावीकडे वळाला नि एका बारीकशा भेगेत नाहीसा झाला! तत्क्षणीच ह्युबरचा शर्यतीतला रस संपून गेला. त्यानं ती पेटी पलंगाखाली सरकवली आणि आपल्या मौल्यवान कीटकाच्या शोधात तो आपल्या हातांवर नि गुडघ्यांवर रांगू लागला.

'सुंदरलाल'ला बाहेर काढण्यासाठी लालूच म्हणून त्यानं शिळ्या पावांचे काही तुकडे त्या भागात विखरून टाकले. त्याच्या हाताच्या थपडांच्या धक्क्यामुळे ते झुरळ पुन्हा पृष्ठभागावर येईल ह्या आशेने त्यानं त्या चिऱ्याला थपडा मारल्या – पण त्याचा काही उपयोग झाला नाही. शेवटी निराशेनं जीवावर उदार झाल्यासारखं त्यानं त्याच्या जेवणाच्या थाळीतला धातूचा चमचा खसकन हातात ओढला आणि त्याचा सपाट दांडा दोन चिऱ्यांच्या मधोमध काळजीपूर्वक घालून त्या झुरळाला वरती आणण्यासाठी तो पुन्हा खटपट करू लागला. कित्येक मिनिटं निष्फळ शोध घेतल्यानंतर त्यानं तो चमचा ओढून काढण्याचा प्रयत्न केला तेव्हा त्याला असं आढळून आलं, की तो ग्रॅनाइटच्या फटीत घट्ट अडकून बसला आहे. तसा मग ह्युबर आपले दोन्ही गुडघे जमिनीवर घट्ट दाबून बसला, अंडाकृती चमचा एका हातात जाम धरला आणि दुसऱ्या हाताचा पंजा त्या हातावर आवळला. आपली सारी शक्ती लावून ओढत त्यानं चमच्याला हिसका दिला. डुरकल्यासारखा आवाज करत तो चमचा त्यानं मोकळा केला. पण ह्या खटाटोपात तो स्वतः मात्र पलंगाच्या बाजूला पाठीवर फेकला गेला.

चमच्याचा दाबला गेलेला दांडा न्याहाळत असताना ह्युबर उठून उभा राहिला तेव्हा त्याच्या लक्षात आलं, की फरसबंदीच्या एकसमान पातळीतून एक दगड उचलला गेला असून बाजूलाच जोडलेल्या चिऱ्यांवर तो आता चढला आहे. पुन्हा आपल्या गुडघ्यांवर बसत त्या तीन चौरस फुटाच्या ग्रॅनाइटच्या फरसबंदीचं बारकाईने निरीक्षण करत असता ह्युबरला असा शोध लागला, की तो चिरा नाहीच; तर ती ग्रॅनाइटची लादी आहे आणि तिची जाडी एक इंचापेक्षा जास्त नाही. खडकाच्या त्या सपाट तुकड्याखाली चमच्याचा दांडा त्यानं सरकवला आणि तो तरफेसारखा इतपत उंचावला, की त्याच्या खाली त्याची बोटं जातील. त्यानं ती लादी उचलली आणि कोठडीच्या भिंतीला टेकवून ठेवली.

निखळून आलेल्या त्या दगडानं मोकळ्या झालेल्या भागाची तपासणी करण्यासाठी तो वळला नि तत्क्षणी त्या भरकटलेल्या झुरळासंबंधीचे जे काही विचार चालले होते, ते सुद्धा त्याच्या मनानं बाजूला फेकून दिले. सुटून निघालेल्या त्या दगडाच्या खाली

त्याच्या कोठडीतून खालच्या दिशेनं जाणारं एक तीन चौरस फूट आकाराचं विवर होतं. विवराकडे त्याची दृष्टी खिळून राहिली. तो आपल्या गुडघ्यांवर बसता झाला तेव्हा त्याला असं आठवलं, की ती लादी ज्यावर बसवलेली होती ती गुळगुळीत कडा सभोवतालच्या ग्रॅनाइट चिऱ्यांमध्ये काळजीपूर्वक कातून तयार केलेली आहे.

भिंतीवरच्या हुकवर अडकवलेला कोळशाच्या तेलाचा दिवा ह्युबरनं झडप घालून काढला आणि त्या खुल्या झालेल्या विवराच्या तोंडाशी खालच्या बाजूला धरला. विवराची खोली फक्त चार-पाच फूटच होती; पण त्याच्या कोठडीची फरसबंदी ज्या घनाकार ग्रॅनाइट चिऱ्यांनी बनवलेली होती तिच्या खालून पुढे जाताना ते विवर रुंदावत गेलं असल्यासारखं वाटत होतं. दिवा वर उचलून घेऊन जमिनीवर ठेवत तो त्या विवरात उतरला, मग त्यानं दिवा पुन्हा उचलून हातात घेतला आणि तो काळजीपूर्वक, गुडघ्यांवर बसून खाली वाकला.

सुमारे दहा फूट तो त्या मोकळ्या गुहेतून रांगत गेला खरा; पण त्या कोळशाच्या तेलाच्या दिव्यातून बाहेर पडणाऱ्या विषारी धुरानं त्याला भोवळ येऊ लागली. श्वास कोंडून टाकणाऱ्या त्या वासानं त्याच्या मनात कमालीची भीती निर्माण झाली आणि तो माघार घेण्याच्या तयारीत असतानाच त्याची नजर तिकडे गेली– अर्धवट वापरून टाकून दिलेल्या पांढऱ्या मेणबत्त्यांचा एक लहानसा ढीग आणि एका ओबडधोबड लाकडी होल्डरमध्ये बसवलेली एक मेणबत्ती. त्यानं चटकन मेणबत्ती पेटवली, काचेच्या चिमणीवर फुंकर घातली आणि दिवा तिथंच सोडून दिला.

अंतहीन वाटणाऱ्या त्या बोगद्यातून नजर फिरवताना ह्युबरच्या डोळ्यांवर ताण आला. विवरातला तो मोकळा झालेला रस्ता त्याच्या दृष्टीच्याही पलीकडे जात असल्यानं मेणबत्तीच्या ज्योतीचा मंद प्रकाश सावल्यांमध्ये विरून गेला होता. आपण आपल्या कोठडीच्या भिंतीच्या बंदिस्त सीमेपलीकडे चालून आलो आहोत, हे त्याला प्रथमच जाणवलं; तसं उत्तेजित झाल्यानं त्याला गरगरल्यासारखं वाटू लागलं. त्याच्या तर्काप्रमाणे, 'ओल्ड स्पॅनिश ब्लॉक', त्याला जोडून असणाऱ्या कोठड्यांच्या अधिक अद्ययावत इमारतीपासून अलग करणाऱ्या रुंद गल्लीच्या खालून तो आलेला होता. तुरुंगाधिकाऱ्यांनी मुभा दिलेल्या आठ गुणिले दहाच्या एकांतात खितपत पडलेल्या त्या बिचाऱ्या इतर जीवांनी भरलेल्या कोठड्यांच्या खालून आपण आत्ता अगदी पूर्ण निर्धोकपणे रांगत आलो, ह्या विचारानं त्याला मौज वाटली.

ओलसर मातीचा गोड गंध हुंगत तो सावधानतेनं त्या मातीच्या वाटेवरून इंचाइंचाने आपला मार्ग काढत राहिला. अनेक वर्षं तागाच्या गिरणीतली कोरडी धूळ श्वासावाटे घेतल्यानंतर ओल्या मातीचा गंध हाच त्याच्यासाठी मुक्ततेचा अनुभव होता!

जवळपास वीस मिनिटं कोठड्यांची इमारत नि व्यायामाचं खुलं प्रांगण यांच्या खालून एका सरळ रेषेत तो रांगत राहिला. त्याची अंतराविषयीची सारी संवेदनाच तो

गमावून बसला होता; तरीपण आपण सरहद्दीच्या चाळीस फूट उंचीच्या भिंतीच्या जवळ जवळ चाललो आहोत, असा त्यानं तर्क केला. ह्या भिंतीपलीकडे होती मुक्त भूमी आणि स्वातंत्र्य!

अचानक मेणबत्तीच्या ज्योतीच्या फडफडत्या प्रकाशात, वरून गळून पडलेला नि भुसभुशीत अशा मातीचा ढीग चमकून उठला. बोगद्याचा तो शेवट असल्याचं ते निदर्शक होतं. माती मऊसर होती. त्या गुहेच्या छतातून त्यापैकी काही माती कुठून गळून पडली हे ह्युबरला दिसू शकत होतं.

त्या बोगद्याच्या टोकाशी तो दहा मिनिटं बसून राहिला आणि आता हाताशी आलेल्या कामगिरीविषयी विचार करू लागला. त्याला काही साधनांची गरज पडणार होती – एक कामचलाऊ फावडं, लहान दांड्याचा टिकाव किंवा कुदळ, कदाचित तरफेसारखा वापर करता येण्याजोगी एखादी कांब. तिथल्या तागाच्या गिरणीत धातूचे असे सुटे तुकडे बरेच पडलेले होते. आता ते लपवण्यासाठी त्याला जागा सापडली होती. पुढची कामगिरी पार पाडण्याची काही व्यूहरचना बाजूला राहिली; पण त्याचं मन कुरतडलं जायला मात्र सुरुवात झाली होती. कुणी खणला होता हा बोगदा? आणि त्या मेणबत्या कोण मागं सोडून गेलं होतं? ह्या आधीच्या पलायनासाठी त्या वापरल्या गेल्या होत्या का?

ह्युबरने सारे प्रश्न बाजूला सारले आणि तो आपल्या सुदैवाचा विचार करत आपल्या कोठडीकडे रांगत परतला आणि ती फरशी त्यानं त्या विवराच्या तोंडावर पुन्हा पूर्ववत बसवून टाकली. दोन दिवसांतच त्यानं खणतीसाठी आवश्यक असलेल्या धातूच्या छोट्या कांबी गोळा केल्या आणि आपल्या अंगावरच्या तुरुंगाच्या कपड्यांत दडवून कोठडीत आणल्या. बोगद्यातून नव्यानं उकरून काढलेली माती तिथून हलवण्याची शक्कल शोधून काढण्यासाठी त्याला बराच कालावधी लागला. तागाच्या कापडाच्या दोन अरुंद ट्यूब्जपासून त्यानं दोन ओबडधोबड पोती तयार केली. आपल्या पॅण्टच्या पायांच्या आत तो ती पोती घालत असे. रोज रात्री तो त्या ट्यूब भरे आणि रोज सकाळी गिरणीत गेल्यावर, त्यांच्या टोकाला लावलेल्या छोट्या पिना ओढून काढून आदल्या रात्री खणलेली माती कुणाच्याही लक्षात येणार नाही अशाप्रकारे आपल्या पॅण्टच्या आतल्या बाजूंवरूनच मागाच्या खालच्या माती साठलेल्या जमिनीवर सोडून देई नि आपल्या पायांनी ती पसरून टाके. बरीचशी दगड-माती ह्युबरने अशा प्रकारे हलविली आणि उरलेली त्या बोगद्यातल्या जमिनीवरच स्वत:ला रांगत जाण्यासाठी पुरेशी जागा सोडून, त्यानं पसरून टाकली.

आपले तुरुंगाचे चट्टेरीपट्टेरी कपडे खराब होऊ नयेत आणि त्यांच्याकडे कुणाचं लक्ष वेधलं जाऊ नये, म्हणून त्याने तागाच्या कापडापासून जाडेभरडे कपडे शिवले. तब्बल दहा रात्री तो खणती करून माती पसरण्याचं आणि वाहून नेण्याचं काम करत

राहिला. कामचलाऊ म्हणून बनवलेलं फावडं, कुंडीत रोप लावण्याच्या मातीत जॅकहॅमर घुसत जावा, तितक्या सहजपणानं मऊ जमिनीत घुसत राहिलं. ह्युबर कुदळ नि फावडं वापरण्यात काही नवखा नव्हता. अर्थात तो खाण अभियंताही नव्हता. खणतीचं काम सहजपणानं कसं काय होतं आहे, असा प्रश्न त्याच्या मनानं उभा केला नाही; किंवा जमीन घट्ट कशी काय नाही याचं आश्चर्यही त्याला वाटलं नाही. माती जर सहजपणे निघत असेल, तर चांगलंच आहे. काम अधिक वेगाने होत राहिलं आणि मुक्तीचा दिवस तितका जवळ, आवाक्यात येत राहिला.

त्याच्या नेहमीच्या ढांगेइतक्या तंतोतंत अंतराएवढ्या लांबीची धातूची कांब त्याने तयार केली. रोज संध्याकाळी त्या धातूच्या कांबीच्या साहाय्याने तो बोगद्याची लांबी मोजत असे आणि दुपारी, व्यायामाच्या पटांगणात तो सहजगत्या वावरत कोठडीच्या इमारतीपासून सरळ रेषेत पावलं टाकत चालत असे. त्याला एखादा अन्य कैदी ओलांडून जाई; किंवा तो येताना त्याची वाट अडे, तेव्हा तो तेवढ्यापुरता थांबत असे. रोज तो त्याचा हा प्रवास संपवे तेव्हा पर्वतप्राय टेहळणी मनोरे आणि काटेरी तारांनी झाकलेला माथा असलेली ग्रॅनाइट चिऱ्यांची भिंत भीती वाटावी इतक्या जवळ येत असे.

आणि मग काल दुपारीही ह्युबर त्या प्रांगणात चालत राहिला. हात खिशात घालून आणि नजर खाली ठेवत त्यानं सरळ रेषेची मोजणी केली. त्या अवाढव्य तटबंदीच्या पायथ्याला त्याच्या डाव्या पावलांच्या बोटांनी स्पर्श केला, तेव्हा तो सत्तावन्न पावलं चालून आलेला होता. बोगद्याचा शेवट भिंतीच्या आत केवळ दोन फुटांवर असल्याचं त्याच्या लक्षात आलं; तशी ह्युबरनं जवळ जवळ हवेतच उडी घेतली. भिंतीच्या पायाच्या जाडीचं गणित करून आणि तिच्या खोलीसाठी किंचित वाढ हिशोबात घेऊन त्यानं असा अंदाज केला, की दहा फुटांत तो बाहेरच्या बाजूला असेल. म्हणजे फक्त दोन रात्रींचीच सहजसाध्य खणती!

आदल्या रात्री त्यानं पाच फुटांचं काम संपवलं होतं. आणि आज चंद्रविरहित काळोख्या आकाशाखाली तो पलीकडच्या सुकलेल्या गवताचा पृष्ठभाग असलेल्या जमिनीवर पाऊल ठेवणार होता आणि बाहेरच्या जगात नाहीसा होणार होता.

आता मागावर बसल्यावर त्याचा धोटा उभ्या विणीच्या धाग्यांमधून ह्युबर पुढे-मागे सरकवत असतानाच, मनाला निबर करत राहणारा कंटाळवाणेपणा सहन करण्याची आजची ही शेवटचीच वेळ असणार होती, असं त्याला जाणवलं. या विचारासरशी पुढे घडणाऱ्या घटनेच्या कल्पनेमुळं उत्तेजित झाल्यानं त्याच्या हाताचे तळवे ओलसर झाले. त्याचं धैर्य पुन्हा कधीही तागाच्या गिरणीच्या एकसुरीपणला जबरदस्तीनं शरण जाणार नव्हतं. अथवा वाफेवर चालणाऱ्या मागाच्या गोंगाटामध्ये आणि त्या थंडगार, उदास, करड्या छपरीत भरून राहिलेल्या वायुरूप धुळीत त्याच्या

संवेदनेला ह्यापुढे कधीही बुडवून टाकावं लागणार नव्हतं. गमबूट घातलेल्या रक्षकांच्या संशयी, चौकसखोर नजरेखाली त्यानं सात वर्षांचा दीर्घ काळ अंगमेहनत केली होती आणि त्यांचा निर्बुद्ध जुलूम सहन केला होता. आता मात्र दैवाच्या शुभंकर हातांमुळे तो त्याच्या शिक्षेच्या उरलेल्या अठरा वर्षांचा त्यांना चकवा देणार होता. प्रांगणातली पाळी संपल्याची निदर्शक शिटी वाजली तसा ह्युबर विश्रांतीसाठी एका बाकावर बसला आणि त्या तागाच्या गिरणीच्या मातकट रंगाच्या भिंतींकडे नि अजून कापून पोती शिवण्यासाठी पडून राहिलेलं कित्येक वार कापड यांच्याकडे त्यानं शेवटची नजर टाकली. मग तो रांगेत उभा राहिला आणि त्यानंतर पंधरा मिनिटांनी तो त्याच्या कॉटवर कोठडीच्या दाराच्या तळाशी असलेल्या खिडकीतून पुढे सारल्या जाणाऱ्या जेवणाच्या भांड्याची वाट पाहत राहिला.

ते भांडं आलं आणि त्यानं कॉटवर शांतपणे बसून जेवण केलं. मग तो कॉटवर अंगाचं मुटकुळं करून पडला आणि त्यानं डोळे मिटून घेतले. आज रात्रीची खणती सहजपणानं होणार होती. बाहेरच्या जगातल्या कठोर परिस्थितीला पुरेशी विश्रांती नि दक्षता यानिशी समोर जाण्याचा त्याचा इरादा होता.

त्याला जाग आली तेव्हा मध्यरात्रीचा एक वाजून गेला होता. कोठडीच्या इमारतीतील संध्याकाळचा गोंगाट विरला होता. ह्युबरनं झटदिशी नि अनावश्यक हालचाली न करता त्याचा तुरुंगाचा चट्टेरीपट्टेरी पोषाख बदलून तागाच्या कापडाचा पोषाख चढवला आणि जेवणाच्या चमच्याच्या मदतीनं करायचं रोजचं 'कर्मकांड' त्यानं पुन्हा एकदा पार पाडलं. त्या दिव्यावर त्याने तीन मेणबत्त्या पेटवल्या नि दिवा विझवून टाकला. ग्रॅनाइटची फरशी हलवून भिंतीशी ठेवण्याऐवजी त्यानं ती उघड्या झालेल्या विवरापासून थोडीशी बाजूला सरकवली; मग मेणबत्त्या हाती घेऊन स्वत: खाली उतरला. आतून त्यानं ती फरशी काळजीपूर्वक त्या विवराच्या मुखावर पुन्हा सरकवून घेतली आणि तिच्या आजूबाजूच्या ग्रॅनाइटच्या चिऱ्यांत कोरलेल्या कडांवर स्थिरावू दिली. त्या क्षणानंतर त्या कोठडीत प्रवेश करणाऱ्या कुणालाही असं वाटणार होतं, की अर्ल ह्युबर निव्वळ हवेत विरून गेला. त्यांना त्या विवराचा नि बोगद्याचा कधी पत्ता लागलाच, तर तोपर्यंत कित्येक दिवस, कदाचित कित्येक आठवडे निघून गेलेले असतील. आणि तोपर्यंत तो हजारो मैल दूर जाऊ शकणार होता– वेगळं नाव नि नवीन आयुष्य यासहित!

पूर्वीप्रमाणेच खणतीचं काम सहजसोपं होत होतं. फक्त ह्यावेळी माती दूरवर पसरण्याची गरज नव्हती. ती त्यानं केवळ त्याच्या मागच्या बाजूला, बोगद्यातच ढीग करून ठेवली. मात्र यदाकदाचित कोणत्याही कारणानं त्याला कोठडीत परतावं लागलं, तर त्यासाठी बाजूला पुरेशी जागा ठेवण्याची काळजी त्यानं घेतली. तो तसा सावध वृत्तीचा इसम होता. बंद दारांआडच्या सात वर्षांत सहिष्णुता नाही, तरी

सहनशीलता त्याच्यात निर्माण झालेली होती. त्याला बाहेर पडण्यासाठी आणखी एखादा दिवस लागणार असला, तरी त्याला चालणार होतं!

त्यानं साधारणत: एक दीड फूट खणती केली आणि त्याच्या फावड्याचं टोक एका वस्तूला अडलं. ती काही कठीण वस्तू नव्हती, पण त्यानं दुसऱ्यांदा त्या मऊसर जमिनीत ते कामचलाऊ फावडं घुसवलं तरी हलकासा 'थड्' असा आवाज आला. त्यानं फावड्याचा नि हाताचा वापर करून त्या वस्तूवरचं आवरण दूर केलं: माणसाचा एक बूट!

एकाएकी सगळ्याचाच अर्थ लागला – मेणबत्त्यांचा साठलेला ढीग; मऊसर माती; अपुऱ्या अवस्थेतला बोगदा. प्रत्येक बाब समोर काय पडलंय त्याचा निर्देश करत होती. पळून जाण्याच्या उतावळीमध्ये ह्युबरनं त्या खुणाचा अर्थ लावायच्या संधीचा वापर केला नव्हता. आता तो त्याच्या पूर्वसुरीला – जोआक्विन सांचेझ या कैद्याला भेटणार होता. त्याच्यासाठी तो भुयारी मार्ग म्हणजे चर्चखालील दफनाची भुयारी खोली असावी तशी भयानं भरलेली काळोखी दफनभूमी ठरली होती. रक्षकाच्या हातून त्याचा मृत्यू घडल्याची अफवा तुरुंगाधिकाऱ्यांकडून पसरविण्यात आली होती, ती उघड उघड असणारं पलायन दाबून टाकण्यासाठी. त्या भीतिदायक भिंती फोडून जाण्यात आजवर कुणीही यशस्वी झालेला नाही, ही दंतकथा जिवंत ठेवण्यासाठी. कारण आता तो मृत मेक्सिकन आणि स्वत: अर्ल ह्युबर ह्या दोघांनाच सत्य माहीत होतं.

ह्युबरनं भिंती आणि माथ्यावरचं छत ह्यांची दक्षतेनं पाहणी केली, मग आपलं तोंड नि नाक तागाच्या कापडानं झाकून घेतलं. मळमळीची भावना फार लवकर होते असा काही तो इसम नव्हता; पण प्रत्येक फावडंभर निघणाऱ्या मातीतून कुजलेल्या मांसाचा दुर्गंध त्या बंदिस्त जागेत अधिकच उग्र वाटत होता.

प्रेताच्या छातीपर्यंतची माती उकरायला त्याला जवळपास एक तास लागला. त्यानं प्रेताच्या घोट्याभोवती आपले दोन्ही हात घट्ट आवळले आणि ते ओढलं. ते ढिम्म हललं नाही. मग त्यानं मृतदेहाच्या भोवतालची आणखी काही इंच माती खणून काढली आणि तो पुन्हा एकदा ओढला. ह्या खेपेस ते प्रेत एखाद्या लाकडी कठीण फळीप्रमाणे एकाच सरळ गतीनं सरकलं नि पुढे ओढलं गेलं. अचानक उद्भवलेल्या ह्या कामातल्या बदलाचा त्यानं क्षणभर विचार केला. तो मृतदेह हलवणं तर भागच होतं. त्यामुळे त्याच्या मार्गात – मुक्तीचा मार्ग – अडथळा निर्माण झाला होता. गुडघे टेकवत तो त्या मृत माणसावर वाकला आणि त्या उग्र दर्पापासून आपलं तोंड दूर फिरवित त्याने आपले हात पालथ्या प्रेताच्या छातीखालच्या पोकळीत घालून ते उचललं. कुजलेलं मांस फाटून विलग झाल्याचं नि ते त्याच्या हातात आल्याचं त्याला जाणवलं. तो मृतदेह एकेका इंचानं बोगद्यात, त्याच्या

मागल्या बाजूला असलेल्या मातीच्या ढिगाऱ्याकडे मागे सरकवत असताना ह्युबरने आपले डोळे घट्ट मिटून घेतले. ते काम पुरं होईस्तोवर त्याने डोळेही उघडले नाहीत किंवा आपलं मस्तकही फिरवलं नाही. तोपर्यंत किळस नि मनातली भीती ह्यावर त्यानं मात केली होती. त्या प्रदूषित हवेचे श्वास मधून मधूनच घेत तो बोगद्याच्या शेवटाशी आला. त्याला आता लवकर लवकर खणतीचं काम उरकणं भाग होतं. ह्याच दिशेला स्वातंत्र्याचा मार्ग पसरलेला होता आणि आता दुसरा सुटकेचा एकमेव मार्ग होता माघारीचा – त्या कुजलेल्या प्रेतावरून जाणारा.

तो पिसाटल्यासारखा सुमारे वीस मिनिटं खणत राहिला. आता जमीन जरा कठीण होती आणि खणती मंदावत होती. पण त्या कष्टांनी त्याच्या प्रयत्नाला प्रयोजन मिळवून दिलं होतं आणि मनाला शांती. त्याने अखेरीस त्याचं फावडं थांबवलं आणि आपल्या मृत सोबत्याचा चेहरा पाहण्यासाठी जेव्हा तो स्थिरावला, तेव्हा त्याचा स्वतःचा चेहरा मात्र चिखलाचे ओघळ नि घाम यांनी झाकला गेला होता. त्यानं मेणबत्ती उचलली आणि तिची ज्योत मागच्या बाजूला साठवलेल्या मातीच्या ढिगाऱ्याकडे आणि प्रेताच्या दिशेनं धरली. प्रेताचं मस्तक मातीनं केकसारखं लडबडलं होतं; नाक-डोळे नि चेहरेपट्टी ओळखण्यापलीकडच्या अवस्थेत होती. डावी भुजा ताणलेली होती, एक छोटी वीट वाटावी अशा कसल्यातरी तुकड्या-भोवती त्याने आपले हात त्याला आलेल्या मृत्युसमयीच्या घट्ट पकडीत आवळून घेतलेले होते. तो विटेसारखा तुकडा ह्युबरसमोर आता ठाकलेल्या मातीच्या कठीण थरात टिकावाच्या किंवा फावड्याच्या टोकावर मारण्यासाठी त्या इसमाने बहुधा वापरला असावा.

काहीसं का कू करत तो वीट घेण्यासाठी मृत माणसाच्या हाताकडे सरकला. ती निर्जीव मूठ एखाद्या पकडीसारखी होती आणि ते हत्यार सैल करून उचकून काढण्यासाठी ह्युबरला प्रेताच्या अधिक जवळ जाऊन दोन्ही हातांचा वापर करावा लागला. वीट अधिक चांगल्याप्रकारे धरता यावी म्हणून तिच्या कडांवरचा मातीचा केकसारखा थर त्यानं बोटांनी खरवडून काढला. अचानक तो थांबला. धुळीनं भरलेला आणि घामानं झाकलेला ह्युबरचा चेहरा त्या धुळीच्या थराखालीदेखील पांढरा फटक पडला. त्याच्या मेंदूला पूर्ण संवेदना पोहोचली, तसा त्याच्या मस्तकातला रक्ताचा प्रवाह वेगानं वाहू लागला. त्या मृत इसमाच्या कडक झालेल्या मुठीत शुद्ध सोन्याची एक लगड वीट म्हणून धरलेली होती!

माथ्यावरती आणि पूर्वेला शंभर फुटांवर तुरुंगातल्या तबेल्यातले गाडी ओढण्याचे घोडे सारखे इकडून तिकडे हलवले जात होते. हे ह्युबर पाहू शकत नव्हता किंवा त्यांचं खिंकाळणंही ऐकू शकत नव्हता. शांत रात्रीच्या हवेतून एक अवर्णनीय अशी

लहर दोन लाटांच्या द्रोणीमध्ये पाण्यावर पसरली आणि तिच्या कडांवर सप् सप् असा आवाज झाला.

जमिनीखालच्या आपल्या भुयारी मार्गात ह्युबरनं भयंकर दिसणाऱ्या त्याच्या मित्राचा तो हात आणि हाताच्या पकडीत घट्ट धरलेली सोन्याची लगड याच्याजवळ मेणबत्ती धरली. त्या प्रकाशात, ताणलेल्या, कडक झालेल्या भुजेपलीकडेच धुळीत पडलेली एक गोलाकार वस्तू लुकलुकली. ते वेगळ्याच आकाराचं, पण कसलीच शंका वाटू नये अशा धातूप्रकारातलं एक नाणं होतं. माती उकरून बाहेर काढलेल्या त्या देहाच्या जागी तयार झालेल्या पोकळीच्या रेषेवरून त्याचे डोळे फिरले. जमिनीवर सोन्याच्या नाण्यांचा गालिचा पसरला होता आणि त्या माणसाच्या डोक्याचा नि खांद्याचा ठसा उमटला होता. त्यात तो गालिचा लुप्त झाला होता. ह्युबर बोगद्याच्या टोकाकडे सरकला आणि तो भाग खणायला त्याने सुरुवात केली. कुदळीच्या प्रत्येक घावात मातीबरोबर अधिकाधिक नाणी नजरेस पडू लागली; आणि फावड्याच्या प्रत्येक घावागणिक, उत्तेजित झाल्याने त्याचा क्षोभ वाढत राहिला. माती खणत उकरून काढत असताना त्याचं वेळेचं सारं भानच हरपलं. बोगद्याचा मार्ग काटकोनात डावीकडे वळत होता आणि तुरुंगाच्या भिंतीला आतून समांतर जात होता. ह्युबर नाण्यांच्या मागावर जात राहिला आणि अचानक तो मार्ग साठ अंशाचा कोन करून वळण घेत पुढे गेल्याचं त्याला दिसलं. त्याच्या थकव्यावर बेभानपणानं मात केली. नंतर मातीचा कठीण थर संपून चिखल समोर यायला लागल्यावर नि कुजलेल्या मांसाच्या दुर्गंधीची जागा खाऱ्या पाण्याच्या वासानं घेतल्यावर वाकडीतिकडी झालेली कुदळ नि तरफ म्हणून वापरलेली कांब त्यानं तिथंच टाकून दिली होती. हातानं तो चिखल खरडत राहिला आणि अखेरीस एका लाकडी पिंपाची एक बाजू आपण मोकळी केली आहे, असं त्याला दिसलं. पिंपाच्या पट्ट्यांवर आपल्या बुटांच्या टाचेनं फटके मारून त्यानं त्या कुजलेल्या पिंपाच्या फाळक्या काढल्या. क्षणार्धात आपण चिखल नि सोन्याची नाणी ह्यांनी न्हाऊन निघत असल्याचं ह्युबरच्या लक्षात आलं.

भूगर्भात खोलवर गडगडाट सुरू झाला. सुरुवातीला अस्पष्ट; पण मग त्याला वेग आला. हळूहळू आवाजाची जागा हालचालीनं घेतली आणि मधूनमधून थांबणाऱ्या, अधिक अस्ताव्यस्त कंपनांनी भरलेल्या त्यांच्या गिरक्या उठत राहिल्या.

दक्षिणेकडे पाच मैलांवर शहरातील रस्त्यांना धातूचा पत्रा वाकवावा तशा मुरडी पडल्या आणि घरांच्या चिमण्या छपरांमधून खाली कोसळल्या नि त्याखाली घरातली माणसं गाडली गेली. पाण्याचे मुख्य पाईप एखाद्या ठिसूळ काटकीसारखे तुटून पडले आणि सदर्न पॅसिफिक रेल्वेच्या रुळांना पिळे पडून विचित्र, आजवर कधीही कुणी न

पाहिलेला भूस्तरशास्त्रातला नाच करू लागले. चर्चच्या, टोल देण्यासाठी सेवकांची नेमणूक नसलेल्या घंटा कर्णकटू आवाजात निनादू लागल्या आणि जमीन एखाद्या भयानक सैतानाच्या पकडीत सापडल्यासारखी पिळवटली गेली.

ह्युबरला सुरुवातीचे आवाज अजिबात ऐकू आले नाहीत किंवा प्रारंभीच्या हालचालीही जाणवल्या नाहीत. तुटलेल्या पिंपाचे अवशेष मातीतून ओढून काढल्यावर नि बोगद्याच्या टोकाशी एक अंधारी गुहा जमिनीतून खोदून काढल्याच्या शोधानं ह्युबर उन्मादात बुडून गेला होता. त्यानं मेणबत्तीचा प्रकाश गुहेच्या तोंडावर पडेल अशा प्रकारे ती धरली आणि त्याच्या नजरेला जे दृष्य पडलं ते, आश्चर्यानं आ वासून तो पाहात राहिला. त्याच्या मनात त्या दृश्याची प्रतिमा निरंतर काळासाठी कोरली जायची होती. कारण पुढच्या क्षणी पहिली धक्क्याची लाट येऊन आदळली. हजारो घनफूट माती वरून खाली कोसळली. निसर्गसृष्टीच्या यातनामय नि उलटापालट, चोळामोळा झालेल्या दृश्याखाली अर्ल ह्युबर कायमचा गाडला गेला.

■

१

सान फ्रान्सिस्को, १९७५,

आपल्या बापजाद्यांना फार फार पूर्वीच ह्याचं ज्ञान झालेलं होतं, की असत्याचा गाभा, ते मांडलं जातं त्या शब्दयोजनेत नसतो; तर खुद्द त्यातील कपटीपणाच्या धर्मामध्ये असतो. सॅम्युएल जे. बोगार्डसला ह्या गृहीतकाच्या सूक्ष्म छटा लवकरच लक्षात येणार होत्या.

पण त्या विशिष्ट क्षणी मात्र त्याच्या मेंदूच्या खोल कप्प्यांमध्ये तो एक स्वगत म्हणत होता. अर्धवट पुटपुटण्याच्या स्वरूपात त्याच्या ओठांच्या बंधनाला पार करून मधून मधून बाहेर पडणारं संभाषणच होतं ते.

बोगार्डस स्वत:वरच किंवा अधिक नेमकेपणानं सांगायचं, तर वृद्धत्वाकडे झुकत चाललेल्या त्याच्या आईवर चिडलेला होता. ॲन्जी बोगार्डस म्हणजे एक कठोर स्त्री होती. बोगार्डस काही कामात व्यग्र होता, अशातला भाग नाही. दोन दिवसांपूर्वीच त्याने एका प्रकरणात तडजोड घडवून आणली होती नि आठवड्याभराच्या खटल्याची चिंता नि यातायात टाळली होती. पण, ज्यांना ॲन्जी 'रेफरल्स', म्हणजे 'सल्लाभिलाषी' म्हणत असे, अशा तिनं पाठवलेल्या इच्छुक व्यक्तींबरोबर व्यवहार करणं हे अधिक वैताग देणारं असे. हे सगळे जण तिच्या कुठल्या ना कुठल्या 'सोशल क्लब' किंवा धर्मादाय संस्थांमधले मूर्ख बडबड करणारे मित्र, मैत्रिणी असत; नि त्यांच्या सर्वांच्याच समस्या खास असत. खरं तर त्यांपैकी एकदेखील समस्या ज्यासाठी कायदेशीर मार्गाची गरज आहे; किंवा ज्यावर कायदेशीर उपायांची आवश्यकता आहे अशी नसायची.

ह्या खेपेस अशी समस्या सामोरी आली, ती दत्तकविधान प्रकरणाच्या नावाखाली. कायद्याच्या ह्या क्षेत्रातली सॅमला फारच थोडी माहिती होती आणि त्याची त्याला फिकीरही नव्हती. बोगार्डसला या गोष्टीचं वारंवार दु:ख वाटायचं, की न्यायालयीन खटल्यांच्या एका दशकापेक्षाही अधिक काळाच्या प्रत्यक्ष अनुभवातून धार आलेल्या

त्याच्या वकिली कौशल्याचा त्याच्या आईच्या दुराग्रहापुढे पाड लागत नसे. फार पूर्वीच ही स्पर्धा तो हरलेला होता. कारण एखाद्या सामुराई योद्ध्याच्या कावेबाजपणाने अधिकार नि अपराधीपणाची जाणीव अशी दुधारी तलवार ॲन्जी चालवत असे. फोन खाली ठेवण्यापूर्वीच आपल्या आईच्या 'त्या' मैत्रिणीशी बोलण्याचं कबूल करण्याची चूक तो करून बसला होता. ॲन्जीच्या दृष्टीनं तेवढं घडणं म्हणजे सुद्धा सॅमनं प्रकरण हाती घेतल्यासारखंच होतं.

सूर्याचे किरण फिनान्शल डिस्ट्रिक्टच्या दरीत आपला मार्ग काढत खाली उतरले होते आणि त्यामुळे पॅसिफिकवरून येणाऱ्या वाऱ्याच्या मंद झुळकांनी रस्त्यावरचं वातावरण उबदार झालेलं होतं. जमीन भाजून काढणाऱ्या उष्म्यानं कॅलिफोर्नियाच्या सेन्ट्रल व्हॅलीमधून काढता पाय घेतल्यानं; आणि धुक्याला मागं महासागरावर ठेवून सान फ्रान्सिस्कोवर कृपा केल्यानं शहरात आल्हादकारक दिवसांची मेहेरनजर झालेली होती. शहरामध्ये दीर्घकाळ वास करणारा कुणीही एखादा रहिवासी सान फ्रान्सिस्कोचं हवामान फारच चंचल असतं, असं सांगत असतो; तरी निदान आजच्या ह्या दिवशी मात्र ते ठिकाण पंचाहत्तर अंश तापमानात स्वच्छ आकाशाखाली उन्हाचा उपभोग घेत होतं.

बोगार्डस त्याच्या अपार्टमेंटपासून काही इमारतींपलीकडे असणाऱ्या केबल कारकडे बुश स्ट्रीटवरून पायी गेला, मग ब्रॉडवेपर्यंतच्या रस्त्याचा काही भाग केबल कारमधून गेला आणि एम्बार्केडोरोवरच्या त्याच्या ऑफिसमध्ये जाण्यासाठी ब्रॉडवेवर तो बसमध्ये चढला.

तो काही फार आकर्षक गृहस्थ होता असं म्हणता आलं नसतं. पण तरीदेखील कशा कोण जाणे, बायका त्याच्याकडे ओढल्या जात. त्याच्या कोरीव चेहरेपट्टीत त्याचा हाडं उंचावलेला जबडा आणि तो बोलायला लागल्यावर त्याचे मिष्कील, चैतन्यानं नाचणारे शांत हिरवे डोळेही उठून दिसत. उंचीला सहा फुटांपेक्षा थोडासा कमी, सडसडीत बांधा आणि पातळ होत चाललेले कुरळे पिंगट केस असलेला बोगार्डस वयाच्या एकोणचाळिसाव्या वर्षीही डौलात चालत असे. आणि धनत्तर नसला, तरी स्वातंत्र्याचा अंश भरलेल्या माणसाच्या आत्मविश्वासाचं दर्शन त्याच्यात होत असे.

पण हे काही पूर्वीपासून असं नव्हतं. सॅम्युएल बोगार्डस कामगार वर्गात मोडणाऱ्या आईवडिलांच्या पोटी जन्माला आला होता आणि जीवनातल्या दुःखदायक परिस्थितीशी, विपत्तीशी लहान वयातच त्याची ओळख झालेली होती.

युद्धोत्तर काळात घरांच्या व्यवसायाला तेजी येण्यापूर्वी सॅमचा बाप, जोसेफ, कोल्मा नि डेलसिटी यांच्या वरच्या बाजूला असणाऱ्या टेकड्यांच्या प्रदेशातला एक शेतकरी होता. सान फ्रान्सिस्कोच्या दक्षिणेकडच्या, वाताहत झालेल्या, अक्षरशः सर्व

छोट्या कुरणमालकांच्या नि शेतकऱ्यांच्या दैवाचा फटका त्यालाही बसला. जमिनीच्या नवीन पोटविभागण्या; नि व्यापार विकासासाठी त्याची भाडेपट्ट्याने घेतलेली शेते एकामागोमाग एक नष्ट होत असताना जोसेफ बोगार्डसला हताश स्थितप्रज्ञतेने निव्वळ वाट पाहत राहावे लागले होते. पन्नासच्या दशकाच्या मध्यावर त्याचं अखेरचं कुरण सर्व बाजूंनी स्थानिक घरांनी वाढलेलं एक बेटच बनून गेलं. त्या जमिनीचा मालक एक तापट ग्रीक शेतकरी होता. त्यानं ती जमीन विकायला नकार दिला, तसे धनदांडग्यांनी त्यांच्या खिशात आपले हात अधिक आत सारले; त्यांची औदार्यवृत्ती त्यांनी नगरपित्यांकडे वळवली आणि मग ते कुरण आपलं अधिराज्य निर्माण करणाऱ्या एका संस्थेनं शाळा बांधण्यासाठी ताब्यात घेतलं. आपला बाप बांधकाम आणि ट्रक यांच्या व्यवसायातल्या पूर्ण न होणाऱ्या कामांच्या चक्रव्यूहात वणवण करत राहिल्याचं आणि एक ना एक दिवस आपल्या स्वत:च्या मालकीचं फार्म होईल असं स्वप्न पाहात जगत असल्याचं उणीपुरी दहा वर्षं सॅम बघत होता. पण आणखी नवीन घरांसाठी बांधकामसामग्री वाहून नेणारा ट्रक १९६५ मध्ये सॅन होजेकडे जाणाऱ्या मार्गावर खडखडत जात असताना व्हीलवरच हृदयविकाराच्या झटक्यानं जोसेफ मरण पावला आणि त्याचं ते स्वप्न अधुरंच राहिलं.

बोगार्डससाठी, त्याच्या बापावरचं त्याचं प्रेम, जोसेफचे वाजवीपेक्षा मोठ्या आकाराचे निबर हात आणि मारामाऱ्यांनी भरलेल्या पश्चिमी अमेरिकन वसाहतीवाल्यांच्या चित्रपटात वापरली जायची तशा गवती हॅटखाली असलेल्या त्याच्या चेहऱ्यावरच्या रापलेल्या सुरकुत्या ह्यांच्या आठवणींमध्ये गुंतलेलं होतं. सॅममधल्या वकिलानं त्याच्या मनामध्ये जमिनींचे विकासक आणि 'प्रगतीचे अग्रदूत' ह्यांच्याविषयी कायमचं शत्रुत्व जोपासलं होतं. जिथं त्यानं बेकायदेशीर कृत्य करणाऱ्यांचे खटले चालवण्यात उमेदवारी केली होती, ते सरकारी वकिलाचं कार्यालय त्यानं सोडलं होतं आणि मोठे, गंभीर गुन्ह्यांचे खटले चालवण्यापर्यंत प्रगती साधली होती. त्याच्या वडिलांच्या मृत्यूनंतर चार वर्षांनी त्यानं चार मोठ्या कंत्राटदारांविरुद्ध सॅन मॅटिओ हिल्स मधल्या तीनशे घरांचं हलक्या दर्जाचं बांधकाम केल्याबद्दल आणि त्याकरिता निकृष्ट दर्जाची बांधकामसामग्री वापरल्याप्रकरणी, एक कोटी डॉलरचा खटला दाखल करून जिंकला होता. न्यायालयाच्या या निवाड्याच्या रूपात त्यानं आपला पहिला सूड उगवला होता. आणखी असेच दोन; पण लहान कज्जेही त्यानंतर त्याने जिंकले आणि मग यथावकाश घरमालकांच्या संघटना, पर्यावरणवादी गट आणि सल्लाभिलाषींचे वकील, 'रेफरल्स' या सर्वांमध्ये बोगार्डसला मागणी वाढत राहिली.

सहा वर्षं त्याच्या फर्मची भरभराट होत राहिली. पण मग सॅमला असं अधिकाधिक लक्षात येऊ लागलं, की त्याच्या 'अंतरात्म्यातील आग' विझत गेली आहे. स्वच्छ निर्मळ समुद्रकिनाऱ्याच्या आठवणींची जागा पैसा कधीच घेऊ शकणार नव्हता; किंवा

तो लहान असताना त्याच्या वडिलांच्या बरोबर नांगरलेल्या शेतात चालत असे, तेव्हाचे त्याचे दीर्घ सुस्तावलेले दिवसही तो परत आणू शकत नव्हता. तो बेचैन होता आणि आयुष्यात काही नवीन करण्याजोग्या गोष्टीचा तो शोध घेत होता. असं काहीतरी त्याला हवं होतं, ज्यामुळे त्याच्या मनातला द्वेषाग्नी शांत होईल आणि त्याचं मन सुडाशिवाय इतर काही विचारानं व्यापून राहील. गेल्या काही महिन्यांत भागीदारी आणि कायद्याचा व्यवसाय यांपासून त्याचे विचार वाढत्या प्रमाणात भरकटत चालले होते.

'पीअर नाइन' कडे जाणाऱ्या भव्य कमानदार दरवाज्याच्या खाली भिंतीवरच्या पितळी पाटीवर अक्षरं झळकत होती :

बोगार्डस अ‍ॅण्ड पॅटर्सन
अ‍ॅटर्नीज अ‍ॅण्ड काउन्सेलर्स अ‍ॅट लॉ

ह्यांतला 'काउन्सेलर्स' शब्द म्हणजे खरं तर दिखाऊपणाचाच भाग होता. त्या शब्दाबाबत सुझन आग्रही होती. सुझन ही त्याची भागीदारीण होती. मात्र जरा अधिक गंभीर प्रवृत्तीची. आणि सर्वांनाच हे मान्य होतं, की त्या दोघा वकिलांपैकी ती दिसायला अधिक चांगली होती. सुझन पॅटर्सन, म्हणजे तिला ओळखणाऱ्या सर्वांसाठी 'पॅट', पाच फूट आठ इंच उंचीमुळे नजरेत भरणारी; दाट भुऱ्या रंगाची त्वचा, केस नि निळे डोळे असणारी; वयोवृद्धांमध्येही तारुण्याची स्वप्न जागवणारी; मांजरीसारखी गोंडस, ऐटदार ठेवण असणारी स्त्री होती. असाधारण अशी मनाची चिकाटी नि सुंदर निळ्या डोळ्यांमागे झाकलेली कायदेविषयक प्रज्ञाही तिच्याकडे होती.

ह्या भागीदारीला सुरुवात झाली होती, ती लॉ स्कूलमध्ये. तिथं बोगार्डसची पहिल्याच वर्षात पॅटशी गाठ पडली. दुसऱ्या वर्षाला असताना ख्यातनाम अ‍ॅटर्नींपैकी किमान तिघांकडून आलेले लग्नाचे प्रस्ताव तिनं नाकारले होते आणि अभ्यासेतर कारणासाठी तिच्या भेटीची इच्छा धरणाऱ्या, 'कॉन्ट्रॅक्ट्स'चा कायदा शिकवणाऱ्या त्यांच्या प्राध्यापकाच्या अमर्याद अहंकारालाही तडाखा दिला होता. त्यामुळे अशा ह्या रेखीव सुंदरीची प्राप्ती करून देणाऱ्या सुदैवाचं सॅमला सतत आश्चर्य वाटत राहिलं होतं.

लॉ स्कूलच्या तिन्ही वर्षांत सॅम नि पॅट यांनी बर्कलिमधल्या, एक बेडरूम असलेल्या, दाटीवाटी असलेल्या फ्लॅटमध्ये वादळी प्रेमाची वेळोवेळी उधळण केली होती. पण अखेरीस प्रेम केवळ मैत्रीच्या पातळीपर्यंत उतरलं होतं; आणि लग्नबंधनासाठीच्या भक्कम पायानं त्यांना हुलकावणी दिली, तरी उद्योग नि व्यावसायिक सहजीवन यासाठी फर्मचं व्यासपीठ उपलब्ध असणं ही सुद्धा काही बऱ्यापैकी सुखासमाधानाची बाब नव्हती, असं नाही.

काहीसा रेंगाळत रेंगाळतच बोगार्डस जिना चढून आला; नि दार ढकलून ऑफिसात शिरला न शिरला तोच पिंगट कुरळ्या, राठ केसांचं छप्पर टंकलेखन यंत्रापुढे झुलत असलेलं त्याच्या नजरेस आलं.

"मॉर्निंग कॅरल, कशी काय गेली तुझी शनिवार-रविवारची सुटी?" अशी पृच्छा करत बोगार्डसने तिच्या डेस्कवरल्या ट्रेमधून दूरध्वनीवर आलेल्या निरोपांच्या चिठ्ठ्या उचलल्या नि त्यांवरून नजर फिरवायला सुरुवात केली.

कॅरल ब्रॉम्प्टन विशीतली छान, गुबगुबीत मुलगी होती. तिचे केस काळेभोर होते आणि तोंड तारा लावलेल्या दातांनी ओसंडत असल्यासारखं वाटत होतं. ती एकीकडं संध्याकाळी लॉ स्कूलला जात असे आणि त्याबरोबरच दुसरीकडं, कारकुनी नि निमकायदेशीर स्वरूपाची, अशा दोन्ही प्रकारच्या चाकरीची सोय असणारी छोट्या कचेरीतली अपरिहार्य अशी ही भूमिका ती पार पाडत असे.

"गुड मॉर्निंग, मिस्टर बोगार्डस!" त्या मुलीची निखळ उमदी वृत्ती तिच्या किणकिणणाऱ्या हास्यातून डोकावली. पण तिच्या शब्दांतल्या औपचारिकतेनं जवळच कुणी अशील असल्याची जाणीव देत सॅमला सावध केलं. आजूबाजूला कुणी अशील नसलं, तर कॅरलसाठी बोगार्डस नेहमी सॅमच असायचा. अर्थात जिथे पॅट अध्यक्षस्थानी असायची नि वारंवार फोन घ्यायला जाणारी कॅरलच फक्त समोर हजर असायची अशा अनेक 'स्टाफ मीटिंगां'पैकी एका मीटिंगमध्ये पुन:पुन्हा उच्चार करून पॅटनंच ही सवय कॅरलच्या डोक्यात ठसवून दिली होती. सॅमचा कचेरीच्या व्यवहारांमध्ये सहभागी व्हायला नकार असे. त्याला जर कचेरीतल्या इतर दोन माणसांना काही सांगायचं असेल, तर त्यासाठी मीटिंगचे सोपस्कार कशाला? ते त्यांना केव्हाही सांगता येऊ शकतं, अशी त्याची धारणा होती.

कचेरीतल्या वेळोवेळीच्या ह्या बैठका म्हणजे इतर कोणत्याही बाबीपेक्षा भागीदारांच्या भिन्न व्यक्तिमत्त्वाविषयीच खरं तर बरंच काही सांगत असत. पॅटची मार्गदर्शक तत्त्वं होती, ती म्हणजे पद्धतशीरपणा आणि पूर्वतयारी. कित्येकदा ह्याबाबत सक्ती, ताठरपणाचं टोकही गाठलं जाई. ह्याच्या उलट, सॅम भावनावश वृत्तीचा होता. अंत:प्रेरणेनुसार काम करायला त्याला जास्त आवडायचं आणि आज इतकी वर्षं यावर सगळं निभावत आलेलं होतं. त्याला 'अनपेक्षिता'मध्येच मोठा आनंद होई; आणि तो स्वत:वर एक चाकोरीबाह्यतेचा बुरखा चढवी.

आपल्या सेक्रेटरीचं डेस्क ओलांडून बोगार्डस स्वत:च्या कक्षाकडे वळला. त्याच्या कक्षाच्या प्रवेशद्वारापाशी डाव्या अंगाला बसलेल्या एका स्त्रीकडे त्यानं मान थोडीशी वळवून नजर टाकली. तिनं तिच्या डोळ्यांसमोर धरलेल्या मासिकातून आपली नजर अजिबात वर केली नाही.

सॅमचा कक्ष चांगला ऐसपैस आणि उंच खिडक्यांची भिंत असलेला होता. त्या

खिडकीतून सागराचा किनारा नि यर्बा ब्यूना बेटाचं किनाऱ्यावरच्या 'बे ब्रिज' खालचं टोक दिसत असे. गोदीच्या बाहेरच्या बाजूला मोठी जहाजे ओढून नेणाऱ्या दोन शक्तिशाली बोटी आता तिथं दिसत होत्या आणि किनाऱ्यावरच्या मार्गदर्शकांना, 'बार पायलट'ना, 'गोल्डन गेट'च्या[५] पार नेण्यासाठी वापरली जाणारी एक बोटही पाण्यावर खालीवर हेलकावत होती.

खुद्द त्याच्या कक्षामध्येही जुन्या, १९०२ सालातल्या सान फ्रान्सिस्को शहराच्या विस्तीर्ण पसाऱ्याचा देखावा तयार होईल अशाप्रकारे छोटे तुकडे एकत्र ठेवून बनवलेल्या शोभिवंत दृश्याचा फोटो पूर्ण भिंतभर लावलेला होता.

गडद तपकिरी, लालसर रंगाच्या महॉगनी लाकडाचं एक डेस्क नि त्याला शोभेशी खुर्ची आणि एक कपाट हे त्या कक्षातलं फर्निचर फार महागातलं नव्हतं. पण ते जुनं, लॉ स्कूलमध्ये असताना आपल्या अपार्टमेंटसाठी सॅमनं खरीदलेलं होतं. जशी वर्षं सरत होती, तसं त्या फर्निचरला हळूहळू एक पुरातन, मौल्यवान वस्तूचं मोहक रूप येत होतं. त्याच्या डेस्कच्या मागे एका बाजूला एक पितळी 'फ्लोअर लॅम्प' उभा करून ठेवला होता आणि त्याच्याच बाजूला काळ्या कुशनची एक फिरती एक्झिक्युटिव्ह खुर्चीही होती. भिंतीवर वेगवेगळी परवाना प्रमाणपत्रं, पदविका प्रमाणपत्रं आणि दोन महागड्या, शिळाछाप शैलीतल्या चित्रांच्या फ्रेम लावलेल्या होत्या. पण त्या साऱ्यांची मांडणी मात्र अव्यवस्थितपणे केलेली होती. सॅमनं ती शिळाछापातली चित्रं एका वैयक्तिक अवमान प्रकरणातल्या तडजोडीची बऱ्यापैकी रक्कम हाती आल्यानंतर, पैसे उधळण्याच्या नादात खरेदी केली होती.

त्याच्या कक्षामध्ये कुठल्याही शोभेच्या वनस्पती वगैरे नव्हत्या. पिसासारखी पानं असलेली बिनफुलांची बोस्टन फर्न ननसगती छताला टांगून ठेवण्याच्या कुंडीत लावण्याचा एक प्रयत्न सॅमनं एकदा केला होता. पण ती सुंदर वनस्पती, तिची निगराणी न केल्यानं सुकून मरून गेली होती. बोगार्डसनं त्या वनस्पतीचे हाल केल्याचा ठपका त्याच्यावर ठेवून पॅटनं ती तिच्या स्वत:च्या कक्षात हलवली आणि तिथं मात्र ती एका स्त्रीच्या हातच्या काळजीपूर्वक संगोपनामुळं चांगली बहरली होती.

खुर्चीत बसून स्थिरावल्यावर दूरध्वनीवरच्या संदेशांची छाननी सॅम संपवतो न संपवतो तोच इंटरकॉम वाजला. त्यानं रिसीव्हर उचलला.

"मिस डॅवीज यांची नऊची भेट ठरलेली आहे, त्याप्रमाणे त्या इथं आल्या आहेत, मिस्टर बोगार्डस."

"डेविस?" हे तर काही कोर्टात चालू असलेलं प्रकरण नव्हतं. "काय आहे केस?"

"फाईल तुमच्या डेस्कवर आहे," कॅरल म्हणाली.

"एक मिनिट."

सॅमनं हातातले ते संदेश बाजूला सारले आणि डेस्कवर विखुरलेल्या वेगवेगळ्या फायलींमध्ये शोधाशोध केली. एका फोल्डरवरच्या चिठीवर 'डॅवीज' असं लिहिल्याचं त्याच्या नजरेला पडलं आणि त्यानं 'दत्तक विधान' ह्या शीर्षकाखाली टंकलिखित केलेलं वर्णन उलटंपालटं करून शेवटपर्यंत वाचलं!

'डॅम इट,' सॅम स्वत:शीच पुटपुटला. निदान दोन-चार दिवस तरी तिला थांबता आलं असतं. त्यानं सुस्कारा सोडला, फाईल उघडली आणि ती फाईल होता होईल तितक्या त्वरेने आणि फारशा कष्टाविना हातावेगळी करायचं ठरवलं.

"आत पाठव तिला." त्याचा स्वर अधीर झाला होता.

पुढच्याच क्षणाला त्याच्या कक्षाचं झुलतं दार उघडलं गेलं आणि त्यानं मघाशी प्रतीक्षा पाळणारा पाहिलेली स्त्री दारातून आत आली. चौकटीत उभ्या असलेल्या त्या स्त्रीच्या मागल्या बाजूच्या प्रकाशामुळे निर्माण झालेल्या तिच्या छायाकृतीनं सॅमचं सारं लक्ष वेधून घेतलं. ती उंच, सडपातळ नि आकर्षक होती. दरवाजापासून डौलदारपणे चालत ती त्याच्या डेस्काकडे आली. जवळ जवळ अवधान सुटल्यासारखा सॅम उठून उभा राहिला आणि स्वागतासाठी आपला हात त्यानं पुढं केला.

"गुड मॉर्निंग, मिस.... डेविस ना?"

"डॅवीज," तिनं त्याची चूक दुरुस्त केली "जेनिफर डॅवीज."

"चहा, कॉफी – काय देऊ तुम्हाला?" सॅमने तिची क्षणा-दोन क्षणांत अजमावणी केली. ती स्त्री चांगल्या वेशभूषेत होती, तिची रीतभात चांगली होती आणि ती चांगली नीटनेटकी होती.

"आभारी आहे मी तुमची. काहीच नको मला. तुमच्या बाहेरच्या कचेरीत कॉफी झालीय माझी."

"बसा आपण."

जेनिफर डॅवीज अशिलासाठी ठेवलेल्या खुर्चीत ऐटदारपणे बसली आणि पायावर पाय टाकल्या अवस्थेत स्थानापन्न झाली. तिने परिधान केलेला सिल्कचा पोषाख तिच्या देहाच्या बाह्यरेषांना चिकटून राहिला होता. त्याची शिवण मारलेली दुमड तिच्या घाटदार मांड्यांवर किंचित वरती सरकली. खालच्या दिशेने वळलेली आपली नजर आवरण्याचा प्रयत्न सॅमनं बिलकूल केला नाही. त्याने वरती पाहिले तेव्हा तिचेही डोळे त्याच्या डोळ्यांना भिडले; नि तिनं ती दुमड हलकेच गुडघ्याच्या दिशेनं ओढली तेव्हा तिच्या चमकदार, रास्पबेरी रंगाच्या ओठांतून स्मित डोकावत होतं. तिची त्वचा नितळ नि पिवळसर तपकिरी वर्णाची होती, पिंगट केस आखूड आणि खांद्यासरशी कापलेले नि मागे सारलेले होते. तिच्या अंगावरले अलंकार तिच्यासारखेच सुरेख होते. एक सोन्याचं ब्रेसलेट, मोत्यांचा एक नेकलेस आणि त्याला शोभेलशी इअररिंग. तिचा चेहरा नाजूक होता नि गालाची हाडे वर आलेली

होती. ओठ पातळ होते. चेहऱ्यावरच्या रेषा रेखीव होत्या. तिचं वय तिशीच्या आसपास असावं, असा सॅमनं अंदाज बांधला. त्याच्या आईनं पाठवलेलं हे सल्लाभिलाषी अशील नेहमीसारखं नव्हतं. आणि मग आपला आधीचा विरोध चुकीचा होता, अशी कबुली तो मनाशी देऊ लागला.

''हंऽ, मी काय करू शकतो तुमच्यासाठी?'' सॅमनं तिला विचारलं, नि तो तिच्या डाव्या हाताच्या अंगठीचं निरीक्षण करू लागला. एका अनुभवी ब्रह्मचाऱ्यालाही त्या अंगठीबद्दल काही सांगणं अशक्य होत होतं. तिनं तिच्या तिसऱ्या, म्हणजे मधल्या बोटावर एक साधी अंगठी घातलेली होती – पण म्हणजे ती काही लग्नाचं बंधन दर्शवणारी असेलच असं काही म्हणता येणार नव्हतं.

''कुठून सुरुवात करावी, ते खरंच मला नेमकं कळत नाहीये. मी माझ्या वडिलांचा शोध घ्यायचा प्रयत्न करते आहे.''

डेस्कवर पसरून लावलेल्या मोठ्या टिपकागदावर पडलेल्या फायलीकडं सॅमनं पुन्हा एकदा नजर टाकली. ''माझी तर अशी समजूत करून देण्यात आली होती, की हे दत्तक विधानाचं प्रकरण आहे.''

''आहेच ते तसं. निदान थोडंसं तरी.''

''तुमचे वडील बेपत्ता आहेत का?''

''अगदी तसंच काही नाही.'' त्या पुरंध्रीनं आपल्या ओठांचा चंबू केला आणि कोरड्या स्वरात ती म्हणाली, ''ते मरण पावले आहेत. निदान युनायटेड स्टेट्सचं नौदल, माझी आई नि माझा सावत्र बाप यांच्या मतानुसार तरी.''

सॅमनं तिच्याकडे एकवार प्रश्नार्थक नजरेनं पाहिलं.

''मला वाटतं मी स्पष्ट करून सांगणं बरं होईल.''

''त्यामुळे प्रश्नाची सोडवणूक करायला मदतच होईल.''

''मला दत्तक घेतलंय, मिस्टर बोगार्डस. किंवा निदान मला सावत्र बाप आहे असं म्हणू या. माझी आई गतवर्षी वारली. माझा खरोखरचा बाप कोण आहे ते शोधण्यात मला रस आहे. मला वाटतं अलीकडे त्यासाठी 'जनक वडील' अशी संज्ञा वापरतात.''

''तुम्ही 'आहे' असं म्हणताहात. एका मिनिटापूर्वी तुम्ही म्हणाला होता ते मरण पावलेत, म्हणून.''

''ते जिवंत आहेत असा विश्वास वाटण्यासाठी माझ्याकडे कारण आहे.'' चाललेल्या संभाषणामुळे अस्वस्थ झाल्यासारखी तिनं आपली बैठक बदलली.''ती काहीशी लांबलचक नि गुंतागुंतीची म्हणावी अशी कहाणी आहे.''

''ती सांगण्यासाठी तुम्हाला हवा तेवढा वेळ घ्या; पण सांगा.'' सॅमचं तिच्या बोलण्याकडे अर्धवट लक्ष होतं. कारण तिचा स्वर कानांना सुखावह वाटण्यासारखा

नव्हता अशातला जरी भाग नसला, तरी पण तो तिच्यामधल्या अन्य आकर्षक वैशिष्ट्यांशी जुळणारा मात्र नव्हता. शिवाय, त्याच्या कल्पनाशक्तीनंही एव्हाना स्वैर उधळायला सुरुवात केली होती.

तिनं एक दीर्घ श्वास घेतला. वकिलीच्या व्यवसायात असणाऱ्यांकडून त्याचा अर्थ 'अपराधीपणाची धाप' असा लावला गेला असता – गुन्हेगार अशील स्वत:वरचा अपराधाचा बोजा उतरवून त्याच्या वकिलाला खरे काय घडले ते सांगण्यापूर्वी तो जो छातीत भरून घेतो तो 'मोकळ्या हवेचा' शेवटचा दम. एखाद्या परगण्यातल्या कारागृहासाठी काम करणाऱ्या बचाव पक्षाच्या वकिलांसाठी हा अनुभव नेहमीचाच असतो; अणि सॅम त्या पदावर काम करत असतानाच्या काळात त्याला हा 'खुराक' नियमितपणे मिळत असे. जेनिफर डॅवीजच्या बाबतीत त्यानं त्या प्रकारचा संबंध काहीशा बेचैनीशी लावला.

"कित्येक वर्षं, माझ्या बालपणाच्या बहुतांश कालावधीत, माझे वडील मरण पावलेले आहेत ह्या वस्तुस्थितीचा मी स्वीकार केला होता. माझ्या आईनं मला सांगितलं होतं, की ते युद्धामध्ये कामी आले. त्याबद्दल तिच्याकडे शंका व्यक्त करण्याजोगं कारण माझ्याकडे नव्हतं. म्हणजे–" ती क्षणभर थांबली, तिच्या डोळ्यांत वेदनेचा भाव तरळून गेला, "जवळजवळ काहीच कारण नव्हतं." डॅवीजनं तिच्या पर्समधून एक नाजूकशी सोनेरी सिगरेट पेटी बाहेर काढली. "तुमची काही हरकत आहे का?"

सॅमने हरकत नसल्याचं मानेनंच दर्शवलं.

"मी तेरा किंवा चौदा वर्षांची असेन, तेव्हा ते घडलं. माझी आई नि सावत्र बाप यांचा वाद चालू असलेला ओघाओघानेच माझ्या कानी पडला. 'माझ्यावर ते अन्याय करणारं ठरेल,' असं आई ओरडून सांगत होती; आणि कोण माझे वडील आहेत, ते त्यांनी मला सांगावं असा आग्रह ती धरत होती. हे जाणून घ्यायचा मला अधिकार आहे, असं ती म्हणत होती. पण माझा सावत्र बाप 'नाही' म्हणाला. म्हणाला, की मी त्यासाठी फारच लहान आहे आणि मला ते समजणार नाही. नेमकं कशाविषयी बोलणं चाललं आहे ते समजण्याइतकं पुरेसं संभाषण मी ऐकलं नाही. पण मग मी नेहमीच असं समजत आले, की माझे वडील तुरुंगात आहेत; किंवा कुठेतरी दूर मनोरुग्णांच्या इस्पितळात आहेत आणि त्यांना – माझी आई नि सावत्र बाप यांना – मला शरम नि अवघड वाटेल अशा मन:स्थितीपासून दूर ठेवायचं आहे." डॅवीजच्या हातांना किंचित कंप सुटला होता. तिनं लायटर तिच्या पर्समध्ये टाकला आणि एक हलकासा झुरका घेऊन लगेचच धूर बाहेर सोडला.

"माझी तुम्हाला मदत होईल असं तुम्हाला का वाटतंय?"

"अंऽ, तुमची आई इतकी छान वागली माझ्याशी. माझी ही समस्या तिनं ऐकली

तेव्हा तिला खात्रीनं असं वाटलं, की तुम्ही ह्या प्रश्नाची सोडवणूक कराल. खरं तर तिनं तसा आग्रहच धरला.''

''तसलीच आहे माझी आई.'' सॅमनं दोन्ही हातांनी आपलं कपाळ नि डोळे चोळले. ''तिला तुम्ही कशा काय भेटलात?''

''अंहं, मी प्रत्यक्षात त्यांना कधीच भेटलेली नाही.''

एक क्षणभर सॅमच्या डोक्यात विचार चमकून गेला : म्हातारीनं वृत्तपत्रांत एक जाहिरात दिली आहे – 'वकील उपलब्ध. मदत करू शकतो.'

जेनिफर डॅवीजनं जागेपणीचं त्याचं ते दु:स्वप्न भंग केलं. ''माझी एक आत्या गावात आहे. रुग्णालयीन सहायक पथकामध्ये ती काम करते नि तिची तुमच्या आईशी चांगली दोस्ती आहे. एकदा दुपारी त्या दोघी गप्पा मारत होत्या...''

''अच्छा अच्छा,'' तीदेखील एकटी होती. मग ठीकच आहे की! समीकरणाला अचानक अर्थ आला – दोन वृद्ध बाया, सुंदर भाची आणि एक तरुण वकील. त्याची आई अशी संधी कधी सोडणार नाही. तो आणि पॅट ज्या क्षणापासून वेगळे झाले त्या क्षणापासून ॲन्जी तिच्या मुलाशी प्रतारणा करणाऱ्या त्या स्त्रीचा द्वेष करू लागली होती. ती पोकळी भरून काढण्यासाठी मित्र नि कुटुंबीयांची यादी करून भोजनगृहातल्या टेबलावर त्याच्यासाठी जोडीदार सुचवायचे प्रयत्न तिनं केले होते. यामुळे एरवी तो संतापला असता; पण जेनिफर डॅवीजकडे पाहून बोगार्डसला असं जाणवलं, की शत्रुत्व ही जणू आता त्याच्या मनातल्या फार क्षीण भावनांपैकी एक आहे!

''आपण परत तुमच्या वडिलांच्या प्रश्नाकडे वळूया.''

''ठीक आहे. तर, अनेक सार्वजनिक एजन्सींमार्फत माहिती मिळवण्याचा मी प्रयत्न केला आहे – समाजकल्याण, स्टेट ब्युरो ऑफ वायटल स्टॅटिस्टिक्स वगैरे. पण दगडी भिंतीतून पलीकडे जाण्याचाच प्रयत्न ठरला आहे तो माझा. ते सारे मला एकच गोष्ट सांगत रहिले, की दत्तक विधानाचे कागदपत्र मोहोरबंद केलेले असतात आणि ते सार्वजनिक स्वरूपाचे नसतात. मला असं सांगण्यात आलं, की जोवर खुद्द माझ्या वडिलांनाच स्वत:हून मला भेटावंसं वाटत नाही, तोपर्यंत माझे वडील कोण आहेत, हे शोधण्याचा कोणताच मार्ग मला उपलब्ध नाही.''

बोगार्डस मागे रेलून बसला आणि त्यानं हाताची घडी डोक्यामागं धरली. ''तुमच्या सावत्र वडिलांशी तुम्ही काही बोलला आहात? काही माहिती तुम्ही त्यांच्याकडे मागितली आहे?''

''हो. वारंवार. पण तीच ती कहाणी. तो म्हणतो, माझे वडील युद्धामध्येच मृत पावले. मी लकडा लावला की चिडतो. तो सांगतो त्यापेक्षा त्याला अधिक माहिती आहे आणि तो घाबरलेला आहे हे मी सांगू शकते.'' त्या स्त्रीची नजर तिच्या मांडीवरल्या एका मोठ्या हॅण्डबॅगेवर गेली. ''मला वाटतं की जोपर्यंत माझी आई

हयात होती तोपर्यंत त्यांनी रहस्य त्यांच्या दोघांत ठेवलं होतं; पण आता ती गेल्यावर, तो जबाबदारी घ्यायला घाबरतो आहे. मला सत्य सांगितल्यानं मी दुखावली जाईन, अशी भीती त्याला वाटत आहे.''

ती एक क्षणभर थांबली. ''त्याचा असा विश्वास आहे, की तो आणि माझी आई हे दोघेच माझे खरे पालक होते; आणि माझ्या जन्मदात्या वडिलांचा मी आता शोध घेणं म्हणजे, काय कारण असेल ते असो पण, आईच्या स्मृतींशी आणि अनेक वर्षं आम्ही कुटुंब म्हणून एकत्र काढली त्या वास्तवाशी प्रतारणा आहे.'' तिचा स्वर काहीसा घोगरा झाला आणि त्यात कंप आला. ती क्षणैक थांबली आणि क्षोभावर काबू मिळवत मन स्थिर झालं तशी खुर्चीतल्या खुर्चीतच तिनं आपली स्थिती बदलली. ''पण आता माझ्या लक्षात आलंय, की तो खरं सांगत नाहीये.''

''तुम्ही असं म्हणताहात त्याला काय कारण आहे?''

तिनं सॅमच्या डेस्कवरल्या ॲश-ट्रे मध्ये सिगरेट चुरडून टाकली आणि आपली पर्स उघडली नि आतल्या कागदांनी फुगलेलं एक मोठं मॅनिला पाकीट बाहेर काढलं. डेस्कवरून हात लांबवूनं तिनं ते बोगार्डसच्या हाती दिलं. त्यानं त्यातले कागद बाहेर काढले आणि डेस्कवर पसरले. त्यांच्या घड्या उलगडायलाच कित्येक सेकंद लागले. ते जरा जाडसर कागदाचे चार मोठे तुकडे होते. ॲकॉर्डिअनसारखे ते पुन्हा गुंडाळले जाऊ नयेत म्हणून सॅमने एका पानाच्या कोपऱ्यावर ॲश ट्रे आणि दुसऱ्या कोपऱ्यावर त्याचा डेस्कवरचा दिवा ठेवला.

''माझी आई मरण पावल्यावर साधारणत: वर्षभरानं मला टपालातून एक बिन-सहीचं आणि परतीचा पत्ता नसलेलं एक पत्र मिळालं.'' तिनं डेस्कवरून हात लांबवून, त्या मोठ्या आकाराच्या पानांना पेपरक्लिपनं जोडलेल्या एका साध्या 'बॉण्ड' कागदाकडे निर्देश केला.

संक्षेपानं टंकलिखित केलेल्या त्या ओळींवरून सॅमनं नजर फिरवली :

चर्मपत्रासारखे हे कागद एक प्राचीन कथा सांगतात –
ती कहाणी तुझ्या वडिलांचा वारसा असून, ते जिवंत आहेत नि एक जपून ठेवलेली आठवण म्हणून ही देणगी ते तुझ्याकडे सुपूर्द करत आहेत.

सॅमनं पेपरक्लिप काढली आणि ती मोठी, कडक झालेली पानं वाचायचा प्रयत्न तो करू लागला. प्रत्येक शब्दाचा स्वतंत्रपणे अर्थ त्याला कळत होता; पण संदर्भाचा बोध होत नव्हता. कागदांच्या कडा, कागद जीर्ण झाल्यामुळे फाटलेल्या होत्या आणि काही अक्षरं पुसट नि खराब झालेली होती. अशा प्रकारचे दस्तऐवज त्याने यापूर्वीही पाहिले होते, पण ते वस्तुसंग्रहालयात नि नेहमीच काचेच्या पेटीत बंद केलेले. समोरचे कागद जुनेपुराणे होते आणि ते काहीसे मौल्यवान असणार असंही तो

समजून चालला. त्यानं पाकिटावरच्या टपालाच्या शिक्क्याचं निरीक्षण केलं. ते सान फ्रान्सिस्कोला पोस्टात टाकलेलं होतं नि सेंट हेलेना, नापा परगणा इथल्या टपाल पेटीच्या पत्त्यावर पाठवलेलं होतं. तारीखही स्पष्टपणे दिसत होती. परतीचा पत्ता मात्र त्यावर नव्हता.

''हा तुमच्या टपालपेटीचा क्रमांक आहे?''

''तो खरं तर माझ्या सावत्र बापाच्या नावे आहे – त्याच्या व्यवसायासाठी वापरात असलेला. काही वेळेला कौटुंबिक टपालही तिथं येतं.''

सॅमनं ते कागद टेबलावर उलटे ठेवले नि त्याच्या मागच्या बाजूचं त्यानं निरीक्षण केलं. कागदाचा पोत ठिसूळ होता. त्याच्यावर निमपारदर्शक चमक होती. एका पानाच्या कोपऱ्यात पुसट झालेल्या शाईतला एक शिक्का सॅमला दिसला. आपल्या डेस्कच्या मधल्या ड्रॉवरमधून त्यानं भिंग बाहेर काढलं नि दिव्याचा प्रकाश त्या खुणेकडे वळवला नि भिंग त्यानं अक्षरांवरून फिरवलं.

ती अक्षरं अशी होती :

द जेड हाऊस
ओल्ड चायनाटाऊन लेन,
सान फ्रान्सिस्को, कॅलिफोर्निया

शिक्का उमटलेल्या अक्षरांखाली पुसट पेन्सिलीनं काही चितारलेलं होतं. अक्षराचं वळण खराब होतं.

सिमीऑन सी.

''ह्याचा अर्थ काय असेल असं तुम्हाला वाटतं?'' सॅमनं शिक्क्याकडे निर्देश करत विचारलं.

तिनं तिचे खांदे उडवले आणि मस्तक नकारार्थी हलवलं.

त्यानं पानं उलटली आणि मजकुराचं पुन्हा एकदा बारकाईनं निरीक्षण केलं. शेवटच्या पानावर एका नावावर त्याची नजर खिळून राहिली. निश्चितपणे ती एक सही होती. मात्र तिच्या पूर्वी असणाऱ्या नाजूक अक्षरातल्या मुख्य मजकुराला अगदी विसंगत अशा जाड अक्षरात ती होती. सहीवरच नजर खिळवून न ठेवता त्यानं ती परत त्या स्त्रीकडे वळवली.

''तुमच्या सावत्र बापाला हे कागद दाखवले आहेत तुम्ही?''

''नाही.'' जेनिफरनं एक हलकासा सुस्कारा टाकला. ''त्यातून काही चांगलं निष्पन्न होणार नाही. उलट आणखी वाद मात्र त्यातून निर्माण होईल. आणि या क्षणी तरी तो मी निभावून नेऊ शकेन असं मला वाटत नाही.''

"पण कदाचित तो तुमच्या प्रश्नांची उत्तर देऊ शकेल."

"कदाचित देऊ *शकेलही* तो; पण मला वाटतं *तो देणार नाही.*"

त्या जडसर पानांपैकी प्रत्येक पानाची बोगार्डसनं भिंगातून बारकाईनं तपासणी केली. पण त्याला त्या मजकुराचा बोध मात्र झाला नाही. तो मजकूर एकसारख्या अक्षरात, काटेकोरपणे लिहिलेला होता. लांबून ती अक्षरं छापल्यासारखीच वाटत होती. पण जवळून नि अधिक बारकाईनं तपासणी केल्यावर, लेखनासाठी वापरलेलं साधन जिथं दोन शब्दांमध्ये उचललं गेलं होतं, तिथं शाईचे थेंब जमा झाल्याचं लक्षात येत होतं.

"माझ्या सावत्र बापानं मला चांगलं आयुष्य दिलं आहे. मी मागेन ती प्रत्येक गोष्ट मला दिली आहे." जेनिफर म्हणाली. "हे कागद प्राप्त झाल्यानंतर मी जेव्हा प्रथमच त्याला माझ्या वडिलांबद्दल प्रश्न केला तेव्हा त्यानं एवढंच सांगितलं, की ते युद्धामध्ये कामी आले. त्यानं मला असंही सांगितलं, की तो माझ्या वडिलांना कधीच भेटला नव्हता; किंवा तो त्यांना ओळखतही नव्हता आणि माझी आई त्यांच्याविषयी माझ्या सावत्र बापाकडे कधीही बोललेली नाही."

"तुमची आई तुमच्याकडे तुमच्या वडिलांविषयी काही बोलली असेल; ते कोण होते ते सांगितलं असेल?"

"जेवढं सांगण्यासारखं होतं, तेवढंच. तिनं सांगितलं, की त्यांचं नाव जेम्स स्पेन्सर असं होतं. माझ्या आईच्या माहितीप्रमाणे ते 'ट्रेजर आयलण्ड' इथल्या तळावर नेमणूक झालेले नौदल लेफ्टनंट होते.

सॅमनं तिची ती कथा ऐकून घेतली. *जेम्स स्पेन्सर युद्धादरम्यान नाहीसा झाला होता नि त्याचा थांगपत्ता लागलेला नव्हता. सान फ्रान्सिस्को शहरात दीर्घकाळ वास्तव्य करून असलेल्या रहिवाशांच्या दृष्टीनं 'भुताळी' एअरशिपचं न सुटलेलं गूढ म्हणजे स्थानिक पुराणकथेचाच भाग झालेलं होतं आणि प्रत्येक कथनानंतर ती कथा आणखीच खुलवली गेली होती. १९४२ च्या ऑगस्टमध्ये नौदलाचं एक एअरशिप आपल्या नित्याच्या पाणबुडीविरोधक किनारी गस्तीवर असताना त्याची इंजिनं बंद पडल्या अवस्थेत पाण्याबरोबर शहराकडं वाहून आलं. सागरी वाऱ्याच्या लहरींबरोबर कित्येक तास पाण्यावर दिशाहीन भरकटल्यानंतर ते एअरशिप बेले व्ह्यू अॅवेन्यूवर स्थिरावलं नि त्यामुळे त्या शांत निवासी भागातल्या शांतीला प्रचंड गोंधळाचं रूप आलं. ते एअरशिप तसंच सोडून देण्यात आलेलं होतं. फक्त काही तासच अगोदर त्यावर चढलेली चालकांची जोडी नंतर कधीच दृष्टीला पडली नाही.*

जेनिफरनं तिची कथा संपवली आणि डेस्कपलीकडच्या बोगार्डसवर तिची नजर खिळून राहिली. एक क्षणभर तिथं शांतता पसरली. ह्या बाईसाठी आपण काही करू शकू अशी सॅमला खात्री वाटत नव्हती आणि तरीही तिच्या वडिलांच्या नाहीसं

होण्याची कथा आणि त्याच्यासमोर पसरलेले वरवर तरी जुनाट दिसणारे ते कागद, ह्यामुळे कायद्याचा नित्यक्रम, साक्षीपुरावे आणि प्रश्नांच्या फैरी यांच्या कंटाळवाणेपणापासून त्याला कुतूहलपूर्ण विरंगुळा मिळवून दिला होता. शिवाय खुद्द जेनिफर डॅवीजही होतीच. गतकाळात त्यानं यापेक्षा कमी प्रक्षोभक उद्योग करण्यात वेळ नक्कीच वाया घालवला होता असं म्हणायला हवं!

तो त्याच्या डेस्कसमोरून उठला आणि आपले दोन्ही हात खिशांमध्ये सारत किनाऱ्याचे दृश्य दाखवणाऱ्या खिडकीकडे धीमेपणाने चालत गेला. खरं तर ही काही कायद्याच्या कक्षेतील बाब नव्हती. ती एखाद्या खाजगी गुप्तहेराचा सल्ला सहजपणे घेऊ शकली असती. कदाचित तिनं तसा तो घेतलाही असेल; पण बोगार्डस त्या कागदांमध्ये आणि त्यातही विशेष करून शेवटच्या पानावरच्या सहीमुळे त्यात गुंतून पडला.

तो वळला नि त्यानं तिच्याकडे पाहिलं. ''तुमच्यासाठी मी काही करू शकेन किंवा कसं, ह्याबद्दल मला खरोखरच शंका आहे. तुम्ही मला जे काही सांगता आहात त्यावरून हे खरं तर कायद्याच्या कक्षेतलं प्रकरण नाही.'' त्याचा स्वर नकारापेक्षा अधिक तर त्या साऱ्याशी फटकून राहणारा होता. ''दत्तक विधानाच्या कागदपत्रांवरून काय सापडेल अशी तुमची अपेक्षा होती?''

''मला निश्चित असं नाही सांगता येणार; पण त्यावरून कदाचित माझ्या वडिलांचा जन्म कुठं झाला हे शोधून काढता येईल. त्यासाठी तपासाला सुरुवात करण्याचं एक ठिकाण म्हणून. जेम्स स्पेन्सर हाच माझा बाप होता ह्याविषयीही मला खात्री नाही. तसं फक्त मला माझ्या आईनं सांगितलं. ह्या गोष्टीमुळे...'' वकील महाशयांच्या डेस्कवरल्या चिठ्ठीकडे निर्देश करत ती म्हणाली, ''इतर काही नाही, पण मी अधिक गोंधळून गेले आहे हे मात्र खरं. मला वाटलं, की तुम्ही मला काही मदत करू शकाल.''

''बऱ्याच गोष्टी तुम्ही गृहीत धरत आहात. सर्वांत पहिली गोष्ट, हे कागद म्हणजे तुमच्या वडिलांकडे पोचण्याचा दुवा आहे, ही. ह्या गृहीतकासाठी आपल्याकडे आहे ती फक्त ही बिनसहीची टंकलिखित चिठ्ठी. ती कदाचित फसवण्यासाठी वापरलेली युक्तीही असू शकेल. सहज गंमत म्हणून ही गोष्ट करील असा कुणी तुमच्या माहितीत आहे?''

''मला आठवणारं कुणीच नाही.''

''त्याची एकटक नजर डेस्कवर पसरलेल्या त्या चर्मपत्र सदृश्य कागदांवरून डेस्कपलीकडच्या स्त्रीकडे वळली. त्याच्यासाठी गळ टाकण्यात आला होता; आणि त्याच्या ते ध्यानात आलं होतं. आपल्या शब्दांतली तऱ्हेवाईकपणाची छटा काढून टाकण्यासाठी, एका विश्वसनीय व्यावसायिक निर्णयाचा देखावा म्हणून त्यानं एक

सहेतुक विराम घेतला. ''ठीक आहे तर मग, आता पुढची गोष्ट. तुम्ही जर हे कागद माझ्याकडे काही दिवस ठेवलेत, तर मी थोडीफार चौकशी करीन आणि काय सापडतं मला, ते पाहीन.'' तो क्षणभर थांबला. ''मात्र मी कसलंच अभिवचन देऊ नाही शकणार. एक आठवड्याभरानं मी तुमच्याशी परत संपर्क साधेन. त्यानंतर आपण पुन्हा एकत्र येऊ शकू?''

''मी आभार मानते तुमचे. ह्याविषयी कुणाबरोबर तरी नुसतं बोलण्यातूनही माझ्या मनावरचा भार किती हलका झाला आहे, हे तुम्हाला समजणार नाही. ठीक आहे. मी तुम्हाला पुढच्या आठवड्यात भेटू शकेन.'' ती एक क्षणभर बोलायची थांबली. ''पण एक गोष्ट सांगायची आहे.''

''ती कोणती?''

''मी तुम्हाला भेटायला आले होते, हे माझ्या सावत्र बापाला कळायला नको आहे मला.''

''का, त्यामागे काही कारण आहे?''

''नाही.'' तिचा स्वर एकदम तुटक आणि बचावात्मक झाला.

''ठीक, तर मग ही वकील आणि अशील ह्यांच्या दरम्यानची गोपनीय बाब झाली. तुम्हाला तुमच्या बाजूने त्यात बदल करावासा वाटणार नाही तोपर्यंत ती तशीच राहील.'' बोगार्डसनं वाक्य संपवत स्मित केलं.

''तुम्ही समजून घ्यायला हवं. त्याला दुखवायचं नाहीये मला.''

''छान.'' त्याच्या स्वरात सहमतीविरहित संमती होती आणि निर्णयाची जबाबदारी फक्त स्वीकारण्याखेरीज जेनिफर डॅवीजकडे दुसरा उपाय नव्हता.

तिनं सॅमच्या डेस्कवरल्या मार्बल स्टॅण्डवरून पेन घेतलं आणि त्याच्या एका कार्डावर पाठीमागल्या बाजूला एक पत्ता नि दूरध्वनी क्रमांक खरडला. ''हा माझ्या कामाच्या ठिकाणचा नंबर आणि ऑफिसचा पत्ता आहे. जर तुम्हाला माझ्याशी संपर्क साधायचा असेल, तर कृपा करून ह्या ठिकाणीच साधा; फायलीतल्या फोन नंबरवर नको.''

सॅमनं तिच्याकडे प्रश्नार्थक नजरेनं बघितलं.

''मी माझ्या सावत्र बापाकडे राहते आणि मला अशी धास्ती वाटते, की तुम्ही जर फोन केलात... नको. तुम्ही तो करू नये असं मला वाटतं. आता, तुमच्या फीचं काय?'' जेनिफर पर्स उघडू लागली.

''मी माझा वेळ देतो त्यासाठी तासाला पंचाऐंशी डॉलर सामान्यत: घेतो आणि बहुतेकदा थोडी आगाऊ रक्कमही घेतो.'' सॅम क्षणभर बोलायचे थांबला. ''पण तुमच्या समस्येचं स्वरूप लक्षात घेता आणि त्यामध्ये प्रत्यक्ष संशोधनाचं किंवा कोर्टकचेरीचं काम पडेल असं दिसत नसल्यानं मी आत्ता फी सोडून देतो. जर काही खर्च झाला, तर मी त्याचं बिल पाठवीन.''

"पण मी तुम्हाला तसं करू देणार नाही." तिनं असं म्हणत आपला विरोध व्यक्त केला.

"बरं. ठीक आहे. मला जर काही सापडलं, तर फीबद्दल आपण त्यानंतर ठरवू. काय? जर काहीच हाती लागलं नाही, तर तुम्ही मला एक जेवण द्यायचं. सौदा मान्य?"

"सध्यापुरता." तिनं आपल्या ओठांवरून जीभ फिरवून ते ओलसर केले. ती मोहात पडण्याची सूचना आहे, की केवळ नैराश्याची खूण आहे याची बोगार्डसला खात्री देता आली नसती. त्यानं सर्वोत्तमाची आशा ठेवली!

तिनं त्याची सूचना स्वीकारली आणि ती खुर्चीतून उठली. "तुम्ही तुमचा वेळ मला दिलात आणि ह्या प्रकरणात रस घेतलात त्याबद्दल मी तुमचे आभार मानते. माझ्यासाठी जे शक्य आहे ते सर्व तुम्ही कराल हे मी जाणते." जेनिफरनं तिचा हात पुढे केला आणि सॅमनं तो आपल्या हातात घेतला. ह्या बाईमध्ये विलक्षण सुखकारक, जवळ जवळ उन्मादकच असं काहीतरी होतं.

जेनिफर डॅवीज सॅमच्या कक्षातून बाहेर पडली, ती अत्तराचा दरवळणारा सुगंध मागे ठेवून; आणि त्याबरोबर सॅमच्या डेस्कवर पसरलेले ते चर्मपत्राचे, फाटलेले कागदही!

तो आपल्या खुर्चीत पुन्हा बसला आणि कागदाचे ते विलक्षण तुकडे नि त्यातला अनाकलनीय मजकूर याकडे त्यानं आपला मोहरा वळवला.

"फार छान हंऽ," त्याची तंद्री एका रागीट स्वरानं भंगवून टाकली.

त्यानं नजर वर करून पॅटच्या मानेवर रुळणाऱ्या दाट तपकिरी रंगाच्या केसांकडे नि तिच्या बळणदार, प्रमाणबद्ध आकृतीकडे पाहिलं. जेनिफर डॅवीज कार्यालयातून बाहेर पडत असताना तिची देहाकृती न्याहाळत अर्धा खुला असणाऱ्या दरवाजाच्या चौकटीला पार्श्वभागावर रेलून पॅट सॅमला पाठमोरी होऊन उभी होती.

"नवीन प्रकरण. कौटुंबिक? फौजदारी?"

"अधिकतर एका मित्राच्या लोभाखातर."

"हो काऽ? आणि हा लोभ कुणाच्या बाजूनं आहे बरं?" काळ्याभोर कमानदार भुवयांखालून तिनं त्याच्याकडे पाहिलं तेव्हा तिच्या ओठांवर मंद स्मित तरळत होतं.

"माझ्या बाजूनं," तो म्हणाला. "आणि माझ्या परमप्रिय वृद्ध आईनं मोठ्या उदारपणे मित्र पुरवायचं मान्य केलेलं आहे!"

"खरोखरच उदारपणे," डोळ्यांची उघडझाप करत पॅट म्हणाली. त्यांचे संबंध अशारीर झाल्याला कितीतरी काळ उलटून गेलेला असला, तरी पॅट मत्सरी प्रेमिकेची भूमिका पुरेशा नाटकी सहजपणानं अशी वठवायची, की त्यात काही प्रणयभावनेचा अंश अद्याप रेंगाळतो आहे की काय, अशा विचारानं सॅमसुद्धा काही वेळा चकित

व्हायचा. पण ती केवळ त्याची स्वत:चीच चेतक भावना तर नव्हती?

"काही अडचण आहे की काय?"

"नाही बाई! फक्त माझ्या स्वामित्वाचे हितसंबंध जपण्याच्या दृष्टीनं बघतेय मी." तिच्या ओठांतून स्मितहास्य घरंगळलं, तसे एखाद्या मासिकाच्या मुखपृष्ठावर अवतरणाऱ्या पोरीलासुद्धा हेवा वाटावा असे तिचे शुभ्र मोत्यांप्रमाणे एकसारखे दात चमकून उठले. "शेवटी काही झालं तरी, आपल्यापैकी एकानं कंपनीच्या शाईनं लेखणी झिजवायची; पण त्यापासून फर्मला कवडीचाही फायदा होणार नाही, असं मी कसं घडू देईन?"

"तसं असेल तर मग योग्य वेळ येताच ह्याचा हिशेब मी नक्कीच देईन."

पॅट सूचक हसली आणि आपल्या कचेरीत निघून गेली.

दरवाजा बंद झाला, तशी सॅमनं आपली दूरध्वनि-दर्शिका हाती घेतली. 'जे' ह्या अक्षराखाली 'जॉर्गनसन, निक' हे नाव येईपर्यंत तो ती नजरेनं धुंडाळत राहिला. मग त्यानं रिसीवर उचलला नि कॅलिफोर्निया विद्यापीठातला 'कॅम्पस' क्रमांक फिरवला. तीन वेळा घंटी वाजवल्यावर एका तरुणानं तो उचलला त्यावेळी तो तरुण हसत होता; नि दुसऱ्या कुणाशी तरी बोलत असतानाच त्याच्या तोंडून शब्द बाहेर पडले, "पाश्चात्त्य-संस्कृती विभाग."

"निक जॉर्गनसन आहे का तिथं?"

"प्रोफेसर जॉर्गनसन? मला माहिती नाही. थांबा हं, मी बघतो."

माऊथपीसवर हात ठेवल्यानं हवा ओढली गेल्याचा ध्वनी सॅमनं ऐकला. "प्रोफेसर जॉर्गनसनना पाहिलंय का कुणी?" जरा आणखी लांबून अस्पष्ट आवाजात उत्तर आलं.

तो विद्यार्थी पुन्हा दूरध्वनीवर बोलला, "होय, मला वाटतं ते तिकडे हॉलमध्ये त्या बाजूला दुसऱ्या एका फॅकल्टी मेंबरशी बोलताहेत. आपण कोण बोलताहात ते मला कळेल काय?"

"त्याला फक्त एवढंच सांगा, सॅम बोगार्डस बोलतो आहे आणि मी त्याला जेवायला घेऊन जाणार आहे. एवढ्यावरून सुद्धा त्याचं लक्ष इकडे वळेल."

त्याचा निरोप हॉलच्या दुसऱ्या टोकाला पोहचवला जाईपर्यंत तो थांबला. मिनिटभरानं सॅमला निकचा परिचित आवाज दूरध्वनीवर ऐकू आला.

"सॅम्युएल! जवळपास महिन्याभरात तुझ्याकडून काहीच खबर नाही. कुठं, होतास कुठं तू?"

"नेहमीचंच. माझी बिझनेस कार्ड घेऊन स्थानिक हॉस्पिटलांतून कार्य सिद्धीला नेत होतो. मरणपंथाला लागलेल्यांना इच्छापत्राच्या गरजेवर व्याख्यानं देत होतो. आवश्यकतेप्रमाणं दयेची नेहमीची कृत्यं!"

बोगार्डस नि जॉर्गनसन जवळजवळ वीस वर्षं – सॅम पदवीधर व्हायचा होता; नि निक टीचिंग असिस्टंट होता त्या काळापर्यंत – मागे गेले. महाविद्यालयीन जीवनानंतरही त्यांचे संबंध टिकून राहिले; आणि जशी वर्षं जात राहिली, तसे दोघेही जीवश्चकंठश्च मित्र बनून गेले. दूरध्वनी संभाषण किंवा मद्यपानाच्या वेळेची चर्चा याविना थोड्याशा दिवसांचाही अवधी ते जाऊ देत नसत.

"आज जेवायला यायला तुला वेळ आहे?" सॅमनं विचारलं.

"अं... पैसे कोण देणार, त्यावर ते अवलंबून आहे."

"मी."

"हंऽ तू मला चांगला ओळखतोस. माझ्या मित्रांसाठी मी नेहमीच वेळ काढतो," निक म्हणाला.

"होऽऽ." सॅम हसत म्हणाला. "विशेषत: त्यांची पाकिटं क्रेडिट कार्डांनी भरलेली असतात, तेव्हा तर नक्कीच वेळ काढतोस!"

निकही मोठ्यांदा हसला. "हं. म्हणतात ना, भूक तशीच दाबून टाकणं ही भयंकर गोष्ट असते."

"जरा उशिराच घेऊ जेवण. मी पुलापर्यंत पोहचण्यापूर्वी मला गॅरेजमधून माझी गाडी घ्यावी लागणार आहे. असं धरून चाल, की तुला पाऊण वाजण्याच्या सुमारास जॅक लंडन[१] स्क्वेअरवर आपल्या त्या जुन्या बारपाशी भेटतो. मला तुला काही वस्तू दाखवायचीय."

"ठीक आहे, तर मग भेटूया."

सॅमनं दूरध्वनी खाली ठेवला, डॅवीजचे ते चर्मपत्रवत कागद आपल्या डेस्कवरून उचलले आणि ब्रीफकेसमध्ये भरले. मग जेनिफरच्या कचेरीचा दूरध्वनी क्रमांक नि पत्ता असलेलं कार्ड आपल्या पाकिटात सारलं आणि फायलीत बऱ्याचशा नोंदी केल्या. त्यानंतर त्यानं त्याच्या 'कार्यवाही'साठीच्या आयताकृती बास्केटमधून प्रश्नमालिकांचा एक संच उचलला आणि त्या कागदपत्रांची तो छाननी करू लागला, पण त्याचं मन मात्र अन्यत्रच गुंतलं होतं. त्याच्या ब्रीफकेस मध्ये बंद असलेल्या चर्मपत्री कागदांमध्ये आणि त्यांवर अधिकारयुक्त शैलीत चितारलेल्या सहीमध्ये!

फोर्ट फन्स्टनपाशी पॅसिफिकचं विहंगम दर्शन घडवणाऱ्या उंच, सरळसोट कड्यांवरून जोरदार वाऱ्याचे झोत वाहत होते. मोठ्या संख्येने हँग ग्लायडर बाहेर पडले होते आणि खडकांच्या उभ्या कड्यांच्या पृष्ठभागांवरून निर्माण होणाऱ्या वाऱ्याच्या झोतांवर ते सागर तीरावर तरंगत होते. आपले पंख ते खाली आणत होते आणि त्यांच्याशी जोडलेल्या मानवी ओझ्यानिशी खाली, खडकाळ किनाऱ्याच्या दिशेनं झेपावत होते – पण फक्त पाण्यावरून सुळकन सरकून पुन्हा वर उडण्या

पुरतेच. ती नाजूक विमानं पन्नास फूट वर उडत जात तशी त्यांच्या कापडी पंखांची एकमेकांवर आपटतानाची फडफड ऐकू येई.

त्या हवाई कसरतींची जाणीव नसल्यासारखे दोन इसम एका लाकडी कठड्याला रेलून उभे होते. झोंबणाऱ्या वाऱ्यापासून बचाव व्हावा म्हणून त्यांनी गरम कपडे अंगावर चढवलेले होते. त्यांच्यापैकी एकानं उंटाच्या केसांचा महागडा कोट आणि दुसऱ्यानं शिवणीवर लोकरीचे तुरे लावलेलं मेंढ्याच्या कातडीचं जाकीट घातलेलं होतं.

''मी सांगतो तुला, तिला नक्की काहीतरी माहिती आहे. आज सकाळी मी तिचा गावातल्या दफ्तरखान्याकडे जाताना पाठलाग केला. ती दत्तक विधानाच्या कागदपत्रांचा शोध घेत होती आणि त्यानंतर ती एका वकिलाच्या कचेरीकडे गेली. तिथं ती बराचवेळ आत होती. मी ओळखतो, तसा तूही तिला ओळखतोस. तिनं त्या लुच्च्या वकिलाला बहुधा काहीतरी कपोलकल्पित गोष्ट सांगितली असणार. ती काय बोलली असेल, काही सांगता येणार नाही.'' त्यांच्यापैकी बोलणारा तो उंच पुरुष पन्नाशीतला होता, त्याचं शरीर काहीसं वाकलेलं होतं, डोक्यावर पांढऱ्या केसांचे तुरे तयार झाले होते आणि काळेभोर डोळे विचारात गढल्यासारखे भासत होते. चालताना वापरायच्या एका नक्षीकाम केलेल्या काठीचा आधार घेऊन तो खूपच खाली वाकून उभा होता. किनारपट्टीवर मोठ्या आकारातले तोफेसाठी बांधलेले, पण आता वापरात नसलेले काही चबुतरे होते. त्यांच्या जुनाट काँक्रीट घुमटीवर लाकडी बाकं बसवलेली होती. या क्षणी ती रिकामी होती. त्या बाकांच्या दिशेनं तो इसम पावलं टाकू लागला. चालताना तो चांगलाच लंगडत होता.

दुसरा पुरुष ऐकत होता. तो त्या कठड्यावर वाकून उभा होता आणि मेंढीच्या कातडीपासून बनवलेल्या आपल्या महागड्या कोटाच्या शिवणीवरून एका हाताची बोटं फिरवत होता. *विनाकारण तू बागुलबुवा करतो आहेस गड्या,* त्याच्या मनात आलं.

''मी सांगतो तुला, फार उशीर होण्यापूर्वीच आपण काहीतरी करायला हवं. नाहीतरी आपल्या दोघांनाही ती गाडून टाकील. तुझं काय, ते मला ठाऊक नाही; पण आता इतकं वय झाल्यानंतर तुरुंगात जाणं मला सोसणार नाही.'' आपल्या साथीदाराच्या चेहऱ्यावर सहमतीची काही खूण उमटतेय की काय, ते तो न्याहाळू लागला. तिथं काही क्षण फक्त शांतता पसरून राहिली. मग जणू काही आपण पूर्ण विचार करून बोलतो आहोत हे ठसवण्यासाठी दोघांमध्ये उंचीला कमी असणाऱ्या इसमानं ओठ मुडपले आणि चष्मा काढून कोटाच्या खिशातल्या हातरुमालानं त्याच्या काचा साफ केल्या.

''शोधण्यासारखं काही नाहीच मुळी.'' त्यानं चष्मा आकाशाच्या दिशेनं धरला नि त्यावर कुठे डागबिग आहे, की काय ते पाहिलं. ''दत्तक विधानाच्या कागदपत्रांवरून

तिला काहीच थांग लागायचा नाही. शिवाय, ते कित्येक वर्षांपूर्वीच मोहोरबंद केलेले आहेत. तिचा म्हातारा मरण पावलाय; निदान तिच्यापुरता तरी. मित्रा, तू फार चिंता करतोस बुवा. एखाद्या दिवशी ही चिंता तुला मारून टाकणार बघ.''

''तू विसरला असशील कदाचित म्हणून सांगतो. खुनाच्या बाबतीत कालमर्यादेसंबंधी काही कायदा नाही.'' काठीवाल्या इसमानं त्याचा हुकमाचा पत्ता काढला.

''त्या फ्रेंच माणसाशी किंवा त्याच्या बायकोशी माझा काहीच संबंध नाही. ती सगळी तुझी करणी.''

''मला वाटतं, की तीस वर्षांच्या मौनानंतर, तू त्या कृत्यात सहभागी नव्हतास, हा युक्तिवाद स्वीकारताना त्यांच्यापुढं काही प्रश्न निर्माण होणारच. खून, दरोड्यासारख्या गंभीर गुन्ह्यांमधल्या चुकीच्या कारवाईबाबत तू ऐकलं आहेसच.'' त्या उंच इसमाच्या चेहऱ्यावर निर्लज्ज हसू उमटलं.

''असं वाटतंय, की वकिलांबरोबर बोलणी करत असणारी ती मुलगीच एकमेव नसावी.''

''अगदी बरोबर.'' उंचाड्यानं काठीचं हॅण्डल आपल्या ओठांपर्यंत वर उचललं. जणू काही प्रत्यक्षात तिथं नसलेली मिशी त्याला ठाकठीक करायची होती. ''विचार कर, त्यावर.'' त्यानं आपला मुद्दा स्पष्ट केला आणि संभाषण चटकन जरा अधिक मैत्रीपूर्ण पातळीवर आणलं. ''तिला दुसऱ्या वकिलाला भेटण्याची गरज काय, स्वत: वकील असून? सांग मला.''

''कदाचित काही व्यावसायिक काम असेल. कदाचित तिला एखाद्या प्रकरणात काही मदतीची गरज भासली असेल. मला काही माहिती नाही. पण त्याबद्दल काळजी नको करूस. जर काही प्रश्न निर्माण झालाच तर मी बघीन त्याकडे.''

त्या उंच पुरुषाचे डोळे बारीक झाले आणि आपल्या सोबत्याच्या चेहऱ्यावर सरळ रोखले गेले. ''हे पाहा, मी तुला थोडा इशारा देतोय. तू जर काही करणार नसलास, तरी मी मात्र स्वस्थ बसणार नाही.''

कमी उंचीच्या त्या इसमानं वरती पाहिलं, आपला चष्मा ठाकठीक केला आणि थंड नजर त्याच्यावर रोखली. ''नाही. तू काही करायचं नाहीस.'' त्याचा स्वर शांत पण ठाम होता.

कितीतरी वेळ दोघं एकमेकांकडे रोखून पाहात राहिले. मग तो काठीवाला उंच इसम बोलायचा एकदम थांबला आणि झपाट्याने वाहनतळाच्या दिशेनं चालू लागला. मेंढ्याच्या कातडीचा कोट घातलेला इसम कठड्यावर वाकला आणि लाकडी पायवाटेवरून लंगड्या चालीनं जाणाऱ्या त्या इसमाकडे पाहात राहिला. एक लांब काळी लिमोझीन आपल्या प्रवाशाला घेण्यासाठी वाहनतळाच्या हद्दीतून पुढे सरकली. नीटनेटका पोशाख केलेला शोफर चालकाच्या आसनावरून उठून बाहेर

उतरला आणि त्यानं मागचा दरवाजा उघडून धरला. विचारात गढल्यासारख्या भासणाऱ्या डोळ्यांचा तो गृहस्थ थांबला, वळला आणि त्याने आपल्या उजव्या हातातली काठी उंचावून तिने निरोपादाखल एक अनिष्टसूचक खूण केली. तो इसम त्या लांबट लिमोझीनमध्ये नजरेआड होताना त्याच्या काठीच्या पितळी भरीव दांड्यावरून सूर्याचे किरण चमकले आणि त्याच्या मागोमाग गाडीचा दरवाजा बंद झाला. काही सेकंदातच ते वाहन लाकडी फलाटावरून वाहनतळाच्या बाहेर पडण्याच्या जागेकडे, आणि मग पुढे ग्रेट हायवेच्या मार्गाला लागले.

शेवटी सॅमला ओकलॅण्डमधल्या रुंद नदीमुखापासून दूर गाडी उभी करायला जागा मिळेतो दुपारचा जवळजवळ एक वाजला होता. हातात हलकीशी चामड्याची ब्रीफकेस घेऊन तो बंदरालगतच्या भागातून मंद चालीनं जात होता. दूर अंतरावर चौकाच्या टोकाला लाकडी ओंडक्यांनी बनवलेली एक इमारत त्याला दिसत होती. ती ओंडक्यांची केबिन अलास्काहून आणण्यात आल्याची नि नदीमुखानजीक अगदी काडी-काडी जुळवून पुन्हा उभारण्यात आल्याची ख्याती होती. जॅक लंडननं युकॉन नदीमधल्या साहसी सफरी दरम्यान डॉसन सिटीजवळ ज्या जागेत वस्ती केली होती, तिची ती तंतोतंत प्रतिकृती होती. मात्र आता ती केबिन मोठमोठी बूटिक नि चकचकीत रेस्तराँ यांनी पार झाकली गेली होती.

चार-पाच इमारतींच्या पलीकडे सॅमला निकची गोल गरगरीत आकृती दिसली. तो जसा जवळ जाऊन पोचला, तसं त्याच्या मित्राचं मन:पूर्वक नि परिचित स्मित-हास्य नि त्या पाठोपाठ गडगडाटी हसू बाहेर पडलं. "सॅम! आलास म्हणायचा एकदाचा. तुझं क्रेडिट कार्ड आणलंयस ना?" निकनं आपल्या जाडजूड हातानं सॅमच्या खांद्यावर थाप मारली नि गालातल्या गालात हसत नदीमुखाच्या आणखी खालच्या अंगाला असलेल्या रेस्तराँच्या दिशेनं तो त्याला ओढत नेऊ लागला.

निक जॉर्गनसन म्हणजे 'दिसतं तसं नसतं' ह्या म्हणीचा साक्षात अवतार होता! त्याने लांब दाढी वाढवलेली होती आणि ती नीटनेटकी कापलेली होती. रुंद कपाळाखाली शांत तपकिरी डोळे चमकत होते. पण त्याचा स्थूल देह आणि सळसळणारं व्यक्तिमत्त्व ही त्याची अतिशय लोभस अशी वैशिष्ट्यं होती. त्याच्या दाट तपकिरी केसांना एक नैसर्गिक कुरळेपण होतं नि त्याच्या मानेवर वळण घेऊन तिथं ते रुळत होतं. निकचे केस कापायला झाले आहेत, असं पाहणाऱ्याला सारखं वाटायचं. टेनिस शूज आणि पुढच्या बाजूला अर्धा बाहेर आलेला त्याचा पांढरा शर्ट यामुळं जॉर्गनसन, विशिष्ट मुदतीसाठी अभ्यागत म्हणून काम करणाऱ्या एखाद्या प्राध्यापकापेक्षा जास्त करून प्रेमळ; पण अस्वलासारख्या रासवट मनुष्यासारखा दिसायचा. पण तो होता मात्र एक अत्यंत बुद्धिमान विद्वान. कित्येकदा अधूनमधून

चावट विनोदाचा शिडकावा असलेली त्याची युरोपिअन इतिहासावरची व्याख्यानं कॉलेजमधल्या वाह्यात, आडदांड पोरांनाही खिळवून ठेवणारी असत. एरव्ही त्यांच्या उपस्थितीचं मोजमाप स्टॉपवॉचच्या भराभर धावणाऱ्या काट्यानं करावं लागत असे!

नदीमुखाच्या विहंगम दृश्याचा परिसर असणाऱ्या दोन मजली रेस्तराँच्या दिशेनं जात असता ते दोघे जण गप्पाटप्पा करत चालत होते. सफरीचा आनंद लुटण्यासाठी बनवलेल्या आणि एकमेकीत अंतर ठेवून चालणाऱ्या छोट्या बोटी पाण्याच्या अरुंद प्रवाहातून समोर पसरलेल्या किनाऱ्याच्या दिशेनं सरकत होत्या. हॉटेलात शिरल्यावर आखूड स्कर्ट घातलेल्या सोनेरी केसांच्या नि गुलाबी त्वचेच्या एका मुलीनं त्यांना खिडकीजवळच्या टेबलाशी आणून सोडलं.

"हंऽ, सांगा आता. आठवडा संपायच्या पूर्वीच, जवळ जवळ मध्यावरच, तू इथं येण्यासारखं काय घडलंय?" निकनं प्रश्न केला.

"तुझ्या ह्या गुबगुबीत चेहऱ्यावरचा आनंद माझ्या ह्या डोळ्यांना मिळावा म्हणून!" अंमळ थट्टेनं बोलत असल्यानं सॅमच्या डोळ्यांत एक मिस्किल चमक उमटली. "नाही तरी तुझ्या अतिअधाशीपणात सहभागी व्हायची संधी मला रोज थोडीच मिळते?"

"बोगार्डस, बेट्या, एवढ्या लांबून तू इथवर येतोस त्यामुळे माझ्या मनात संशयाची पाल चुकचुकत असते. पण तुझ्या त्या पैशांच्या जुन्या पुराण्या पाकिटाचं तोंड तू खरोखरच उघडतोस आणि लंचसाठी मला आमंत्रण देतोस ना, तेव्हा तुला काहीतरी हवं असतं माझ्याकडून, हे मला माहीत आहे."

"अं... खरं सांगायचं तर मला तुझी मदत घ्यायची आहे." सॅम त्याची ब्रीफकेस टेबलावर ठेवत, तिच्यावर अस्वस्थपणे बोटं फिरवत म्हणाला.

"अरे देवा, आली आफत," निक दात विचकून हसत म्हणाला. "माझा असा तर्क आहे, की एखाद्या पितृत्व सिद्ध करायच्या प्रकरणात तू सापडला आहेस; आणि तपासणीसाठी तू माझं रक्त उसनं घ्यायला आला आहेस!"

"अंहंऽ ह्यावेळी तसं काही नाही," सॅम गंभीरपणाचा आव आणत म्हणाला, "प्रत्यक्षात त्या मुलीनं तुझ्याकडे अंगुलीनिर्देश केला आहे आणि गोष्टी फार गंभीर वळण घ्यायच्या आत तुझा नाकर्तेपणा सिद्ध करायची संधी मला तुला द्यायची आहे." सॅमच्या प्रतिटोल्यावर निक गडगडाटी हसला नि रेस्तराँमधली डोकी त्यांच्या दिशेनं वळू लागली. सॅमनं शरमेनं चूर होऊन आजूबाजूला पाहिलं. पण निकवर मात्र इतरांचं त्यांच्याकडे लक्ष जाण्याचा ढिम्म परिणाम झाला नाही. त्याच्या गडगडाटी हसण्यामुळं रोखल्या जाणाऱ्या नजरा नि निर्माण होणारी नापसंती यांच्या बाबतीत तो परिणामांच्या पलीकडे पोहोचला होता. नाही तर तो शरमेनं केव्हाच गतप्राण झाला असता!

सॅमनं डॅवीज प्रकरणाचे कागदपत्र आपल्या ब्रीफकेसमधून बाहेर काढले आणि टेबलावर पसरले. त्या चर्मपत्री कागदांचे कोपरे दाबून ठेवण्यासाठी त्यानं दोन अ‍ॅश ट्रे आणि मीठ नि मिरी यांच्या दगडी डब्यांचा वापर केला.

त्या पानांनी तात्काळ निकचं लक्ष वेधून घेतलं.

''हे कागद माझ्या कचेरीत एका स्त्रीनं माझ्याकडे सुपूर्द केले, त्याला दोन तासही उलटलेले नाहीत. तिचं म्हणणं आहे, की हे कागद तिला विनासहीच्या ह्या चिठ्ठीसह टपालातून मिळाले,'' त्या चर्मपत्रसदृश कागदांच्या टोकाला क्लिपनं जोडलेल्या कागदाकडे सॅमनं निर्देश केला.

त्यानं जेनिफर डॅवीज, भुताळी हवाई जहाजाचं गूढ आणि त्या बाईची आपल्या बापाचा शोध घेण्याची इच्छा ह्या विषयी निकला सांगितलं. निकनं त्या टंकलिखित टिपणीकडं नजर टाकली आणि टेबलावरचे कागद त्यानं त्याला व्यवस्थित दिसू शकतील अशा प्रकारे आपल्या बाजूला वळवून घेतले. त्यानं त्या कागदांवरून बोटं फिरवली.

''ओ हो! अस्सल चर्मपत्र. दुर्मिळ वस्तूंच्या आणि पर्यटकांसाठी 'सापळ्या'सारख्या असलेल्या दुकानांतून 'चर्मपत्र' म्हणून खपवण्यासाठी बनवलेल्या पुष्टिपत्रांचं थोतांड नव्हे हे.''

विशेषत: बाहेरच्या समासांत केलेल्या टिपणांकडे लक्ष देत त्यानं त्या लेखनाचं बारकाईनं निरीक्षण केलं.

''हे कुठून आले त्याची त्या स्त्रीला काही कल्पना आहे काय?''

''नाही असं ती म्हणते.''

''ही कसली तरी यादी असल्यासारखी दिसते.'' निकनं पहिलं पान उलटलं आणि दुसऱ्याची तपासणी केली. ''मला नक्की नाही सांगता येत. त्यासाठी ह्यांचा काळजीपूर्वक अभ्यास करावा लागेल. मजकूर इंग्लिश आहे, हे स्पष्टच आहे. माझ्या तर्कानुसार पंधराव्या किंवा कदाचित सोळाव्या शतकातला.''

निकनं डाव्या बाजूच्या समासामधल्या फाटलेल्या छिद्रांकडे निर्देश केला आणि दुसरं नि तिसरं पान उलटलं. ''कुठल्यातरी प्रकारच्या बाइंडिंगमुळं ती पडल्यासारखी दिसतात – इथं काही डिंकाच्या नि बारीक धाग्यांच्या छिद्रांच्या खुणा दिसताहेत.'' निकनं आपली बोटं समासातून फिरवली.

मग त्याची नजर वेधून घेतली, ती शेवटच्या पानावरच्या तळाशी असलेल्या काही अक्षरांनी. ती अक्षरं जाड ठशांतली होती आणि बहुतेक सगळी 'कॅपिटल' प्रकारातील, पण लहान अक्षरामुळे विरोधाभासानं आकर्षक वाटत होती. 'द जरनाल' हे शब्द तो स्पष्टपणे वाचू शकत होता. आणि त्यानंतरचे शब्द म्हणजे उघडच एक सही होती. ती पुसट झालेली होती आणि अक्षरांच्या वळणाचा काही भाग, खूपच पूर्वी त्या पानावरून घासला गेल्याने जरी जरा मळकट झाला असला, तरीदेखील

निक वाचू शकेल इतपत नावातला भाग शिल्लक उरला होता, नि ते नाव होतं :

फ्रान्सिस ड्रेक[२]

"काय मूर्ख आहे मी!" निक स्वत:शीच म्हणाल्यासारखं उद्‌गारला. "हे पाहिलं होतंस तू?"

सॅमनं मान डोलावली. "मला वाटलं होतंच की तुला ह्यात रस वाटेल म्हणून."

"जर ही चर्मपत्रं विश्वसनीय असतील, म्हणजे मला असं म्हणायचं, की ती जर ड्रेकनं सही केलेल्या अस्सल कागदांपैकी असतील, तर त्यांच्या संग्राहकाला छोटंसं घबाडच मिळाण्याइतकं त्याचं मोल आहे!"

"मला असा संशय टोकरत होताच की ह्यामध्ये काहीतरी खास आहे," सॅम म्हणाला "ह्या शोधातला तुझा थरार मला उणावायचा नाहीये, पण ही चर्मपत्रं चोरीची असण्याची शक्यता आहे, असंही मला वाटतं."

निकनं वर नजर करून पाहिलं. "का बरं, असं का म्हणतोस?"

सॅमनं ती पानं खालीवर केली नि मागच्या बाजूला शाईमधला शिक्का असलेलं पान काढलं. "माझा तर्क जर चुकीचा नसेल, तर ड्रेक जेव्हा शेवटचा ह्या शहरात आला, तेव्हा ओल्ड *चायनाटाऊन* लेन वरचं *जेड हाऊस* धंद्यात अवतीर्ण झालेलं नव्हतं."

"पण त्यावरून तुझ्या काय लक्षात आलं आहे?"

"मला काहीच कळत नाहीये. ज्या स्त्रीनं मला हे आणून दिलं, ती तुझ्या सर्वसामान्य चोरट्याच्या एकंदर व्यक्तिमत्त्वात बसत नाही – फारच चांगली आहे ती. शिवाय ते जर तिनं लांबवलेले असतील, तर ते मला देऊन तिला काय साध्य करायचंय? आणि सुरक्षित राहावेत म्हणून असेल, तर ते ती माझ्याकडे कशाला देईल? नाही. ते जर चोरलेले असतील, तर माझी आजवरची सारी वकिली कारकीर्द पैजेला लावून मी म्हणतो, की जेनिफर डॅवीजला त्या बाबतीत काहीही माहिती नाही."

"मग आता यात मी काय करावं अशी तुझी इच्छा आहे?" निकनं विचारलं.

"मला वाटतं, तू आत्ता हे कागद घेऊन जावेस नि त्यातल्या मजकुराचा अर्थ लावणं तुला जमतंय का ते पाहावंस. तुला स्वत:ला शक्य नसेल, तर तुझ्या कॅम्पसमधल्या कोण्या मित्रांना त्याचं उत्तर शोधता येतंय का पाहा. जर हे कागदपत्र कसले आहेत ते आपल्याला कळलं, तर ते कुठून आले त्याचा काही धागाही मिळू शकेल – आणि कदाचित जेनिफर डॅवीजच्या वडिलांपर्यंतचा मार्गही. दरम्यानच्या काळात दत्तक विधानाच्या दस्तऐवजांबद्दल काही माहिती मला मिळते का आणि 'जेड हाऊस' बाबत धागादोरा गवसतो का ते मी पाहतो."

त्यांना काय हवं-नको ते पाहाण्यासाठी वेट्रेस त्यांच्या टेबलापर्यंत आली आणि पाण्याच्या दोन ग्लासांना जागा करून देण्यासाठी निकनं पटकन टेबलावरचे कागद गोळा केले. प्राचीन छोटे लेख नि भरपूर चित्र असणारं लहान आकाराचं एखादं पुरातन वृत्तपत्र निरखण्यासाठी दूर धरावं तशी ती चर्मपत्रं निकनं आपल्या अंगापासून दूर धरली आणि त्या मजकुराशी झटापट करण्याचा आपला उद्योग त्यानं पुढं चालू ठेवला.

''ह्या प्रकरणाचा ठाव घेणं अवघडच आहे. पण खुद्द भाषेपेक्षा अधिकतर त्यांचा संदर्भ नि शब्दांचा वापर करण्याची तऱ्हा यांचा ठाव लावणं अवघड आहे. ह्यातले खूपसे शब्द आज कोणत्याही अमेरिकन वृत्तपत्रात वापरलं जातं त्या इंग्लिशमधलेच आहेत; पण ज्या क्रमाने ते येताहेत त्यामूळे ते सारं प्रकरण संस्कृत वाचण्यासारखं अवघड झालंय,'' निक म्हणाला. ''तू नि मी त्याच्याशी झटापट करण्यात हशील नाही. पण असा एक माणूस मला ठाऊक आहे. तो 'शेक्सपिरिअन स्कॉलर' आहे. त्याला ह्या बाबत बिलकूल अडचण येणार नाही. तो जर व्यग्र नसेल तर ह्या चार पानांचा उलगडा करणं नि त्याचं स्पष्ट, लेखी भाषांतर करणं त्याच्यासाठी काही तासांचा मामला आहे.'' निकनं वाक्य संपवत एक दीर्घ श्वास घेतला. ''बाऽप रे! चारशे वर्षांपूर्वी स्वत: 'जनरल'नं आपल्या स्वत:च्या अक्षरात खरडलेली चर्मपत्रं माझ्या हातात असावीत हा विचारच केवढा रोमांचकारी!''

भूतकाळातल्या कित्येक शतकांत जाऊन विचार करत असलेल्या एखाद्या माणसाची नजर जॉर्गनसनच्या डोळ्यांत अचानक अवतीर्ण झाली. ''तुला ठाऊक आहे, बहुतांश कॅथलिकांच्या दृष्टीनं ड्रेक म्हणजे एक सामान्य चाचा होता – आजही त्यांना तसं वाटतं. स्पॅनिश लोक त्याचा उल्लेख 'एल ड्राक' असा करत. कॅथलिक चर्चची लुटलूट करण्यात आणि 'पोपला ह्या ऐहिक जगातल्या संपत्तीपासून दूर ठेवण्यात' तो विशेष उत्साह दाखवी. हिस्पानिओलाकडे – म्हणजे स्पेनकडे – जहाजातून जाणाऱ्या बहुतांश कप्तानांच्या पाठीला ह्या लाल दाढीच्या बटुमूर्तीच्या नुसत्या दर्शनानेच भीतीमुळे कापरं भरायचं. सोळाव्या शतकाच्या उत्तरार्धात फ्लोरिडा कीज[३] जवळ त्यानं स्पॅनिश जहाजांची धूळधाण केली नि अनेक स्पॅनिश वसाहतींची लूट केली.''

सॅम आपल्या मित्राचा चेहरा लक्षपूर्वक न्याहाळत होता. नदीमुखाच्या पाण्यावरून परावर्तित होऊन आलेल्या सूर्याच्या तेजस्वी किरणांनी निकच्या डोळ्यांत चमक आली होती.

निकनं त्या पानांमधून अनिर्वचनीय ओढीनं बोटं फिरवली आणि मग त्यातल्या मजकुराशी त्यानं परत एकदा झोंबी घेतली. ''अशिक्षित माणसाच्या दृष्टीनं ड्रेक म्हणजे केवळ एक समुद्री चाचा होता. प्रत्यक्षात तो एक खाजगी, लढाऊ जहाजाचा मालक होता. त्याचं जहाज ब्रिटिश राजसत्तेनं भाड्यानं घेतलेलं होतं आणि गुंतवणुक-

दारांच्या एका गटानं त्याला पैसा पुरविला होता. मात्र आजच्या संयुक्त व्यवसायासारखा किंवा मर्यादित भागीदारीसारखा तो प्रकार नव्हता. फरक एवढाच होता, की डुकराचं मांस किंवा कॉफी, तेल यांसारख्या वस्तूंच्या उलाढालींपेक्षा ड्रेक मोठ्या बोटींच्या ताफ्यातला खुद्द कमांडरच्याच नियंत्रणाखाली असलेल्या बोटींची, मुख्यत: स्पॅनिश बोटींची, लूट करत असे आणि त्याला मिळालेल्या लुटीतून किंवा मौल्यवान वस्तूंच्या रूपानं, त्याच्या गुंतवणुकदारांना घसघशीत नफा परत करत असे.''

वेट्रेस दोन बिअर घेऊन आली. अगदी नाखुषीनं निकनं ती चर्मपत्रं सॅमकडं परत दिली आणि त्यानं ती सुरक्षितपणा म्हणून, ब्रीफकेसमध्ये ठेवली. निकनं बीअरचा एक घुटका घेतला.

''ड्रेकचा सर्वांत प्रसिद्ध, धाडसी पराक्रम म्हणजे सोळाव्या शतकाच्या उत्तरार्धात त्यानं बोटीतून सुरू केलेली जगाभोवतालची सागरी सफर. मॅगेलीनची सफर व्यापारी प्रयोजनामुळे फिलिपाइनच्या एका भूशिरापर्यंत असल्याने तेथेच संपुष्टात आली; पण ड्रेकचं तसं नव्हतं. त्यानं त्याची सफर प्रत्यक्ष पूर्ण केली.'' निकनं बिअरचा आणखी एक घुटका घेतला आणि दाढीला लागलेला बीअरचा फेस निपटून काढला.

''हरविलेला खजिना शोधायला निघालेल्या गॅलिऑनबद्दल[६] – म्हणजे तीन डोल-काठ्यांच्या मोठ्या जहाजाबद्दल – बोललं जातं तेव्हा बहुतेक लोकांच्या डोक्यात येतात ते क्युबा किंवा फ्लोरिडाचा गोल्ड कोस्ट. आता ही गोष्ट खरी, की त्यावेळचा स्पेनचा बहुतेक सगळा सागरी व्यापार त्या भागात एकवटला होता. परंतु बहुतेक लोकांना माहीत नसतं ते असं, की आजवर बांधल्या गेलेल्या शिडाच्या जहाजांमध्ये सर्वांत मोठी स्पेनची मॅनिला गॅलिऑन फिलिपाइन्सहून अलास्का सभोवतालच्या प्रदेशात आणि नंतर पुढे उत्तर अमेरिकेच्या पॅसिफिक किनाऱ्याने दक्षिणेकडे जलप्रवास करत असत. दोनशे वर्षांपेक्षाही अधिक काळ ती गोल्डन गेटच्या परिसरातून जात असत तेव्हा ती पूर्वेकडून रत्ने, चिनी माती, रेशीम भरून घेत आणि ते सर्व दक्षिणेकडे, मेक्सिकोमधल्या अकापुल्कोजवळच्या बंदरापर्यंत वाहून नेत.

''तेथून तो माल जहाजातून अटलांटिकच्या पार नेण्यासाठी खेचरांवरून जमीनमार्गे वाहून नेला जात होता; पण त्यापैकी अनेक गॅलिऑन किनाऱ्याकडे गेलीच नाहीत. ती वादळात गडप झाली, धुक्यात खडकांवर आपटून फुटली किंवा काहीच नोंद न होता नाहीशीच झाली.''

''तू मला सांगतो आहेस त्याचा अर्थ असा तर करायचा नाही ना, की किनाऱ्यानजीकच्या खडकांवर खजिन्याच्या बोटी ढिगानं साठल्या; आणि त्या खजिन्याचा मागमूस कुणालाच कधी लागला नाही?'' सॅमनं विचारलं.

''एक गोष्ट लक्षात घे, की इथली वाळू काही कॅरिबिअन बेटांवरल्या वाळूसारखी मऊशार नाही आणि प्रचंड वादळांमध्ये किनाऱ्यावर वाहून यावेत असे मौल्यवान धातू

त्या जहाजांतून वाहून नेले जात नव्हते.'' निकनं त्याचा अर्धा झालेला ग्लास आणखी बिअरसाठी वरती उचलून धरला.

''ती वस्तुस्थिती आहे. विद्वान मंडळी नि स्थानिक इतिहासकार ड्रेकच्या नावे ओळखल्या जाणाऱ्या पॉइंट रेज जवळच्या किनाऱ्यावर तो खरोखरच उतरला होता किंवा नाही, ह्यावर अजूनही वाद घालतच असले, तरी सेवील इथल्या इंडिजच्या पुराभिलेख संग्रहालयातल्या फाइलमध्ये असणारे दस्तऐवज ह्या गोष्टीला निर्णायकपणे पुष्टी देतात, की दोन शतकांपेक्षाही अधिक काळ अगदी याच ठिकाणी, मॅनिला गॅलिऑन स्वच्छ करण्यासाठी उपडी टाकली जात आणि दक्षिणेकडचा पुढचा प्रवास सुरू करण्यापूर्वी त्यांत रसद भरली जात असे. वास्तवात कित्येक वर्षं त्यांपैकी एका जहाजाच्या – 'सान ऑगस्टिन'च्या – अवशेषांसाठी सागरतळी जाण्याच्या योजनाही तयार केल्या जात होत्या. सागरी पुरातत्त्ववेत्त्यांची अशी धारणा आहे, की ते १५९५ मध्ये ड्रेक्स बीचपासून पाच मैल अंतरावर पाण्याखाली जिथं बुडालं ती खोली पन्नास फुटांपेक्षाही कमी होती. त्यांना ह्या मोहिमेमध्ये अडथळा आला तो ह्या साहसासाठी लागणाऱ्या आर्थिक बळाचा.''

खाण्याचे पदार्थ आले आणि आंबवलेल्या पावाच्या पिठाच्या म्हणजे 'सोअरडो' च्या रोलवर घातलेल्या एका मोठ्या नि भाजलेल्या हॅम्बर्गरशी निक झगडू लागला. हॅम्बर्गर चांगला चार इंच जाडीचा होता. पण तो दाबून तोंडात कोंबण्याएवढ्या आकाराचा करण्यात निकला काहीच अडचण आली नाही!

निकला खाताना पाहाण्याची मौज सॅम लुटत होता. एका खाण्याच्या क्रियेतून ज्याला इतके समाधान नि स्वाभाविक आनंद मिळतो, अशा कुणाबद्दलही त्याला हेवा वाटल्याशिवाय राहत नसे.

''छॉऽन आहे हे,'' निक म्हणाला, ''मला जाम भूक लागली होती.''

''तुला भूक लागलेली नसते केव्हा?''

निकनं डोळे मिचकावले नि सॅमकडं दुर्लक्षच केलं.

''तर, मी सांगत होतो त्याप्रमाणं ते कागद फार मौल्यवान असू शकतील. अर्थात ते अस्सल मूळ कागद आहेत असं गृहीत धरलं तर!''

''ते असले – म्हणजे मला म्हणायचंय, अस्सल – तर तुझ्या मते त्याचं मोल काय असेल?''

''मला त्यांची किंमत करता येणार नाही. लिलावात जो रोख रक्कम मोजून खरेदी करतो, त्याला ती करता येईल. पण ज्यांनी आपल्या आयुष्याची उमेदीची वर्षं ड्रेकचं जीवन, त्याची राजदरबारातली अफाट कृत्यं आणि त्याच्या निरनिराळ्या सागरसफरी यांचा अभ्यास करण्यात घालवली आहेत, असे ड्रेक अभ्यासक, विद्वान मला ठाऊक आहेत. ही मंडळी नव्यानं शोध लागलेल्या चर्मपत्रांवर आणि विशेष

करून ते जर 'नोवा अल्बिऑन'[७] मधल्या ड्रेकच्या मुक्कामावर काही प्रकाश टाकत असतील, तर त्यावर पाच मिनिटं नजर टाकण्यासाठी सुद्धा जीव टाकतील.''

''तुला ठाऊक आहे,'' निक पुढे सांगू लागला, ''केप कॉडमधल्या उच्च घराण्यातल्या मंडळींना ही वस्तुस्थिती लक्षात ठेवूनच जगावं लागेल, की खऱ्या 'न्यू इंग्लंड' मध्ये त्यांना दुय्यम दर्जा मिळेल. हे 'न्यू इंग्लंड','' निक सागरकिनाऱ्याकडे हात पसरत म्हणाला, ''उपलब्ध असलेल्या साऱ्या दप्तर नोंदींनुसार प्रत्यक्षात तिकडे, बहुधा 'मरिन काउंटी' मध्ये वसलेलं आहे. जेम्स टाऊनच्या[८] पूर्वी तीस वर्षं आणि *'मे फ्लॉवर'* आपल्या मोहिमेवर निघालं त्यापूर्वी चाळीस वर्षं ड्रेकनं ज्याचा उल्लेख 'नोवा अल्बिऑन' – 'न्यू इंग्लंड' – असा केला, तो, तो भाग आहे.''

''इथवर येण्यासाठी तो झपाटला गेला त्यामागे काय कारण असावं?'' बोगार्डसनं विचारलं. ''मला वाटत होतं की अमेरिकेतलं सारं सोनं, निदान त्याकाळी तरी, मेक्सिकोमध्ये ॲझटेकांकडे[९] किंवा पेरूमध्ये इन्कांकडे[१०] होतं.''

''ते खरंच आहे. पण ड्रेकला ते ज्ञात नव्हतं. त्याला फक्त एवढंच माहिती होतं, की स्पॅनिश लोक पेरूमधल्या त्यांच्या खाणीतून प्रचंड प्रमाणात चांदीची लूट करताहेत. त्यानं इन्का नि ॲझटेकमधली शहरं सोन्यात न्हाऊन निघत असल्याच्या कथा ऐकलेल्या होत्या. पण त्यांना त्यानं महत्त्व दिलं नाही. कारण त्याला हे माहीत होतं, की उत्तर नि दक्षिण ह्या दोन्ही अमेरिकांच्या साऱ्या पश्चिम किनारपट्टीवर स्वर्गीय मानासारखे[११] वनस्पतिजन्य पदार्थ विखुरलेले आहेत.'' दाढीवरून खाली ओघळणारा सॅण्डविचचा अंश नॅपकिननं थोपवत निक म्हणाला, ''पण काही व्यावहारिक कारणामुळे ड्रेक उत्तरेकडे आला.''

निकच्या मनानं एका वेगळ्याच युगात प्रवेश केला तशी त्याची नजर शून्यात लागल्याचं दिसू लागलं नि आवाजातला चढउतारही जरा धीमा झाला.

''ड्रेकनं आपला मार्ग मॅगलेनच्या सामुद्रधुनीतून पार केल्यानंतर स्पॅनिश खेडी आणि पेरू, चिली नि थेट पनामाच्या आखातापर्यंत समुद्रावर संचार करणारी त्यांची जहाजं बुडवण्यात एक दिवस घालवला. पनामाच्या उत्तरेला मेक्सिकोच्या सागरी भागात दुसऱ्या बाजूने येणारं एक मॅनिला जहाज ड्रेकनं पकडलं आणि त्यावरचा माल काढून घेतला. त्यावेळी स्पेनच्या युद्धनौका पॅसिफिकपर्यंत येत नसत. तशी गरजच नव्हती. तोवर इतक्या दूरवर पश्चिमेला कधीही इंग्लिश जहाज समुद्री मार्गानं आलेलं नव्हतं. पण ड्रेकसमोर एक समस्या उभी ठाकली.''

तो बोलायचं थांबला नि त्यानं नजर वर करून सॅमकडं एक कटाक्ष टाकला. ''तो कॅलिफोर्नियाला पोचेतो त्याचा शोध घेत खरोखरच स्पेनचं एक आरमार तिथं गोळा झालं आणि ड्रेकला उत्तर अमेरिकेतून पूर्व दिशेकडे जाणारा प्रवासमार्ग अगदी वाईट अवस्थेत शोधणं गरजेचं झालं. इंग्लडला परतण्याचा तो शीघ्रतम मार्ग होता. बहुतांश इतिहासाच्या

पुस्तकांतून वायव्येकडे जाणाऱ्या मार्गाच्या दंतकथात्मक शोधांविषयी आपण वाचतो तसा तो उदात्त शोध वगैरे काही नव्हता. निदान ड्रेकपुरता तरी नव्हता–''

निकनं काटा चमचा उचलला नि त्याच्या साह्याने आपल्या प्लेटमधल्या फ्रेंच फ्रायचा तो माग काढू लागला!

''ड्रेकचा जगाभोवती फेरी मारायचा उद्देश कधी काळी होता, ह्यावर बहुतेक विद्वानांचा विश्वास नाही,'' निकनं अधिक माहिती पुरवली ''खरी बात अशी होती, की त्याच्या मनातून त्याला चोरीमारी करायची होतीच; पण चटकन निसटून कसं जायचं याची चिंताही त्याला होती. कागदपत्रांवरून आपल्याला हे माहिती झालं होतं, की तो उत्तरेकडे दूरवर ऑरेगॉन किनारपट्टीपर्यंत गेला; पण हवामान खराब झालं आणि त्यामुळे तो मागे दक्षिणेकडे आला. पॅसिफिक मधूनच्या त्याच्या अंतिम खडतर प्रवासाचा उगम त्याच्या व्यावहारिक गरजेतून झाला. ते एक तर तसं आहे; किंवा मग स्पेनचं द्वारच कायमचं बंद करून टाकण्यासाठी स्पॅनिश भाल्यांची टोकं मुंडक्यांनी सजवण्याची कामगिरी करण्याकरिता तरी तो गेला असावा, असं म्हणावं लागेल!'' निकनं वाक्य संपवत बिअरचा एक घुटका घेतला आणि सॅण्डविचचा उरलासुरला तुकडाही तोंडात कोंबला.

सॅमचं खाणं संथ गतीनं चाललं होतं. त्याचं अर्ध सॅण्डविच प्लेटमध्येच पडून होतं.

''तू ते खाणार आहेस ना?'' निकनं सॅमच्या प्लेटकडे बोट दाखवत प्रश्न केला.

सॅमनं स्मित केलं. ''नाही, पण तू तुझी माहिती सांगत राहा.'' नजरेसमोर तरळणाऱ्या भाल्यांचा तीक्ष्ण टोकांवर उचलून धरलेल्या रक्ताळलेल्या मुंडक्यांच्या दृश्यानं बोगार्डसची भूक मरूनच गेली होती.

निकनंच मग ते सॅण्डविच उचललं नि स्वाहा करायला सुरुवात केली. तोंडात तोबरा भरलेल्या अवस्थेतच तो बोलू लागला. ''आम्हाला ज्ञात झालेल्या सर्वच माहितीवरून, ड्रेक अखेरीस नोवा अल्बिऑनवर उतरला तेव्हा त्याच्या *गोल्डन हाइन्ड* जहाजावर सोनं, चांदी, मूल्यवान रत्नं नि इतर खजिना मिळून सुमारे तीस टन अमूल्य सामग्री होती. त्याला त्याचं जहाज उलटं करून घेणं – तळ घासून स्वच्छ, डागडुजी करण्यासाठी – नि त्यात पॅसिफिक ओलांडून जाण्याएवढी शिधासामग्री भरून घेणं भाग पडलं होतं. तो कॅलिफोर्नियात थांबला होता, त्या कालावधीत नेमकं काय घडलं ते आम्हाला माहीत झालेलं नाही. आम्हाला ठाऊक झालं आहे ते एवढंच, की तो या ठिकाणी महिनाभरापेक्षाही अधिक काळ थांबला होता. परंतु ह्या प्रश्नाचा अभ्यास करणाऱ्या विद्वानांच्या संख्येइतकीच तो कुठे उतरला होता आणि त्यानं आपला तंबू कुठं ठोकला होता ह्याविषयीच्या सिद्धांतांची संख्या अगणित आहे.''

''मला वाटतं तुम्हा बर्कलितल्या मंडळींना ड्रेकनं मागं ठेवलेली ती कुठली तरी एक धातूची पट्टी मिळाली होती?''

"पितळी पट्टी," निकनं नेमकी माहिती दिली. "नोवॅटोजवळ एका इसमाला ती १९३७ मध्ये वीस मैल आत असलेल्या भागात सापडली आणि मग काही काळ असं वाटलं, की तिच्या माध्यमातनं काही उत्तरं मिळतील. पण तरी ती किनाऱ्यानजीक किंवा सागरतटी का सापडली नाही, हे कुणीही सांगू शकलं नाही. खूपशी चर्चा नि वर्तमानपत्रांत गाजावाजा झाल्यानंतर आणखी एक इसम पुढे आला. त्यानं सांगितलं, की त्यापूर्वी काही वर्षं ती पट्टी त्याला किनाऱ्यानजीक सापडली होती; आणि ती एक निरुपयोगी वस्तू समजून महामार्गावर फेकून देण्यापूर्वी त्यानं बराच काळ ती आपल्या मोटारीत बाळगली होती. त्या पट्टीकेबाबत खूपच अनुमानं काढण्यात आली होती. पण तिच्या पितळाच्या काळाबद्दल केलेल्या धातुशास्त्रीय चाचण्यांनी असं स्पष्ट केलं, की विश्वसनीय, अस्सल समजण्याइतपत ती पुरातन नाही. या खेरीज, ड्रेक कुठे उतरला ह्या प्रश्नाचं ती उत्तर देऊ शकत नाही. पुरातत्त्वशास्त्रज्ञांनी, ती पट्टीका जिथं सापडली त्या नोवॅटोजवळच्या भागाच्या कोपरा न् कोपऱ्याचा शोध घेतला आणि त्या दुसऱ्या माणसानं ती पट्टीका त्यानं प्रथम जिथून उचलल्याचं सांगितलं, त्याच्या आसपासच्या जागेची नमुनापाहणी केली, तेव्हा त्यातून त्यांच्या हाती काहीच पडलं नाही."

सॅण्डविचचा आणखी एक तुकडा खाण्यासाठी निकनं थोडासा विराम घेतला. "ड्रेक कुठं पायउतार झाला ह्याविषयीचा वाद संपुष्टात आणण्यासाठी कदाचित एकमेव अशी एक गोष्ट आहे," निक म्हणाला.

"आणि ती कोणती?"

"ड्रेकची वृत्तांतवही – त्याचं 'जर्नल'."

"हेऽ मी गृहीत धरलं होतंच की त्यानं त्याच्या जहाज-प्रवासाची अधिकृत नोंद ठेवलेली असणार."

"ही केवळ जहाजाच्या प्रवासाची नोंद नव्हती. त्यानं आपल्या सागरसफरीच्या अत्यंत बारीकसारीक नोंदी केलेली ती तपशीलवार वृत्तांतवही होती. तुला हवं तर वैयक्तिक नोंदवही म्हण; पण तिच्यात त्याच्या मनाच्या खोल कप्प्यातले विचार नि भीती, इतर सहकारी अधिकाऱ्यांबरोबरची त्याची संभाषणं, प्रत्येक पायउताराच्या ठिकाणचे स्थानिक लोकांबरोबरचे त्याचे वर्तन नि व्यवहार याची तारीखवार नोंद त्यानं केलेली असणार. अडचण फक्त एकच आहे," निकनं मान वर करून बोगार्डसकडं नजर वळवली. "ती कुठं आहे, ते कुणालाही माहिती नाही. तसं वृत्तांताचं पुस्तक – जर्नल – अस्तित्वात आहे, हे आम्हाला ज्ञात झालेलं आहे. कारण *हाइंड* इंग्लंडला पोहोचल्यानंतर त्याच्याविषयी जहाजावरच्या कर्मचाऱ्यांपैकी अनेकांनी काहीबाही लिहिलं होतं; किंवा ते चर्चाही करत असत. त्याचं काय झालं त्याविषयी अनेक कथा प्रचलित आहेत. काहींना असं वाटतं, की नंतरच्या लेखनात

ह्या सफरीविषयी मसालेदारपणे लिहिता यावं, म्हणून खुद्द ड्रेकनंच ते नष्ट करून टाकलं. इतरांना असं वाटतं, की इंग्लंडच्या परतीच्या वाटेवर असताना ड्रेक फ्रान्समध्ये उतरला होता, तेव्हा फ्रान्सच्या राजानं ती जप्त केली. त्या जर्नलची अशी ख्याती आहे, की त्या सफरीमधल्या मर्दुमकीच्या सर्व घटनाप्रसंगांबाबत, स्वत: ड्रेकच्या हस्ताक्षरातल्या रेखाकृतींसह अगदी बारकाव्यांनिशी नोंदी तिच्यात समाविष्ट आहेत. असं दिसतंय, की कॅप्टन ड्रेक स्वत:ला एक खरोखरचा...'' निकनं नाट्यपूर्ण रीतीनं वाक्य अर्ध्यावर सोडत नजर वर उचलली, ती थेट सॅमच्या नजरेला भिडली. सॅमचा खालचा जबडा विस्मयामुळे खाली ताणला गेला होता. "...कलावंत समजत असावा.'' निकनं वाक्य पुरं केलं

निकच्या तोंडून आणखी काही शब्द बाहेर पडण्यापूर्वी सॅमनं आपली तपकिरी रंगाची ती चामड्याची ब्रीफकेस जणू नीटनेटकी करावी तशी साफसूफ केल्यासारखं केलं नि व्यवस्थित जागेवर ठेवली. निकनं समोरच्या प्लेट बाजूला सारल्या आणि ग्लासांच्या खाली साठलेलं पाणी निपटून काढलं. सॅमनं ती चर्मपत्रं टेबलावर पसरली आणि ते दोघेही जण अविश्वासानं त्यांच्याकडे टक लावून पाहात राहिले. त्या चारही पानांपैकी प्रत्येकाच्या समासात शाईमध्ये रेखाटलेल्या छोट्या नाजूक रेखाकृती होत्या. एक होती एका स्टॅण्डवर उभ्या असलेल्या नि नख्यांमध्ये काही वस्तू घट्ट धरून ठेवलेल्या शिकारी पक्ष्याची; आणि दुसरी होती उंच गवतामागे उभ्या असलेल्या माणसाची. आणि आणखी एक होती, तिच्यामध्ये एक छोटी बोट किंवा होडगं चितारलेलं होतं. त्या चार पानांवर एकूण सात छोट्या आकारातल्या रेखाकृती होत्या!

■

२

बे ब्रिजवरच्या रहदारीतून वळणावळणाच्या रस्त्यावरून काळजीपूर्वक मार्ग काढत जात असताना बोगार्डसला राहून राहून एका गोष्टीचं आश्चर्य वाटत होतं. सोळाव्या शतकातलं एक हस्तलिखित आणि त्यानंतर तीनशे वर्षांनी एका नाविक अधिकाऱ्याचं नाहीसं होणं, यांच्यामध्ये काय परस्परसंबंध असावा? निककडे त्या हस्तलिखिताची जी पानं तो सोडून आला होता त्यांचा उलगडा तज्ज्ञ करतील, ह्याविषयी त्याला खात्री होती. पण त्यातून काही उघड होईल?

पुलापासून थोड्या अंतरावर उतरत्या रस्त्यावर असणाऱ्या ट्रेजर आयलंडपाशी सॅम आला, तेव्हा त्यानं उजव्या बाजूच्या लेनमध्ये गाडी घेतली आणि थेट नाविक तळाकडे जाणारा वळणावळणाचा रस्ता धरला. दारापाशीच एका नौदल पोलिसानं त्याला थांबवलं.

''काय मदत करू शकतो मी तुम्हाला, सर?''

भर दुपारच्या सूर्याचा प्रकाश इतका प्रखर होता की सॅमला वरती नजर करताना आपल्या डोळ्यांना हातांचा आडोसा करावा लागला. ''दुसऱ्या जागतिक युद्धा दरम्यान नेमण्यात आलेल्या नाविक चौकशी मंडळाच्या काही दस्तऐवजांची पाहणी करण्यासाठी मी इथं आलो आहे. मला काही माहिती हवी असेल, तर ती कुठं मिळू शकेल, ते तुला ठाऊक आहे?''

''हो, सर. 'फ्लीट ऑपरेशन्स बिल्डिंग'मध्ये सार्वजनिक माहिती काउंटरवर तुम्ही प्रयत्न करायला हरकत नाही. ते कदाचित तुम्हाला मदत करू शकतील.'' त्या नौदल पोलिसानं भराभरा निर्देश दिले आणि पाचच मिनिटांत सॅम त्या काउंटरपाशी पोचला तेव्हा त्याच्या मदतीसाठी एक खलाशी त्याच्याबरोबर आलेला होता. त्याला एक लांबलचक कॉरिडॉरमधून आणल्यावर एका छोट्याशा स्वागतकक्षात आसनस्थ व्हायला सांगण्यात आलं.

बऱ्याच वेळानंतर एक तरुण अधिकारी सॅमकडे आला.

''मिस्टर बोगार्डस, मी लेफ्टनंट कीनन. 'जज ॲडव्होकेट जनरल, सहावा आरमारी ताफा' यांच्या कर्मचाऱ्यांपैकी मी आहे. माझी तुम्हाला काय मदत हवी आहे?''

तो अधिकारी विशीतला असावा. त्याच्या गणवेषात खोड काढायला कुठेच जागा नव्हती. त्याने सरळ, काळ्याभोर केसांचा डावीकडे नेटकेपणे भांग पाडलेला होता. गणवेष म्हणून ट्वीड जाकीट आणि हिऱ्यांच्या आकाराची आकृती असलेले मोजे घालून, पारंपरिक पण खर्चिक कपडे घालणाऱ्या आकर्षक युवकाच्या ऐटीत तो वावरत होता.

''हॅलो लेफ्टनट,'' जिवणी रुंदावून स्मित करत सॅमनं प्रतिसाद दिला. आपल्या कोटाच्या वरच्या बाजूच्या आतल्या खिशातून स्वतःचं व्यावसायिक ओळख पटवणारं कार्ड त्यानं बाहेर काढलं नि त्या नाविक अधिकाऱ्याच्या हातात सारलं. ''पूर्वी, १९४२ मध्ये नेमलेल्या एका नाविक चौकशी मंडळाच्या अधिकृत कागदपत्रांचा मी शोध घेतो आहे. सान फ्रान्सिस्कोच्या निवासी वस्तीवर एक नाविक 'ब्लिम्प' – एअरशिप – आदळून नष्ट झाल्याविषयी ती चौकशी होती. मला वाटतं ते एअरशिप चालवणारे कर्मचारी – त्या एअरशिपचा 'क्रू' – गायब झाले होते.''

त्या अधिकाऱ्याच्या ओठांच्या कोपऱ्यांशी किंचितसं स्मित उमटायला लागलं. ''इतकी वर्षं निघून गेल्यानंतर आताच प्रत्येकजण त्या ब्लिम्पबद्दल इतका उत्तेजित का झालाय? गेल्या आठवड्यापासून ह्या कागदपत्रांविषयी विचारणा करणारे तुम्ही दुसरे गृहस्थ आहात.''

''असं?'' सॅम चकित झाल्यासारखा म्हणाला, ''ते पहिले गृहस्थ कोण?''

''काही दिवसांपूर्वी इथं आलेला एक सद्‌गृहस्थ. इतक्या जुन्या प्रकरणांच्या फायलींसाठी सहसा विनंती केली जात नाही आमच्याकडे. आपल्याला काय हवं आहे हे त्या इसमाला नेमकं ठाऊक होतं. तो आला तेव्हा त्याच्याकडे ह्या प्रकरणाची संपूर्ण माहिती होती. अगदी फायलीचा क्रमांक सुद्धा. नाही तर आम्ही आत्तापर्यंत ती शोधत राहिलो असतो.''

''तुमच्याकडे नाव वगैरे काही माहिती आहे?''

त्या अधिकाऱ्यानं सॅमकडं प्रश्नार्थक नजरेनं पाहिलं.

''म्हणजे, त्या दुसऱ्या इसमाचं नाव वगैरे विषयी, असं मला म्हणायचंय.''

''अं... पाहून सांगावं लागेल मला.''

तो नौदल अधिकारी काउंटरकडे सरकला आणि पलीकडल्या बाजूला तोंड करून उघड्या ठेवलेल्या नोंदवहीत तो नजर फिरवू लागला. ''हंऽ, हे इथं आहे. मिस्टर जॉर्ज जॉन्सन, १४२० ओल्स्टीड स्ट्रीट, सान फ्रान्सिको, कॅलिफोर्निया.''

सॅमनं त्याची ब्रीफकेस उघडली, नोटपॅड बाहेर काढलं, त्यावर जॉर्ज जॉन्सनचं

नाव आणि पत्ता त्या नोंदवहीतून टिपून घेतला.

"तुम्हाला फाइल पाहायची आहे काय?" त्या नाविक अधिकाऱ्यानं विचारलं. "मला वाटतं ती अद्यापही आमच्या वाचन-कक्षातच आहे. ती दफ्तरखान्यात पुन्हा जागेवर ठेवायला आम्हाला सवडच मिळाली नाही."

भरपूर प्रकाशानं उजळलेल्या एका कॉरिडोरमधून सॅम त्या अधिकाऱ्याच्या मागोमाग आणखी एक काउंटर आणि सभोवताली खुर्च्या मांडलेली अनेक टेबलं असलेल्या खोलीत आला.

तो अधिकारी त्या काउंटरच्या मागे गेला आणि त्यानं एका धातूच्या गाडीवरच्या फायलींच्या ढिगाऱ्यात हुडकायला सुरुवात केली.

"हंऽ इथं आहे पाहा ती." फाईल काही जाडजूड नव्हती. फक्त एकच, एखाद्या न्यायालयीन प्रकरणाची फाईल असते, तेवढा लांब मॅनिला फोल्डर होता तो. नि त्याची जाडी एखाद्या इंचापेक्षा जास्त नव्हती. कागदपत्रांच्या प्रती काढण्याची व्यावसायिक यंत्रं आणि 'वर्डप्रोसेसर' यांच्या जमान्यापूर्वीची; जेव्हा न्यायालयीन प्रकरणं निकाली निघायला महिनोन्‌महिने लागत नसत, तर ती काही दिवसांतच निकाली निघत त्या काळातली ती फाईल होती.

"हं, ह्या कार्डावर तुम्ही सही करा; म्हणजे मग मी तुमचं बिझनेस कार्ड घेईन आणि दर्शनी काउंटरवरच्या कारकुनाला आमच्या रोजनाम्यात आवश्यक ती माहिती भरायला सांगीन. तुम्ही ही फाईल टेबलावर नेऊ शकता; आणि तुम्हाला जर काही प्रती काढायच्या असल्या, तर काउंटरवरची फक्त बेल दाबा, की एक कारकून तुमच्या मदतीला येईल. मी आपल्यासाठी आणखी काही करायला हवं आहे का, मिस्टर बोगार्डस?"

"नाही, आता तरी निदान तसं काही आठवत नाही. माझ्या कामाला मला फक्त काही मिनिटंच लागतील." खरं तर सॅम चकित झाला होता. लष्कराविषयीच्या अंगावर काटा आणणाऱ्या कथा ऐकल्यानंतर, लाल फितीचे नि विलंबाचे दमछाक करणारे प्रसंगापाठोपाठ प्रसंग आपल्या अनुभवाला येतील अशीच त्यानं अपेक्षा ठेवली होती. त्या ऐवजी, त्याला हवं होतं ते सर्व इथं मिळालं होतं. व्यावसायिक सौजन्याच्या वृत्तीतून! ही सौजन्यवृत्ती एखाद्या परगण्यातल्या न्यायालयात, तिथल्या बहुतांश कारकुनांना त्यांच्या वैयक्तिक नावानं तो ओळखत असला, तरी त्याला अनुभवाला राहूच दे; पण ऐकायलाही आली नव्हती!

तो टेबलापाशी जाऊन बसला. त्यानं फाइल उघडली आणि तिची पानं तो बोटांनी भराभरा उलटू लागला. पाण्यावर तरंगू शकणारं ते बलून ब्लिम्प ग्रेट हायवे जवळच्या चौपाटीवर आदळल्याचं प्रत्यक्ष पाहिलेल्या अनेकांचे जबाब त्यात होते. तसेच बेले व्ह्यू ॲव्हेन्यूवर येऊन स्थिरावण्यापूर्वी त्या शहरावर अवकाशात ते

दिशाहीन भरकटत असल्याचं पाहिलेल्या इतर अनेकांचे जबाबही होते. जेनिफर डॅवीजच्या बापाकडे निर्देश करील असा एखादा धागा शोधण्यासाठी त्याला मदत होईल अशा काही माहितीचा अंश, काही 'किल्ली' सापडते का याचा शोध घेण्याच्या दृष्टीनं सॅमनं त्या जबाबांची छाननी केली. पण त्यात असाधारण असं काहीच नव्हतं.

चौकशी मंडळापुढे झालेल्या औपचारिक सुनावणीची टंकलिखित कागदपत्रं फाईलच्या मलपृष्ठाला एका धातूच्या चिमट्यानं लावून ठेवलेली होती. दोन ओळींत अधिक अंतर सोडून टंकलिखित केलेल्या त्या उताऱ्यांची तपासणी करायला सॅमला वीस मिनिटं लागली. १६ ऑगस्ट १९४२ च्या सकाळच्या पहिल्या प्रहरी उड्डाणांच्या तगारीपासून ते मोडून पडलेल्या त्या हवाई जहाजाची – एअरशिपची – नंतर कित्येक दिवस निरवानिरव करण्यापर्यंतच्या, त्या धडाक्याला कारणीभूत ठरलेल्या घटनांचं साधं सरळ वर्णन त्या कागदपत्रांमध्ये होतं. आपल्या निष्कर्षांमध्ये चौकशी मंडळानं अंतिमतः असा निर्णय केला होता, की लेफ्टनंट जेम्स स्पेन्सर आणि चीफ पेटी ऑफिसर रेमण्ड स्लेड हे दोघे कर्मचारी नित्याच्या पाणबुडीविरोधक गस्ती दरम्यान कॅलिफोर्नियातल्या सान फ्रान्सिस्कोजवळ पॅसिफिक किनारपट्टीवर कुठल्यातरी अज्ञात ठिकाणी नाहीसे झाले. अपघाताचं कारण – 'अज्ञात'. नेहमीच्या तीन कर्मचारीवृंदाऐवजी अपघाताच्या दिवशी त्या जहाजात दोघेच कर्मचारी होते, ह्या वस्तुस्थितीमुळं मंडळ विशेष करून कोड्यात पडलं होतं. स्लेडनं, धावपट्टीवरून वर उडण्यापूर्वी फक्त काही सेकंद अगोदर उड्डाण अभियंत्याला – फ्लाइट इंजिनिअरला – काही कारणादाखल त्या विमानातून बाहेर पडायला फर्मावलं होतं आणि कारणाचा खुलासा मात्र झालेला नव्हता. आपल्याला बाजूला का सारण्यात आलं, ह्याबाबत तो अभियंता उरलेल्या साऱ्या आयुष्यभर आश्चर्य करत बसला असणार, असं बोगार्डसला वाटून गेलं. स्लेड आणि स्पेन्सर यांना त्या दिवशी काही तरी माहिती झालेलं होतं. पण नेमकं काय?

त्या फायलीत पिवळी पडलेली वर्तमानपत्राची अनेक कात्रणं होती आणि त्यात सर्वांत जुनं होतं, ते १७ ऑगस्ट १९४२चं; म्हणजे धडकेनंतरच्या लगेच दुसऱ्याच दिवशीचं होतं. ते दुर्दैवी हवाई गलबत – क्राफ्ट – शहरावर अवकाशात भरकटत असल्याची, आता रंग उडाल्याने अस्पष्ट झालेले फोटोग्राफ्स अनेक कात्रणांमध्ये होते. इतर फोटोग्राफ्समध्ये, एकचाकी 'लॅण्डिंग गिअर'वर पाण्यावर डुलत असणारा गोंडोला आणि हवा निघून गेल्याने सपाट झालेल्या हवाई जहाजाचं त्यावरचं करडं आच्छादन यांची दृश्यं घेतल्याचं दिसत होतं. त्या फोटोंवरून सॅमचे डोळे वृत्तपत्र कात्रणं आणि त्याच्या जाड ठशातल्या शीर्षकांकडे वळले:

युनायटेड स्टेट्स नौदलाचं पाण्यावर तरंगणारं हवाई
बलून डॅली सिटीवर कोसळलं. चालक-कर्मचारी बेपत्ता

गस्ती हवाई-गलबत
रस्त्यावरच्या धडकेत
घरावर आदळले.

दोघे कर्मचारी बेपत्ता असलेले, नौदलाचे सोडून दिलेल्या अवस्थेतील एक तरंगते हवाई बलून गॅलिऑन – ब्लिम्प – काल समुद्रातून वेगाने वाहत आले आणि डॅली सिटीमधील रस्त्यावर येऊन धडकले. तुटलेल्या सिगारप्रमाणे ते मधोमध वाकले होते. त्याच्या पिशवीला मोठमोठ्या चिरा पडलेल्या स्पष्ट दिसत होत्या. ह्या बलूनच्या मोटारीही बंद पडलेल्या होत्या. हे गलबती बलून लेक मर्सीड भागावर झाडाच्या शेंड्याइतक्या उंचीवरून बेछूटपणे भरकटत होते आणि मग ते एका उपनगरी रस्त्यावर येऊन स्थिरावले. पण त्यापूर्वी मोटारींनी व पायी त्याच्या मागे जाणाऱ्या शेकडो जणांच्या जमावाची दाटी तिथे झाली होती...

त्यानंतर कित्येक तास उलटून गेले, तरी समुद्रावर व धडकेच्या ठिकाणाभोवतीच्या परिसरात सातत्याने शोध घेऊनही त्यावरील चालक-कर्मचाऱ्यांचा थांगपत्ता लागलेला नाही. गोंडोलामध्ये त्या तरंगत्या विमानाखाली बांधलेल्या बोटीच्या आकाराच्या गाडीमध्ये सर्व हवाई छत्र्या आणि रबरी तराफे सापडले आहेत. दोन जीवरक्षक पट्टे गायब आहेत.

जसजसे दिवस उलटत गेले होते, तसतशा ह्या 'धडके'च्या वर्तमानपत्री कहाण्यांच्या संख्येचे प्रमाण रोडावत गेले होते; आणि हळूहळू त्यांचे स्थानांतर पहिल्या पानावरून आतल्या पानांच्या रकान्यांत झाले होते.

एका स्थानिक क्लबच्या परिसरात त्या हवाई तरंगत्या बलूनवरची स्फोटके, बॉम्ब सापडल्याचं त्या वृत्तपत्र कहाण्यांत म्हटलं होतं. बेपत्ता चालक-कर्मचाऱ्यांविषयी खुलासा होण्यासाठी अनेक कथा तयार करण्याची झटापट नौदलानं केली होती. परंतु इंजिनं अगदी सुस्थितीत आणि इंधनटाकी पूर्ण भरलेल्या अवस्थेत असल्यानं बलून हवाई उड्डाणासाठी अगदी सुसज्ज असल्याच्या वस्तुस्थितीशी त्यांपैकी कुठलीच कथा जुळत नव्हती. ते हवाई गलबत – क्राफ्ट – किनाऱ्यावर उडून येण्यापूर्वी समुद्रात पाण्याखाली गेलं असण्याची शक्यताही सूक्ष्मदर्शक यंत्रातून केलेली तपासणी व रासायनिक चाचण्या यांनी निवारून टाकली होती. त्या हवाई तरंगत्या बलूनवर कुठेही खाऱ्या पाण्याचा अंशही सापडला नव्हता.

सॅमनं फाइल तपासणीचं काम चालूच ठेवलं. तिच्यात इतर प्रकारच्या पत्रव्यवहाराचेही

अनेक कागद होते. कुटुंबीयांना नि जवळच्या नातेवाइकांना पाठवलेल्या तारा आणि पत्रांचा त्यात समावेश होता. त्यांपैकी एक पत्र 'मिसेस जेम्स स्पेन्सर' यांना लिहिलेलं होतं आणि त्यात असं कळवण्यात आलेलं होतं, की गस्तीवर असताना त्यांचा नवरा समुद्रावर कुठेतरी हरवला आहे, असा चौकशी मंडळाचा निष्कर्ष आहे. जेनिफर डॅवीजला तिच्या आईनं जेनिफर लहान असताना दाखवलेलं ते पत्र हेच असावं, असा सॅमनं तर्क केला. त्यानंतरच्या आठवड्याची तारीख असलेलं आणखी एक पत्र तिथं होतं. अर्ध पान असलेला तो दस्त सॅम वाचू लागला :

प्रिय मिसेस स्पेन्सर,
आपले पती नाहीसे झाल्याबद्दल माझ्या अतीव सहानुभूतीच्या भावना कळवण्यासाठी मी आपल्याला हे पत्र लिहीत आहे. जिमला ओळखणाऱ्या आम्हा सर्वांनाच त्याच्याविषयी कौतुकादर वाटत होता. येथील तळावर असणाऱ्या त्याच्या चीजवस्तूंची पाहाणी करून त्या आपल्याला परत करण्याचे मला सांगण्यात आले आहे. सोबत अशा बाबींची यादी पाठवली असून, त्या थोड्याच दिवसांत आपल्याला कुरिअरने पाठवण्यात येतील. आणखी काही मला करता येण्यासारखे असेल, तर माझ्याशी संपर्क साधण्यास कृपया संकोचू नका.

कॅप्टन जॅक कॉलफोर्ड
युएस नौदल.

सॅमनं पान उलटलं नि ती वस्तूंची यादी त्यानं नजरेखालून घातली. यादीच्या अर्ध्यावर आला असताना त्याची नजर अचानक तिथे थांबली. तो अविश्वासानं त्या शब्दांकडे रोखून पाहू लागला.

'सान फ्रान्सिस्को' हा शिक्का असलेला चार पानी दस्त. 'द जेड हाऊस, ओल्ड चायनाटाऊन लेन.

किती तरी वेळ नजर रोखून बोगार्डस त्या पानाकडे पाहात राहिला. त्या नोंदीचं वेगळेपण त्याच्या नजरेनं टिपलं. जेनिफर डॅवीजच्या आईला तीस वर्षांपूर्वी पाठविण्यात आलेली चर्मपत्रं जेम्स स्पेन्सर हयात असल्याच्या टीपेसह तिच्या मुलीला अचानक का पाठवण्यात यावीत? विशेष महत्त्वाचं म्हणजे युद्ध संपल्यापासून इतकी वर्षं ही चर्मपत्रं कुठे होती?

त्यानं त्याचं लक्ष परत फायलीकडे वळवलं. तशी त्याला वस्तूंची एक मोठी यादी आणि एक तपकिरी रंगाचं पाकीट खुद्द फाईलफोल्डरच्या मागच्या पानाला पेपर क्लिपनं लावलेलं आढळलं. सॅमनं ते पाकीट उघडलं आणि पिवळट होत चाललेले कित्येक फोटोग्राफ्स त्यानं त्यातून बाहेर काढले. एक चित्र त्या 'ब्लिम्प'चं – त्या

प्रचंड तरंगत्या हवाई बलूनचं – त्या समोर एकत्र उभ्या असलेल्या त्याच्या चालकवृंदासह घेतलेलं होतं. चेहरेपट्टीची वैशिष्ट्यं लक्षात येण्याच्या दृष्टीनं मात्र त्यातल्या आकृत्या फारच लहान होत्या. ते पाण्यावर तरंगणारं हवाई बलून जिथं कोसळलं, त्या ठिकाणाची आणि ते शहरावरून अवकाशातून जोरानं वाहत जात असतानाचे काही वृत्तपत्रीय फोटोग्राफ्स तिथं होते आणि अखेरीस निळा नौदल गणवेष घातलेली व सफेद सर्व्हिस कॅप डोक्यावर असलेल्या एका इसमाचा खांदा आणि शिरोभाग दर्शवणारा फोटो होता. सॅमनं तो उलटून पाहिला. तिथं एका लेबलावर 'चीफ पेटी ऑफिसर रेमण्ड स्लेड' असं नाव टंकलिखित केलेलं होतं. सॅमनं तो फोटो पुन्हा पालटला आणि त्यातल्या चेहऱ्याचं बारकाईनं निरीक्षण केलं.

त्यानं पाकिटात परत एकदा पाहिलं, पण त्यात आणखी फोटो नव्हते. त्यानं फायलीतील दस्तऐवज नि वस्तूंची यादी तपासली. ३७ क्रमांकासमोरची नोंद होती 'लेफ्टनंट जेम्स स्पेन्सर यांचा फोटो.' पण प्रत्यक्ष फोटो मात्र त्या फायलीत नव्हता.

सॅमनं काउंटरवरच्या छोट्या डब्यातून काही पेपर-क्लिप्स काढल्या आणि चौपाटीवरच्या त्या माणसाची साक्ष, स्लेडचा फोटो आणि चर्मपत्रांची नोंद असलेल्या वस्तूंच्या यादीसहित, डोरोथी स्पेन्सरला पाठवलेली दोन पत्रं यांना क्लिप लावली आणि मग कारकुनाला बोलावण्यासाठी बेल वाजवली.

एक कनिष्ठ दर्जाचा अधिकारी काउंटरजवळ प्रकट झाला. तो नुकताच लष्करी नोकरीत दाखल झालेला दिसत होता.

"माझ्याकडच्या काही दस्तऐवजांच्या प्रती मला काढून घ्यायच्या आहेत. शिवाय, ह्या फायलीतल्या वस्तूंच्या यादीत नोंदवलेला एक फोटोग्राफही मला सापडत नाहीये."

त्या कारकुनानं फाईल आणि यादीकडं पाहिलं नि मग पाकिटातले फोटोग्राफ्स पाहिले. "त्या फोटोचं काय झालं असावं, ते मला ठाऊक नाही, सर. मला वाटतं इतक्या दिवसांत तो कुणीतरी काढून घेतला असण्याची शक्यता आहे." त्या फोल्डरमध्ये क्लिप लावून ठेवलेल्या कागदपत्रांचा शोध घेण्याचे काम त्या कारकुनानं चालूच ठेवलं. "त्यातल्या बहुतेक फायली कितीतरी वर्षं वेअरहाऊसमध्ये पडून आहेत आणि एवढ्या कालावधीत त्या कुणी पाहिल्यात, अथवा कुणी ताब्यात घेतल्या होत्या किंवा नाही, हे सांगणं अशक्य आहे."

"या प्रकरणातल्या आणखी काही फायली आहेत?"

"नाही, सर. ही एवढी एकच. मला वाटतं की लेफ्टनंटनं आपल्याला सांगितलंच आहे, की आणखी एका सद्गृहस्थानं या फायलीची गेल्या आठवड्यात विचारणा केली होती. आपल्याला सर्व काही पाहायला मिळालं पाहिजे, असा त्याचा आग्रह होता आणि आम्हीही आणखी काही नक्की उपलब्ध नाही ना, याची खात्री करण्यासाठी

ह्या जागेची अगदी उभी आडवी तपासणी केली होती.''

''ह्यांपैकी कुठल्याही दस्तऐवजांची प्रत काढायला त्या इसमानं सांगितलं होतं?''

''नाही. मला नाही वाटत त्यानं तसं काही सांगितलं होतं असं. त्याला प्रत हवी असती तर मीच ते काम करून दिलं असतं ना!''

''मला नाही वाटत जेम्स स्पेन्सरचा फोटोग्राफ मला मिळू शकेल म्हणून.''

''संभवनीय नाही. मागल्या युद्धाचं कर्मचारीवर्गासंबंधीचं सारं दफ्तर चांगलं दहाएक वर्षांपूर्वीच मिडवेस्टमधल्या मध्यवर्ती वेअरहाऊसमध्ये हलवण्यात आलं आहे. लष्कराला किंवा ज्येष्ठांसाठी केल्या जाणाऱ्या कल्याणकारी कार्यक्रमांच्या दृष्टीनं आवश्यक नसणारी अशी कागदपत्रं नष्ट करून टाकण्यात आली असावीत.''

सॅम फायलीतली पानं पुन्हा चाळू लागला आणि तो कारकून प्रती काढण्यासाठी तिथून निघून गेला. नंतर तीनच मिनिटांत बोगार्डस त्यानं काढायला सांगितलेल्या प्रती घेऊन बाहेर पडला आणि वाहनतळाकडे चालू लागला.

गाडीपाशी थोडंसं थबकून त्या प्रशासकीय इमारतीच्या प्रवेशद्वाराबाबत काही एक विचार मनात आल्यानं तो पडताळून पाहाण्यासाठी तो सहजसा मागे वळला. त्याच्या पाठीमागून जिन्यावरून एखादा नौदल सुरक्षा रक्षक झपाट्यानं न उतरणं ह्या परिस्थितीवरून त्यानं मनात मांडलेल्या सिद्धांताला पुष्टीच मिळाली. जेम्स स्पेन्सरचा फोटो नक्कीच कुणीतरी चोरला होता आणि नौदलाला ती गोष्ट कधीच लक्षात आली नव्हती; किंवा त्यावरून ते कोणता धडाही शिकले नव्हते. आपल्या सुटामधल्या शर्टाची खालची दोन बटणं उघडून सॅमनं उजव्या हाताची बोटं शर्टात सरकवली, रेमण्ड स्लेडचा नौदल फायलीतला फोटो बाहेर काढला. कित्येक सेकंद तो ते लक्षपूर्वक न्याहाळत राहिला, मग त्यानं तो फाईल फोल्डरमधल्या सामग्रीत ठेवून दिला. कृष्णधवल चित्राच्या झेरॉक्स प्रती हव्या होत्या त्यापेक्षा गुणवत्तेत खूपच उण्या होत्या.

अर्ध्या तासानंतर सॅम शहरात परतला. कार्यालयात तो पोहोचला तेव्हा दुपारचे जवळ जवळ चार वाजत आले होते. त्याच्या खुर्चीच्या पाठीच्या आतल्या भागाला एक चिठी अडकवलेली होती नि त्यात पॅटनं त्याला रात्रीच्या जेवणासाठी तिला भेटण्याचं निमंत्रण दिलेलं होतं. सॅमच्या मनात भ्रामक कल्पना नव्हत्या. त्याला ठाऊक होतं – तिला त्यांच्या व्यवसायाविषयीच चर्चा करायची होती.

अॅन्जीकडूनही एक दूरध्वनी संदेश आलेला होता. नावाखालची टिप्पणी त्याला सांगत होती : 'कार्यालय सोडण्यापूर्वी फोन करावा.'

त्यानं आपल्या आईचा दूरध्वनी क्रमांक फिरवला आणि एकाच घंटीनंतर त्याला वरच्या पट्टीतला परिचित आवाज ऐकू आला.

“हॅलोऽ, मॉम.”

“ओह! सॅम फोन केलास तर! बरं वाटलं.” आपल्या कानाच्या पडद्याला इजा पोहोचू नये म्हणून त्याला दूरध्वनी त्याच्या कानापासून दूर घ्यावा लागला. ॲन्जीचा आवाज कर्णभेदी होता आणि ती जेव्हा उत्तेजित किंवा क्षुब्ध असे, तेव्हा तो अधिकच तसा असायचा आणि मग वाढत्या वयोमानाबरोबर तो नेहमीकरता तसाच बनला. “हे बघ, आज रात्री तू इकडे जेवायला ये. मी ‘पॉटरोस्ट इन ओव्हन’ बनवलंय. शिवाय बटाटे, गाजरं – सारं तुझ्या आवडीचं.” ती भराभर, पण खालच्या सुरात बोलत होती. “किती तरी दिवसांत मला तुझ्या बरोबर बसून गप्पा मारायची संधी मिळालेली नाही. मला वाटलं की आपण आज...”

“मॉम, आज रात्री मी नाही येऊ शकत.”

“...पूर्वी भेटत होतो, तसे भेटू. तू लॉ-स्कूलला जाण्यापूर्वीचे, ती पोरटी तुला भेटण्यापूर्वीचे दिवस आठवतायत? किती छान काळ होता तो– आपल्या दोघांसाठी.” तिच्या आवाजाची चढती पट्टी तिच्या उत्तेजित नि प्रफुल्लित वृत्तीशी जुळणारी होती. नेहमीप्रमाणेच, ॲन्जीनं काही मागणी केली की असायचं त्याप्रमाणे तिच्या मनानं नकाराची शक्यता वजाच करून टाकली होती.

“किती वाजेपर्यंत तू इथं येशील?”

“आज रात्री मी येऊ शकणार नाही, मॉम.”

“अंऽ? मला खात्री आहे तू नक्की येशील.”

“नाही शक्य होणार मला. मी आधीच दुसऱ्या एकाला कबूल केलंय.”

पुन्हा बोलण्यापूर्वी एक छोटासा विराम आला.

“पुन्हा तुला तिच्याबरोबरच बाहेर जायचं असणार; मला ठाऊक आहे ना!”

सॅमला कोणत्याच खुलाशाची गरज वाटली नाही. ॲन्जी पॅटसाठी नेहमीच सर्वनामाचा वापर करी.

“माझ्या व्यावसायिक कामासंबंधात एक मीटिंग आहे.” जुन्या जखमेवरच्या खपल्या पुन्हा उघडण्यात काही हशील नव्हतं. लॉ-स्कूलपासूनच ॲन्जी पॅटवर दात ठेवून होती. मात्र त्याला वाटलं होतं, की तो पॅटच्या अपार्टमेंटमधून हलल्यानंतर दोघींतला वैरभाव संपुष्टात आला आहे. पण नाही; अल्प काळासाठीच पित्तरस खवळायचा थांबला होता!

“मला खरं तर तिथे यायला आवडलं असतं,” तो खोटं बोलला. “पण एका गर्दीच्या गजबजलेल्या रेस्तराँमध्ये टेबलाभोवती बसून काही वैतागवाण्या मंडळींबरोबर, नाखुषीनं का होईना पण व्यावसायिक बोलणी करावी लागणार आहेत.”

“अरे हो, टेबलावरून आठवलं! तुला सांगू का, मी जरा चिंतेतच आहे– तळघरातलं आपलं ते टेबल? धुराड्याच्या बाजूला असणारं? ठाऊक आहे ना तुला?

मला वाटतं, की ते तिथून हलवावं. इथं दिवाणखान्यात मला त्याचा वापर करता येईल. तुला काय वाटतं?''

ती काही ते टेबल तिथून हलवणार नव्हती. निदान सध्या तरी. गेल्या काही महिन्यांपासून तिचा हा आवडता उद्योग झाला होता. विषय सटकन बदलायचा नि त्याला दुसऱ्याच एखाद्या विषयात गुंतवायचं. बोलणं पुरं करण्यापूर्वी ती रात्रीच्या जेवणाची वेळ नक्की करणार होती आणि मगच दूरध्वनी खाली ठेवणार होती.

''आपण रात्रीच्या जेवणाविषयी बोलत होतो, मॉम. लक्षात ठेव, मी म्हणालो की मला ते जमणार नाही.''

''असं? काय करू, सांग! अलीकडे जेवण म्हणजे माझ्यासाठी फार अवघड गोष्ट झालीय बघ. तुला ठाऊक आहे, केवळ एकट्यासाठी स्वयंपाक करायचं फार जिवावर येतं. यापूर्वी कधीच मला हे जाणवलं नव्हतं.''

''हो मॉम, मला ठाऊक आहे. आपल्याला कदाचित या आठवड्याच्या अखेरीस भेटता येईल जेवणासाठी. मी दूरध्वनी करीन तुला. ठीक आहे?''

''पण मग रोस्टचं काय करू?''

''फ्रीजमध्ये ठेव. आपण सॅण्डविच करू त्याची. मी ह्या आठवड्यात केव्हा तरी तुला फोन करीन. अच्छा, मॉम.''

सॅमनं फोन खाली ठेवला आणि डेस्कावरल्या कागदाच्या ढिगाऱ्याकडं आपलं लक्ष परत वळवलं. दिवसभरात अगोदरच कॅरलनं टंकित केलेली तीन पत्रं त्यानं चटकन नजरेखालून घालून दुरुस्त केली, त्यादिवशी येऊन पडलेल्या दूरध्वनी संदेशांना उत्तरे दिली आणि जेनिफर डॅवीजसाठी पुढच्या भेटीकरता त्याच्या कार्यालयात दूरध्वनी करायला सांगणारं एक पत्र त्यानं टेपवर 'डिक्टेट' केलं. कॅरलसाठी काही तोंडी सूचनाही टेपवरच सांगितल्या. त्यात त्यानं तिला जेनिफर डॅवीजच्या जन्मदाखल्याच्या प्रमाणित प्रतीची मागणी करायला आणि दत्तकविधानासाठी काही कागदपत्रं मिळवायची असतील, तर त्यासाठीच्या कार्यपद्धतीबाबत चौकशी करायला सांगितले.

'मायक्रो कॅसेट डिक्टेटर' खाली ठेवून सॅम आपली खुर्ची स्वत:भोवती फिरवित त्याच्या डेस्कमागच्या क्रेडेन्झाकडे आला आणि त्यातून त्यानं सान फ्रान्सिस्कोची दूरध्वनी-दर्शिका बाहेर काढली. तिच्यात तो जॉर्ज जॉन्सनचं नाव शोधू लागला. त्या नावाच्या चौघा जणांची तिथं नोंद होती; पण त्यांपैकी एकाचाही पत्ता ओल्स्टीड स्ट्रीटचा नव्हता. मग त्यानं थॉमस ब्रदर्सचं सान फ्रान्सिस्कोच्या नकाशाचं पुस्तक काढलं नि त्यात ओल्स्टीड स्ट्रीट दिसतो का, ते पाहिलं. तो अस्तित्वातच नव्हता आणि मग जॉर्ज जॉन्सनही अस्तित्वातच नसणार, असंच तो समजून चालला.

आपल्या अशिलाची कहाणी उलगडायला सुरुवात होते आहे आणि फायलीतल्या दस्तऐवजांशी प्रत्यक्ष शब्दांचा मेळ तर घालता येत नाही; किंवा विसंगतीच उद्‌भवू

लागताहेत ही भावनाच एखाद्या वकिलासाठी विमनस्क करणारी असते. सरकारी वकिलाकडे काम करत असतानाच्या काळात बोगार्डसनं ती अनेक वेळा अनुभवली होती. त्यावेळचे त्याचे अशील मादक पदार्थ विक्रेते, वेश्या आणि इतर सततचे पराभूत, असे असायचे. नौदल फायलीतून जेम्स स्पेन्सरचा फोटो नाहीसा होण्याचं समर्थन तो सहजपणे करू शकला असता – तिला त्याविषयी काहीच माहिती असणार नव्हतं – आणि जॉर्ज जॉन्सन ह्या अस्तित्वात नसलेल्या माणसाविषयीही. पण जेनिफरच्या आईसाठी पत्र नि त्यातला चर्मपत्राचा गूढ संदर्भ? तो काही नाहीसा झालेला नव्हता. तीस वर्षांपूर्वी आईला पाठवलेली चर्मपत्रं जेम्स स्पेन्सर जिवंत असल्याची सूचना देऊन अचानक तिच्या मुलीला पोस्टानं का पाठवली जावीत? आपल्या डेस्कवरचे काही कागदपत्र सॅमनं ठाकठीक केले, आपला कोट उचलला आणि तो दरवाजाकडे चालू लागला. तो धीमेपणे जिना उतरला आणि स्तंभावर उभारलेल्या प्रवेशमार्गापासून निघणाऱ्या कमानी प्रवेशद्वाराखालून बाहेर पडला, तेव्हा ती चर्मपत्रं नि स्वत:ला जॉर्ज जॉन्सन म्हणवणाऱ्या त्या इसमाची खरी ओळख या विषयीच्या विचारात तो गढून गेला होता. वापरात नसलेल्या रेल्वे रुळांच्या पलीकडच्या वाहनतळावरच्या धक्क्यापलीकडे असलेल्या काळ्या लिमोझीनकडे त्याचं लक्ष गेलं नाही. ब्रॉडवेपर्यंत जाण्यासाठी तो बसमध्ये चढला तशी ती काळ्या रंगाची भलीमोठी गाडी वाहनतळातून बाहेर पडली आणि त्या रस्त्यावरून बसच्या मागोमाग धावू लागली.

डॅवीज प्रकरणातली चर्मपत्रं जास्पर होम्सला दाखवण्यासाठी कॅम्पसमध्ये त्याचा शोध घेण्यात निक जॉर्गनसननं बिलकूल वेळ दवडला नाही. इंग्रजी वाङ्मय विभागात, संशोधनाकरिता एक वर्षाची रजा घेऊन आलेला होम्स म्हणजे एक विक्षिप्त 'इंग्लिशमन' होता. त्या दस्तऐवजांवर धावती नजर टाकल्यावर त्यानं असा आग्रहच धरला, की निकनं ती चर्मपत्रं घेऊन आज रात्री त्याच्या अपार्टमेंटवर यावं, म्हणजे तिथे त्यांना रात्रीच्या जेवणानंतर त्या चर्मपत्रांचा अधिक बारकाईनं अभ्यास करता येईल. एलिझाबेथ ट्युडर हिच्या अधिकृत कागदपत्रांच्या त्यानं केलेल्या द्विखंडी भाषांतरानंतर होम्स हा एलिझाबेथकालीन गद्याविषयीचा आघाडीचा तज्ज्ञ मानला जात होता.

पडत्या फळाच्या आज्ञेसारखं निकनं ते आमंत्रण स्वीकारलं आणि त्या रात्री सात वाजता भल्या मोठ्या डायनिंग टेबलावर नि एका पत्ते खेळायच्या छोट्या, घडीच्या टेबलावर दोघे जण सर्व कागद पसरून बसले होते, प्रत्येक अक्षर मोठ्या भिंगातून निरखित होते. होम्स त्या लिपीचं अर्थ लावून वाचन करत होता नि निक लिहून घेत नोंदी करत होता. चर्मपत्राची ती मोठी पानं ठेवायला जागा करण्यासाठी जास्परनं टेबलावरून जमिनीवर ठेवलेल्या पुस्तकांपाशी तो धडपडत होता. होम्सची बायको

मॉली स्वयंपाकघरात जेवणानंतरची आवराआवर करत होती. ती एक प्रौढ अनुभवी स्त्री होती आणि रात्रीचा सारा वेळ पुस्तकात डोकं खुपसून बसणाऱ्या नवऱ्याची तिला सवय झाली होती. आपल्या अभ्यासिकेतून आणलेल्या डेस्क लॅम्पच्या प्रखर प्रकाशात वाजवीपेक्षा जरा मोठ्याच असणाऱ्या भिंगातून त्या चर्मपत्रांची बारकाईनं तपासणी करत असताना होम्स बारीक, एकसुरी आवाजात तोंडातल्या तोंडात काही बोलत होता.

"गॉथिक लिपीतलं हस्ताक्षर. मी म्हणेन, की पंधराव्या शतकातलं. कदाचित सोळाव्या," होम्स म्हणाला. "युक्ती अशी आहे, की" थेट त्या पानावरच डेस्क लॅम्पचा प्रकाश केंद्रित करण्यासाठी वाक्य अर्ध्यावरच सोडत त्यानं किंचित विराम घेतला, "आज आपण ज्याच्याशी अपरिचित आहोत त्या दृश्य वैशिष्ट्याचा आवाका लक्षात यायला आपले डोळे सरावावे लागतात. तसे ते सरावण्यात अडखळायला लावणाऱ्या जागा जाणून घ्यायच्या." निककडे नजर न वळवताच होम्सनं त्या चर्मपत्रांपैकी एक टेबलाच्या दुसऱ्या बाजूला सरकवलं आणि एका रुळानं ताणून घेत त्या पानावरच्या एकाच शब्दाकडे निर्देश केला. "हे पाहिलंस?" निककडे पाहात त्यानं त्याला प्रश्न केला. "आपल्याकडे असलेल्या केवळ ह्या चार पानांतच तीन वेगवेगळ्या प्रकारांनी त्याचं स्पेलिंग केलेलं आहे."

"काय वाटतं तुला?" निकनं विचारलं. "ढोबळ पद्धतीनं केलेला बनावटपणा?"

"नाही; ती शक्यता नाही. बनावट दस्त करणाऱ्या एखाद्या नवशिक्याने निदानपक्षी सर्व स्पेलिंग्ज बरोबर असण्याची खबरदारी घेतली असती. जर हा प्रकार लबाडीचा असेल, तर आपण काय करतो आहोत ह्याची जाणीव असणाऱ्या एखाद्यानं तो केलेला असेल. वस्तुस्थिती अशी आहे, की एलिझाबेथकालीन इंग्लंडचं एकूणच लेखन मध्ययुग व अर्वाचीन काळ या दरम्यानचा कालखंड जोडून घेणारं आहे. विरामचिन्हं, स्पेलिंग किंवा व्याकरण याविषयी सर्वसाधारण नियम अजिबातच नव्हते. ते सारं जर बरोबर आहे असं त्यांना वाटलं, तर ते बरोबर असल्याचे ठरायचे!" होम्स म्हणाला. "अंहं... लेखन करणारा एक तर त्या काळातली व्याकरणातली अनागोंदी समजून होता आणि त्याची त्यानं तंतोतंत नक्कल तरी केली आहे; किंवा..."

होम्सनं एक दीर्घ विराम घेतला नि आपल्या पाठीला बाक आणून शरीर ताणून घेत आळोखेपिळोखे दिले.

"किंवा काय?" निकनं पृच्छा केली.

"किंवा ज्या माणसानं ही लिहिली, त्यानं तोकडी, ढगळ अर्धी विजार, घट्ट पायमोजे घातलेले असतील आणि चार शतकांच्यापेक्षा अधिक काळ आपल्या हाडांनी तो समुद्राचा तळ समृद्ध करत असेल!"

“तुझ्या म्हणण्याचा अर्थ ती अस्सल आहेत?”

“ते मी निश्चयाने सांगू शकणार नाही. मी काही दस्तऐवजांचा तज्ज्ञ नाही. पण ह्यांची शैली आणि पाठ ड्रेकचा असल्यासारखा वाटतो. केवळ विकृत विनोद म्हणून ज्या स्वभाववैशिष्ट्यांचा स्पॅनिश लोक उल्लेख करत, असा ह्या माणसाचा स्वभाव होता, हे खरं. आपल्या रोजनिशीत एक साधीसुधी नोंद करून ह्या इसमाचं समाधान होत नसे. राणीबरोबरचा त्याचा पत्रव्यवहार स्पॅनिश लोकांबद्दल नेहमीच तीक्ष्ण बोचऱ्या शब्दांनी भरलेला असे. त्यांचा तो कमालीचा द्वेष करीत असे. इथला हा परिच्छेद पाहा.” होम्सनं एका चर्मपत्रावरच्या एका भागाकडे निर्देश केला. “आपल्या नख्यांमध्ये पाचू घट्ट पकडलेल्या एका गरुडाचं लेखक वर्णन करतो आहे. स्पॅनिश व्यापाऱ्याकडून लुटलेल्या मालातीलच तो भाग आहे, हे उघड आहे. तो म्हणतो, ‘आम्ही ह्या अस्वस्थ नि सैरभैर झालेल्या मित्राची त्या पक्ष्याच्या जबाबदारीतून मुक्तता केली.’ सर फ्रान्सिसनी आपण नि आपल्या टोळीनं एखाद्या गरीब बिचाऱ्या धर्मगुरूला लुटल्याचं बरोबर ह्याच प्रकारे साऱ्या जगाला सांगितलं असतं. मी निश्चितपणे सांगू शकतो ते एवढंच, की ह्या लेखनाचा बाज, माझ्या आधीच्या संहितावाचनांच्या अनुभवावरून सांगायचं, तर अगदी अचूक आहे.”

होम्सकडे अधिक काही; नि तेही पुरेसा विचार न करता, कितपत स्पष्ट करावं याविषयी निकचा निश्चय होत नव्हता. म्हणून त्यानं होम्सला प्रश्न केला, “ड्रेकच्या जर्नलविषयी तुला काही माहिती आहे?”

भुवया उंचावत जास्पर होम्सनं वर पाहिलं आणि मग मेंदूत एखादी घंटा अचानक वाजावी, तसे त्या इंग्रज सद्गृहस्थाचे डोळे बारीक झाले आणि निश्चल होत तो निककडे रोखून पाहात राहिला. “माय गॉड! ही पानं जर त्या जर्नलची पानं असतील, तर त्यांचं मोल काय असेल याची तुला काही कल्पना येतेय?” एक क्षण तिथं स्तब्धतेत गेला आणि मग डोक्यात प्रकाश पडल्यासारखा जास्पर म्हणाला, “तुझ्याकडे उरलेला भाग आहे की काय – ह्या जर्नलचा? मला सांगायला हरकत नाही तू. तुझं रहस्य माझ्याकडे सुरक्षित राहील.” गावच्या जत्रेतल्या, छा-छू करत हातचलाखीचा खेळ करणाऱ्या चलाख जादूगाराचं आश्वासन त्या शब्दांमध्ये होतं!

आपण विचारलेला प्रश्न परत घ्यावा, असं निकच्या मनात आलं. पण व्हायचं ते नुकसान होऊन गेलंच. ड्रेक नि त्याचे प्रवास ह्यांच्याविषयी होम्सला, निकला वाटत होता त्यापेक्षा अधिकच माहिती होती आणि आता तर त्यानं स्वत: होऊनच उत्कंठेचं बीजारोपण केलं होतं! त्याला कोंब फुटण्यापूर्वीच ते बीज मारून टाकणं आता निकसाठी गरजेचं होतं.

निक हसला. “जास्पर, तुला इथे टेबलावर जे दिसतं आहे त्यापेक्षा वेगळं काही माझ्याकडे अजिबात नाही; आणि हेही आहे ते अशा व्यवहारांत अगदीच नवख्या

असणाऱ्या माझ्या एका मित्राला एका स्त्रीनं दिलेलं आहे. चायनाटाऊनमधल्या, पर्यटकांना गंडा घालणाऱ्या कुठल्यातरी दुकानात तिनं ते खरेदी केलेलं आहे.''

त्या इंग्लिशमनच्या चेहऱ्यावर एक अनाकलनीयतेची छटा उमटली. बोलण्याचा ओघ तसाच राखण्यासाठी म्हणून ओल्ड चायनाटाऊन लेनमधल्या जेड हाऊसचा शिक्का असलेलं चर्मपत्र समोर येईपर्यंत त्या चर्मपत्रांची पानं निकने पटकन उलटली. त्या पानाच्या मागच्या बाजूचा शिक्का त्यानं होम्सला दाखवला नि तो खुलासा त्याला पटलाय की नाही, याविषयी शंकित होऊन त्यानं धास्तावून वर पाहिलं. शिकण्या-शिकवण्याच्या ओघात ह्या इंग्रज गृहस्थानं ड्रेकसंबंधात नव्यानंच सापडलेल्या या ऐवजाविषयी एखाद्या शब्दानं जरी वाच्यता केली, तर सॅमकडून आपली कंबक्ती भरलीच म्हणून समजा! ते दस्तऐवज बनावट असले, तर चांगलीच पंचाईत होणार; आणि ते जर अस्सल, अधिकृत असले, तर त्याहीपेक्षा अधिक वाईट – म्हणजे, कमालीची वाईट परिस्थिती निर्माण होणार!

''खरं तर जास्पर, मी तुझ्याशी पूर्णत: खरं बोललेलो नाही. कारण माझी स्थिती काही अंशी अवघडल्यासारखी झाली होती. हे बघ, ही जी बाई आहे ना, ती हे दस्तऐवज माझ्या मित्राला अवाच्यासवा किमतीला विकू पाहातेय. ते ड्रेकच्या वृत्तांत वहीचाच भाग आहेत, ह्याची ती खात्री देतेय.'' तो क्षणभर थांबला आणि डोळे मिचकावत त्यानं टेबलापलीकडच्या 'इंग्लिशमन'कडे पाहिलं. ''आता, तुझ्या-माझ्यातच म्हणून सांगतो, की त्या बाईला ह्याविषयी काहीही माहिती असेल असं मला वाटत नाही; किंवा मग ती खोटेपणा करून माझ्या मित्राकडून पैसे काढण्याचा प्रयत्न करणारी एक चालू बाई असली पाहिजे.'' बोलणं संपवता संपवता निकनं जर्नलविषयी होम्सला प्रश्न केला. पण तो इंग्रज गृहस्थ अजूनही चर्मपत्राच्या भाषेचा उलगडा करण्यातच मग्न होता.

''तुला त्याविषयी काय माहिती आहे बरं? म्हणजे, त्या जर्नलविषयी?'' निकनं पुन्हा पृच्छा केली.

''अंऽ...'' होम्स थोडा अडखळला, ''ह्या जर्नलच्या प्राक्तनाविषयी अनेक मतं मांडली जातात.'' होम्सनं बोलता बोलता आपला चष्मा ठाकठीक केला. ''मला असं वाटतं, की त्यांपैकी अधिक तर्कसंगत मत म्हणजे, इंग्लंडच्या परतीच्या वाटेवर असताना फ्रान्समध्ये ला रोशेलेजवळच्या बेले आइलवर ड्रेक उतरला, तेव्हा ती जर्नल फ्रेंचांनी जप्त केली. सेवाईलमधील ऐतिहासिक दप्तरात सापडलेल्या काही पत्रांनुसार, आपल्या राजाकडून आपलं चांगलं स्वागत होईलच याविषयी खात्री नसल्यानं ड्रेकनं त्या बेटावर बऱ्याच मोठ्या प्रमाणात सोनं नि चांदी साठवून ठेवल्याची कथा प्रसिद्ध आहे.'' होम्सनं आपल्या दाट करड्या भुवया उंचावल्या नि बायफोकल चष्म्यातून निककडे पाहिलं. ''तुला सांगायचं म्हणजे, स्पॅनिश जहाजं

नि 'न्यू वर्ल्ड' मधील गावं हल्ला करून ताब्यात घेऊन ड्रेकनं ब्रिटिश राजसत्तेची मोठी पंचाईत करून टाकली होती. ते सारं त्यानं बहुधा त्याच्या राणीला न कळवता किंवा तिची संमती न घेता केलं असावं.''

होम्सचं बोलणं व्याख्यानातल्या चढउतारांच्या पातळीवर आल्याचं आणि निदान त्या क्षणी तरी त्याचा रस इतिहासाकडे पुन्हा वळल्याचं जाणवलं, तसा निकनं मोकळेपणानं श्वास घेतला.

अचानक निकनं आपल्या घड्याळाकडे बघितलं. ''अरे बापरे! उद्या सकाळी मला एका चर्चासत्राला हजर राहायचंय आणि तयारीसाठी माझ्याकडे आता फक्त एक तासाचा अवधी आहे.''

आता आपण पाहू ते शेवटचं चर्मपत्र असणार अशा विचारानं जास्पर त्या पानांपैकी एका पानाच्या कडेवर खूप खाली वाकला आणि म्हणाला, ''ठीक आहे, तर मग ही चर्मपत्रं तू माझ्याकडे ठेवू शकतोस. सकाळपर्यंत त्यांचं भाषांतर मी तुझ्यासाठी करून ठेवीन.''

''नाही, नाही. मी तसं नाही करू शकणार. मी आपल्या नजरेसमोरूनही ती दूर होऊ देणार नाही, असं वचन माझ्या मित्रानं माझ्याकडून घेतलंय. जर का त्यांचं काही भलंबुरं झालं तर त्याला त्या स्त्रीला ती म्हणतेय ती किंमत चुकती करावी लागेल. आणि विश्वास ठेव मी सांगतोय त्यावर; पण आमच्या तुटपुंज्या पगारातून, काही गैरमार्गाचा किंवा गुप्त मार्गाचा आश्रय घेतल्याशिवाय आमच्यापैकी कुणीही तेवढी रक्कम उभी करू शकणार नाही!'' निक बोलता बोलता हसला; पण त्यात खरं तर नैराश्यच डोकावत होतं.

''तुला जर इथं माझ्याकडं राहाणं शक्य असेल तर पाहा. ह्या कामाला फार वेळ लागणार नाही.'' समोरच्या ग्राहकानं खरेदीसाठी ठाम नकार दिल्यानंतरही, अखेरची संधी नाकारल्या गेलेल्या एखाद्या रगविक्या व्यापाऱ्यानं किंमत कमी करून देण्याचं आर्जव करावं, तितकाच आत्मविश्वास जास्परच्या स्वरात होता.

''थांबणं शक्य झालं असतं तर मला हवंच होतं. पण आज रात्री तरी नाही. खरं तर मला माझी सारी साधनसामग्री बरोबर घेऊनच चर्चासत्राला जायचं आहे.'' आणखी मिनतवाऱ्या करायला लागू नयेत म्हणून निकनं त्या चर्मपत्रांपैकी शेवटचं पान जास्परच्या हाताखालून ओढून घेतलं आणि ती सारी पानं त्यानं आपल्या ब्रीफकेसमध्ये भरली. ''उद्या रात्री आपण बहुधा हे काम पूर्ण करू शकू. मी तुला फोन करीनच.''

''हो, हो. नक्की कर.''

निक त्वरेने दरवाजाकडे चालू लागला. आपल्या गाडीकडे जाण्याच्या अर्ध्या

वाटेवर आल्यावर त्याच्या लक्षात आलं, की आपण जेवणासाठी मॉलीचे आभार एकदासुद्धा मानले नाहीत. ती रुखरुख सोबत घेऊनच तेथून तो निघाला. ती चर्मपत्रं घेऊन पुन्हा जास्परच्या जवळपाससुद्धा जाण्याची त्याची इच्छा नव्हती.

निकनं त्या मजकुराच्या शेवटच्या ओळीचा अन्वयार्थ लावून पूर्ण केला, तेव्हा पहाटेचे तीन वाजले होते. जास्परनं अगोदर उकल केलेल्या पानांचा वापर करून भाषांतरित मजकुरातील अक्षरं नि शब्द यांचा उरलेल्या पानांशी मेळ घालण्याचा खटाटोप निकनं केला होता. अर्थात अडचणीची काही ठिकाणं आलीच; पण तरी ड्रेकच्या संदेशाचा सारांश त्यानं एका वहीमध्ये खरडला होता. आपल्या अपार्टमेंटमधल्या कोचावर तो थकल्या अवस्थेत बसला आणि केलेल्या नोंदींचे तुकडे तो एकत्र करू लागला. ठोकळे जुळवून सोडवण्याच्या एखाद्या कोड्याच्या तुकड्यांप्रमाणे ती वाक्यं आकार घेऊ लागली. त्या चारांपैकी पहिली तीन पानं म्हणजे *पेलिकन* ह्या जहाजावरच्या चालक-कर्मचाऱ्यांनी –‘क्रू’नं – पकडलेल्या खजिन्यातील वस्तूंची लांबलचक यादी होती. ह्या *पेलिकनलाच* नंतर *गोल्डन हाइंड* असं नाव देण्यात आलं होतं आणि अझोरेसहून कॅरिबिअन बेटांकडे; आणि तिथून पुढे पॅटॅगोनिआच्या किनारपट्टीने मॅगेलनच्या[४] सामुद्रधुनीतून वरती, दोन्ही अमेरिकांच्या किनारपट्टीने असा वर्तुळाकृती मार्ग ते जहाज आक्रमित असताना हा खजिना पकडण्यात आला होता. ह्या यादीत काय काय होतं? – डोळे दिपवणाऱ्या कलात्मक वस्तू, मूल्यवान जवाहीर नि धातू, प्रत्येकी तीन फूट लांबीच्या, एकजिनसी सोन्याच्या चार साखळ्या, मोत्यांची एक थैली, पाचूंनी भरलेल्या आणखी दोन थैल्या, चांदीच्या लगडींनी भरलेली चौदा पिंपे, सोन्याच्या विटांचे दोन मोठे क्रेट, सोन्याच्या अत्युत्कृष्ट प्लेटांनी गच्च भरलेल्या बावीस तिजोऱ्या आणि पाचूंनी लगडलेला सोन्याचा क्रूस. हे खास घबाड, एक मोठा पाचू आपल्या नख्यांमध्ये पकडून धरलेल्या सोन्याच्या गरुडासहित एका कुलूपबंद कपाटात ड्रेकनं त्याच्या स्वत:च्या केबिनमध्ये ठेवलं होतं. तो पक्षी त्यानं मेक्सिकोच्या समुद्रकिनाऱ्यावर स्पॅनिश जहाजावरून लुटला होता. गलबतात भरलेल्या मालाची कस्टम्सच्या अधिकाऱ्यांसाठी जी यादी तयार करतात, त्यानुसार त्या यादीत समाविष्ट केलेल्या कित्येक बाबी ड्रेकनं, तो ओरेगॉन किनारपट्टीच्या शोधमोहिमेहून दक्षिणेकडे जात असताना तीन शिडांच्या एका मोठ्या मॅनिला जहाजातून पळवल्या होत्या. अथांग महासागरावर भरकटलेली दोन जहाजं समुद्री नकाशात नसलेल्या एका अनाम किनाऱ्याजवळ यावीत, ही गोष्ट स्पॅनिशांसाठी क्रूर नियती; तर ड्रेकसाठी मात्र सुदैवाचा फेरा ठरली. ड्रेकनं तीन शिडांच्या त्या जहाजांवर कब्जा केला, त्यावरचा माल ताब्यात घेतला आणि त्या हतभागी स्पॅनिश जहाजांना रिक्त अवस्थेत दक्षिणेकडे जाण्यासाठी सोडून दिलं. आपल्या पराभूत शत्रूंना ड्रेक दया दाखवत असे; कारणाशिवाय किंवा योग्य समर्थन असल्याखेरीज त्यांना कधीही ठार मारत नसे; ह्या इतिहासकारांच्या

मताला ती चर्मपत्रे पुष्टी देत होती. चित्रपट, कादंबऱ्या यांतील लोकप्रिय दंतकथा मात्र याच्या अगदी विरुद्ध होती!

त्या चर्मपत्रांमध्ये असलेल्या संक्षिप्त वर्णनानुसार, त्या मॅनिला जहाजांची लूट केल्यानंतर ड्रेकच्या जहाजाला फट पडून त्यात पाणी शिरू लागलं आणि ते पाण्यानं भरून बुडण्याचा धोका निर्माण झाला. कप्तानानं सर्वांत जवळ असणाऱ्या बंदराचा घाईघाईनं आश्रय घेतला. हेच ते बंदर, ज्याला ड्रेकनं 'नोवा अल्बिऑन' – नवीन इंग्लड – असं नाव दिलं. निकनं हे सारं भाषांतर त्याच्या छोट्या वहीत खरडलं.

पण त्या चार पानांनंतरची शेवटची नोंद अशी होती, की ती वाचल्यावर निकच्या डोक्याचे केस उभे राहिले! त्या फक्त पाच ओळी होत्या आणि निकनं त्या निदान डझनभर वेळा तरी वाचल्या असतील. त्या शब्दांकडे तो एकटक पाहात राहिला. छे ते भाषांतर चुकीचंच असलं पाहिजे! त्यानं आपली टिपणं पुन्हा एकदा तपासली आणि त्यानं चर्मपत्रांकडे पुन्हा एकदा पाहिलं. अं हंऽ काहीही चूक नव्हती त्यात.

त्या पानांवर त्यानं खरडलेल्या संदेशाचा सारा बोध अचानक निकला झाला. त्या जहाल इंग्रज कप्तानाच्या लेखणीतून उतरलेलं रहस्य चार शतकांनंतर प्रथमच मानवी नजरेला पडलं होतं. आणि मग निकच्या हेही ध्यानात आलं, की ड्रेकच्या जर्नलचा शोध केवळ अभ्यासदृष्ट्याच महत्त्वाचा नाही, तर त्यापेक्षाही अधिक काही होता!

"ऐकून घे सॅम, आपल्याकडे यासाठी वेळ नाहीये. पुढच्या सात आठवड्यांत मला दोन खटले चालवायचे आहेत नि तुला नवीन धंदा मिळवला पाहिजे. मला वाटतं आपण गेल्याच वर्षी तुझ्या आईसाठी तिला आयुष्यभर पुरेल इतकं काही केलेलं आहे." रेस्तराँमधल्या मेणबत्त्यांच्या प्रकाशात पॅटचे डोळे चमकले. तिचे हात एकमेकांत घट्ट गुंफलेले होते, अर्ध्या रिकाम्या झालेल्या वाईनच्या पेल्याच्या बाजूला हाताची कोपरं टेबलावर टेकलेली होती.

"निक त्या दस्तऐवजांचा अभ्यास करतो आहे. मला वाटतं त्यातून बऱ्यापैकी पैसे मिळतील असे आहेत ते..."

"यापूर्वी मी हे कुठं ऐकलंय बरं?"

ती एक हलकीशी थप्पड होती. ॲलिघनी प्रकरणातला तो प्रसंग पॅट त्याला कधीच विसरू देत नव्हती. जवळपास पाच वर्षं होऊन गेली होती; पण जेव्हा केव्हा गरज पडे तेव्हा तेव्हा त्याला आठवण देऊन पेचात पकडण्यासाठी त्या प्रसंगाला ती खतपाणी घालत असे आणि अशी गरज वारंवार निर्माण होई. कंटाळ्यामुळे सॅम आपल्या 'प्रॅक्टिस'मध्ये अधिकाधिक प्रमाणात चुकारपणा करत असे.

प्रसंग घडला तो असा : महाविद्यालयामधल्या एका मित्राला घेऊन एकदा जॉर्गनसन त्याच्या कार्यालयात आला होता. खात्रीनं घबाड मिळवून देणारी, बँकेत

ठेवलेल्या पैशांसारखी सुरक्षित गोष्ट होती ती. त्या मित्राच्या कुटुंबाचे ॲलिघनीशी १८५० सालाइतके जुने संबंध होते. हक्कासंबंधी एका विवादादरम्यान खाणकामगारांनी पन्नास वर्षांपूर्वी, सोन्याच्या पावडरीनं भरलेली एक तिजोरी जिथं सुरक्षित ठेवली होती. ती नेमकी जागा त्या मित्राच्या एका वयोवृद्ध चुलत्याला ठाऊक होती. पॅटशी सल्लामसलत न करताच आपल्या फर्मच्या पैशांपैकी पंधराशे डॉलरची रक्कम सॅमनं दिली, नि मर्यादित भागीदारी स्वीकारली. एका छोट्या टेकडीवरच्या वस्तीतल्या डझनभर जुन्या जाणत्यांच्या सांगण्यावरून त्या मंडळींनी 'बॅक-हो'[१२] प्रकारच्या खणतीच्या यंत्रांच्या साह्याने आठवडाभर खणती केली. हाती होते ते पैसे संपत आले. तोपर्यंत त्यांच्या एवढ्या खटाटोपानंतर त्यांच्या हाती बेचाळीस रिकाम्या विवरांखेरीज दाखवण्यासारखं काहीच आलं नव्हतं. लवकरच ती विवरं भोवतालच्या बांधकामांनी भरून जायला सुरुवात झाली. हिवाळ्यापर्यंत ते मनुष्यनिर्मित खड्डे आणि जोरदार पाऊस ह्यामुळे जुने पुठ्ठे, पत्रे यांच्या साह्याने उभी केलेली तीन अस्ताव्यस्त, रिकामी बांधकामं जमीनदोस्त झाली. जवळच असलेल्या सिएरा नेवाडा ह्या गावातही सोन्यासाठी खणती करण्याची प्रवृत्ती वाढत चालल्याचं बोगार्डसला कळलं तेव्हा मात्र भयानं त्याची चांगलीच गाळण उडाली. वाळवीनं गच्च भरलेली ती विवरं अचानक 'ऐतिहासिक वास्तू' ठरल्या; आणि त्यांचे मालक सहा आकडी नुकसान-भरपाईची मागणी करू लागले.

यातून मग कायद्याचं पहिलं खेकटं उभं राहिलं तेव्हा पॅटच्या उद्वेगाची जागा संतापानं घेतली आणि नेहमीप्रमाणेच, पॅटच्या दृष्टीनं जे संकट होतं, ती सॅमच्या दृष्टीनं केवळ एक गैरसोय होती. त्यानं ते दावे फर्मच्या 'गैरव्यवहार विमा वसूलदारा'कडं सोपवले. झालेल्या नुकसानाची माहिती कंपनीच्या हमीदाराला आदरभावयुक्त म्हणता येईल अशा स्वरात सॅम करून देत असताना तो मख्खपणे ऐकत राहिला! त्या माहितीतून एक स्पष्ट होत होतं ते असं, की मर्यादित भागीदारी स्वीकारण्यामध्ये सॅमच्या लॉ-फर्मच्या कामात फक्त व्यावसायिक सेवेचाच समावेश होता. शेवटी पश्चात्ताप होऊन, ॲलिघनी प्रॉपर्टीच्या मालकांकडून, कायदेशीर हक्क सोडून देण्याबाबत बंदोबस्त करणारे कलम न घालून चूक केल्याचा दोष सॅमनं पदरात घेतला.

मिनेसोटामधली मुख्य कचेरी नि लॉस एंजिलिसमधले आपले वकील यांच्या दरम्यानच्या फोन लायनी झिजवून वसुलीदारानं 'डॉलरवर दहा सेंट अधिक'च देऊन दाव्यात समझोता घडवून आणला. खणखणीत रोकड पैशांत आपल्यावर बरसलेल्या कृपादृष्टीच्या सरींची मोजदाद करत त्या प्रॉपर्टीचे मालक, वापरात नसलेल्या, मोडकळीला आलेल्या त्या इमारतींतून निघालेल्या लाकडाच्या ओंडक्यांनी त्यांच्या फायरप्लेसची ऊब वाढवत बसले. त्यानंतर दोन दिवसांनीच त्या वसुलीदारानं फर्मचं 'गैरव्यवहार संरक्षण' रद्द करून टाकलं आणि बोगार्डस नि पॅटर्सन ह्यांना 'उघडं'

पाडलं. अखेरीस सॅमनं फक्त खांदे उडवून प्रकरणाचा शेवट करून टाकला. नाही तरी विम्याच्या संरक्षणामुळे कज्जे खटल्यांनाच उत्तेजन मिळतं. पॅटच्या थंड नजरेत रोखून पाहात असताना पुन्हा उजळणी करावी अशी काही ही सारी कहाणी नव्हती.

"तुला विस्मरण झालं असेल, तर आठवण करून द्यावी म्हणते. आपण कायद्याची प्रकरणं हाताळण्याचा व्यवसाय करतो; पुरातन वस्तूंचा व्यवहार किंवा अर्धी कच्ची आखणी करून केलेल्या खजिन्याच्या शोधांचा नाही. ते कागदपत्रं त्या बयेला देऊन टाक आणि आपली कहाणी ऐकण्यासाठी दुसऱ्या कुणाला तरी शोध, म्हणून तिला सांग."

अर्थात ही काही फक्त ॲलिघनी प्रकरणाची प्रतिक्रिया नव्हती. सॅमला ठाऊक होतं, की ॲन्जीनं शेवटी नेमका धागा खेचला होता. म्हातारीनं तो आणि पॅट यांच्यात पाचर मारण्यासाठी जेनिफर डॅवीजचा वापर केला होता.

"अडचण काय आहे पण? तुझं असं म्हणणं आहे का, की मी ऑफिसमधला माझा कामाचा बोजा उचलत नाहीये?"

"त्यापेक्षा अधिक काय ते तुलाच चांगलं ठाऊक आहे." तिचे डोळे बारीक झाले. "एक जुनी उक्ती आहे ना, 'भागीदारी होण्यासाठी *आणि* या शब्दापेक्षा आणखी काही लागतं.' तुझ्या आईला जर आपण आपल्या व्यवसायाच्या केंद्रस्थानापासून आताच बाहेर काढलं नाही, तर मग ह्याला शेवट राहाणार नाही. ती आपल्या फर्मचा सर्वनाश करील. हे तूही जाणतोस."

"काय ते मी तुला सांगतो." समजावण्याच्या सुरात सॅम म्हणाला, "ह्या व्यवहारात पैसा जाण्याची तुला चिंता असेल, तर ह्या डॅवीज प्रकरणावर मी जो वेळ खर्च करीन त्याची मी भरपाई करीन. प्रत्येक तासाला मी नेहमीचा दर देईन. तुझं एका सेंटचंही नुकसान होणार नाही."

"हा पैशाचा मुद्दा नाहीये, आणि तुला ते चांगलं माहितेय." ती धुमसली.

"मग काय आहे?"

"तू. तुझं फर्ममधलं स्वारस्य संपत आलंय आणि..."

ती वाक्य पूर्ण करीपर्यंत सॅम थांबला; पण तिनं ते वाक्य पुरं केलंच नाही.

तीन वर्षांपूर्वीची स्थिती असती तर अहंकारात वाहत जात, दोघांपैकी एक जण निघून जाईपर्यंत ते भांडत राहिले असते आणि नंतर होणाऱ्या समेटातून त्यांना आनंद मिळाला असता. आज मात्र वादाला बघता बघता तोंड फुटलं, हे त्या दोघांत किती अंतराय निर्माण झाला आहे ह्याचंच द्योतक होतं आणि अखेरीस तर कॉकटेल टेबलापाशी एकमेकांकडे रोखून पाहात आपण नुसतेच बसून आहोत, असं त्यांच्या लक्षात आलं.

"ठीक आहे तर मग, आता याचा शेवट मलाच करू दे. जर का ती चर्मपत्रं

बनावट असल्याचं सिद्ध झालं तर मी दत्तकविधानासंबंधी दस्तऐवजांची नेहमीची तपासणी करीन आणि त्या बाईला परतीचा रस्ता दाखवीन.''

पॅटच्या डोळ्यांत शंकेखोरपणा ओसंडू लागला. तिनं तिचं मस्तक हलवलं नि शेवटी वैतागानं नाक मुरडून नाखुषीनंच संमतिदर्शक मान डोलावली. आपण शेवटच्या टोकापर्यंत जाऊन त्या निर्णयाला चिकटून कधीच राहू शकणार नाही, ह्याची तिला जाणीव होती. भागीदारी संपुष्टात आणण्याचा धोका पत्करल्याखेरीज ती असं काही करू शकली नसती आणि इतर पर्याय उपलब्ध असताना ती तसं करूही इच्छित नव्हती.

''ती कशी आहे सांग बरं मला.''

''कोण?''

''लपंडाव नको खेळूया आपण! तुझी अशील; जेनिफर की कोण, ती.''

''तुला का बरं एवढं कुतूहल?'' सॅम स्मित करत म्हणाला.

''निखळ व्यावसायिक.''

''हे माझ्या प्रश्नाचं खरं उत्तर नाही.''

''स्वत:ला शहाणा समजू नकोस.'' तिनं वाईनचा पेला उचलला आणि जीभ वेळावत ती पेल्याच्या कडेवरून ती फिरवू लागली. मोहक विभ्रम! ''स्वत:च स्वत:ला किती फसवतो आहेस ते फक्त जाणून घ्यायचं होतं मला. कारण शेवटी फर्मची प्रतिष्ठा नि ख्याती ह्यांवर त्याचा नक्कीच प्रतिकूल परिणाम होतो.''

डॅवीज आणि तिची कहाणी याविषयी त्याच्या मनात संशयांचा शिरकाव झाला होता हे खरं असलं, तरी पॅटचा प्रश्न तिनं तर्क केल्यापेक्षा अधिक चाणाक्षपणाचा होता. पण सॅमला विरोधाच्या आगीत तेल ओतायची इच्छा नव्हती.

''काय सांगायचं? बुद्धिमान वाटते. खरं तर तिच्याविषयी मला फारसं काही माहीतच नाही. मला वाटतं ती मद्याचा प्रदेश म्हणून ओळखल्या जाणाऱ्या नापा काउंटीमध्ये राहात असावी. ती दत्तक गेल्याचं वरवर तरी दिसतं. तिचा खरा बाप मरण पावला आहे असा तिचा समज आहे. त्याचा ती शोध घेते आहे, असं तिचं म्हणणं आहे.''

सॅमच्या माथ्यावरचं छत नजरेनं न्याहाळताना पॅट आपल्या हातातल्या पेल्याच्या दांडीशी खेळत होती. आणखी एक विभ्रम!

''आपण आपल्या बाजूनं, सुरक्षित राहण्याच्या दृष्टीनं ती चर्मपत्रं जेककडं का देऊ नयेत? ही गोष्ट चांगली होईल. तू तुझ्या कामाकडे वळू शकशील; नि तो, आपल्या दर ताशी दराच्या निम्म्या दरानं ती माहिती हुडकून काढील. आपण त्यातून काहीं पैसाही करू शकू.''

''....आणि या तपासनिसाकडून आलेला अंतिम अहवाल मिस डॅवीजकडे सुपूर्द

करीपर्यंत मला तिला भेटावंही लागणार नाही, हो ना?''

''अगदी बरोब्बर.'' पॅटनं विजयी स्मित केलं.

त्यानं ओठ मुडपत त्याची परतफेड केली.

''मी विचार करतो.''

''काहीच हरकत नाही. मी काही तुझ्यावर दडपण आणू इच्छित नाहीये.'' तिच्या शब्दांतून तिरकसपणा डोकावला.

उंच टाचेच्या बुटातील आपलं पाऊल तिनं टेबलाखाली त्याच्या पोटरीवर घासल्याचा हलकासा स्पर्श सॅमला जाणवला आणि त्याचा पेला पुन्हा भरण्यासाठी तिचा हात वाईनच्या बाटलीकडं सरकला.

लुई डॅवीज हा साठीच्या आतला इसम होता नि त्याचं व्यक्तिमत्त्व वैशिष्ट्यपूर्ण होतं. त्याच्या माथ्यावरच्या केसांच्या तुरळक बटा कित्येक वर्षांपूर्वीच पांढऱ्या व्हायला सुरुवात झालेली होती आणि त्या, त्याच्या भाळावर रापलेल्या रंगाच्या सुरकुत्यांच्या विरोधात अधिकच छान दिसत होत्या. स्थानिक वृत्तपत्राची पानं चाळत असता अर्ध्या फ्रेमचा त्याचा चष्मा नाकाच्या जवळजवळ टोकापर्यंत खाली उतरलेला होता. एखादा धार्मिक विधी आचरावा तसं हे त्याचं संध्याकाळचं नित्यकर्म होतं नि गेल्या वीस वर्षांत त्यात बदल झालेला नव्हता.

स्वयंपाकघराचं झुलतं दार ढकलून उघडलं गेलं. त्यांच्या कुटुंबाची नोकराणी, मार्गरित, वाफाळणारी प्लेट घेऊन खोलीत आली. तिनं ती त्या 'पुराण' पुरुषासमोरच्या टेबलावर ठेवली, तशी त्यानं वृत्तपत्राची काळजीपूर्वक घडी केली आणि ते टेबलावर ठेवून दिलं.

''उद्याचा दिवस चांगलाच कामाचा असणार आहे.'' लुई म्हणाला. ''उद्याचा बहुतेक सारा वेळ मी खाली, तिकडे त्या छपरीमध्ये बाटल्या भरण्याच्या कामात गुंतलेला असेन.''

त्या छपरीमध्ये काय चालत असे, ते त्या वृद्ध स्त्रीला ठाऊक होतं. जसजसं वय होऊ लागलं, तसा डॅवीजनं, त्याच्या बागेतल्या फळांच्या चाचण्या घेण्याचा नाद स्वतःला जडवून घेतला होता. तो तिथं चार्लीबरोबर तासन् तास बसे; आणि तो चार्ली नावाचा उतारवयीत इसम बाटल्या भरण्याच्या कामावर देखरेख ठेवत असे. दोघेही एकत्र बसून एकीकडे वेगवेगळ्या वाइनच्या नमुन्यांची चव घेऊन पाहात नि दुसरीकडे त्या दरी-प्रदेशातल्या जुन्या दिवसांच्या आठवणी काढत असत. या आठवणी ज्याकाळी मद्याची व्यावसायिक नावे जुन्या 'फॅमिली'च्या मालकीची असत त्याकाळच्या; मद्यपानगृहे आणि झोपण्यासहित न्याहारीची सोय असलेल्या वाटेवरल्या खानावळी यांनी रस्ते गजबजून जाण्यापूर्वीच्या दिवसांच्या; मद्याच्या क्षेत्रात बहुराष्ट्रीय कंपन्यांचा

प्रवेश होण्यापूर्वीच्या नि वाइन तयार करणे हा एक भपकेबाज व्यवहार होण्यापूर्वीच्या दिवसांच्या असत.

''माझ्यासाठी सकाळचं थोडं जेवण तयार करशील असं समजू का मी?'' लुईनं त्या नोकराणीला विचारलं.

''सर्टनली,'' त्या नोकराणीच्या उच्चारांचं वेगळेपण तिच्या आवाजातून स्पष्टपणे लक्षात येत होतं. ह्या देशात ती तीस वर्षांपेक्षाही अधिक काळ निवास करून असली आणि आपलं इंग्लिश बिनचूक होण्यासाठी तिनं कष्ट घेतलेले असले, तरी स्पेनच्या कॅस्टाइल या मध्यवर्ती भागात बोलल्या जाणाऱ्या स्पॅनिश भाषेच्या कॅस्टलिअन बोलीचा संस्कार अद्यापही तिच्या जिभेवर शिल्लक होता. तिचं आणि डॅवीजचं फारसं जमत नसलं, तरी डोरोथी डॅवीजच्या प्रेमाखातर नि निष्ठेखातर मार्गरित तिथं चिकटून राहिली होती.

''आज रात्री जेनिफर कुठे जाणार आहे?'' तिच्याकडे पाहात डॅवीजनं विचारलं.

''मला खरंच माहिती नाही.''

डॅवीजनं तो मुद्दा मग पुढं रेटला नाही. जेनिफरचा त्या कुटुंबात प्रवेश झाल्याला वर्षभरापेक्षाही अधिक काळ उलटला होता, तेव्हापासूनच त्या दोघींमध्ये विसंवाद नांदत असल्याची आपल्याला अस्पष्टशी जाणीव झालेली आहे, हे खरं तर त्याचं त्यालाही ठाऊक होतं. त्यामुळे मार्गरित त्या मुलीकडं एक संभाव्य आपत्ती, संकट म्हणून पाहाणं स्वाभाविकच होतं. जेनिफरचा प्रतिसादही तसाच होता. ती सेंट हेलिना मधल्या तिच्या कचेरीतच तिचा अधिकाधिक वेळ व्यतीत करत असे.

''मार्गरित, माझ्यावर एक मेहरबानी करशील काय?'' त्या प्रौढ स्त्रीकडे मोठ्या अपेक्षेनं पाहात तो म्हणाला.

''शक्य असेल, तर करीन की.''

''वरती त्या जुन्या ड्रेसिंग टेबलाच्या बंद कपाटात मिसेस डॅवीजच्या काही वस्तू आहेत. त्यांची तपासणी करून आवराआवर करणं मला स्वत:ला शक्य होईल असं वाटत नाही, पण ते करायला हवं, हे खरं.'' डॅवीजनं खाली टेबलाकडे उदासपणे नजर टाकली.

''सगळ्या गोष्टींचं एखादं छोटेखानी वस्तुसंग्रहालय बनवून कॅलेंडरची पानं नुसती एकत्र करून ठेवल्यासारखं जगणाऱ्या एखाद्या बुरसटलेल्या पाद्रीबुवासारखं जगून मला माझं आयुष्य संपवायचं नाहीये. ती आता जग सोडून निघून गेली आहे. आणि ते आता मी स्वीकारलंही आहे; पण तरी तिच्या वैयक्तिक चीजवस्तूंची तपासणी करणं मला जरा मनाचा क्षोभ करणारं वाटतंय. त्यातून माझ्या खूपशा आठवणी जाग्या होतील. तुला वेळ मिळाला, तर तू त्यांच्यावर नजर टाकून काय काय वेगळं काढायचं नि त्यांची कशी काळजी घ्यायची, ते ठरवू शकशील?''

''नक्कीच.'' तिचा स्वर ताठर नि औपचारिक होता. ''उद्या सर्वांत प्रथम ती गोष्ट करीन मी.''

डॅवीजला जरी माहिती नसलं, तरी खरं तर त्या वृद्ध स्त्रीला आवडणारं असं काम होतं ते. गच्च भरलेलं ते बंद कपाट हा डोरोथीच्या भूतकाळाचा, ती मिसेस लुई डॅवीज होण्यापूर्वीच्या काळाचा भाग होता आणि त्याबद्दल मार्गारितला कित्येकदा कुतूहल वाटलं होतं. त्या नोकराणीला हेही आठवलं, की त्या कुटुंबात काम करण्यासाठी ती स्पेनहून आल्यानंतर लगेचच एकदा दुपारी एक शाल त्या ड्रेसिंग टेबलात परत नेऊन ठेवण्याचा तिनं प्रयत्न केला होता; पण डोरोथीनं तिला त्या बंद कपाटापासून दूर करून बाहेर काढलं होतं नि आपल्या त्या जुन्यापुराण्या कपाटाशी पुन्हा कधीही न जाण्याची तंबीही दिली होती. त्या नंतरच्या इतक्या वर्षांमध्ये तिनं त्याचे ड्रॉवर फक्त एकदा आणि तेही, मृत्युशय्येवर पडलेल्या डोरोथीच्याच आदेशावरून उघडले होते.

झोपेच्या अधीन व्हायला बोर्गाडसला काहीच सायास पडले नाहीत. मद्याच्या दोन बाटल्या आणि पॅटची अथक भुणभुण ह्यांचा परिणाम मद्यानं उत्तेजित होण्यापेक्षाही जरा अधिकच झाला होता. पण एक तासानंतर पांघरुणाखाली असलेलं त्याचं मस्तक अधिकाधिक जोरदार घण पडत असल्यासारखं ठणकायला लागलं आणि तो अर्धवट झोपेतल्या अवस्थेतच पडून राहिला. ॲस्पिरिन घेण्यासाठी उठून न्हाणीघरामध्ये जाण्याइतकीही ताकद त्याच्यात उरली नव्हती. रात्रीचे जवळजवळ दोन वाजले असताना हलक्याशा करकरीने त्याच्या त्या अस्वस्थ झोपेतही व्यत्यय आला. त्याच्या अपार्टमेंटच्या लाकडी फरसबंदीची एक फळी बुटाच्या पावलांच्या वजनानं दबत असल्याचा तो आवाज होता. एका उपजत प्रेरणेनंच तो आवाज सॅमला जाणवला. त्याच्याखेरीज त्या अपार्टमेंटमध्ये आणखी कोणीतरी होतं! शय्यागृहाच्या अंधारातही त्याचे डोळे उघडले गेले आणि ते ताणून तो पाहू लागला.

कानोसा घेत सॅम निश्चल पडून राहिला. पुन्हा एकदा हलकीशी, जवळपास लक्षात येऊ नये अशी करकर ऐकू आली. सॅम पांघरुणाखालीच, शय्यागृहाच्या दरवाजाच्या विरुद्ध बाजूला असलेल्या पलंगाच्या कडेला सरकला. पलंगाच्याच पलीकडे असलेल्या नाइट लॅम्पच्या माथ्याकडे त्याचा हात गेला. अंधारातच चाचपडत त्याचा हात ड्रॉवरकडे सरकला आणि बिलकूल आवाज न करता तो त्यानं उघडला. एखाद्या आंधळ्या माणसागत त्यानं ड्रॉवरमधल्या वस्तू चाचपल्या आणि त्याच्या बोटांचा स्पर्श पॉइंट २२ कॅलिबर बेरेट्टाच्या हॅण्डलला झाला. पिस्तुलाच्या आजूबाजूच्या अनेक वस्तूंच्या भाऊगर्दीतून ते पिस्तूल वेगळं करायला त्याला कित्येक क्षण लागले. पांघरुणाखाली हातात ते पिस्तूल गच्च पकडून बोगार्डस त्याच्या उजव्या बाजूला लोळत सरकला आणि दरवाजाला सामोरा झाला. दिवाणखान्याच्या खिडकीतून, रस्त्यावरच्या दिव्याची मंदशी प्रकाशरेखा चमकत होती. त्या

प्रकाशावर सॅमचे डोळे स्थिरावले आणि चाहूल घेत राहिले. कित्येक सेकंद काही न घडता निघून गेले. काहीच आवाज येत नव्हता. काहीच हालचाल नव्हती. आणि अचानक ती प्रकाशरेखा खंडित झाली. काहीतरी किंवा कुणीतरी पलीकडच्या खोलीत हालचाल करत होतं. सॅमनं अंगावरचं पांघरूण फेकून दिलं आणि पलंगाच्या कडेवरून आपले पाय खाली सोडले.

तो हलकेच उभा राहिला आणि त्या अंधाऱ्या खोलीत स्वत:वर ताबा मिळवण्याचा प्रयत्न करू लागला. खूप मद्यप्राशनामुळे त्याला गरगरत होतं. त्याच्या कपाळावर घामाचे थंड थेंब डवरून आले. यापूर्वी कुठल्याही सजीवावर त्यानं कधीही पिस्तूल रोखलं नव्हतं. मागच्या वेळेला ते साफ करून ठेवल्यानंतर परत भरलं होतं किंवा नाही, हेही त्याला आठवेना. पिस्तुलाच्या दस्त्यातली क्लिप त्यानं चाचपून पाहिली. ती जागेवरच होती. *पण तिच्यात काही गोळ्या तरी होत्या का?*

अर्ध नग्नावस्थेत, लाकडी फरसबंदीवर अनवाणी पाय असलेल्या स्थितीत बोगार्डस त्याच्या समोरच्या पर्यायांचा विचार करू लागला. दिवा लावून त्या अनामिकावर तो पिस्तुलाची नळी रोखू शकला असता; पण पिस्तूल रिकामं असताना तसं करणं म्हणजे त्यानं स्वत:चाच मृत्यू ओढवून घेणं ठरलं असतं. आणि समजा त्यातून गोळी सुटलीच, तर तो घरफोड्या पळून जाईल, की तो शस्त्रसज्ज असला तर उलट गोळी झाडेल? आणि पिस्तुलातून फक्त रिकाम्या चेंबरचा कानठळ्या बसवणाराच नुसता आवाज आला तर? *चांगलीच गोची झालीय; सॅमला वाटलं.*

हॅण्डलजवळच्या बाजूवरल्या छोट्या, क्लिप मोकळी करणाऱ्या बटणाकडे त्याचा हात गेला. हॅण्डलखाली आपला हात धरायला हवा, याचा विचारही न करता त्यानं बटण दाबलं आणि स्प्रिंग असलेली क्लिप हॅण्डलमधून बाहेर फेकली गेली आणि लाकडी फरसबंदीवर आपटून वर उडाली. लाकडावर आपटलेल्या त्या क्लिपच्या जोरदार आवाजानं सॅम चकित झाला. प्रतिक्षिप्त क्रिया घडावी तसा त्यानं त्याचा पाय हासडून ती क्लिप बाहेर उडवून लावली.

त्या आवाजानं बाहेरच्या खोलीत जो कुणी होता तो झर्रकन आडोशाला लपला. अनेक जड पावलांचा आवाज बोगार्डसला ऐकू आला आणि मग एकदम शांतता पसरली. त्याचं मन वेगानं विचार करत होतं. आश्चर्याचा भाग संपला होता. त्याच्या मनातले सगळे संशय विरून गेले. त्याच्या हातातलं पिस्तुल आता अर्थशून्य झालं होतं. तो आपल्या हातांवर नि गुडघ्यांवर बसला आणि शरीर ताणून ती क्लिप शोधण्यासाठी जमिनीवर सरपटत जाऊ लागला. शयनगृहाच्या दरवाजातून तो दिवाणखान्याकडे सरकला. सहा-सात फुटांचं अंतर त्यानं पार केलं, प्रकाशाचा पट्टा ओलांडून त्या पलीकडच्या दाट अंधाऱ्या छायेत तो आला, तसा त्याच्या हाताला एका कठीण वस्तूचा स्पर्श झाला. त्याचं हृदय वेगानं धडधडू लागलं – क्लिप! पण त्याचा हात त्या वस्तूला थडकला तरी ती हलली नाही. ती जमिनीला पक्की

जखडली गेली होती. सॅम त्याचा हात वरती-वरती सरकवू लागला आणि तत्क्षणी त्याला, ते माणसाच्या पायातल्या पॅण्टचं कापड असल्याचं जाणवलं. तो तिथून बाजूला होण्याच्या आतच त्याच्या पापण्यांआड डोळ्यांत प्रकाश चमकला, त्याच्या मस्तकात एका टोकाकडून दुसऱ्या टोकाकडे आग पसरत गेल्यासारखं झालं आणि पाठीच्या कण्यातून वेदनेच्या प्रवाहाचा एक जोरदार झटका वाहत गेला. तो आपल्या गुडघ्यांवरून उठून उभं राहू लागला आणि मग सारं काही अंधारात बुडून गेलं.

■

३

सकाळी सहा वाजायच्याही आधीपासून निक जॉर्गनसन दर पंधरा मिनिटांनी बोगार्डसच्या अपार्टमेंटवर दूरध्वनीवरून संपर्क साधायचा प्रयत्न करत होता पण त्याचा काही उपयोग होत नव्हता. अखेरीस आठ वाजता त्यानं बोगार्डसच्या वकिली-कार्यालयात संपर्क साधला. कॅरल दूरध्वनीवर होती. तिनंही सॅमला पाहिलं नव्हतं आणि दुपारी उशिरापर्यंत तो कार्यालयात येण्याची अपेक्षा नव्हती. निकनं निरोप ठेवला आणि पुन्हा अपार्टमेंटवर दूरध्वनीवरून संपर्क साधायचा त्यानं प्रयत्न केला. याही वेळेस काहीच उत्तर मिळालं नाही.

आदल्या रात्री त्यानं काय शोधून काढलं होतं ते सॅमला सांगण्यासाठी; डॅवीजच्या चर्मपत्रांवरून त्यानं आपल्या नोंदवहीत खरडून नकललेला मजकूर सॅमला वाचून दाखवण्यासाठी निक कमालीचा आतुर झाला होता. ड्रेकच्या जलप्रवासानंतरच्या शतकानुशतकांत ती पानं म्हणजे चर्मपत्रं असल्याचं कितीक हातांना जाणवलं असेल; त्यावरची नाजूक अक्षरं कितीक डोळ्यांखालून गेली असतील आणि तरीही त्यातून कोरल्या गेलेल्या संदेशाचा खरा अर्थ त्यांना उमगू नये ह्याचं त्याला आश्चर्य वाटत राहिलं.

त्यानंतर दोन तासांनी मात्र निकनं सॅमपर्यंत पोहोचण्याचे आपले प्रयत्न सोडून दिले आणि साडेदहाच्या आपल्या व्याख्यानासाठी तो बाहेर पडला.

उपसागराच्या पलीकडे बुश स्ट्रीटवरच्या आपल्या अपार्टमेंटमध्ये सॅम बोगार्डस यातनांनी फरशीवर तळमळत होता. त्याच्या कानांमध्ये अविरतपणे घंटी वाजल्याचा आवाज येत होता. त्याचं मस्तक तीव्र वेदनांच्या स्फोटांनी ठणकत होतं. तो ज्या थंडगार लाकडी फरसबंदीवर पडला होता, तिथवर सकाळच्या कोवळ्या उन्हाची ऊब येऊन पोचत होती आणि ती बेशुद्धीची अभ्रं हलकेहलके दूर करत होती.

त्याच्या कानांतला घंटीचा आवाज अचानक थांबल्यावरच त्याच्या लक्षात आलं, की ती घंटी त्याच्या दिवाणखान्यातल्या दूरध्वनीमधून येते आहे; त्याच्या मस्तकात ठणकणाऱ्या वेदनेतून बाहेर पडत नाहीये.

तो निर्विकारपणे आपल्या पाठीवर वळला आणि काही काळ भिंतीला पाठ टेकून बसला नि त्या खोलीची फिरती अवस्था थांबवण्याचा जीव तोडून प्रयत्न करू लागला. ती खोली त्याला पार अस्ताव्यस्त झालेली दिसत होती. खुर्च्या, टेबलं आणि सोफा उलटे होऊन अधांतरी तरंगताहेत नि त्यावरच्या कुशन वेगळ्या होऊन हवेत उडताहेत असं त्याला भासत होतं.

हळूहळू त्याची नजर स्थिरावायला लागली आणि खोलीचं भ्रमण हलके हलके कमी होत पूर्णपणे थांबलं. तो जमिनीवर तसाच, हालचाल न करता पडून राहिला तेव्हा सर्वप्रथम ही गोष्ट त्याच्या लक्षात आली, की खोलीतलं फर्निचर इतस्तत: पसरलेलं होतं हा काही भ्रम नव्हता. खरोखरच खुर्च्या उलथल्या होत्या नि मोडल्या होत्या, सोफा दिवाणखान्याच्या मध्यभागी पाठीवर पडलेला होता, त्याचं कापड फाडलेलं आणि त्यात भरलेला फोम, काथ्या पुंजक्या पुंजक्यांनी खोलीभर विखरून टाकलेले होते. काहीच सरळ, जागच्या जागी उभं नव्हतं. कायद्याच्या पुस्तकांची चळत एकमेकात गुंतलेल्या पानांच्या ढिगाच्या रूपात उलथून टाकलेल्या पुस्तकांच्या कपाटाखाली पडलेली होती.

सॅम आपल्या पायांवर धडपडत उभा राहिला, तसं सिंकच्या वरच्या उघड्या दर्शिकेतून स्वयंपाकघर त्याच्या नजरेला पडलं. डिश फुटून फरशीवर पडलेल्या होत्या, भांड्यांचा खण त्याच्या सरकत्या पट्टीतून ओढून काढलेला होता नि खोलीच्या दुसऱ्या बाजूला फेकून दिलेला होता. दिवाणखान्याच्या फरसबंदीवर पसरलेला गालिचादेखील नुकसानीतून वाचला नव्हता. तो फाडलेला होता नि टेकस मारून शिवलेल्या त्याच्या पट्ट्या खाटकाच्या मोठ्या सुऱ्यानं उचकटून टाकलेल्या होत्या. तो सुरा अजूनही त्या गालिच्याच्या अस्तरात घुसून राहिलेला होता.

अडखळत्या पावलांनी सॅम त्याच्या शयनगृहात आला तेव्हा आपला पलंगही खोलीच्या मधोमध उलथून टाकला आहे असं त्याला दिसलं. त्यावरची गादी फाडण्यात आली होती आणि अनेक ठिकाणी कापलेली होती. तिच्यातल्या स्प्रिंगा आणि अस्तर तिला पडलेल्या भोकांमधून बाहेर डोकावत होतं. रात्रीच्या दिव्याचा स्टॅण्ड आणि कपाट भिंतीला लागून उभं होतं. पण सारे ड्रॉवर मात्र बाहेर ओढलेले; नि त्यातल्या वस्तूंचा उलटून टाकलेल्या गादीवरती अस्ताव्यस्त ढीग केलेला अशी अवस्था होती.

न्हाणीघरामध्ये जाऊन सॅमनं कमोडपाशी गुडघ्यांवर बसकण मारली आणि त्यावरचं झाकण वर उचलून त्यानं कमोडमध्ये उलटी केली, तसा एकावर एक

येणाऱ्या उमाशांनी त्याचा देह हादरला. त्याच्या डोक्यातून नि हनुवटीमधून रक्त टॉयलेटमध्ये ठिबकायला लागलं. कित्येक मिनिटं कमोडच्या भांड्याच्या आधारावर त्यानं स्वत:ला स्थिर ठेवलं आणि मग तो भिंतीचा आधार घेत आपल्या पायांवर काळजीपूर्वक उभा राहिला. अर्धवट रांगत्या अवस्थेत दिवाणखान्यात येत सॅम मोडक्या फर्निचरमधून फिरत अखेरीस स्वयंपाकघराच्या भिंतीवर लावलेल्या दूरध्वनीपर्यंत पोचला. त्यानं त्याच्या कचेरीचा क्रमांक फिरवला तेव्हा कॅरल फोनवर आली. अडखळत, शब्दांची सरमिसळ करत आदल्या रात्री घडलेल्या घटनांचे तिला कथन करायचा त्यानं प्रयत्न केला; पण त्याच्या विचारात गोंधळ होत होता आणि शब्द खूपच अडखळत जिभेवर येत होते. शेवटी त्यानं वर्णन करायचा प्रयत्न सोडून दिला आणि कॅरलला फक्त एवढंच सांगितलं, की त्याच्या अपार्टमेंटमध्येच त्याच्यावर हल्ला करून त्याला जखमी करण्यात आलं आहे आणि त्याला मदतीची जरूर आहे. एवढं करून त्यानं दूरध्वनी ठेवून दिला. त्याच्या मागे जमिनीवर पसरलेल्या बऱ्याचशा सोफा-कुशनवर हलकेच घसरत तो विसावला.

अर्ध जागृतावस्थेत जसा तो शिरला, तशी त्याची काळाची सर्व संवेदना नाहीशी झाली. एका अंधारलेल्या पोकळीनं त्याच्या भोवती वेटोळं घातलं – ती फक्त मधून मधून येणारे शब्दोच्चारांचे ध्वनी आणि काही परिचित-अपरिचित माणसांचे ओझरते दिसणारे चेहरे यांनी खंडित होत होती. आता या क्षणी पॅट त्याच्यावर ओणवून उभी होती नि तिचे मुलायम रेशमासारखे केस त्याच्या चेहऱ्यावर आल्याची संवेदना त्याला जाणवत होती. कॅरल अवतीभवती घुटमळत होती. त्याला ओळख न पटलेल्या काही अपरिचित व्यक्ती त्याच्या सभोवार वावरत होत्या. त्यांचे चेहरे मात्र त्याला ओळखू येत नव्हते. एखाद्या अद्भुत शक्तीने अधांतरी उचलावा तसा सॅमचा देह जमिनीवरून अधांतरी उचलला गेला आणि मधूनमधून चमकणाऱ्या दिव्यांच्या प्रकाशात – पांढऱ्या, लाल नि निळ्या – बुडून गेला. नि मग सारं शून्यवत झालं.

त्या कार्यालयाच्या सजावटीत उघडउघड दिसून येणारी जनानी अभिरुची व्यक्त होत होती. मधोमध आधाराचा एक स्तंभ असलेल्या डेस्कपासून पलीकडल्या बाजूला दोन खुर्च्या ठेवलेल्या होत्या. त्यावरच्या गिरद्यांचे वेलबुट्टीदार अभ्रे आणि शिळाछाप प्रकारचं निसर्गदृश्य यांतून डॅवीजची अभिरुची लक्षात येत होती. सेंट हेलिना ह्या मुख्य रस्त्यावरच्या, नूतनीकरण केलेल्या, व्हिक्टोरिअन धाटणीच्या इमारतीत टामटुमीच्या कपड्यांच्या दोन छोट्या दुकानांच्या मधोमध दाटून बसवल्यासारखी ती लहानशी कचेरीची खोली होती आणि तिच्यातून दुसऱ्या मजल्यावर बाहेरच्या बाजूनं काढलेल्या भल्या मोठ्या खिडकीमधून दोन्ही बाजूंचं दृश्य कसं अगदी स्पष्टपणे दिसत असे.

एका पिवळ्या रंगाच्या पॅडवर जेनिफर पेनानं टिपणं काढत होती आणि आपलं

दैनंदिन कार्यक्रमाचं कॅलेण्डर अद्ययावत करत होती. गेल्या दोन आठवड्यांत ते भेटीगाठींनी भरलेलं होतं. व्यवसाय बहरू लागला तसं तिनं स्वत: दूरध्वनीवर उत्तर देणं सोडून दिलं आणि त्याऐवजी उत्तरं देण्यासाठी ती यंत्राचा वापर करू लागली. जो थोड्या वेळाचा उद्योग म्हणून सुरू केला होता, तो सात महिन्यांत भरभराटीच्या अशा टप्प्यावर येऊन पोचला होता, की एखादा सहकारी जोडीला घेण्याचा ती गांभीर्यानं विचार करू लागली होती. आपण करतो आहोत त्या कामातून आपल्याला आनंद मिळतो आहे, असं ती खात्रीपूर्वक सांगू शकली असती किंवा नाही याविषयी शंकाच होती – पण त्यामुळे इतर गोष्टींपासून तिचं मन ती दूर ठेवू शकत होती; निदान सध्या तरी.

तिच्या मागच्या बाजूला असलेल्या क्रेडेन्झावरच्या एक प्राचीन फ्रेंच प्रतिकृती असलेल्या दूरध्वनीच्या घंटीनं तिची समाधी भंग पावली. तिनं हे कार्यालय सुरू केलं त्यावेळी बसवलेली खाजगी लाइन होती ती. परिस्थितीत सुधारणा होत गेली, तशी दोन लायनी असलेल्या व्यवसायोपयोगी यंत्रणेनं तिची फार पटकन जागा घेतली. कित्येक महिन्यांत त्या लायनीवरचा दूरध्वनी खणाणला नव्हता.

"हॅलोऽ,"

"मी बोलत आहे." पलीकडून शब्द आले. मग कितीतरी वेळ ती शांतपणे ऐकत राहिली.

"ते पत्र वाचून दाखव मला." ते ऐकत असताना जेनिफर तिच्या समोरच्या पॅडवर हाताला पडलेलं वळण म्हणून काही चितारित राहिली. 'युएसएन' ही अक्षरं पॅडच्या पानावर उतरली आणि त्या पाठोपाठ 'जॅक कॉलफोर्ड' हे नाव. त्या दोन्हींच्या भोवती शाईची वलयं आणि सजवलेल्या बाणांच्या रेखाकृती होत्या.

"काय, काऽय? यादीतली शेवटची बाब परत वाच बघू." तिनं भराभर उत्तराचे ते शब्द उतरवून घेतले.

द जेड हाऊस, ओल्ड चायनाटाउन लेन,
एसएफ असा शिक्का असलेला चार पानी दस्त.

"तुला खात्री आहे, ते पत्र डोरोथीलाच उद्देशून लिहिलेलं होतं?" एक क्षण स्तब्धतेत गेला नि आपला कान रिसीवरवर दाबून धरत ती पुढं ऐकू लागली.

"अंहंऽऽ, त्याच्याशी चर्चा करू नको. सगळं काही एका पाकिटात घालून ठेव. मी मेसेंजर सर्व्हिसला फोन करते आणि वाटेत थांबून ते ताब्यात द्यायला सांगते. मला त्यावर आजच नजर टाकायला हवी."

तिनं दूरध्वनी क्रेडलवर ठेवला आणि ती कितीतरी वेळ खिडकीतून बाहेर एकटक पाहात राहिली. आपली ब्रीफकेस उचलून ती दरवाजाकडे चालू लागली

तेव्हा तिच्या नजरेत गोंधळाची छटा होती. आपल्यामागं तिनं दरवाजा बंद करून घेतला, तसं प्राचीन स्वरूपाच्या त्या दारावरचं पातळ सिल्कचं आच्छादन आतल्या बाजूच्या काचेच्या तावदानावर सोनेरी पत्र्यातल्या अक्षरांच्या जरासं वर आपटलं. ती अक्षरं होती :

वकिलांची कार्यालये

बोगार्डस हळूहळू खोल नि अस्वस्थ झोपेतून बाहेर आला. अंधूक झालेली त्याची दृष्टी त्याच्या भोवती वावरणाऱ्या परिचित चेहऱ्यांवर केंद्रित झाली. ती खोली पांढऱ्या शुभ्र रंगात न्हाऊन निघालेली होती. त्याच्या पलंगाच्या एका बाजूला टांगलेली बाटली एक परिचारिका नीट करत होती आणि पॅट, ॲन्जी, कॅरल नि निक ह्या सर्वांचे हसतमुख चेहरे त्याच्याकडे पाहात होते.

''देवाची कृपा म्हणायची! तुम्ही आमच्यात परत आलात.'' कॅरलचा आवाज मृदू नि स्नेहभाव भरलेला होता.

''कसं वाटतंय आता?'' निकनं विचारलं.

''हं,'' पलंगावर शरीर किंचित चाळवत सॅम म्हणाला, ''एखाद्या भिजून चिंब झालेल्या पोत्यासारखं.''

''बहुतेक बाबतींत, चेहऱ्यावरून जे दिसतं ते फसवं असतं; पण इथं मात्र तुझं अगदी बरोबर आहे, असं मी म्हणीन.'' पलंगाच्या टोकाकडून बोलताना पॅटनं तिच्या जोडीदाराकडे पाहात डोळे मिचकावले.

ॲन्जीनं पॅटर्सनकडं थंड नजरेनं रोखून पाहिलं. त्या नजरेचा थेट, प्रत्यक्ष मारा करता आला असता तर पॅटचा त्यामुळं मृत्यूच ओढवता!

''डॉक्टर म्हणाले, की तुझ्या कपाळावरच्या जखमेवर अकरा टाके घालावे लागले,'' निक म्हणाला.

सॅमनं आपला हात कपाळाकडे नेला आणि चाचपून पाहिलं. त्याच्या डाव्या डोळ्यावर चांगलं जाडसर बँडेजचं पॅडिंग असल्याचं त्याला जाणवलं. कापसाचं जाडसर आवरण असूनदेखील त्याच्या बोटाच्या तेवढ्याशाही दाबानं पुन्हा तीव्र वेदना झाली आणि त्याच्या मेंदूच्या गाभ्यापर्यंत खोलवर गेली.

ॲन्जी बोगार्डस पलंगाच्या एका कडेला असलेल्या कॅरल आणि निक यांच्यामध्ये घुसली आणि तिनं आपल्या मुलाचा हात हातात घेतला. ''तरी मी तुला सांगत होते, की एकटं राहाणं चांगलं नाही. आता तरी कदाचित तू आपल्या आईचं ऐकशील आणि घरी येऊन राहशील.'' सॅमच्या डोक्यातली वेदना अधिकच तीव्र झाली.

''काय घडलं बरं त्या रात्री?'' पॅटनं विचारलं.

''काय घडलं असं तुला वाटतंय? त्याच्या घरावर डाका पडलाय! रात्री काळोखात

हल्ला करून कुणीतरी लुबाडलंय त्याला! साहजिकच आहे ते,'' ॲन्जी म्हणाली. तिच्या आवाजाच्या स्वरातच सॅमच्या जोडीदाराबद्दल त्या वृद्ध स्त्रीला वाटणारी उघड शत्रुत्वाची भावना प्रकट होत होती. ''ह्या शहराचं ना, अगदी जंगल होत चाललंय आता. कुठे, कुणाकडे जावं हे लोकांना आताशा कळतच नाही.'' तिचा कर्कश आवाज सॅमच्या मस्तकात एखाद्या टोकदार बर्फाच्या तुकड्यासारखा घुसला.

''आई, प्लीऽज जरा हळू!''

सॅमनं पॅटकडे एक कटाक्ष टाकला. ''काय घडलं ते मला कळलं असतं, तर मलाही बरं वाटलं असतं. शेवटची गोष्ट मला आठवतेय ती एवढीच, की माझ्या अपार्टमेंटच्या फरसबंदीवर मी माझे हात नि गुडघे यांच्यावर रांगत, माझ्या पिस्तुलाची क्लिप शोधत इतस्ततः फिरत होतो. नंतरचं काहीच आठवत नाही.''

''तुझं पिस्तूल? अरे देवा!'' ॲन्जीचा आवाज वरच्या पट्टीत जाऊन थांबला; नि तिचे हात तोंडावर गेले.

सॅमनं निककडे पाहिलं आणि मग आपले डोळे आढ्याकडे वळवले. निक ॲन्जीच्या बाजूला सरकला. ''इकडे या मिसेस बोगार्डस. थांबा, मीच तुम्हाला मदत करतो.'' असं म्हणत त्यानं त्या वृद्ध स्त्रीला अर्धवट ओढत पलंगापासून बऱ्याच दूरवर असलेल्या खुर्चीकडे आणलं.

''कुणी मारलं तुला ते पाहिलंस तू?'' पॅटनं विचारलं.

आदल्या रात्रीच्या घटनांवर आपलं चित्त एकाग्र करायचा सॅमनं प्रयत्न केला – अंधारात बुडालेलं अपार्टमेंट, त्यानं पिस्तुलाशी केलेला वेडाबागडा खटाटोप – पण मग ते सारं धुक्यात हरवून गेलं. ''अंहंऽ. काजळासारखा गडद अंधार होता. पण मला त्याची चाहूल ऐकू येत होती. गाढ्या शांत झोपेतून त्या आवाजानं मला जागं केलं. मी काल घरी गेलो होतो तेव्हा माझ्या अंदाजानं जवळजवळ मध्यरात्र झालेली असावी...''

''कालची रात्र नाही,'' निक म्हणाला. ''गेले दोन दिवस तू इथं, हॉस्पिटलमधे आहेस. तुझा हात हातात घेऊन इथं आळीपाळीनं बसावं लागेल की काय आम्हाला, असा विचार करायला लागलो होतो आम्ही.''

''दोन दिवस? माझ्या अपार्टमेंटमधून त्यानं काही नेलं आहे का?''

निकनं मान हलवली. ''त्या ठिकाणाहून तो निघून जाईपावेतो, घेऊन जाण्यासारखं काहीही नव्हतं तिथं.''

त्याच्या अपार्टमेंटमधल्या त्या गोंधळात तो धडपडत असतानाच्या आणि तो भानावर असेपर्यंत घडलेल्या लहानशा घटनेचं त्याला स्मरण झालं. त्याला असं वाटत होतं की ते एक दुःस्वप्न होतं.

''तो कशाचा शोध घेत होता असं तुला वाटतं?'' पॅटने आपले केस एका

खांद्यावर डौलदारपणे घेतले आणि एक पाय दुसऱ्या पायावर टाकून ती पलंगाच्या कडेवर बसली. निकचे डोळे तिच्या अर्धवट उघड्या पडलेल्या मांडीकडे झर्रकन रोखले गेले आणि मग परत सॅमकडे वळले.

"मला काहीच कल्पना नाही. इथून बाहेर पडून मी तिकडे गेलो, की मला सारी तपासणी करावी लागेल नि काय हरवलंय, नाहीसं झालंय ते पाहावं लागेल."

निक मंदसा हसला. "त्यासाठी तुला शुभेच्छा. गुड लक! अस्ताव्यस्त करून टाकण्यापूर्वी ती जागा म्हणजे काही अगदी कायद्याखाली संरक्षण मिळालेलं एखादं गोदाम नव्हतं!" एक क्षणभर तो थांबला. एक कोरडं स्मित त्याच्या चेहऱ्यावर पसरलं. "पण एखाद्या युक्तिबाज, तल्लख डोक्याच्या वकिलासाठी आपल्या विश्वासातल्या विमा कंपनीला ओरबाडण्याची ही सुवर्णसंधी ठरू शकते."

ॲन्जीनं निककडं नापसंतीची नजर टाकली. "सॅम असल्या गोष्टीचा विचारही कधी करणार नाही."

"अर्थातच नाही, मिसेस बोगार्डस. बरं झालं, खरं तर मला कुणीतरी लगेच फटकारायला हवंच होतं." निकच्या आवाजात पश्चात्तापाचा नाटकी सूर होता.

त्याची क्षमायाचना जणू स्वीकारली, अशी त्या वृद्ध स्त्रीनं मान हलवली. पलंगाच्या बाजूच्या छोट्या टेबलावरून तिनं सॅमच्या अपार्टमेंटच्या किल्ल्या उचलल्या. "उद्या अपार्टमेंटवर जाऊन मी ती साफ करीन. तुझं सर्व सामान खोक्यांमध्येही भरीन आणि आपल्या घरी नेण्यासाठी ते नेणाऱ्या कंपनीशीसुद्धा संपर्क साधेन. तुझ्यासाठी एवढं मी नक्की करीन. आणि मग जेव्हा इथून बाहेर पडशील तेव्हा तू थेट आपल्या घरीच ये. अगोदरच खरं तर तू घर सोडायला नको होतंस. मी तुला तसं सांगितलं होतं. हो की नाही?"

सॅमच्या लक्षात आलं, की आता ती आपली सरशी झाल्यासारखंच समजून चालली आहे. अनावश्यक गोष्टी करत राहणं, हा अंगी बाणवण्यासारखा नि जोपासण्यासारखा गुण होता ॲन्जी बोगार्डसच्या दृष्टीनं! एकदा एखादी गोष्ट तिच्या तोंडून बाहेर पडली, की ॲन्जी निरनिराळ्या प्रकारे तिची पुनरावृत्ती करत राहायची. जणू काही त्या शब्दाच्या प्रतिध्वनींमुळे आपल्या म्हणण्याला ठामपणा येईल, असं तिला वाटायचं!

तिनं दिलेलं आमंत्रण, लवकरच ती ते विसरून जाईल या आशेनं सॅमनं कानामागे टाकलं. पण त्याच्या अनुभवावरून त्याला एक गोष्ट ठाऊक होती, की ॲन्जीनं प्रत्येकाला खोलीबाहेर काढलं, की त्याच्या समोर ती मागणी पुन्हा दत्त म्हणून पुढे उभी राहाणार! नुसत्या विचारानंच त्याचं मस्तक आणखी जोरानं ठणकायला लागलं. निकच्या शेरेबाजीकडे संभाषण पुन्हा वळवण्यासाठी सॅम म्हणाला, "इथं कुणा गाढवानं अपार्टमेंटचा विमा उतरवलाय? शिवाय त्या वकिलाला

तडाखा देण्यापासून प्रतिबंध करायला तू आहेसच की. पॅटलाही ते आवडत नाही.''

''काही लोकांना विनोदाचं अंगच नसतं, बरं का.'' पॅटला टोमणा मारायची संधी साधत कोपऱ्यातल्या खुर्चीतूनच ॲन्जी गरजली.

दुखावल्या नजरेनं पॅटनं सॅमकडं पाहिलं. ती पलंगाच्या कडेवरून उठली नि तिनं भिंतीकडे तोंड वळवलं. तिनं चढवलेल्या जोरदार शाब्दिक हल्ल्यापैकी बरेचसे शब्द त्याच्या कानांपर्यंत स्पष्टपणे पोहोचले नाहीत. पण 'कुत्री' हा शब्द मात्र स्पष्टपणे पोहोचला!

एका थंड, रोखलेल्या नजरेची त्या दोघी बायांमध्ये देवाणघेवाण झाल्याचं बोर्गाडस आणि कॅरलच्या नजरेतून सुटलं नाही. आता आपण मधे पडायलाच हवं असल्याची कॅरलला जाणीव झाली. ती ॲन्जीच्या कानाशी लागली. त्याबरोबर ती वृद्धा उठून उभी राहिली आणि कॅरलच्या मागोमाग चालू लागली. ''येतोच आम्ही थोड्याच वेळात,'' कॅरल म्हणाली, ''आम्ही दोघी जरा आमच्या नाकांना पावडर लावून येतो.''

''अगदी तब्येतीनं याऽ.'' पॅट म्हणाली. ''काहींची नाकं इतरांपेक्षा जरा जास्तच लांब असतात.'' त्या म्हातारीला खोलीबाहेर नेणाऱ्या कॅरलकडे पाहत तिनं डोळे मिचकावले.

निकनं झटकन उठून ॲन्जीनं रिकाम्या केलेल्या खुर्चीत स्वत:चं बूड टेकवलं आणि आपण दोन रात्रींपूर्वी काय शोधून काढलं, ते तो सॅमला सांगू लागला.

सॅम नि पॅट एकाग्रतेने ऐकू लागले. नि तो, त्यानं त्या चर्मपत्रांच्या ज्या चार पानांवर काम केलं होतं त्यांचा, त्यानं स्वत:च्या हस्ताक्षरांत काढलेल्या टिपणांवरून लागलेला, अर्थ वाचू लागला. त्याला जेवढं काही अनुमान काढता येणं शक्य होतं त्यावरून ती चर्मपत्रं अस्सल असून ड्रेकच्या बेपत्ता झालेल्या जर्नलचाच ती भाग असल्याचं दिसतं, असं त्यानं स्पष्ट करून सांगितलं. त्या दोघाही वकिलांच्या चेहऱ्यावर अविश्वासाचे भाव उमटलेत की काय ते निकनं बारकाईनं न्याहाळलं. *चला, आतापर्यंत सर्व ठीक आहे; त्याला वाटलं;* पण भोळसरपणाला उत्तेजन देणारा ठरणार होता, तो पुढचा भाग. त्याची अवस्था द्विधा झाली. पॅट समोर असताना त्या चर्मपत्रावरच्या शेवटच्या पाच ओळींबद्दल बोलावं, की नाही ह्या विषयी त्याच्या मनाचा निश्चय होईना. ॲलिघनी प्रकरणाचा बोजवारा उडाल्यावर तिनं ज्या शब्दांत झोडपलं होतं, त्याच्या जखमा त्याच्या मनात अजूनही शिल्लक होत्या.

''मला असं वाटतं, की हे दस्तऐवज *नोवा अल्बिऑनचं* स्थान निश्चित होण्याच्या दृष्टीनं संशोधकांच्यासाठी महत्त्वाचे ठरू शकतील.'' निक म्हणाला.

पॅटनं त्याच्याकडं पाहत भुवया उंचावल्या.

''कदाचित ते *मरिन काउंटी* असणं संभवनीय आहे,'' निकनं खुलासा केला.

"१५७९ च्या उन्हाळ्यात ड्रेक जिथं उतरल्याचं प्रसिद्ध आहे, ते ठिकाण."

तिनं हलकेच मान डोलावली. तिच्या ओठांवर स्वत:वरच खूष झाल्यासारखं मंद स्मित तरळलं. ते दोघं, *जेसन*[१३] *नि त्याचा अर्गोनॉट,* पुन्हा *फ्लीसच्या शोधावर* निघाले म्हणायचे!

"आणखी एक गोष्ट आहे," निक पुढं सांगू लागला. त्यानं एक दीर्घ श्वास घेतला. "भाषांतर करतेवेळी जवळपास शेवटी एका छोट्या परिच्छेदापाशी मी आलो," निकचा स्वर अडखळता झाला, "खरं तर ते फक्त अंशत: विधान आहे; कारण ते वाक्याच्या मधेच तुटतं. उरलेलं बहुधा दुसऱ्या पानावर असावं; पण ते दुर्दैवानं आपल्याकडे नाहीये."

"काय आहे ते?" रॉगनं विचारणा केली.

"आपण ते इथं बोलावं की नाही, ते मला कळत नाहीये," निकनं उघड्या असलेल्या दरवाजाकडे पाहिलं.

तो तडक उठून चालू लागला नि पुढे जाऊन बाहेरच्या हॉलमध्ये त्यानं डोकावून पाहिलं. मग त्याने आपलं पाऊल परत खोलीत घेतलं नि दार बंद केलं. परिचारिका बसतात त्या ठिकाणापासून बरीच पावलं दूर रुग्णाइतांबरोबर वावरणाऱ्या, शोफरच्या वेषातल्या एका दांडगट माणसाकडे त्यानं दुर्लक्षच केलं.

सगळ्या परिचारिका तिथून निघून गेल्या आणि त्या इसमानं काउंटरवरून वाकून पलीकडल्या बाजूला पातळ पारदर्शक आवरणाखाली असलेल्या मोठ्या तक्त्यात पाहिलं. त्या मजल्यावरच्या खोल्यांची स्थानं नि आतल्या रुग्णांची माहिती त्यात दर्शवलेली होती. त्या दांडग्या माणसाचे डोळे 'खोली क्रमांक ४१७' वर आणि त्या खालच्या 'बोगार्डस, एस.जे.' या नावावर खिळलेले होते.

पॅट पलंगाच्या कडेवर ताठ बसती झाली. तिच्या चेहऱ्यावर अविश्वासाचे भाव कोरले गेल्याचं दिसत होतं. "काय बोलतो आहेस तू?" तिनं आपल्या जोडीदाराकडे कटाक्ष टाकला. "मला वाटतं, ह्या मूर्खपणावर तुझा विश्वास नसावा. मद्याच्या प्रदेशात – नापा काउंटीत – राहणारी, लिमोझीन मधून आलेली, खांद्यावर बेंगरुळपणे लोकरी वस्त्र घेतलेली कुणी एक स्त्री; चिडबिड लिहिलेल्या सांकेतिक लिपीतील मजकुराचा कुणा एखाद्या शेक्सपिअर अभ्यासक नटाला उलगडा करायला लागावा, असं काही खरडलेले कागदाचे चार तुकडे घेऊन तुझ्या कचेरीत येते काय नि तुम्ही तुमची सारी कारकीर्द उधळून टाकायला आणि पुन्हा बॅक-हो यंत्र भाड्यानं घ्यायला तयार होता काय!"

सॅमनं तिच्याकडं दुर्लक्ष केलं. "तुला त्याचा अर्थ काय लागतो, निक?"

"एक गोष्ट मात्र सांगतो मी तुला. ती चर्मपत्रं म्हणजे अस्सल वस्तू असेल,

तर त्यांची किंमत म्हणून बऱ्यापैकी संपत्ती जमा होऊ शकते. प्रश्न आहे तो – उरलेलं जर्नल कुठे आहे? ते जर अजूनही अस्तित्वात असेल आणि आपल्याला मिळवता आलं; तर ड्रेक कुठे पायउतार झाला ह्याविषयीचा निर्णायक पुरावा आपल्याकडे असेल. ह्यावरून बाकी सगळ्याची आपण कल्पना करू शकतो!

"तुला खात्री आहे, तुझं भाषांतर अचूक आहे?" सॅमनं विचारणा केली.

"ते शब्दश: नसेल; पण त्यातून मिळणारा संदेश स्पष्ट आहे."

"माझा नाही त्यावर विश्वास," अर्धवट हसत, पॅट उपहासानं म्हणाली. "दोन चांगले प्रौढ जाणते पुरुष इथं बसून परीकथेत रंगले आहेत! सॅमचं मी एक वेळ समजू शकते. त्या रात्री त्याच्या डोक्याला मार बसला आहे. पण तुला काय सबब देता येणार आहे?" निककडे त्याच्या डोळ्याला डोळा भिडवून पाहत, त्याची टर उडवत बोचऱ्या स्वरात पॅट म्हणाली.

"हे बघ सॅम, मला ह्या सगळ्याची गरज नाही," निकही वरच्या पट्टीत म्हणाला. "तिला ह्या प्रकाराशी जुळवून घेता येत नसेल, तर तिनं काही अधिक किफायतशीर गोष्टीत तिचा वेळ खर्च करावा! वाटलं तर तिनं खाली इमर्जन्सी रूममध्ये तडमडत जावं नि एखादं नवं अशील गाठावं."

पॅट पलंगावरून उठली. तिच्या डोळ्यांत अंगार फुललेला होता. त्याच वेळी पांढऱ्याशुभ्र सैलसर लांब कोटातला एक डॉक्टर त्यांच्या पाठीमागच्या दरवाजातून आत शिरला. त्याच्यापाठोपाठच एक कठोर चेहऱ्याची परिचारिकाही आत शिरली. तिच्या ओठांची ठेवण कठोर भाव व्यक्त करत होती.

"काय चाललंय काय इथं?" तो डॉक्टर म्हणाला. "तिकडे हॉलपर्यंत आम्हाला तुमचा आवाज ऐकू येत होता." तो डॉक्टर तरुण नि मगरूरही होता. सॅमनं अंदाज बांधला, की आपल्या नित्याच्या राउंडवर असलेल्या शिकाऊ डॉक्टरापेक्षा त्याचा दर्जा मोठा नसणार. पण तो अधिकारवृत्तीनं अगदी ओथंबलेला होता आणि सरळ आत येऊन तो झटकन खुर्चीत बसलाही होता! थोड्या वेळापूर्वीच निक त्या खुर्चीवर बसलेला होता नि ती त्यानं खोलीत पलीकडल्या बाजूला नेऊन ठेवलेली होती.

"ह्या गृहस्थाला गंभीर इजा झाली आहे नि तुम्ही लोक इतक्या मोठ्या आवाजात बोलत आहात, की मेलेला माणूसही उठून बसेल. तुम्हाला इथून आता जावंच लागेल."

सॅमनं त्या शिकाऊ डॉक्टरकडे दुर्लक्ष केलं आणि तो निककडं वळला.

"ती चर्मपत्रं सुरक्षित जागी आहेत ना?"

"त्याची काळजी घेतलीय. तू चिंता नको करूस." निक म्हणाला. "सध्या माझ्या एका मित्राला मी कामाला लावलंय. कायद्याच्या कामासाठी लागणारं औषधशास्त्राचं, फॉरेन्सिकचं ज्ञान असणारा माणूस आहे तो. आणि त्या चर्मपत्रांतल्या हस्ताक्षराची,

त्याच्या अधिकृतपणाबाबत तपासणी तो करतो आहे. ती कागदपत्रं खरी आहेत किंवा कसं, ते एक-दोन दिवसांतच मला कळेल. तसं असलं, तर आपण आपली हुशारी राखून ठेवणं आणि उरलेलं जर्नल मिळवू शकतो काय ते चाचपून पाहण्यासाठी तुझ्या अशिलाशी बोलणं, चांगलं होईल.''

पॅटर्सनच्या घाटदार देहाचं त्या शिकाऊ डॉक्टर उमेदवाराला आकर्षण वाटतंय हे उघडच दिसत होतं. त्यानं आपलं लक्ष प्रथम तिच्याकडेच वळवलं नि तिला जरा अधिकच काळजीपूर्वक खोलीबाहेर नेलं. पण बाहेर हॉलच्या मार्गात गरजेपेक्षा जरा जास्तच वेळ तो तिच्याशी बोलत राहिला. मग तो निकला बाहेर काढण्यासाठी परतला आणि त्याच्याबरोबर खोलीतून बाहेर जात असताना निकनं खांद्यांवरून मागे वळून सॅमकडे पाहात डोळे मिचकावून स्मित केलं.

''उद्या भेटूया,'' सॅम म्हणाला.

''ते पाहू आपण.'' डॉक्टर तणतणला.

सॅमला एक आशा वाटत होती की ॲन्जीला खोलीत येण्यापासून प्रतिबंध करण्याच्या बाबतीतही तो डॉक्टर कर्तव्यतत्परता दाखवेल; पण काय कारण असेल ते असो, तसं घडायचं नाही, हेही तो जाणून होता.

त्या तरुण डॉक्टरानं निकला खोलीबाहेर काढलं, दरवाजा बंद केला आणि मग तो पलंगापाशी परतला. सॅमच्या बँडेजवर तो आपली बोटं चालवू लागला आणि त्याच्या कपाळावरील बँडेजची कापसाची गादी पकडून ठेवलेली सर्जिकल टेप काढू लागला.

''आऽह,'' त्या हालचालीनं सॅमच्या मस्तकातली जिव्हारी पोचणारी वेदना पुन्हा जागी झाली.

''मला थोडी चिंतेची गोष्ट वाटते, की ही जखम भरल्यानंतरही तुमच्या कपाळावर जखमेचा व्रण राहणार आहे. अर्थात तो केसांमुळे बहुतांश झाकला जाईल म्हणा.'' तो शिकाऊ डॉक्टर निर्विकारपणे एकसुरी आवाजात बोलला. त्याची ती भाषा त्यानं नक्कीच त्याच्या एखाद्या प्राध्यापकाकडून उचलली असणार. ''टाके घालण्यासाठी आम्हाला केसांचा थोडासा भाग कापावा लागला. तिथले केस, अर्थातच, काही आठवड्यांच्या कालावधीत पुन्हा वाढतील. तुम्ही अगदी नशिबवान आहात. त्यांनी ज्या कशानं तुम्हाला तडाखा मारला त्यामुळे तुमच्या कवटीचा एक लहानसा कपचा उडाला. तो फटका ओझरता बसला. जर का तो थेट लागता, तर तुमच्या कवटीला भोक पडलं असतं. मग तुम्ही आज आमच्यामध्ये नसता, एवढं म्हणणं पुरेसं आहे.''

त्या शिकाऊ डॉक्टराचा हात जड होता. त्यामुळे तो ड्रेसिंग करत असताना सॅमच्या मस्तकातून ठणक्याच्या लाटा उसळत होत्या. परिणामी खोलवर ठुसठुसणारी

वेदना आणखीनच तीव्र होत होती. डॉक्टरानं केलेल्या जखमेच्या चित्रदर्शी वर्णनानं सॅमला काही आराम वाटला नाही; किंवा तो मृत्यूच्या दाढेतून अगदी थोडक्यात बचावला, ह्या वस्तुस्थितीमुळे हल्लेखोराची ओळख पटण्याच्या दृष्टीनं त्याला काहीच उत्तरं मिळाली नाहीत. पण हल्ल्याचा हेतू मात्र त्याच्या लक्षात येऊ लागला होता. डॅवीजची चर्मपत्रं आणखी कुणाला तरी हवी होत. पण कुणाला?

तो शिकाऊ डॉक्टर पलंगाजवळून दूर झाला. ''ह्या बँडेजच्या जागी दुसरं स्वच्छ बँडेज नर्स बांधील. पण ह्या क्षणी मात्र तुम्ही तुमचे हात जखमेला लागणार नाहीत असं पाहा.''

सॅमला दुखऱ्या जखमेला स्पर्श करायची इच्छा नव्हतीच. डॉक्टर पलंगाच्या टोकाकडे गेला आणि वैद्यकीय नोंदींचा तक्ता घेऊन त्यानं त्यावर नोंदी केल्या.

''मला इथं किती काळ असं पडून राहावं लागणार आहे?''

''न्यूरॉलॉजिस्ट काय म्हणतात त्यावर ते अवलंबून आहे. पण माझा अंदाज आहे, दोन किंवा तीन दिवस तरी, किमान.'' त्या डॉक्टरानं नोंदी पूर्ण केल्या आणि मग तो खोलीतून बाहेर पडला.

कितीतरी वेळ सॅम आढ्याकडे एक टक पाहात पडून राहिला. मग त्याच्या मस्तकातला ठणका हळूहळू विरत गेला, तसा तो शांत, स्वस्थ झोपेच्या अवकाशात शिरला.

जेनिफर तिच्या कार्यालयात पोहोचली तेव्हा दुपारचे जवळजवळ तीन वाजले होते. मेसेंजर सर्व्हिसचं परिचित लाल, पांढऱ्या नि निळ्या रंगांच्या आवरणात गुंडाळलेलं एक पुडकं दरवाजाच्या टपालासाठी ठेवलेल्या फटीतून पुढं सारण्यात आलेलं होतं.

तिनं आपली ब्रीफकेस डेस्कच्या बाजूला ठेवली आणि ते पुडकं काळजीपूर्वक उघडलं. त्या आवरणाचे फाढलेले सुरुवातीचे कागदाचे तुकडे दूर झाले, तसं एक जुनं मासिक आणि बातम्यांची कात्रणं एकत्र बांधल्याचं तिच्या नजरेला पडलं. एका पिवळट पडलेल्या लेखावर पानभर शीर्षक होतं: *'भुताळी जहाज डॅली सिटीवर येऊन आदळले.'* त्या खालचा तीन रकान्यांत पसरलेला फोटो सारी कथा सांगत होता. त्या फोटोत पाण्यावर तरंगणारं बलून दिसत होतं. पण त्याची गोंडोला – म्हणजे वायूची पिशवी असलेल्या त्या विमानाला खाली बांधलेली बोटीच्या आकाराची गाडी – हवा निघून गेलेल्या अवस्थेत त्याच्या इंजिनाच्या 'माउंट'वर सी-सॉ सारखी हेलकावे खात असावी, असं वाटत होतं आणि त्या अवस्थेतच ते गर्दीच्या रस्त्यावर मधोमध उभं असल्याचं दिसत होतं.

त्या वृत्तपत्रकहाणीचा सारांश सांगणाऱ्या परिच्छेदावरून जेनिफरनं नजर फिरवली:

सान फ्रान्सिस्को – ट्रेजर आयलंड येथील यु.एस. नेवल कमांडमधील एक पाणबुडी-विरोधक, पाण्यावर तरंगतं हवाई बलून काल दुपारी डॅली सिटीच्या रस्त्यावर येऊन धडकलं. कित्येक घरं आणि विजेच्या तारा त्या धडाक्यातून अगदी थोडक्यात वाचल्या. सान फ्रान्सिस्कोवर कित्येक तास नियंत्रण सुटून भरकटणारं हे बलून दुपारी ३ वाजून ५२ मिनिटांनी 'बेले व्ह्यू ॲव्हेन्यू'वर उतरून स्थिरावलं तेव्हा ते चालक-कर्मचाऱ्यांविना होतं. त्याचं नियंत्रण करणाऱ्या कर्मचारीवर्गाचं काय झालं, त्याविषयी काहीही माहिती मिळत नाही.

ह्या कहाणीनं दोन रकाने भरले होते; आणि दुसऱ्या पानाचं कात्रण त्या पानाला स्टेपल केलेलं होतं. जेनिफरनं ती वृत्तकथा लक्षपूर्वक वाचली आणि वृत्तपत्रांच्या गठ्ठ्यातल्या इतर वर्तमानपत्रांतल्या पानांवरल्या अन्य बातम्यांकडेही नजर टाकली. मासिकातील एका लेखात वर्तमानपत्रातल्या कात्रणांपेक्षा अधिक माहिती दिली होती. त्यातल्या वृत्तकथेबरोबर या धडकेविषयी दिलेल्या चित्राखालच्या मजकुराकडे जेनिफरचे डोळे वेधले:

ते दुर्दैवी बलून ट्रेजर आयलंडहून निघाल्यापासून त्यावर असणारे दोघे कर्मचारी, लेफ्टनंट जेम्स स्पेन्सर आणि चीफ पेटि ऑफिसर रेमण्ड स्लेड यांचं काय झालं त्याबद्दल एका शब्दाचीही माहिती आजपावेतो मिळालेली नाही. ते हवाई गलबत शहरातल्या रस्त्यावर येऊन स्थिरावलं, तेव्हा हे दोघेही इसम त्यातून नाहीसे झालेले होते.

आपल्या डेस्कावरल्या सेटमधून तिनं पेन उचललं आणि 'रेमण्ड स्लेड' ह्या नावाभोवती वर्तुळ करत ते नाव तिनं वेगळं केलं. तसं ते वेगळं करताना तिचे डोळे बारीक झाले होते.

मासिकातला लेख व इतर कात्रणं यातल्या प्रत्येकाचं पुन:पुन्हा वाचन करून तिनं त्यांचा अभ्यास केला. त्या बलूनवरच्या कर्मचाऱ्यांच्या दैवाबद्दल त्या सगळ्यामध्ये कालबाह्य शैलीत असंख्य अंतहीन अंदाज व्यक्त केलेले होते. निनावी सूत्रांनी असे तर्कट चालवले होते, की त्या कर्मचाऱ्यांना जपानी पाणबुडीने पकडले होते आणि अमेरिकेच्या मुख्य भूप्रदेशावर एक मोठा हल्ला करण्याची पूर्वतयारी म्हणून त्यांची चौकशी करण्यासाठी जपानला पाठवले होते.

इतरही ज्या अनेक कथा रचण्यात आल्या होत्या, त्यांपैकी एक अशीही होती, की प्रचंड वाऱ्याच्या एका अनपेक्षित झोतासरशी गोंडोला – बलूनला खाली बांधलेली बोटीच्या आकाराची गाडी – अवकाशातच एका बाजूवर कलंडला आणि ते दोघेजण त्या

हवाई गलबतातून खाली भर समुद्रात फेकले गेले. इतरांमध्ये, दोघा कर्मचाऱ्यांपैकी एकाचा खून, आत्महत्या यासारखा काही अनुचित प्रकार घडला असल्याचं सूचित केलेलं होतं. त्या लेखांमधून रचलेल्या कोणत्याच कहाणीसाठी ठोस पुरावा उपलब्ध नव्हता.

जेनिफर ते कागद याप्रमाणे एकामागोमाग उलटत राहिली. वरच्या डाव्या कोपऱ्यात नौदलाचं बोधचिन्ह असलेलं करड्या रंगाचं एक मोठं पाकीट सामोरं आलं तशी ती थांबली. तिनं ते उघडलं आणि अधिकृत लष्करी कागदावरचं एक पत्र तिला त्यात हाताला लागलं. त्यावर कुणा जॅक कॉलफर्डची सही होती नि डोरोथी स्पेन्सरच्या नावानं ते लिहिलेलं होतं. थोडीशी सांत्वनाच्या वाक्यांची झालर असणारा मुद्देसूद मजकूर. युद्धकालीन सहानुभूतीचा अनावश्यक राजशिष्टाचार. त्या पत्राला जोडलेल्या व्यक्तिगत वस्तूंच्या यादीकडं तिनं आपलं लक्ष वळवलं; आणि तिला हवी होती, ती नोंद तिला चटकन सापडली – *चायनाटाऊनचा* शिक्का असलेली चर्मपत्राची चार पानं. कोड्यातले तुकडे आपापल्या जागी बसायला सुरुवात झाली होती.

तिनं बोगार्डसला सांगितलेल्या कहाणीचा विचार तिच्या मनात आला, तशी उलट आळ येण्याची एक भावना क्षणैक तिला चाटून गेली. कारण त्या कहाणीचा बहुतांश भाग खरा ठरला होता. जेम्स स्पेन्सरचा मृत्यू नि त्याबाबतची घृणास्पद परिस्थितीच्या खेरीज तिनं सारं काही उघड केलं होतं. मात्र त्याबाबत तिला स्वत:लाच अद्याप खात्री करून घ्यायची होती. वर्तमानपत्रावर भोवती वर्तुळ केलेल्या रेमण्ड स्लेड ह्या नावाकडे तिचे डोळे परत वळले. जर त्या वकिलानं त्याचं काम पार पाडलं, तर तिला तिच्या बालपणापासून झपाटून राहिलेल्या संशयाचं निराकरण ती लवकरच करून घेऊ शकणार होती.

■

४

दुपारभर नि नंतर संध्याकाळपासून सॅम झोपून राहिला, तरी त्याची झोप अस्वस्थच होती. पहाटे मात्र रुग्णालयात गजबज सुरू झाली तसा तो जागा झाला. रात्री केव्हातरी त्याच्या डाव्या हातावर शिरेत औषधासाठी टोचलेली सुई काढून टाकण्यात आली होती. त्याच्या मूत्राशयांनी त्याला तो अजूनही मनुष्यप्राणीच आहे याची आठवण करून दिली. मग बोगार्डसनं आपण होऊनच पुढाकार घेतला आणि बेडपॅन घेण्याचं टाळावं म्हणून अंगावरलं पांघरूण एका बाजूला सारलं. पलंगाच्या कडेवरून आपले पाय खाली सोडले, तसा त्याच्या पायांना कडक लिनोलिअमचा थंडावा जाणवला. तिथून फरसबंदीपर्यंतचं अंतर बरंच होतं आणि त्याच्या पावलांना जेव्हा तिचा स्पर्श जाणवला, तेव्हा आपले पाय कापताहेत असं सॅमच्या लक्षात आलं. त्याच्या मस्तकातल्या वेदना आता कमी झाल्या होत्या; पण पलंगापासून लगतच्या दोन रुग्णालयीन खोल्यांच्या मधोमध असणाऱ्या न्हाणीघराकडे जाण्याचा मार्ग त्याला दिसला तेव्हा त्याला गरगरत होतं आणि स्वत:बद्दल विश्वास वाटत नव्हता. जवळपास तीन दिवस अंथरुणातच पडून राहिल्यानं शरीर ताठरलं होतं तरी सॅम पलंगाच्या टोकापर्यंत पोहोचला, तसा मात्र बाजूच्या फर्निचरचा किंवा भिंतींचाही आधार न घेता तो चालू शकला. त्यानं न्हाणीघरामध्ये प्रवेश केला आणि बोटांनी चाचपून पाहात त्यानं दिवा शोधून काढला.

प्लास्टिकच्या खुंटीसारखा मोठा स्विच त्यानं खाली केला आणि क्षणार्धात चमचमत सिंकवरची फ्लुरोसंट ट्यूब लागली. तिच्या प्रखर प्रकाशात त्यानं आरशातल्या स्वत:च्या प्रतिबिंबाकडे नजर टाकली. त्याच्या अपार्टमेंटवर झालेल्या हल्ल्यानं व्हायचं ते नुकसान झालंच होतं. आदल्या दुपारी त्या शिकाऊ डॉक्टरानं तपासणी केल्यापासून अजूनही बॅण्डेज न केलेल्या अवस्थेतले लांबवर पोचलेले अरुंद टाके त्याच्या माथ्यावरून कपाळाच्या डाव्या बाजूपर्यंत विस्तारलेले होते. आधीच विरळ

होत चाललेल्या त्याच्या केसांतून चांगला अर्धा इंच व्यासापेक्षाही मोठ्या आकाराचा केसांचा भाग भादरून काढलेला होता. त्याच्या चेहऱ्यावरही दाढीचे भरपूर खुंट वाढले होते आणि त्यांनी त्याच्या मातकट त्वचेवर नि आरशातून परत त्याच्याकडे रोखून पाहाणाऱ्या फुगीर डोळ्यांवर काहीएक रंग चढवला होता.

सॅमनं न्हाणीघरामधले व्यवहार उरकले, दिवा बंद केला आणि तो आपल्या पलंगाकडे परतला. प्रदीर्घ काळ तो जागेपणीच पडून राहिला आणि त्याच्या अपार्टमेंटमध्ये त्याच्यावर झालेल्या हल्ल्याचा विचार करू लागला. ती उद्ध्वस्त केलेली होती; पण कुठलीही उघडउघड मूल्यवान असलेली वस्तू मात्र उचलून नेलेली नव्हती. ती खोली दुसऱ्या मजल्यावरची होती आणि कुणाही अनुभवी घरफोड्याची ती सहजगत्या लक्ष्य होण्यासारखी नव्हती. घरात प्रवेश करायचा, तर तो दर्शनी सामायिक मार्गावरून पुढच्या दरवाजानेच करणं अपरिहार्य होतं आणि त्यामुळे स्वाभाविकपणेच अपार्टमेंट इमारतीत राहाणाऱ्या इतरांच्या नजरेला पडण्याचा धोका होता.

नाही. बोगार्डसला खात्री होती. ती काही उद्देशहीन घरफोडी नव्हती. तो घरफोड्या काही विशिष्ट गोष्टीच्या शोधात होता. अशी एकच गोष्ट असू शकणार होती – डॅवीज चर्मपत्रं.

पण इतक्या वर्षांनंतर ते दस्तऐवज आकस्मिकपणे पुढे का आले आणि ते त्याच्याकडे आहेत, हे हल्लेखोराला कसं कळलं? त्याचं विश्लेषण जेनिफर डॅवीजकडेच परत परत वळत राहिलं. तीन दिवसांपूर्वी कचेरी सोडण्याअगोदर त्यानं तिच्यासाठी श्रुतलेखन यंत्रावर सांगितलेलं पत्र त्याला आठवलं. आता थांबण्याची गरज नव्हती. तो जेनिफरला तिच्या कचेरीत दूरध्वनी करणार होता आणि तिच्याकडून प्रत्युत्तर मिळालं नाही, तर तो तिच्या सावत्र बापाच्या घरी दूरध्वनी करणार होता. आवश्यक ती माहिती तीच देऊ शकणार होती. तिलासुद्धा धोका संभवत होता.

डोळे सताड उघडे ठेवून सॅम जागा होता. त्याचे डोळे आढ्यावर खिळले होते, त्याचं मन गेल्या आठवड्यातल्या घटनांशी पुन्हा पुन्हा चाळा करत होतं. आठ वाजायला आले असताना एक नोकर न्याहारी घेऊन खोलीत शिरला. त्या न्याहारीचं 'फक्त जन्तुरहित' एवढंच वैशिष्ट्यपूर्ण वर्णन करता आलं असतं. साडेआठपर्यंत त्यानं न्याहारी उरकली. बारीक तुकडे केलेले भिजवलेले गहू, लोणी लावलेला टोस्ट आणि फळांचा रस संपवला आणि कोमट झालेल्या कॉफीचा अर्धा कप घशात रिकामा केला.

तसं म्हटलं, तर आताही दूरध्वनी करणं खूप लवकरचंच ठरलं असतं; पण सॅम आणखी वाट पाहू शकत नव्हता. पलंगाच्या बाजूलाच असलेल्या दूरध्वनीकडे तो वळला आणि त्यानं प्रथम आपल्या कचेरीत दूरध्वनी केला. त्याचा दूरध्वनी

दूरध्वनिचालकानं घेतला. त्यानं, बाहेरच्या लाइनसाठी नऊ क्रमांक फिरवावा लागेल असं सांगितलं. सॅमनं पुन्हा दूरध्वनी फिरवला. बराच वेळ घंटी वाजत राहिली. मग दूरध्वनी खाली ठेवून त्यानं तो पुन्हा फिरवला. यावेळी फक्त तो नि पॅट वापरत असत तो 'बॅक-लाइन' क्रमांक त्यानं लावला. तीन वेळा घंटी वाजली नि शेवटी जबाब मिळाला. त्यानं पॅटचा आवाज ओळखला.

"हाय, सॅम बोलतोय."

"या अशा वेळेला कसा काय फोन केलास? तू विश्रांती घ्यावीस अशी अपेक्षा आहे. त्या डॉक्टरनं मला काल दुपारचं 'गोंधळी कृत्य' वर्णन करून सांगितलं."

"हंऽ. आणि मी नक्की सांगतो, की त्या तसल्या कृत्यानं सामान्यत: तरुण स्त्रियांवर चांगली छाप पडते. पुढच्या खेपेला तू भेटशील, तेव्हा तुझी उपजीविका कशावर चालते, ते त्याला सांग. एखाद्या रोगापेक्षाही दुसऱ्या कुठल्या गोष्टीचा जर ही मंडळी तिरस्कार करत असतील, तर तो म्हणजे वकिलांचा. बरं, माझ्यासाठी काही निरोपबिरोप?"

"लांबणीवर टाकता येणार नाही, असं काहीच नाही. तू तंदुरुस्त होऊन पुन्हा कामाला लागेपर्यंत सगळ्या गोष्टी मी नि कॅरल सांभाळू शकू."

"छान. पुढच्या आठवड्याच्या सुरुवातीपर्यंत कोर्टात उभं राहावं लागेल, असं एखादं नियोजित प्रकरण आहे, असं मला वाटत नाही. पण बरेचसे पाहायचे कागदपत्रं मात्र माझ्या टेबलावर पडले असतील. तू जरा त्यावर नजर टाक आणि काही तातडीचं आहे का पाहा."

"तू सांगण्याआधीच ती काळजी मी घेतली आहे." तिच्या स्वरातून रोखठोक कार्यक्षमता व्यक्त होत होती. "अर्माडेक प्रकरणी समाविष्ट करायची कलमं मी दाखल केली आहेत आणि सक्रमेन्टोच्या परराष्ट्र व्यवहारखात्याच्या सचिवाकडे सामूहिक नाव राखून ठेवलं आहे. आपल्या अशिलाकडे ती कलमं एका पत्राद्वारे मी पाठवली आहेत. दोन नवीन अशिलांच्या भेटी मी रद्द करून टाकल्या आहेत आणि त्यांना पुढच्या आठवड्यात तुला फोन करायला सांगितलं आहे. हंऽ, आणखी एक. बक्स्टर प्रकरणात मी सुनावणी पुढं ढकलायला संमती मिळवली आहे. सध्या मानसिक तणावाखाली आहोत, वगैरे बडबड केली. तुझं उत्तराचं ब्रीफ आज अपेक्षित होतं. पण मी तिथल्या कारकुनाला सांगितलं, की तू हॉस्पिटलमधे आहेस. आणि प्रतिपक्षानंही प्रकरण पुढे चालू राहण्यासाठी खुलं ठेवायला मान्यता दिली आहे."

"मी दिलेल्यापैकी एखादं तरी डिक्टेशन कॅरलनं तयार केलं आहे का?" सॅम मध्येच म्हणाला.

"केलं नसावं, मला वाटतं. मला खात्री आहे, की तिनं ते केलं असतं तर

माझ्याकडून ते नजरेखालून घालून घेतलं असतं तिनं. ती अजून आलेली नाहीये; पण मला ती भेटली, की मी विचारीन तिला.''

''तशी काही गरज नाही,'' सॅम म्हणाला. ''टेपवर फक्त एकच गोष्ट होती. ती म्हणजे जेनिफर डॅवीजसाठी एक पत्र. पण मी तिला फोन करण्यापेक्षा नि लिहून कळवण्यापेक्षा आणखी एकदा भेटायचं ठरवलं आहे.''

''असं? मला वाटलं होतं की आपण त्याचा तपास करण्यासाठी चौकशी करणारा माणूस पाठवणार होतो!''

''हो, पण तुझा काही आग्रह नव्हता तसा. आठवतंय?''

''असं म्हणाले होते का मी?''

''होय, तसंच म्हणाली होतीस! त्यावेळी मी काही तेवढा मद्याच्या अमलाखाली नव्हतो. हे बघ, एक मेहेरबानी कर माझ्यावर. कॅरलच्या डेस्कवर पाहा आणि डॅवीजचा टेलिफोन नंबर असलेली फाईल शोध. माझं बिझनेस कार्ड त्यात असायला हवं. त्याच्या पाठीमागच्या बाजूला तिनं तिच्या कचेरीचा फोन नंबर लिहिला होता. फाईलवरच्या जॅकेटवरल्या घरच्या नंबरची सुद्धा मला गरज पडेल.''

दूरध्वनी खाली ठेवता ठेवता पॅटनं काहीतरी अपशब्द हलक्या आवाजात पुटपुटले. काही क्षणांत ती परतली.

''मला घरचा नंबर मिळालाय; पण बिझिनेस कार्ड किंवा ऑफिसचा नंबर नाही मिळाला.''

सॅमलाच मग आठवलं, जोनिफरचा कार्यालयीन क्रमांक असलेलं बिझिनेस कार्ड त्याने त्याच्या पाकिटात ठेवलं होतं. आतापर्यंत ते रुग्णालयाच्या 'व्हॉल्ट' मध्ये कुलूपबंद झालेलं असणार. बेशुद्धावस्थेतल्या रुग्णाबाबतची ती सर्वसाधरण कार्यपद्धती होती. त्यांनी फक्त त्याच्या चाव्या, नि खिशातला कंगवा तेवढा तिथं ठेवला होता. मात्र मासिकांच्या आणि नाइट स्टॅण्डवरच्या इतर भेटवस्तूंच्या पसाऱ्यात फक्त कंगवा तेवढा सॅमच्या दृष्टीला पडत होता.

''ठीक आहे. मला तिचा घरचा नंबर दे.''

ती वाचू लागली आणि नाइट स्टॅण्डवरच्या पॅडवर सॅमनं तो क्रमांक टिपून घेतला.

''मी आज सकाळी डॉक्टरशी बोलणार आहे,'' सॅम म्हणाला, ''आणि त्यानं जर ऐकलं माझं, तर जास्तीत जास्त उद्या इथून बाहेर पडण्यासाठी मी त्याच्याकडे आग्रह धरणार आहे. खरं तर मला या क्षणीच बाहेर पडायची इच्छा झाली आहे; परंतु तो ते करील किंवा कसं याची मात्र मला शंका आहे.''

''तुला गरज असेल तितका वेळ राहा. इथं तुझ्या माघारी सारं ठीक चाललं आहे. खरंच.''

"पॅट, थँक्स आणि माझ्या वतीनं कॅरलला हॅलो कर. माझ्या आईबाबत तिनं केलेल्या दयेच्या कर्तव्यकर्माबद्दल तिचे आभार मान. मला कधी माहिती नव्हतं, की 'लेडीज रूम'मुळं एवढा भार उतरू शकतो– विशेषत: पुरुषवर्गाचा."

त्यानं दूरध्वनी खाली ठेवला आणि जेनिफर डॅवीजच्या घरचा क्रमांक फिरवला. कितीतरी वेळ दूरध्वनीची घंटी वाजत राहिली आणि अखेरीस एका पुरुषाने तो उचलला.

डॅवीजनं दिलेली ताकीद आणि आपल्या बापाविषयीची तिची चिंता यांची आठवण येऊन एक क्षणभर सॅमची चलबिचल झाली; पण आता फार उशीर झाला होता.

"जेनिफर डॅवीज घरी आहेत काय?"

"होय, पण या क्षणी त्या मोकळ्या आहेत की नाहीत, मला ठाऊक नाही. मी विचारू शकतो का, कोण बोलतंय ते?"

सॅमनं जबाब देण्यापूर्वीच त्या लाइनच्या दुसऱ्या टोकाला दूरवरून एक आवाज ऐकू आला आणि मग त्या इसमाचा अगदी खालच्या पट्टीतला आवाज आला.

"हो, मी इकडं फोन खाली ठेवतो."

एक सेकंदभरानंतर सॅमला जेनिफर डॅवीज लाइनवर आल्याचं ऐकू आलं.

"हॅलो कोण बोलतंय?"

"सॅम बोगार्डस, मिस डॅवीज."

"अशी काय जगात उलथापालथ झालीय, की तुम्हाला इथं फोन करायचं नडलं होतं? हा नंबर वापरायचा नाही असं मी तुम्हाला सांगितलं होतं."

सॅमच्या मनातल्या त्या मृदू स्त्रीच्या शांत प्रतिमेला तडा गेला. तिचा स्वर तीव्र आणि आक्रमक होता. "वकील-अशील यांच्या विशेष हक्काला तुमच्या लेखी काडीचीही किंमत नाही, हे उघडच दिसतंय."

तिच्या स्वरातल्या शत्रुत्वाच्या ढंगानं सॅम अवाक् झाला. गेल्या दोन दिवसांतल्या घडलेल्या घटनांनी गोपनीयतेविषयी त्याला वाटणाऱ्या महत्त्वावर मात केली होती.

"माझ्याकडे दुसरा पर्याय नव्हता. मी सान फ्रान्सिस्कोमध्ये हॉस्पिटलमधे आहे." त्याचा स्वर ताठर झाला होता. त्यात क्षमायाचनेचा सूर नव्हता.

पलीकडच्या बाजूला क्षणभर सारं शांत होतं. जेनिफर बोलताना अडखळली. "काही विपरीत घडलंय? काय, झालंय काय?"

"काही तरी शोधण्यासाठी कोणीतरी माझ्या अपार्टमेंटवर दोन-तीन रात्रींपूर्वी हल्ला केला." सॅम थोडासा अडखळला. "मला वाटतं, ते तुमच्या त्या चर्मपत्रांच्या शोधात आहेत."

"ती चर्मपत्रं– पण का? आणि तुम्ही कसे आहात आता?"

"माझ्या डोक्यावरचं बऱ्यापैकी मोठं टेंगूळ आणि काही टाके सोडले, तर ठीक आहे."

"पण कुणीतरी त्या चर्मपत्रांच्या मागे असेल असं तुम्हाला का वाटतंय?"

"मला वाटतं कदाचित तुम्हीच सांगू शकाल."

"याचा अर्थ काय?"

"एवढाच, की माझं अपार्टमेंट उद्ध्वस्त झालंय, काहीही मूल्यवान नाहीसं झालेलं नाही, अपार्टमेंट दुसऱ्या मजल्यावर आहे, तुमच्या त्या सामान्य घरफोड्यांसाठी सहज पोचणं अशक्य, असं. शिवाय माझा आवाज ऐकूनही ते पळून गेले नाहीत."

सॅम क्षणभर विचारात पडला. त्यानं इतर कुणाला सांगितलं नव्हतं असं आणखी काहीतरी होतं. त्यालाही ते त्याच क्षणी उमगलं. ते शब्दात सांगणं निखालस मूर्खपणाचं होतं; पण त्याला एक चमत्कारिक जाणीव झाली होती, की त्या संध्याकाळी त्याच्या कार्यालयापासून कुणीतरी त्याच्या मागावर होतं आणि त्या आधी तो जेनिफरला भेटल्यानंतर लंचसाठी बाहेर पडला, तेव्हा तो एकटाच नव्हता. अचानक त्याच्या मनात एक धक्कादायक विचार चमकला. 'अरे देवा! निक! त्याच्याकडं चर्मपत्रं आहेत.'

"कशाविषयी बोलता आहात तुम्ही?"

"हे पाहा, ऐकून घ्या नीट. मी आत्ता बोलू शकत नाही. मला तुम्हाला भेटायला हवं. आपल्याला बोललं पाहिजे. आज सकाळी, पेशंटना भेटीसाठी असलेल्या वेळे-दरम्यान साधारणत: अकरा वाजता तुम्ही मला इथं भेटू शकाल?"

काही क्षण का कू करण्यात निघून गेले. "नक्की. मी येते तिकडे." तिचा स्वीकार नाखुषीचा होता आणि सॅमला तिच्या आवाजात आणखी काही तरी आढळलं. असं काही, की जे त्यानं यापूर्वी ऐकलं नव्हतं – भय! तिनं कसं यायचं त्याची माहिती घेतली, रुग्णालयाच्या खोलीचा क्रमांक विचारला आणि दूरध्वनी खाली ठेवून दिला.

सॅमनं ताबडतोब निकच्या बर्कलिमधल्या कार्यालयात दूरध्वनी केला. तो कितीतरी वेळ वाजत राहिला आणि मग एका विद्यार्थ्यानं जबाब दिला. निक अजून त्याच्या विभागात आलेला नव्हता आणि त्या दिवशी दुपारी एक वाजेपर्यंत तरी त्याला वर्ग घ्यायचा नव्हता. निक येताच त्याला ताबडतोब दूरध्वनी करायला सांगण्याचा तातडीचा निरोप सॅमनं त्याच्यापाशी ठेवला, मग दूरध्वनी खाली ठेवला आणि निकच्या घरच्या क्रमांकासाठी माहिती विभागाचा क्रमांक फिरवला. परीक्षेपूर्वी चिंताग्रस्त झालेल्या विद्यार्थ्यांचे रात्री-बेरात्री येणारे दूरध्वनी टाळण्यासाठी जॉर्गनसन यादीबाहेरच्या क्रमांकाऐवजी टोपण नावाचा वापर करत असे. सॅमला क्रमांक मिळाला, तसा तो त्यानं फिरवला; पण जबाब आला नाही. त्यानं दूरध्वनी ठेवून दिला आणि निकच्या दूरध्वनीची वाट पाहत तो थांबला नि आपली चिंता निराधार ठरावी, अशी आशा करू लागला.

सॅमशी दूरध्वनीवर बोलणं झाल्यावर पॅट कॅरलच्या डेस्कपाशी गेली आणि तीन दिवसांपूर्वी 'सांगितलेली' मायक्रोकॅसेट टेप तिनं शोधून काढली. जेनिफर डॅवीजसाठी म्हणून असलेलं पत्र तिनं ऐकलं. त्यामध्ये सॅमनं त्याच्या ट्रेजर आयलँडच्या शोधाविषयी, जॅक कॉलफोर्डच्या पत्राविषयी आणि त्याला जोडलेल्या, ओल्ड चायनाटाऊन लेनवरच्या जेड हाऊसचा शिक्का असलेल्या चर्मपत्रांच्या चार पानांचा समावेश असलेल्या वैयक्तिक बाबींच्या यादीविषयी माहिती दिलेली होती. वर्षभरापेक्षाही अधिक काळ आपल्या प्रॅक्टिसमधे अभावानं जाणवणारी ऊर्जा प्रतिबिंबित होणाऱ्या चैतन्यपूर्ण स्वरातला सॅमच्या आवाजातला तो निरोप ऐकून पॅटची पराभूतपणाची जाणीव तीव्र झाली आणि ती त्याला गमावत चालल्याची भावना तिच्या मनात घर करू लागली. त्यांचे संबंध संपुष्टात आल्यानंतरही भागीदारीमध्ये त्यांनी त्यांच्या दोघांतलं 'काही तरी' राखण्याचा प्रयत्न केला होता; पण आता तेही विरत चालल्याचं दिसत होतं. सॅमचं तिच्यापासून दूर जाणं परत उलट्या दिशेनं फिरवण्याची ताकद आपल्यात नसल्यानं एक असहायतेची भावना आपल्याला घेरून राहिली आहे, अशी पॅटला अचानक जाणीव झाली. आता त्यांच्यातल्या प्रेमाचा अल्पांशही शिल्लक राहणार नव्हता. ती वेळ लवकरच येणार होती.

तिनं आजवर कधीही इतर कुणालाही सांगितलं नसलं, तरी सुझन पॅटर्सनला तिनं निवडलेल्या करीअरचा पश्चात्ताप होत होता. कायद्याच्या प्रॅक्टिसमधून तिला आनंद मिळत नव्हता, अशातला भाग नव्हता. प्रॅक्टीसमुळे तिच्यामधल्या जबर महत्त्वाकांक्षेची पूर्तता होत होती नि तिचा अहंकारही सुखावत होता. पण तिला ते सर्व तर हवं होतंच आणि तरीही काहीतरी हरवलेलं होतं. वयाच्या विशीत नि पंचविशीतही तिनं हे सतत नाकारलं होतं; आणि 'शरीरशास्त्रीय घड्याळ' ही कल्पना तिला कितीही तिरस्करणीय वाटत असली, तरी ती तिच्यावर चाल करून येत होती हे तिला मान्य करावंच लागत होतं. आजवर तिला भेटलेल्या कुणाही पुरुषापेक्षा तिनं सॅम बोगार्डसवर तिच्या परीनं प्रेम केलं होतं आणि जर तिनं त्वरा केली नाही, तर त्या दोघांच्याही दृष्टीनं फार उशीर होणार होता.

त्यानंतर चाळीस मिनिटांनी ती ब्रॉडवे नि ओल्ड *चायनाटाऊन लेन*च्या कोपऱ्यावर बसमधून उतरली नि *चायनाटाउनच्या* अगदी अंतर्गत भागात दक्षिणेकडे चालायला लागली. तिच्या काखेत तिनं एक लांब पट्ट्याची, शाळकरी मुलं वापरतात तशी बॅग आणि एक छोटी हँडबॅग लटकावली होती.

अजून सकाळचे दहासुद्धा वाजले नव्हते. तरीही रस्त्याच्या कडेला रांगेने असलेल्या असंख्य छोट्या रेस्तराँमधून उत्तेजित करणारे सुगंध दुर्मिळ वस्तूंच्या दुकानातल्या धुपाच्या गंधात मिसळून केव्हापासूनच यायला सुरुवात झाली होती.

खाद्यपदार्थ नि विक्रीच्या वस्तू भरून आणलेल्या आणि त्या रेस्तराँ नि छोटी दुकानं यांमध्ये रिकामे करण्यासाठी उभ्या केलेल्या ट्रक्सच्या भोवतालून आपले मार्ग काढत जाणाऱ्या मोटारींच्या गर्दीने तिथले छोटे रस्ते फुलून गेले होते. सकाळी फिरायला बाहेर पडलेले काही तुरळक पर्यटक दुकानांच्या दर्शनी काचेच्या कपाटांतून नजर टाकत, बाजूच्या पदपथांवरून निरुद्देश भटकंती करत होते. रोजच्या स्वयंपाकासाठी आणि घरच्या नेहमीच्या गरजांसाठी लागणाऱ्या वस्तू खरेदी करण्याकरिता स्थानिक नागरिक दुकानांच्या आतबाहेर लगबग करत होते. एका इमारतीएवढे अंतर सोडून तिच्या मागून येत असणाऱ्या दोन इसमांकडे पॅटचं अजिबात लक्ष गेलं नाही.

ती तीन इमारती ओलांडून पुढं गेली तेव्हा अधिक करून अरुंद गल्लीसारख्या असणाऱ्या रस्त्याच्या पदपथावर मातकट रंगाच्या एका दोन मजली इमारतीच्या बाहेर लटकणारी एक मोठी पाटी तिला दिसली :

द जेड हाऊस

युद्धोत्तर तीस वर्षांच्या काळातही ते दुकान व्यवसाय करत राहिल्याचं नवल तिला वाटलं नाही. चायनाटाऊनमधले उद्योग-व्यवसाय म्हणजे एका पिढीकडून पुढच्या पिढीच्या हाती सोपवल्या जाणाऱ्या संस्था होत्या. चिनी ही एक अशी मानववंशीय जमात होती, की त्यांच्या व्यापार-उदीमाखाली असणारी जमीन ते फक्त फी देऊन मालकी हक्काने बाळगीत असत. 'चायनाटाऊन' म्हणून ओळखल्या जाणाऱ्या त्या मौल्यवान एक चौरस मैलाची अभिलाषा धरणाऱ्या विकासकांना, चढ्या किमतीनं होणाऱ्या विकासात जमीन विकण्याचा ज्यांना मोह पडत नसे, अशा आशियाई दुकान मालकांच्या रूपात तोडीस तोड माणसं मिळाली होती. अधिकच महत्त्वाचं म्हणजे इतरांना त्यांची मालमत्ता बाजारात तिची किंमत प्रचंड वाढत असे, तेव्हा ती सोडून देणे भाग पडे. परंतु ह्या चिन्यांची राजकीय ताकद नागरी नूतनीकरण व इतर शासकीय योजनांना आव्हान उभे करण्यासाठी पुरेशी असे.

पॅटनं रस्ता ओलांडला नि दारावरच्या एका छोट्या घंटीच्या किणकिणण्यानंतर तिनं दुकानात प्रवेश केला. आतमध्ये हातांनी कोरीव काम केलेलं पौर्वात्य फर्निचर, पोर्सलीनची भांडी, जेड – म्हणजे मर्गझ – या मौल्यवान खड्यांनी मढवलेल्या कोरीव काम केलेल्या मानवी मूर्ती आणि गोमेद खड्यांनी बनवलेल्या इतर बाबी व पॉलीश केलेल्या टणक लाकडी वस्तू ह्यांनी गच्च भरलेल्या काचेच्या प्रदर्शनी कपाटांच्या रांगा ह्यांचा एक चक्रव्यूहच होता. त्या इमारतीचं गचाळ दर्शनी रूप आतल्या अत्यंत सुंदर विक्रीच्या वस्तू व फर्निचरच्या बाबी यांच्याशी कमालीचं विसंगत होतं. हे दुकान काही सर्वसामान्य पर्यटकांसाठी नव्हतं. पुराणवस्तू खरेदी-

विक्रीचा व्यवसाय करणारे, अंतर्गत सजावट करणारे वास्तुकार आणि चांगले जवाहिरे– ज्यांचा निव्वळ कर-वजावटीच्या उद्देशाने कार्यालयांसाठी एखादी कलावस्तू किंवा प्राचीन वस्तू खरेदी करण्याचा इरादा असतो व किंमत हा ज्यांच्यासाठी अडथळा ठरत नाही अशा व्यवसायिकांचा असतो– अशांसाठी हे दुकान होतं.

तिथं विक्रीला ठेवलेल्या वस्तूंच्या दर्जामुळे ती इतकी भारावून गेली, की क्षणभर तिच्या तिथल्या फेरीच्या मूळ हेतूपासूनच तिचं लक्ष विचलित झालं. ती फर्निचरच्या रांगांमधून फिरू लागली आणि आत्यंतिक कलाकुसर केलेलं चेरी लाकडाचं एक डेस्क नि त्याला साजेशी खुर्ची यांच्यापाशी थांबली. त्या दोन्हींमध्ये हस्तिदंत जडवलेलं होतं. एक क्षणभर तिच्या नजरेपुढून तिच्या कार्यालयातल्या वस्तू वेगानं तरळून गेल्या. इथल्या ह्या वस्तूंपैकी एकावरही किंमत दिलेली नव्हती – दक्ष, सावध खरेदीदारासाठी अनिष्टसूचक खूण!

''काय मदत करू शकते मी आपल्याला?''

पॅट मागे वळली, तशी तिला मागे एक आकर्षक आशियाई स्त्री उभी असलेली दिसली. ती तिशीच्या अलीकडची होती. तिच्या स्वच्छ तांबूस वर्णाच्या चेहऱ्याला खांद्यावर विखुरलेल्या लांब, चमकदार काळ्या केसांची चौकट होती. पूर्ण शरीरभर ल्यायलेल्या सिल्कच्या पोशाखात ती नजरेत भरत होती. तो पोशाख तिच्या देहाच्या नाजूक वळणांना बिलगून होता.

''या डेस्क सेटचं मी मनाशीच कौतुक करत होते. फारच छान आहे तो!''

''हंऽ खरोखरच सुंदर आहे तो!'' ती स्त्री निर्दोष इंग्रजी बोलत होती. आणि का बोलू नये? ती मुलगी सान फ्रान्सिस्कोतली बहुधा तिसऱ्या किंवा चौथ्या पिढीतली असावी.

आणि तरीदेखील तिच्यामध्ये विलक्षण असं काहीतरी होतं. त्या स्त्रीचं दर्शनीय रूप ज्यामुळं एकमेवाद्वितीय बनलं होतं, ते वैशिष्ट्य पॅटला प्रथम ओळखता आलं नाही. मग ते तिच्या लक्षात आलं. तिचे डोळे बदामी आकाराचे नव्हते, तर गोल आणि करड्या-हिरव्या रंगाचे होते. त्या स्त्रीच्या 'ब्राँझ' वर्णाशी त्या डोळ्यांचा आकार आणि रंग विसंगत होता.

''गेल्या आठवड्यात दुकानात मागणी नोंदवल्यावरून तो डेस्क सेट आणला होता.'' ती स्त्री म्हणाली. ''तुम्हाला तो जर आवडला असेल, तर त्याच्या मालकाची काय अपेक्षा आहे, ते मी आमच्या नोंदवह्या पाहून सांगू शकेन. मला ठाऊक आहे, की तो ते विकायला अतिशय आतुर आहे.''

''नको. मला खात्री आहे, तो माझ्या आर्थिक कुवतीपेक्षा खूपच अधिक असणार. निदान आत्ता तरी.''

त्या दुकानदार स्त्रीनं मोठं आकर्षक स्मित केलं.

“खरं तर मी तुमच्या दुकानातून काही दिवसांपूर्वी विकलेल्या एका वस्तूबाबत माहिती घेण्यासाठी आले आहे.”

“कोणती आहे ती वस्तू?”

“युद्धकाळात, चाळीसच्या दशकाच्या सुरुवातीला विकलेली काही दुर्मिळ वाङ्मयीन पानं.”

त्या स्त्रीनं स्मित केलं. “मला त्याविषयी अजिबात काही माहिती नाही. त्यावेळी माझे वडील ह्या दुकानाचे मालक होते आणि ते वारले त्याला तीस वर्षांपेक्षाही अधिक काळ उलटून गेला आहे. तुम्हाला कोणती माहिती हवीय?”

तो प्रश्न अगदी स्वाभाविक होता. पण पॅटनं मात्र खरोखरच त्याचा अंदाज केला नव्हता. जेनिफरनं पाठवलेली चर्मपत्रं कवडी किमतीची होती, ती हीन दर्जाची अशी एक लबाडी होती, हे सॅमला सांगण्याखेरीज तिला नक्की काय हवं होतं, याची तिला स्वत:लाच नेमकी खात्री नव्हती. सॅम आपला वेळ वाया दवडत आहे, त्यानं अधिक महत्त्वाच्या गोष्टींकडे – त्याची वकिली नि त्याची भागीदार असलेली स्त्री यांच्याकडे – आपलं लक्ष वळवावं, हे सॅमला कळायलाच हवं होतं.

“अंऽ, म्हणजे...” पॅट अडखळली, “मला हे माहिती करून घ्यायचं आहे, की इतक्या जुन्या विक्रीव्यवहाराचे कागदपत्र तुमच्या दुकानानं जपून ठेवले आहेत किंवा कसं. म्हणजे मग माझ्या एका मित्राच्या ताब्यात आलेल्या ह्या कागदपत्रांच्या अधिकृतपणाचा मला शोध घेता आला असता. काय आहे, की त्यांच्यावर तुमच्या दुकानाचा शिक्का आहे.”

ती स्त्री गोंधळल्यासारखी दिसली. जर का कागदपत्रं मुळात अस्तित्वात असतीलच, तर ती शोधण्यासाठी तळघरातल्या, धुळीनं भरलेल्या फायली धुडाळायला कित्येक दिवस लागले असते. त्यापेक्षा करण्यासारख्या अधिक चांगल्या गोष्टी तिच्याकडे होत्या.

“मला नाही वाटत मी तुम्हाला काही मदत करू शकेन.” त्या आशियाई सभ्यतेनं आता बेपर्वाईचं रूप घेतलं.

पॅट त्या विषयावर बोलत राहिली. पण त्या भरात तिच्या मागोमाग काही सेकंदाच्या अवधीतच दुकानात प्रवेश केलेल्या एका भल्या दांडग्या इसमाकडे तिचं लक्षही गेलं नाही. फर्निचर व इतर सजावटीच्या सामानाच्या रांगांमधून तो इसम धीमेपणे, रमतगमत फिरत होता नि गोमेदच्या छोट्या मानवाकृती आणि हातांनी कोरीव काम केलेल्या इतर वस्तू भरलेल्या काचेच्या कपाटांचं निरीक्षण करत होता. त्या दुकानातलं त्याचं एकूणच अस्तिव तो चुकून भलत्याच जागी आल्याचं सूचित करत होतं. त्याच्या अंगावरचे कपडे आणि तेवढीच त्याची शरीरयष्टीही, या दोन्ही बाबी पाहता त्या दुकानाचा ग्राहक म्हणून त्याला काही स्वारस्य असेल अशी समजूत

पटणं कठीणच होतं. त्यानं जे कपडे परिधान केले होते, त्याला गणवेष म्हणायचं, इतकंच. डोळ्यांवर ओढून घेता येईल अशी पट्टी असणारी कॅप त्यानं हात दुमडून छातीशी धरली होती.

''इतकं जुनं रेकॉर्ड शिल्लक असणार नाही याची मला खात्री आहे. कारणच नाही आम्हाला ते ठेवायचं. ही तुम्ही म्हणता ती कागदपत्रं नेमकी काय आहेत?''

पॅटनं खांदे उडवले. तिला माहीत होतं, की ती चर्मपत्रं शून्य किमतीची आहेत. ती फक्त तिच्या जोडीदाराचा हट्ट पुरवत होती. त्याची योग्यायोग्यता ठरवण्यात फारसा अर्थ नव्हता. पण हेच अडचणीचं होतं. कारण हे सगळं संपल्यावर या त्रासातून तिला जायला लावल्याचं फळ ती सॅमला भोगायला लावणार होती.

''माझ्या मित्राच्या म्हणण्यानुसार ती सर फ्रान्सिस ड्रेक यांनी लिहिलेल्या जर्नलचा एक भाग आहेत.'' पॅट किंचित हसली आणि पुढे म्हणाली, ''मला कळतंय की हे सारं मूर्खपणाचं आहे. पण ते समजून घ्यायचं, तर तुम्हाला माझ्या मित्राची स्वभावप्रकृतीही जाणून घ्यायला हवी. मला असं वाटतं, की ती व्यक्ती त्याला फसवते आहे; पण तो माझ्यावर विश्वास ठेवणार नाही. तुम्हाला ते शोधण्यासाठी वेळ लागला, तरी चालेल. एका मूर्खपणाच्या चुकीपासून त्याला वाचवायची संधी तुम्हाला मिळतेय असं समजू आपण. तुम्हाला या कामी मदत करण्यातही मला आनंद वाटेल.'' एक क्षणभर पॅट अडखळली, ''आणि कदाचित तुमच्या वेळाची किंमतसुद्धा चुकती करीन मी.''

ती दुकानदार महिला अनुकूलतेकडे झुकायला लागल्याचं पॅटला जाणवलं. तिनं जर आणखी आग्रह धरला, तर बाई निदान रेकॉर्ड पाहील अशी शक्यता होती.

त्या दुकानदारणीनं काही क्षण विचार केला आणि अखेर तिनं पॅटला थांबायला सांगितलं. ती गणवेषातल्या त्या दांडग्या माणसाकडं गेली आणि त्याला काही हवंय की काय, याची तिनं विचारणा केली. वर न बघताच त्या इसमानं कुजबुजत्या स्वरात उत्तर दिलं. पॅटला काही त्याचे शब्द ऐकू आले नाहीत; पण काही सेकंदांतच ती स्त्री परत फिरली.

''माझ्या मागं या, कृपा करून.''

त्या दुकानदारणीनं रांगांच्या चक्रव्यूहातून दुकानाच्या मागच्या बाजूला आणि एका कमानी दरवाजावर लावलेल्या पडद्यामागून एका छोट्या खाजगी कार्यशाळेसारख्या भागात पॅटला आणलं. कारागिरी काम करायच्या एका बाकड्यावर हातानं वापरायची हत्यारं विखुरलेली होती. एका पुरातन खुर्चीची लाकडी चौकट एका मोठ्या शेगड्यात बंद करून त्या बाकावर ठेवलेली होती.

ते बाक नि भिंत यांच्या मधल्या अरुंद मार्गावरून चालत त्या दोघी जणी एका

जिन्याच्या पायऱ्या चढून जाऊ लागल्या आणि मिट्ट अंधारानं त्या दोन मानवाकृती गिळंकृत केल्या, तशी ती स्त्री पॅटच्या नजरेला दिसेनाशी झाली. कुठलाच खुलासा न मिळता त्या दोघी थांबेपर्यंत पॅट, लाकडी जिन्यावर उमटणाऱ्या त्या स्त्रीच्या बुटांच्या टकटकीला अनुसरत तिच्या मागोमाग चालत राहिली. अचानक जिन्याच्या वरच्या टोकाला असलेलं दार उघडलं आणि जिन्याची बोळकांडी प्रखर प्रकाशानं उजळून निघाली. त्या स्त्रीनं हातानं खूण करत पॅटला आपल्या मागून यायला सांगितलं आणि एक छोटा हॉल पार करून पौर्वात्य शैलीतील पुरातन वस्तूंनी सजवलेल्या एका दिवाणखान्यात आणून सोडलं. पॅटला आसनस्थ होऊन प्रतीक्षा करायला सांगून ती दुसरी स्त्री खोलीच्या विरुद्ध टोकाला असलेल्या एका दारातून अदृश्य झाली.

पॅट एका वेल्वेटच्या कोचावर बसली आणि डोकं टेकण्याच्या भागावरच्या लाकडी, नाजूक नक्षीकामाच्या बारकाईनं केलेल्या डिझाइनवरून बोटं फिरवत राहिली. खोलीच्या मध्यावरची फरसबंदी आच्छादित केलेला एक जाडसर पर्शिअन गालिचा आणि समोरच्या भिंतीलगतचं नाजूक नक्षीकामानं मढवलेलं डेस्क यांवर पॅटनं एक नजर टाकली.

नोकरीसाठी अर्ज केलेल्या, मुलाखतीपूर्वी पुन्हा एकदा मनाशी उजळणी करणाऱ्या एखाद्या अर्जदारासारखी पॅट आपल्या स्कर्टच्या हेम टिपेशी उगाचच चाळा करू लागली नि तिजोरीसारख्या असलेल्या भक्कम आढ्याकडे पाहात त्याचं निरीक्षण करत राहिली.

कित्येक क्षण निघून गेले आणि ती स्त्री एका वयस्कर पुरुषासोबत परतली. हनुवटीपुरतीच आखूड कापलेली बोकड-दाढी त्यानं ठेवलेली होती नि तारेच्या फ्रेमचा चष्मा डोळ्यांना लावलेला होता. त्याचे सरळ, पांढरे शुभ्र केस नुकत्याच कोरून भांग पाडलेल्या संगमरवरी दोऱ्यांसारखे पसरलेले होते. त्याचा चेहरा आशियाई नव्हता, तर कॉकेशिअन होता. ती दोघं जशी जवळ आली, तसा तो त्या स्त्रीच्या पुढ्यात येऊन उभा रहिला आणि कोचावरनं उठून उभ्या राहिलेल्या पॅटसमोर त्यानं आपला हात धरला.

"हॅलोऽ. मी फिलिप लमोन्जे. जेनेटचा मी काका आणि ह्या दुकानाचा मालक. कदाचित माझी काही मदत होईल तुम्हाला."

तो ओघवत्या नि बिनचूक फ्रेंच उच्चारात बोलला. पॅटनं त्या पुरुषाकडं नि त्याच्याच बाजूला उभ्या असलेल्या मघाच्या त्या स्त्रीकडे पाहिलं. तसं तिला त्या दोघांतलं कुटुंबातल्या व्यक्तींत दिसणारं साम्य लक्षात आलं. तिच्या नजरेत औत्सुक्य उमटलं आणि तो फ्रेंच माणूस मंदसं हसला.

"हंऽ, जेनेट माझी पुतणी आहे. ती माझ्या भावाची मुलगी आहे. भावाची पत्नी

चीनमधल्या कॅन्टनची होती. जेनेटचा जन्म इथं, सान फ्रान्सिस्कोत झाला आहे.'' त्यानं आपल्या पुतणीकडं बघितलं. ''तू खाली जाऊन दुकानाकडं लक्ष दे.'' तिनं हलकंसं स्मित करत पॅटकडे पाहून जणू निघून जाण्यासाठी परवानगी मागावी तद्वत मान हलवली. ती तरुण स्त्री हॉलच्या दिशेनं अदृश्य होत असताना पॅटचे डोळे तिचा माग घेत राहिले.

''जेनेट म्हणाली, तुम्ही काही माहितीच्या शोधात आहात. कदाचित माझी तुम्हाला मदत होऊ शकेल.''

''मला तशी आशा आहे.'' चायनाटाऊनच्या व्यावसायिक जगातल्या कल्पना नि प्रवृत्तीयांच्यामध्ये समान पातळीवरून काहीही बोलण्यासाठी स्त्रियांना बहुधा मुभा नसते, याची जाणीव असल्याने पॅटनं आपल्या आवाजात जास्तीत जास्त [illegible] आणला.

''उघड उघड लबाडी करून बनवलेले आहेत, अशा दस्तावेजांचा खरेदी-व्यवहार करण्याच्या अवघड स्थितीतून माझ्या एका अतिजवळच्या मित्राला वाचवण्याच्या प्रयत्नात मी आहे.''

त्याच्या पिढीच्या माणसांच्या तात्काळ मनात येणाऱ्या विचाराला अनुसरून त्यानं तिच्या बोटात अंगठी आहे का, त्याचा शोध नजरेनं घेतला. पण त्याला ती आढळली नाही. ''ते लबाडीनं तयार केलेत असं तुम्हाला वाटायचं काय कारण बरं, मद्म्वाझेल?''

त्या फ्रेंच माणसाकडून आलेलं तत्पर उत्तर नि त्याची थंड, रोखलेली नजर यावरून ड्रेकच्या चर्मपत्रांबाबत त्याच्या पुतणीनं त्याला पटकन माहिती करून दिली होती, याविषयी काही संशय उरला नाही.

''अंऽ – माझ्या मित्राला ती देऊ करणाऱ्याचा असा दावा आहे, की फ्रान्सिस ड्रेक ह्या इंग्लिश चाच्यानं लिहिलेल्या जर्नलचा ते मूळ अंश आहेत.''

त्या फ्रेंच माणसाच्या चेहऱ्यावर कोणताच आश्चर्यदर्शक भाव उमटला नाही. तो शांतपणे थंड नजरेनं पॅटकडं रोखून पाहात राहिला.

''कदाचित तुमच्या लक्षात आलं नसेल, ह्या दस्तावेजांवर तुमच्या दुकानाचा शिक्का आहे. माझा असा समज आहे, की एक काळ ते ह्या दुकानाच्या मालकीचे होते.''

''हं, हं. माझ्या लक्षात आलं. पण माझी तुम्हाला काहीच मदत होण्याची शक्यता नाही.''

''का बरं?''

''मद्म्वाझेल, मी तुम्हाला एक सल्ला देतो. पहिली गोष्ट म्हणजे गोष्टी जशा दिसतात तशा नेहमीच नसतात असं जे सांगतिलं जातं, ते सत्य असलं, तरी

आयुष्यातली फसवणूक ही नियमापेक्षा अपवादच असते, हे शिकण्यासाठी जवळजवळ सत्तर वर्षांनंतर मी माझ्यातल्या निश्चितपणावर पुरेशी मात केली. आणि दुसरी गोष्ट–'' जणू आपल्या सांगण्यावर अधिक भर द्यावा म्हणून त्या फ्रेंच माणसानं विराम घेतला, ''ह्या कागदपत्रांविषयी अनोळखी व्यक्तींना प्रश्न विचारणं तुम्ही थांबवावं.''

प्रत्युत्तराच्या ह्या फटकाऱ्यानं पॅट स्तंभित झाली. समोरच्याला ह्या प्रकरणात काही रस असणार नाही, अशा प्रतिक्रियेसाठी तिच्या मनाची तयारी होती. गैरसोय किंवा दुकानमालकाच्या इतर स्वामित्व संबंधांविषयक बाबींच्या परिणामी कोणतंही सहकार्य केलं जाणार नाही, अशीही तिनं अपेक्षा केली होती. पण घडलं त्यासाठी मात्र ती अजिबात सज्ज नव्हती – कदाचित ते दस्तऐवज अधिकृत असतील, याला जणू जाता जाता दिलेली पुष्टी!

''मला कळत नाहीये, तुम्ही मला मदत का करू शकत नाही?''

''कारण मला ती करायची नाहीये,'' तो फ्रेंच इसम म्हणाला. ''आणि तुम्ही आणखी एक गोष्ट करा. त्यामुळे तुमचे स्वत:वरच उपकार होतील. या प्रकरणी तुम्हाला ज्याच्याशी बोलायचं असेल, त्याची त्यासाठी निवड करताना काही दूरदर्शीपणा दाखवा; दक्षता घ्या.''

पॅटनं काही प्रत्युत्तर देण्यापूर्वीच आपण हॉलमध्ये आलो आहोत; आणि जिन्यांच्या पायऱ्यांकडे पाहत आहोत असं तिच्या लक्षात आलं. कारण तो फ्रेंच गृहस्थ दरवाजा उघडून उभा होता.

''गुड डे, मद्म्वाझेल.''

पॅट जिना उतरून कार्यशाळेच्या जागेतून झरझर चालत गेली आणि बाहेर पडली, तरी त्या वयस्कर माणसाच्या शब्दातून संक्रमित होणारा संदेश उलगडण्याचा प्रयत्न करतच होती. पुरुषांकडून मिळणाऱ्या बेदरकार वागणुकीची तिला आजवर सवय नव्हती. त्याचा हा धटिंगणपणा तिला गोंधळात टाकून गेला आणि आपण अधिक आग्रही न राहिल्याबद्दल तिला स्वत:चीच चीड आली.

दुकानाच्या झुलत्या दाराला झोका देऊन ती बाहेर पडली, तसा तिच्या पाठोपाठ लगेचच मोटरचालकाच्या गणवेशातल्या त्या इसमाचा, तो ज्याचं गेली कित्येक मिनिटं निरीक्षण करत होता, त्या बोनचायनाच्या वस्तूतला रस अचानक संपला नि तो दरवाजाकडे चालू लागला.

जिन्यापलीकडे तो 'फ्रेंचमन' परत वरच्यामजल्यावरील त्याच्या अभ्यासिकेत शिरला खरा, पण त्यावेळची त्याची हालचाल तंद्रीत असलेल्या माणसासारखी मंद होती. एका मोठ्या, कप्प्या कप्प्यांच्या वॉलनट पेटीची, हातानं केलेलं कोरीव काम असलेली दारं

त्यानं उघडली आणि वरच्या उजव्या कोपऱ्यात असलेल्या ड्रॉवरमधून पिवळं पडलेलं नि दीर्घ काळाचा परिणाम झाल्यानं कुबट वास येणारं एक पाकीट बाहेर काढलं. ते उघडण्याचा किंवा आतला ऐवज बाहेर काढण्याचा त्यानं प्रयत्न केला नाही. त्यातल्या एका पानाच्या दस्तऐवजातल्या मजकुराच्या संक्षिप्त ओळी त्यानं इतक्या वर्षांपासून स्मरणगत करून ठेवल्या होत्या. म्हणून ते पाकीट उघडण्याऐवजी पाकिटाच्या एका कोपऱ्यावर छापलेल्या अक्षरांवर आणि त्या अक्षरांवरच्या उठावाच्या काळ्या स्वस्तिक चिन्हावर आपली थंड नजर रोखून तो निश्चल उभा राहिला.

त्या शस्त्राचं अणकुचीदार टोक त्याच्या कवटीच्या कमानदार भागाच्या माथ्यावर टेकले आणि तिथून डोक्याच्या दिशेनं खाली येऊ लागलं. त्या क्रियेत होणाऱ्या हालचालीचा प्रत्येक अंश स्ट्रोबोस्कोपमधल्या दिव्यांच्या प्रकाशानं डिस्को नृत्याच्या एखाद्या हालचालीभोवतीची बाह्यरेषांची अदृश्य चौकट उजळावी तद्वत कालबिंदूमध्ये गोठून जात होता. पीळदार स्नायूंनी बांधलेले ताकदवान तळवे आणि कोपरापासूनचे हात यांचं बळ लावलेलं ते अणकुचीदार धातूचं शस्त्र डोक्याच्या दिशेनं चाललं होतं. हालचाल करायचा कुठलाही प्रयत्न निष्फळ ठरत होता. त्याचं शरीर एखाद्या अदृश्य शक्तीनं जणू जागच्या जागी जखडून टाकलेलं होतं. त्या अणकुचीदार साधनाच्या रक्ताळलेल्या टोकापलीकडे पाहण्याचा प्रयत्न करत सॅम हल्लेखोराच्या चेहऱ्याचा अंधारात शोध घेत होता. नजर एका ठिकाणी केंद्रित करण्यासाठी झगडत असताना एका अदृश्य शक्तीनं त्याच्या देहाला जोरदार धक्का दिला आणि हल्ल्याच्या वेळच्या शांततेचा एका आवाजाने भेद केला.

''मिस्टर बोगार्डस, उठा पाहू.''

त्याच्या देहाची चाळवाचाळव झाली आणि डोळ्यांची उघडझाप होत डोळे उघडले गेले. तो जेनिफर डॅवीजच्या चेहऱ्याकडे रोखून पाहू लागला. आपल्या मुद्रेवरील भावात डोकावणाऱ्या भयावर काबू मिळवण्यासाठी त्याला मोठा संघर्ष करावा लागला.

''मला माफ करा. बहुधा स्वप्न पडत असावं मला.''

''एखादं दुःस्वप्न असं म्हणा!''

आपल्या चेहऱ्यावरून घामाची टिपं खाली उतरत असल्याचं सॅमला जाणवलं. त्याच्या त्या प्रक्षुब्ध झोपेमुळे हॉस्पिटलच्या पलंगावरच्या चादरी घामानं चिंब भिजवल्या होत्या.

''मला डुलकी लागली असावी. काल रात्री फार झोपू शकलो नाही.'' एक उशी पलंगाच्या माथ्याकडे त्यानं सायासपूर्वक ओढून घेतली नि आपलं डोकं उंचावण्यासाठी तो 'हॅण्ड कन्ट्रोल' धुंडाळू लागला. ''मला वाटतं मी फारच गोष्टींचा विचार करत

होतो. पण तुम्ही बसा ना,'' सॅम पलंगाच्या पलीकडेच ठेवलेल्या खुर्चीकडे निर्देश करत म्हणाला आणि जेनिफर खुर्चीत बसली. छातीवर घ्यायच्या मोठ्या रुमालानं त्यानं कपाळाचा घाम टिपला.

''हे काय आहे सगळं? तुम्ही फोनवर म्हणालात, की हा प्रकार तुमच्या बाबतीत ज्यानं केला, तो चर्मपत्रांच्या मागे होता?''

''आत्ता, ह्या क्षणाला मी तुम्हाला सगळं काही सांगू शकणार नाही. माझ्याकडे कोणताच सबळ पुरावा नाहीये. पण मला वाटतं ती पानं अस्सल नि अधिकृत आहेत आणि चांगलीच मौल्यवान आहेत.''

त्यानं तिच्या चेहऱ्याचं बारकाईनं निरीक्षण केलं. तो पत्थरासारखा निर्विकार होता. तिचे डोळे त्याच्या कपाळावरच्या बँडेजकडे आणि उघड्या टाक्यांकडे वळले.

''अधिकृत म्हणजे तुम्हाला काय म्हणायचंय?''

''माझ्या एका मित्रानं – जो सध्या अनामच राहणं इष्ट आहे; पण जो अशा बाबींमध्ये चांगला निष्णात आहे – त्या चर्मपत्रांचं भाषांतर करायची व्यवस्था केली आहे. त्याची अशी धारणा आहे, की ती पानं ऐतिहासिक महत्त्व असणाऱ्या एखाद्या मोठ्या पुस्तकाचा किंवा जर्नलचा भाग आहेत.'' निकनं केलेल्या भाषांतराचा उरलेला भाग उघड करावा, की नाही या विषयी निश्चय होत नसल्यानं सॅम क्षणभर घुटमळला. त्यानं सावधपणाचा पर्याय निवडला. ही माहिती आपण स्वत:च का उघड करू शकत नाही आहोत, याचं सर्वथा पटणारं उत्तर त्याला स्वत:लाच देता येत नव्हतं.

''ती चर्मपत्रं अधिकृत आहेत किंवा नाहीत हे मला एक-दोन दिवसांत कळेल. मात्र या क्षणी ती सुरक्षित आहेत.''

''हे सगळं मोठंच सुरस आहे.'' जेनिफर म्हणाली. तिचा स्वर कोरडा होता; मन भरकटलं होतं. ''पण माझ्या वडिलांविषयी तुम्ही काय शोधून काढलं आहे?''

''आपल्याला महत्त्वाचा धागा देतील अशा काही विशिष्ट कागदपत्रांचा तपास करायला मी माझ्या सेक्रेटरीला सांगितलं आहे.''

''अच्छा. बरं, मी एक-दोन सूचना करू का?''

''जरूर.''

''मला जेवढं सगळं माहिती आहे त्यानुसार ते बलून ज्या दिवशी कोसळलं त्या दिवशी त्यावर दोन माणसं होती. माझ्या धारणेनुसार त्यांपैकी एक माझे वडील, जेम्स स्पेन्सर, होते. दुसरा जो माणूस होता, त्याचं नाव रेमण्ड स्लेड होतं. मला त्या मिस्टर स्लेडविषयी आणखी माहिती हवी आहे. इथं तुमच्याकडे येण्यापूर्वी मी स्वत: मोटरवाहन खात्यात थोडासा तपास केला. वाटलं, की मी नशिबवान ठरेन आणि स्लेडसंबंधी काही गुप्त, दडवून ठेवलेले कागदपत्रं किंवा एखादा फोटो सापडेल. सापडलं मला.''

सॅमच्या मुद्रेवर वेदनेची छटा पसरली. ‘‘मग मला कशाला गुंतवलंत यात तुम्ही, मिस डॅवीज?’’

‘‘म्हणजे म्हणायचंय काय तुम्हाला?’’

‘‘म्हणजे असं दिसतंय की तुम्ही कशाच्या शोधात आहात हे तुम्हाला नेमकं ठाऊक आहे – आणि त्यासाठी कोणता मार्ग चोखाळायचा हेही.’’

ती काहीशा नैराश्याने हसली. ‘‘अजिबात नाही. मला कितपत यश आलंय ते तुम्हाला दिसतंच आहे की.’’

अडाणीपणाची बतावणी करण्याचा तो पोकळ प्रयत्न होता.

‘‘मला स्लेडविषयी जाणून घ्यायचं होतं, ते एवढ्याच आशेनं, की त्यातून माझ्या वडिलांचा शोध घेण्याचा काही धागादोरा हाती लागेल.’’

‘‘उदाहरणार्थ–?’’

‘‘उदाहरणार्थ, तो कुठून आला, माझ्या वडिलांबरोबर त्यानं क्रू म्हणून किती काळ काम केलं, असा. कदाचित तुम्हाला त्यांचा फोटो मिळू शकेल?’’

‘‘माझ्याकडे तो यापूर्वीच आला आहे.’’

‘‘काय? मग आहे कुठे तो?’’

‘‘धीर धरा. माझ्याकडे आहे तो. तिकडे माझ्या कचेरीत तुमच्या फाईलमध्ये बंदोबस्तात आहे.’’ प्रत्यक्षात त्यानं तो फोटो नौदलाच्या फाईलमधून ढापला होता, हे मात्र तो तिला सांगणार नव्हता.

जेकला कदाचित जेम्स स्पेन्सरचा फोटो सापडेल या आशेनं सॅमनं त्याला त्या ‘भुताळी ब्लिम्प’च्या वृत्तकथांसाठी उर्वरित दोन वृत्तपत्रांच्या संग्रहालयातून ठेवलेल्या मायक्रोफिल्म दस्तऐवजांचा शोध घ्यायला लावला होता; पण आतापर्यंत तसा एकही फोटो कधी प्रकाशित झालेला नव्हता. त्याला मिळाला, तो फक्त स्लेडचा एकट्याचा फोटो.

‘‘तो कसा दिसत होता?’’

‘‘छे, मला नाही बुवा माहीत. सर्वसाधारण माणसासारखाच असावा. पण मला वाटतं आपण तुमच्या वडिलांच्या शोधात आहोत. मग रेमण्ड स्लेडमध्ये अचानक हा रस का निर्माण झाला तुम्हाला?’’

‘‘मी मघा म्हटल्याप्रमाणे कदाचित आपण स्लेडला काय झालं ते शोधू शकलो, तर जेम्स स्पेन्सरचं काय झालं त्याचा आपण शोध घेऊ शकू.’’

‘‘मला एक प्रश्न विचारायचाय तुम्हाला.’’

तिनं त्याच्याकडं पाहिलं. तिची मुद्रा म्हणजे निरागसपणाचं साक्षात चित्र होतं.

‘‘ती चर्मपत्रं नौदलाच्या पत्राबरोबर १९४२ मध्ये तुमच्या आईकडे पाठवली होती, ह्या गोष्टीचा तुम्हाला खुलासा करता येईल?’’

"काय?" जेनिफर डॅवीज एखादी उच्च स्थानावरची 'फॅशन मॉडेल' म्हणून एकवेळ काम करू शकेल; पण चित्रपटांमध्ये मात्र ती काम करू शकली नसती! तिच्या मुद्रेवरचा भाव अगदी तलम नि हलक्याशा कापडासारखा पारदर्शी होता. तिला त्या पत्राबद्दल माहिती नक्की होती. मग सॅमनंही एक खेळी केली.

"नौदलाच्या फायलींमध्ये एक पत्र आहे आणि त्यात दिलेल्या वस्तूंच्या यादीमध्ये ती चर्मपत्राची चार पानं, जेम्स स्पेन्सरच्या, त्या धडकेनंतर मिळालेल्या वैयक्तिक चीजवस्तूंपैकी असल्याचं म्हटलं आहे."

"मग ती नक्कीच माझ्या वडिलांच्या मालकीची असणार."

"ती जेम्स स्पेन्सरच्या मालकीची होती आणि ती डोरोथी स्पेन्सरला पाठवण्यात आली होती. ते तुमच्या आईचं पूर्वाश्रमीचं नाव होतं, हो ना? तुमच्या सावत्र बापाला ती भेटण्यापूर्वीचं?"

"मला ठाऊक नाही. म्हणजे मला म्हणायचंय, की हो. ती माझी आई होती. पण ती चर्मपत्रं तिच्याकडं आणि मग माझ्याकडे कशी काय पाठवली गेली ते मला माहीत नाही. त्याचा काहीच अर्थ लागत नाहीये."

"माझेही विचार अगदी तसेच आहेत. तुमची आई ह्या चर्मपत्रांविषयी तुमच्याशी कधीही बोलली नाही?"

"नाही; कधीच नाही."

"आणखी कुणाला त्याची माहिती आहे?"

"मला, तुम्हाला, त्याच्याशी निगडित जे जे असतील त्यांना."

"तुमच्या सावत्र बापाला त्यांच्याविषयी काही माहिती नाही?"

"अंऽहं, नाही."

सॅमला असं जाणवलं, की तिच्या सावत्र बापाच्या उल्लेखासरशी त्यानं, अपघातानं का होईना, पण तिच्या मनातल्या दुखऱ्या नसेला स्पर्श केला होता. हा केवळ तिचा त्यांच्याबद्दलच्या चिंतेचा, आई-वडिलांवर त्यांच्या उतरत्या वयात छत्र धरण्याचा, अपत्याला वाटणारा प्रेममय जिव्हाळ्याचाच भाग होता का? की त्यापेक्षा अधिक काही होतं?

"तुमच्या सावत्र बापाविषयी मला काही सांगा बरं. कसा आहे तो?"

"सांगण्यासारखं फार काही नाही. त्याचं आयुष्य बहुतांश द्राक्षवाटिका आणि त्यांची मद्यं यांनीच भरलेलं आहे."

लुई डॅवीजबद्दल बोलताना जेनिफर अवघडल्यासारखी झाली हे स्पष्ट दिसत होतं. सॅमचं मन तिच्या शब्दांकडं लक्ष न देता इतरत्र भरकटत होतं. त्याऐवजी तो तिचे सहज विभ्रम न्याहाळत होता नि तिचा सुरेल आवाज ऐकत होता. ह्या स्त्रीमध्ये काहीतरी उत्तेजक होतं– तिच्या चेहऱ्याच्या कोनाकृती वैशिष्ट्यांना चौकट पुरवणारे

तिचे काळेभोर केस, तिचा सहज नि शांतवन करणारा आवाज.

जेव्हा जेव्हा तिची दृष्टी सॅमच्या डोक्यावरच्या जखमेकडे जाई, तेव्हा तेव्हा तिच्या डोळ्यांत अनुकंपेचा स्वाभाविक भाव प्रकटे.

सरकारी वकिलाच्या कार्यालयात काम करत असतानाच्या काळात भूलभुलैया निर्माण करून दुसऱ्यांकडून पैसे उकळणाऱ्या अनेकांशी बोगार्डसचा संबंध आला होता. त्यामुळे त्याची सहजासहजी दिशाभूल होत नसे आणि त्याच्या हेही लक्षात येत होतं, की संपूर्ण माहिती त्याच्या हाती आलेली नव्हती. निदान अजून तरी. जेनिफरनं तिच्या वडिलांचं संक्षिप्त वर्णन आटोपलं नि ती टक लावून त्याच्याकडे पाहात राहिली, तसं त्याचं दिवास्वप्न भंगलं.

"ती चर्मपत्रं तुमच्याकडे कुणी पाठवली असावीत, त्याची तुम्हाला काहीच कल्पना नाही?"

"अजिबातच नाही."

"अच्छा, म्हणजे सध्या तरी ते एक रहस्यच राहणार," सॅम म्हणाला. "मला वाटतं तुम्ही बहुधा सुरक्षित आहात. निदान सध्यापुरत्या तरी. ज्यांनी कुणी माझ्यावर हल्ला केला, त्यांना बरीचशी खात्री असणार, की माझ्याकडे ती चर्मपत्रं आहेत. त्यामुळे तुम्हाला धोका नाही..."

जेनिफर मध्येच म्हणाली, "ऐकून घ्या माझं. आणखी कुणी आता जखमी व्हायला नको आहे मला. तेवढी त्या गोष्टीची किंमत नाही. वाटलं तर ती चर्मपत्रं घेऊन पोलिसांकडे जाता येईल आपल्याला. मग त्यांना घेऊ देत त्यांची काळजी."

"ती एक चूक ठरेल," सॅम ताडकन म्हणाला. "आपल्याला अजून पुरती माहिती प्राप्त झालेली नाही. पोलीस काही केवळ मनानं बांधलेल्या अटकळीचा माग घेण्यासाठी त्यांची माणसं कामाला लावणार नाहीत. माझ्यावर झालेला हल्ला चर्मपत्रांशी जोडला जाण्यासाठी सबळ पुरावा नाहीये. नाही! माझ्यावर भरवसा ठेवा. आपण आणखी थोडा काळ थांबू या आणि पोलिसांकडे जाण्यापूर्वी आणखी माहिती गोळा करूया."

जेनिफर खांदे उडवत म्हणाली, "तुम्हाला जर तसंच वाटत असेल, तर..."

"हो, तसंच वाटतंय मला. याक्षणी तरी कुठलेही धोके आपण पत्करायचे नाहीत. चर्मपत्रासंदर्भात तुमच्याशी कुणी संपर्क साधला, तर मला ताबडतोब फोन करा. लक्षात आलं तुमच्या?"

"होय."

"आणि तुम्ही स्वत:च्या जबाबदारीवर कुठला तपास करायला नको आहे मला. मी इथून बाहेर पडेपर्यंत वाट पाहा. मग मीच त्याबाबत काय ते करीन."

तिनं मान डोलवली.

सॅमनं त्या स्त्रीकडे नजर टाकली. सहजपणे मोहात पाडेल आणि ओढ निर्माण करील अशी ती स्त्री होती. त्याच्या व्यक्तिमत्त्वामधला एक भाग तिला मदत करू इच्छित होता, तिच्या सर्व प्रश्नांची उत्तरे देऊ इच्छित होता, ती सुरक्षित आहे अशी तिला खात्री देऊ इच्छित होता आणि सर्वांत महत्त्वाचं म्हणजे, तो जर जिवंत राहिला, तर तिच्या वडिलांचा शोध तो घेणार होता. पण जेनिफर डॅवीजबद्दल काही मतभेदाचाही भाग होता. तिच्या व्यक्तिमत्त्वाला एक कठोर व्यावसायिक अंगही होतं. आज सकाळी जेव्हा त्यानं तिच्या सावत्र बापाच्या घरी तिला दूरध्वनी केला होता, तेव्हा दूरध्वनीवर तिचं हे अंग समोर आलं होतं; आणि काही क्षणांपूर्वीच तिनं जेव्हा, त्यानं रेमण्ड स्लेडविषयी आणखी माहिती मिळवावी असं सुचवलं होतं, तेव्हाही. ह्या दोन बायांपैकी तो कुठल्या बाईशी व्यवहार करतो आहे, याची बोगार्डसला कोणत्याही क्षणी खात्री करता येत नव्हती – त्याच्या मदतीची गरज असणारं असहाय अशील, की स्वत:चा खाजगी हेतू साध्य करू पाहणारी एखादी ताठर, मागावर असणारी व्यक्ती?

''तुमच्या तब्येतीची चौकशी करण्यासाठी मी तुम्हाला सकाळी फोन करीन.'' एवढे उद्‌गार तिच्या मुखातून बाहेर पडले नि तीही तडक बाहेर पडून दिसेनाशी झाली.

कितीतरी क्षण सॅम पलंगावर निश्चल पडून राहिला, नि मग हलकेच दूरध्वनीकडे सरकला. त्यानं त्याच्या कार्यालयाचा क्रमांक फिरवला, तसा तो कॅरलनं उचलला.

''हाय! सॅम बोलतोय.''

''कसं वाटतयं आता?''

''बरं वाटतंय आज. कदाचित उद्या मी इथून बाहेर पडेन आणि पुन्हा कामाला लागेन.''

''कसलीच घाई नाहीये.''

''हो. पॅटनंही हेच सांगितलं. आपल्या या व्यवसायात माझं एवढं महत्त्व आहे, हे उमगून छान वाटलं! ऐकून घे, कॅरल. मी आता सांगणाराय ते काम तुला करायचं आहे. तुझ्यासमोर डेस्कवर आत्ता ती वकिलांची डिरेक्टरी आहे का?''

''हो, आहे.''

''त्यात एक नाव आहे का, ते तू तपासायचंस.''

''कुठला परगणा?''

सॅमनं एक क्षणभर विचार केला. ''नापापासून सुरुवात करू आपण.''

जेड हाऊस सोडल्यानंतर पॅट, सभोवार चारी बाजूंना बोळ असलेल्या इमारतींच्या जवळपास चार समूहांइतकं अंतर चालून गेली होती. तिच्या नियोजित बस थांब्यापासून

त्याच्या निम्म्या अंतरावरच्या एका गल्लीजवळ ती पोहोचली. त्याचवेळी नजरेत भरणारा एक इसम समोरच्या दिशेनं तिच्याकडे आला. जडावाचं सुंदर नक्षीकाम केलेली एक चालण्याची काठी – वॉकिंग केन – त्याच्या हातात होती. त्यानं पॅटकडे सिविक सेंटरकडे जाणाऱ्या रस्त्याची विचारणा केली. गुडघ्यापर्यंत उंटाच्या कातडीचा कोट आणि नागमोडी, अरुंद वळणाची कडा नि माथ्यावरच्या भागात लांबीच्या बाजूनं दाब देऊन केलेली खाच असणारी फेल्ट हॅट घातलेला तो इसम जुन्या काळाचं मोहक दर्शन घडवणाऱ्या व्यक्तीसारखा दिसत होता. मूव्हिटोन कंपनीच्या वार्तापटातल्या एखाद्या व्यक्तीसारखा– युद्धपूर्व युरोपातल्या एखाद्या मुत्सद्द्याचं अर्कचित्र असावं तसा. त्याच्या त्या ताराल्या दर्शनानं भारावल्या अवस्थेतून पॅट भानावर येऊन तिनं 'सिटी हॉल'च्या दिशेनं बोट दाखवेपर्यंत कित्येक मिनिटांचा वेळ निघून गेला होता. तो इसम त्या दिशेनं मंद पावलं टाकत निघून गेला.

त्यानंतर वीस मिनिटांनी पॅट तिच्या बसची वाट पाहात उभी असताना त्या इमारतींच्या समूहाच्या टोकाला तिनं त्या गृहस्थाला पुन्हा पाहिलं तशी ती आश्चर्यचकित झाली. मात्र या वेळेस तो एकटाच नव्हता. एका काळ्या रंगाच्या मोठ्या, लांबसर लिमोझीनजवळ त्याच्या सोबत एक शोफर उभा होता. त्यालाच तिनं जेड हाऊसमध्ये पाहिलं होतं. इतर प्रवाशांबरोबर म्युनी बसच्या मार्गक्रमांक दर्शवणाऱ्या पाटीच्या खांबाभोवतालच्या रांगेतून पुढे सरकताना ती डोळ्यांच्या कोपऱ्यातून त्या दोघांकडे पाहत राहिली. त्या दोन इसमांची रोखलेली शोधक नजर तिच्यावरून अजिबात ढळली नाही. पॅटच्या पाठीच्या कण्यातून थंड शिरशिरी वाहू लागली.

बसमध्ये चढताच तिनं झटकन आपलं तिकीट ड्रायव्हरकडे दिलं आणि ती पाठीमागच्या आसनाकडे सरकू लागली. बस ब्रॉडवेच्या दिशेनं पळू लागली, तसे ते दोघे इसम लिमोझीनमध्ये शिरत असल्याचं; नि ती म्युनीच्या मागं धावू लागल्याचं पॅटनं बसच्या पाठीमागील मोठ्या काचेतून पाहिलं. आता तिचं मन सुटकेसाठी धडपडू लागलं. मात्र एकदम घाबरून जाण्याचंही कारण नव्हतं. गर्दीनं भरलेल्या बसमध्ये तिच्या अवतीभवती माणसं होती. प्रत्येक स्टॉपवर अधिकाधिक प्रवासी बसमध्ये चढतच होते. बसनं कोलंबस ॲव्हेन्यू पार करीपर्यंत फक्त मधल्या मार्गिकेमध्ये पॅसेजमध्ये तेवढी उभं राहायला जागा शिल्लक होती.

पॅट सहजगत्या खाली वाकली आणि तिच्या बाजूलाच बसलेल्या एका वृद्ध स्त्रीच्या कानाशी काहीतरी कुजबुजली. विटून गेल्याने टोकाला फाटलेला एक नारंगी रंगाचा लांब कोट त्या वृद्धेनं घातलेला होता आणि त्या कोटानं तिचा जवळजवळ गातलांपर्यंतचा भाग झाकून टाकलेला होता. तिनं डोक्यावर एक झगमगीत रंगाचा प्रिंटेड रुमाल बांधलेला होता. त्या वृद्ध स्त्रीनंही तारुणी जणू अर्धवट असावी असा भाव नजरेत आणून पॅटकडं पाहिलं. पॅट पुन्हा एकदा ओणवी होत त्या वृद्धेच्या

कानात कुजबुजली. ती स्त्री क्षणभर घुटमळली; पण मग आपले खांदे उडवून तिनं संमतीदर्शक मान डोलावली.

दोन स्टॉपनंतर चार प्रवासी त्या बसमधून उतरले. ब्रीफकेस हाती घेतलेले दोन व्यावसायिक, धक्के देत उतरणारी, संशयास्पद लिंगभेदाची एक व्यक्ती आणि डोक्याला प्रिंटेड स्कार्फ बांधलेली नि ऑक्टोबर महिन्यातल्या थंडीपासून रक्षण करणाऱ्या एक लांब नारंगी कोटात आपली स्थूल काया कोंबलेली एक वृद्ध स्त्री. बसमधून बाहेर पडलेल्या डिझेलच्या धुराच्या घरघराटाबरोबर ते प्रवासी समोरच्या दिशेला झपाट्यानं निघून गेले आणि ती बसही पदपथाच्या कडेपासून दूर होत पुढे मार्गस्थ झाली, तशी तिच्या अगदी मागोमाग एक मोठी काळी लिमोझीनही गेली. ती वृद्ध स्त्री कित्येक सेकंद, ती दोन्ही वाहनं दृष्टिआड होईपर्यंत निश्चल उभी राहिली. मग तिनं आपलं शरीर ताठ केलं आणि टॅक्सीला हाक दिली. तिच्या मागच्या सीटवर पॅट सावधपणे अदृश्य झाली.

तिच्या ओठांवर स्मित तरळलं. 'सुझन पॅटर्सन हवी होती नाही का तुम्हाला? गाठा आता तिला. नाहीतर शंख करा.' ती स्वत:शीच म्हणाली.

पुढे उभारलेल्या अडथळ्यांपाशी रहदारीत अडकून पडलेल्या बसकडं पॅटनं टॅक्सीच्या पुढच्या काचेतून पाहिलं आणि तिनं टॅक्सी चालकाला पुढच्या चौकात डावीकडे वळायला सांगितलं. ती नजरेआड झाल्याचं लक्षात आल्यावर तिच्या वकिली कचेरीसमोर लिमो आणि तिच्यातले प्रवासी ठाण मांडून राहातील, हे उघड होतं. म्हणून पॅट तिच्या अपार्टमेंटकडे जाणार होती नि तिथून कॅरलशी दूरध्वनीवरून संपर्क करणार होती. जेक कार्न्स आणि त्याचे काही मित्र त्वरेने लिमोझीनचा माग काढतील नि सगळं प्रकरण चुटकीसरशी संपवून टाकतील. जर तो शोफर नि त्याचा प्रवासी सॅमवरच्या हल्ल्यात सामील असतील, तर जेक नि त्याच्या मित्रांनी त्यांची 'कामगिरी' पार पाडल्यावर जे काही मागे उरेल, ते पोलिसांना मिळेलच. ते अर्थात फार काही असणार नाही.

पॅटनं स्वत:च्या अंगावर चढवलेल्या त्या वृद्ध स्त्रीच्या कोटाखालनं आपली ब्रीफकेस नि पर्स बाहेर ओढून काढली, घाटदार असणारी एक मांडी दुसरीवर आळसटपणे लोंबकळत सोडली आणि टॅक्सीच्या मागच्या भागात स्वत:वरच्याच खुषीत ती बेफिकीरपणे मग्न झाली. इमारतीच्या एका संकुलाला वळसा घालून टॅक्सी ब्रॉडवेवरून पश्चिमेकडे बोगदा पार करून सनसेट डिस्ट्रिक्ट नि तिचं अपार्टमेंट यांच्या दिशेनं जात राहिली. दहा मिनिटांनंतर ती टॅक्सीतून उतरली आणि ज्याला ती तिचं 'घर' म्हणायची अशा, पातळ लाकडाच्या भिंतींनी आच्छादित, कॉण्डमिनीयम – म्हणजे सामूहिक मालकीच्या इमारतीत रूपांतरित केलेल्या अपार्टमेंट-पासून अलीकडे असलेल्या इमारतींच्या अर्ध्या अंतरावरचा छोटा रस्ता तिनं ओलांडला.

ती कोणताही धोका पत्करणार नव्हती. म्हणून ती तो लांब कोट आणि डोक्यावरचा प्रिंटेड रुमाल या वेषातच पदपथावरून चालत आली. तिच्या बुटांच्या दोन इंच जाडीच्या, स्पाइक असलेल्या टाचा ही एकच काय ती तारुण्य उघड करणारी गोष्ट होती. ती धीमी पावलं टाकत मागल्या बोळात शिरली आणि तिथून लॉण्ड्री रूममधून इमारतीत; आणि मग जिना चढून वर गेली. डोक्यावरचा स्कार्फ दूर करत नि कोट काढून घेत ती दोन्ही बाजूंना अपार्टमेंट असणाऱ्या कॅरिडॉरमधून झपाझपा चालत गेली, कुलपात किल्ली सारून तिनं अपार्टमेंटचं दार उघडलं नि आत पाऊल टाकलं. दार बंद करून नि सुरक्षा-साखळी लावून ती पूर्ण भार टाकून दारावर टेकली आणि सुटकेचा श्वास टाकत कितीतरी सेकंद तशीच उभी राहिली. त्याच वेळी हातानं चाचपणी करत तिनं स्विचची पट्टी शोधली आणि दर्शनी हॉलमधले दिवे लावले.

तिच्या ओठांतून दमल्याचा किंचितसाही ध्वनी बाहेर पडू शकला नाही. कारण जाळत जाणाऱ्या वेदनेनं त्याला प्रतिबंध केला. हलके हलके, छोटी पावलं टाकीत दरवाजापासून दूर राहात तिनं तोंड फिरवलं तेव्हा तिचे डोळे उघडे होते; पण त्यातली दृष्टी मात्र हळूहळू मंदावत चालली होती. एक क्षणभरच तिला तिच्या हल्लेखोराचा चेहरा दिसला. मग तिची खाली वळलेली नजर ओझरत्या दिसलेल्या पिवळ्या रंगाच्या हातमोजावर स्थिरावली, तेव्हा त्या हातमोजाची वळलेली बाही रक्तानं भरलेली होती. कुठलीतरी एक तीक्ष्ण वस्तू तिचा मेंदू, तिचं हृदय नि तिची फुप्फुसं या साऱ्या जीवनदायी अवयवांना चिरत खोलवर जात राहिली, तशी ती दाराला लगटतच मागे धडपडली आणि त्याच वेळी मनाला भेदून जाणाऱ्या तीव्र वेदनेनं तिचे डोळे पापण्यांनी झाकले गेले. दाराला खिळून टाकल्यासारखी ती उभी राहिली. तिच्या पायांवरून रक्त ओघळू लागलं आणि प्रवेशद्वाराजवळच्या टाइलवर तिची पावलं घसरत राहिली, नितंब फरशीवर स्थिरावले नि तिची पाठ कलून दरवाजाला टेकली.

तिच्या छातीच्या पिंजऱ्यातून बाहेर पडणाऱ्या हवेबरोबर विलग झालेल्या तिच्या ओठांतून एक शब्द मात्र बाहेर पडला... "का?"

तो शब्द स्वप्नातून आल्यासारखा वाटला. जखमेमुळे होणाऱ्या असह्य यातनेनं शरीरापासून मन वेगळं करायचं काम आधीच सुरू केलं होतं. जणू काही ती त्या दृश्याच्या अवतीभवती घुटमळत असणारी एक नि:पक्षपाती निरीक्षक आहे आणि कुणा दुसऱ्याच्याच देहातून जीवनदायी रक्तप्रवाह वाहत असताना ती पाहते आहे, अशासारखं ते सारं होतं. मनात बदल घडवणारी ती वेदना शमायला लागली होती. श्वास घेण्याचा तिनं कुठलाच प्रयत्न केला नाही. जणू, तसं करणं व्यर्थ असल्याचं तिला जाणवत होतं. आणि मग तिचं मन तिच्या बालपणाच्या अंगणात नाचू लागलं. तशी ती हळूहळू अंधाराच्या उबदार पोकळीनं वेढली गेली. आपल्या आईच्या

मांडीच्या शांतवणाऱ्या, प्रसन्न, सुखदायी पाळण्यात पहुडलेलं तिनं स्वत:ला पाहिलं आणि मग सुझन पॅटर्सनचं अस्तित्व बालपणीच्या शाश्वत आनंदाच्या स्वप्नदृश्यात हलकेच विरून गेलं.

■

५

अँथनी मरे हा पश्चिम युनायटेड स्टेट्स मधला बहुधा आघाडीचा प्राचीन दफ्तरखान्याचा दफ्तरदार असावा. जगातल्या काही मोठमोठ्या नि अत्यंत प्रतिष्ठेच्या वस्तुसंग्रहालयांतून सतत बोलावणी येणारा असा तो माणूस होता. तो केवळ पुरातन दस्तऐवज आणि पुस्तकं यांचंच जतन करण्यात कुशल होता असं नव्हे, तर अधिकारवाणीनं ती प्रमाणित करण्यासाठीही त्याला नियमितपणे बोलावलं जात असे.

बर्कलि विद्यापीठ परिसरातल्या पुराणवस्तू संशोधन खात्यातच तयार केलेल्या एका लहानशा प्रयोगशाळेत मरे काम करत असे आणि टेबलं, परीक्षानळ्या, बुनसेन बर्नर नि सूक्ष्मदर्शकांपासून, ते फ्लोरोसन्ट दिव्याच्या केंद्रस्थानी बसवलेल्या भल्यामोठ्या गोलाकार भिंगांपर्यंतच्या डोळ्यांसंबंधीच्या विविध साधनांच्या चक्रव्यूहात तो अडकलेला असे.

ती दुपारची वेळ होती. मरे आणि निक जॉर्गनसन दिवसभर प्रयोगशाळेतच डॅवीज चर्मपत्रांची तपासणी करण्यात गढले होते.

त्या अगोदर त्या दिवशी मरेनं ड्रेकवरची, स्वत: त्या प्रवासी शोधकाच्या हस्ताक्षरात लिहिलेल्या म्हणून ज्ञात असलेल्या प्राधिकृत पत्रव्यवहाराची स्पष्ट अवतरणे ज्यात समाविष्ट आहेत, अशी दोन पुस्तकं विद्यापीठ परिसर ग्रंथालयातून आणण्यासाठी निकला पिटाळलं होतं. नीरव शांततेत दोघंही काम करत होते. निक त्या जर्नलचा कोणताही उल्लेख त्या संहितेत मिळतो का त्याचा शोध घेत होता आणि खुद्द मरे त्या चर्मपत्रांची तपासणी करून त्यातल्या अक्षरांची टेबलावर पसरलेल्या पुस्तकांमध्ये असलेल्या मोठ्या आकारातल्या त्याच्या अवतरणाशी तुलना करण्यात मग्न होता.

मरेनं आपल्या विरळ होत चाललेल्या केसांतून आपला हात फिरवला. त्याची चेहरेपट्टी सुरेख होती आणि वस्तुसंग्रहालयं नि प्रयोगशाळा यांच्या मंद प्रकाशित

एकांत जागांमध्ये अनेक वर्षं सतत काम करत राहिल्यानं त्याची कांती गव्हाळ नि मुलायम झाली होती. त्यानं पांढऱ्या रंगाचा सैलसर झगा घातला होता; आणि त्या पानांवरच्या अक्षरांचं मोजमाप घेण्यासाठी त्याची बोटं मापनकैचीकडं वळत तेव्हा ती एखाद्या शल्य-विशारदाच्या कुशलतेनं चालत. ग्रंथालयातल्या पुस्तकांतून त्यानं चर्मपत्रांवरच्या शब्दांकडे भिंग आणलं आणि त्यातली सारखेपणा नि फरक यांची ठिकाणं तो तपासू लागला.

तीन वाजायला दहा मिनिटं बाकी असताना मरे त्याच्या टेबलाशी ताठ उभा राहिला, एक हलकासा सुस्कारा सोडत त्यानं पाठीची कमान केली आणि चर्मपत्रांवर प्रकाश टाकणारा दिवा बंद केला. तोपर्यंत आपल्या पायातले बूट काढून नि पावलं डेस्काच्या माथ्यावर टेकवून शांतपणे घोरत पडलेल्या निकला खोलीतली हालचाल जाणवली तसा तो दचकून जागा झाला. त्यानं डोळे चोळून झोप उडवून लावली आणि खोलीत पलीकडे छायेत असलेल्या मरेवर नजर रोखली.

''हं, मग काय आहे तुझं मत?'' निकनं विचारलं.

मरेनं त्याचा तारेच्या कडांचा चष्मा आपल्या कानांवरून काढला, नाकाच्या हाडावरून वर उचलला आणि टेबलाला वळसा घालून तो निकच्या दिशेने येऊ लागला.

''मी आजवर पाहिलेल्या बनवेगिरीतली ही एक सर्वोत्कृष्ट बनवेगिरी तरी आहे; किंवा मग ती अस्सल तरी आहेत.'' मरेनं जबाब दिला. ''तू जर माझं तज्ज्ञ मत विचारत असशील....''

''तेच विचारतो आहे मी,'' निक उत्तरला.

''तर माझं मत असं आहे, की ती अस्सल आहेत.'' मरे बोलत असता त्याच्या नाकावर सुरकुत्या पडत होत्या, ''ऐकून घे. दोन वेगवेगळ्या व्यक्तींच्या अक्षरांचं वळण तंतोतंत सारखं असू शकत नाही; किंवा त्यांच्या हस्ताक्षराच्या लिपीचा कोन त्या तंतोतंत सारखा ठेवू शकत नाहीत. शिवाय एकाच व्यक्तीच्या बाबतीत सुद्धा त्याच्या हस्ताक्षराचं सुरुवातीचं परिपक्वतेच्या वयातलं वळण आणि वाढत्या वयातलं वळण यात किंचित बदल होतो. अंहं, नाही; ड्रेकच्या ज्ञात पत्रव्यवहारातलं हस्ताक्षर आणि त्या चर्मपत्रातल्या शब्दांचं हस्ताक्षर एकाच शेंगेतल्या वाटाण्यासारखं आहे.

''शिवाय त्याची बनावट नक्कल करणं हे काही सोपं काम नाही,'' मरे पुढे सांगत राहिला. ''त्या पानांवरचा मजकूर आज आपण ज्या प्रकारे लिहू, त्यापेक्षा फारच वेगळा आहे.'' त्याचा आवाज वरच्या पट्टीत गेला नि घुमला. मरेनं आपल्या नाकाचं हाड खाजवलं आणि चष्मा पुन्हा नाकावर चढवला. ''शब्द टंकलिखित केले जाऊ लागण्यापूर्वीच्या कालात युरोपातील सुसंस्कृत सरदार-दरकदारांच्या हस्ताक्षराची शैली एकसारखी असे. ती कित्येक शतकांत दिसून आलेली नाही.''

कित्येक तास टेबलावर वाकून काम केल्यामुळे आलेला शीण सैल करण्यासाठी म्हणून मरेनं आपले हात डोक्याकडे नेऊन उंच करत ताणून धरले आणि पाठीचीही कमान केली. मग तो ग्रंथालयातनं आणलेल्या एका पुस्तकाकडे वळला, ते हातात घेऊन त्यातली सूची त्यानं बघितली आणि पुस्तकाची पानं धुंडाळत तो बोलत राहिला. ''सन १५०० च्या पूर्वार्धापर्यंत युरोपातले बहुतेक विद्वान 'सेक्रेटरी हॅण्ड' नावाचा लिपीचा एक प्रकार सामान्यत: वापरत असत. परंतु १४०० च्या उत्तरार्धात नि १५०० च्या पूर्वार्धात, इंग्लंडसहित बहुतांश युरोपातल्या लेखनात इटलीतून आलेल्या एका बदलाने या लिपीच्या शैलीत शिरकाव केला,'' मरे त्याच्या टेबलापासून निक बसला होता त्या डेस्कापर्यंत बोलत बोलत गेला. आपल्या हातातलं उघडं असलेलं पुस्तक त्यानं डेस्कावर ठेवलं आणि आपण शोधलेलं पान निकला सागोरं येईल अशाप्रकारे मरेनं ते पुस्तक फिरवलं.

''ह्या तथाकथित 'सेक्रेटरी-इटॅलिक' हस्ताक्षराचा या इथं हा एक उत्तम नमुना आहे.'' ऐटदार, एकसारख्या लिपीतल्या एका पत्रातल्या वाढवून मोठ्या आकारात उद्धृत केलेल्या काही भागाकडे मरेनं निर्देश केला. निकच्या नजरेला त्या पानावरची अक्षरं छापल्यासारखी भासली. ते मानवी हस्ताक्षर असल्याचं प्रकट करणाऱ्या केवळ खुणा म्हणजे काही विवक्षित अक्षरांच्या माथ्यांसभोवती शाईच्या सूक्ष्म फराटेवजा गुंडाळ्या. तिथं पिसांच्या लेखणीचे तंतू आपले ठसे मागे ठेवून गेले होते.

''एलिझाबेथ तरुण मुलगी असताना ही शैली, तिला हस्ताक्षरकला शिकवणाऱ्या रॉजर अॅस्क्रम ह्या तिच्या शिक्षकाकडून शिकली,'' मरे म्हणाला. ''तिचं अनुकरण करण्यासाठी सरदार-दरकदारांवर राजदरबारातल्या शाही मंडळींचं फार मोठं दडपण होतं. १५०० च्या उत्तरार्धात इंग्लंडमध्ये 'कोणीतरी असलेल्या' जवळजवळ प्रत्येकानं ह्या इटॅलिक प्रकारावर प्रभुत्व संपादन केलं होतं आणि मग ते कोणत्याही औपचारिक लेखनात त्याचा वापर करू लागले – त्यात ड्रेकही होता.''

''बरं, मग?'' निकनं मरेकडे प्रश्नार्थक मुद्रेनं पाहात विचारलं.

''थोडक्यात, नक्कल करण्याच्या दृष्टीनं हा प्रकार अजिबात सोपा नाही, हे तुझ्या लक्षात आलं असेल. बाबारे, त्यासाठी ह्यांपैकी बहुतेकांनी त्यांच्या बालवयात हा प्रकार शिकण्यासाठी हजारो तास खर्च केले आहेत! कसून मेहनत करून घेऊन त्यांच्याकडून ती शैली घोटवून घेण्यात आली होती. ओळखू येणार नाही अशाप्रकारे त्याची नक्कल, त्या चर्मपत्रांएवढ्या लांबीइतकी चार पानं तर सोडाच; पण एखाद्या परिच्छेदापुरतीही करणारे अर्धा डझनापेक्षाही अधिक लोक आज हयात नसतील.

''आणि हे एवढं तुला पुरेसं वाटत नसेलच तर, इकडे ये आणि पाहा तूच.'' मरेनं निकला टेबलाला वळसा घालून त्याच्या दुसऱ्या बाजूला आणलं. डोक्याच्या वरच्या अंगाला असणारा एक दिवा त्यानं लावला आणि टेबलावर पसरून ठेवलेल्या

चर्मपत्रांच्या जवळ ते पुस्तक ठेवलं.

“हंऽ, ह्याच्याकडे बघ,” असं म्हणत हस्ताक्षरात लिहिलेल्या पूर्ण स्वरूपातील एका मोठ्या आकारातल्या पुनर्मुद्रित केलेल्या प्रकाशचित्राकडे मरेनं बोट दाखवलं.

“जगाभोवतीच्या समुद्रप्रवासाला निघण्यापूर्वी कितीतरी वर्षं अगोदर ड्रेकनं अर्ल ऑफ इसेक्सला लिहिलं होतं, ते पत्र आहे हे. ते इटॅलिक लिपीतलं आहे. पण तुला असं दिसेल, की ते बहुधा झपाट्यानं आणि अधिक विद्वत्तापूर्ण लेखनात जसं नेहमी पेन उचलून लिहिलं गेल्याचं दिसतं, तशी रीत न वापरता लिहिलेलं आहे. ‘इटॅलिक’ स्वरूपातली श्रेष्ठ, म्हणजे ‘क्लासिक’ दर्जाची अक्षरं उभट आणि चांगली गोलाकार असण्याची आपली अपेक्षा असते; पण भराभर आणि दोन शब्दांमध्ये पेन न उचलता लिहिलं जातं, तेव्हा काही अक्षरं तिरकस आणि कमानदार वळणानं लिहिण्याकडे आपला कल वाढत जातो. यातले ‘एच’ नि ‘एम’ पाहिलेस?” मरेनं त्या अक्षरांकडे निर्देश केला. “त्यांच्यामध्ये यासारखे बिंदू नि कोणाकृती रेषा येतात.

“सहजगत्या लिहिलेल्या गद्य लेखनाची ही खूण आहे. भरभर लिहिलेली व्यावसायिक अक्षरं.” मरे पुढं सांगत राहिला. निकपासून दूर न होता त्यानं हात वर नेला आणि त्या चर्मपत्रांपैकी एक पान टेबलाच्या कडेवर, प्रकाशाखाली ओढलं. “ही इथं आहेत, त्या अक्षरांसारखं अक्षर,” मरेनं अनेक एच, एम नि एन या वर्णांकडे बोट दाखवलं. निकच्या ‘तयार’ नसलेल्या डोळ्यांनादेखील पुस्तकातील अक्षरं नि चर्मपत्रांवरील अक्षरं यातलं कमालीचं सारखेपण लक्षात आलं.

“तुला माझं मत हवं असेल,” मरे म्हणाला, “तर ते असं आहे, की दोन्ही दस्त एकाच माणसानं लिहिलेले आहेत.”

“तू अगदी खात्रीपूर्वक सांगू शकशील हे?”

“अगदी खात्रीपूर्वक, संशयातीतपणे म्हणतोस? नाही. पण ते अशील माझं या दस्तऐवजांच्या उगमस्थानाविषयीचं तज्ज्ञ म्हणून मत मागत असेल, तर मला असं म्हणावं लागेल की ते ड्रेकनं लिहिलेले आहेत.” एक क्षणभर तो बोलायचं थांबला. “तथापि निश्चिती करण्याचा एक मार्ग आहे.”

“तो कोणता?” निकनं पृच्छा केली.

“शाई नि कागद यांची एक प्रकारची कार्बन चाचणी.”

“पण त्यामध्ये या चर्मपत्रांचा काही भाग नष्ट होईल ना?”

“दोन वर्षांपूर्वी मी याचं उत्तर ‘हो’ असं दिलं असतं. पण कॅलिफोर्निया विद्यापीठ, डेविस इथं एक माणूस आहे. त्यानं कार्बन कालनिश्चितीची नवीन पद्धत शोधून काढली आहे. त्यासाठी तो सायक्लोट्रॉन[१४] नावाचं एक यंत्र वापरतो. ते यंत्र त्या वस्तूमधल्या कणांना गती देतं. ह्या क्रियेकरिता ते यंत्र विद्युत व चुंबकीय क्षेत्राचा वापर करतं. मला ते समजलं आहे त्याप्रमाणं, या प्रक्रियेत कागदाची व शाईची अणू

संरचना समजून येते आणि त्याकरिता खुद्द त्या लेखाचे फक्त काही सूक्ष्मदर्शकीय अंश आवश्यक असतात.''

''प्राचीन लेखनावर त्याचा कधी वापर झाला आहे?''

''डेविस इथला प्रकल्प फार सुरक्षित ठेवलेला आहे. परंतु, काही महिन्यांपूर्वी अशी बातमी बाहेर फुटली आहे, की गटेनबर्ग बायबल कोणत्या तरी मार्गाने त्यांच्या हाती पडलं आहे आणि त्याच्यासाठी वापरलेल्या शाईची संरचना शोधून काढण्यात ते मग्न आहेत. गटेनबर्गने वापरलेल्या शाईसारखी हुबेहूब शाई बनवण्यात उत्पादकांना आजवर कधीही यश आलेलं नाही. त्या शाईत कागदावर वापरण्यात आलेली आजवरची सर्वांत उत्तम रंगद्रव्यं आहेत. मात्र त्यांचं रासायनिक सूत्र मूळ मुद्रकाकडून गहाळ झालं. असं सांगितलं जातंय, की मूळ सूत्र संपादन करण्यासाठी कंपन्या प्रचंड रक्कम अदा करतील. मी या चर्मपत्रांचे काही अंश डेविसला पाठवून प्रयत्न करायला काय हरकत आहे? ते तुला बहुधा त्यांचं आयुर्मान व घटक-रचना एवढंच सांगू शकतील, इतकंच नाही; तर गेल्या तीन शतकांमध्ये त्याला कुणा कुणाची तेलकट बोटं लागली आहेत तेही सांगू शकतील!''

त्यानंतर दहा मिनिटांनी मरेनं त्या चार जीर्णपत्रांपैकी प्रत्येकातील सूक्ष्म अंश काढून घेतला आणि वेगवेगळ्या कुप्यांमध्ये भरून त्याला लेबलं लावली. मग त्यानं त्या चर्मपत्रांची अतिशय काळजीपूर्वक गुंडाळी केली आणि एका लांब नळकांड्यात ती ठेवून त्याचं तोंड प्लास्टिकची चकती लावून बंद केलं.

''तू खरं म्हणजे याची घडी घालायला नको होतीस,'' तो म्हणाला. ''ह्या चर्मपत्रांची थोडीफार गैरप्रकारे हाताळणी होत राहिली तर सुरुवातीला काही काळ त्यांच्यावर प्रतिकूल परिणाम होणार नाही; पण कालांतराने घड्यांच्या ठिकाणी त्यांना चिरा पडायला लागतील.''

निकनं ते नळकांडं मरेकडून आपल्या ताब्यात घेतलं. ''मला वाटतं आपण ही बाब सध्या आपल्यामध्येच ठेवू या.'' जास्पर होम्सला जेव्हा शेवटी असं लक्षात आलं होतं, की ही चर्मपत्रं म्हणजे ड्रेकच्या जर्नलचाच भाग आहेत, तेव्हा त्या इंग्रज माणसाच्या चेहऱ्यावर जे भाव उमटून गेले होते, ते निकला आठवले आणि क्षणभर त्याच्या मनाचा थरकाप झाला.

''थँक्स, टोनी. आम्हाला हवी होती ती खात्री तुझ्याकडून मिळाली आहे असं मला वाटतं. त्या रेडिओ कार्बन चाचणीचे निष्कर्ष तू मला कळवशीलच, असं मी समजतो.''

मरेनं मान डोलावली.

निक वळला नि दरवाजाकडे चालू लागला.

मरेला त्याच्या मित्राच्या वर्तनात एक प्रकारची घाई असल्याचं जाणवलं.

त्या चर्मपत्रांच्या अवस्थेवरून त्याला हेही लक्षात आलं, की ती काही कुठल्या आधुनिक वस्तुसंग्रहालयातून आलेली नाहीत. ती सरळ, ताठ ठेवण्याऐवजी त्यांच्या घड्या घालण्यात आलेल्या होत्या आणि व्यावसायिक वस्तुसंग्रहालयाचे व्यवस्थापक वापरतात तसा नेहमीच्या जतनद्रव्यांचा वापर त्यांच्या बाबतीत करण्यात आलेला नव्हता.

''निक,'' मरेनं टेबलाजवळूनच वर पाहात निकला हटकलं, ''ही चर्मपत्रं तुला कुठं मिळाली त्याबद्दल मी तुला आतापर्यंत विचारलेलं नाही. मी ते जाणून घ्यावं, की नाही याविषयीही माझी मन:स्थिती द्विधा आहे. पण तुला स्वत:ला कळलंय ना, ती किती मौल्यवान आहेत ती?''

''हो, मला तरी तसंच वाटतं आहे.''

''त्यांची काळजी घे. आणि निक, तुझी स्वत:चीही काळजी घे.''

मरेच्या आवाजात किंचितसा ओलावा होता का? निकला वाटून गेलं.

निकनं मान डोलावली आणि दरवाजाबाहेर पडून दुपारनंतरच्या सूर्यप्रकाशातून तो चालू लागला.

करड्या नि खिन्नता निर्माण करणाऱ्या आकाशाखाली विस्तीर्ण हिरवळीवर काही माणसांचा तो छोटा जमाव जमलेला होता. अखंड वाहणाऱ्या पॅसिफिक वाऱ्यामुळे खुजी वाटणाऱ्या नि प्रचंड वेगाने हलणाऱ्या सायप्रसच्या खडबडीत, गाठाळ झाडांनी त्यांच्यासाठी गूढभरली भीती निर्माण करणारी पार्श्वभूमी तयार केली होती. खांद्यांवर धर्मोपदेशकाचा लांब रेशमी गळपट्टा परिधान केलेला, प्रोटेस्टण्ट चर्चमधील बिशपला एक धर्मोपदेशक निस्तेज कार्नेशन फुलं नि लांब दाण्ड्यांची गुलाबाची फुलं यांच्या थरांवर विसावलेल्या एका शवपेटीपुढे हलक्या आवाजात बोलत होता.

''हे परमेश्वरा, आम्ही तुजकडे असे याचितो, की मृत पावलेल्या सुझन एलिझाबेथ पॅटर्सन या तुझ्या सेविकेच्या आत्म्याला तुझ्या कोमल प्रेमाच्या व दयेच्या छत्राखाली घे आणि या आयुष्यातून जी आता मुक्त झाली आहे, तिला तुझ्या मध्यस्थीने आणि तसेच तुझ्या सर्व संतांच्या मध्यस्थीने शाश्वत सुखाची संगती प्रदान कर...''

गुलाबाची फुले. ती तिला नेहमीच आवडायची. त्या दोघांचं भांडण व्हायचं तेव्हा तिला त्याची भरपाई एक यार्ड लांबीच्या बॉक्समधून आणलेल्या डझनभर गुलाबफुलांनी केलेली हवी असायची.

तिकडे ते धर्मगुरूचं ठरीव ठशाचं गुणगुणणं चालू असताना सॅमचं मन मात्र गेल्या दोन दिवसांतल्या घटना आठवत होतं. कॅरेलकडून तिन्हिसांजेच्या वेळेला आलेला दूरध्वनी, त्यावरचं तिचं अनावर हुंदके देणं आणि शेवटी जेक कार्न्सचा

दूरध्वनीवरचा आवाज. कार्न्सचा आवाज जेव्हा अडखळत नि चाचरत बाहेर पडला, तेव्हा मात्र आपल्याला काहीतरी फार वाईट गोष्ट ऐकायला मिळणार या विचारानं त्यानं स्वत:चं मन घट्ट केलं. त्याला त्याच्या आईची तात्काळ आठवण झाली – ॲन्जी गेली. पण शेवटी जेकनं जेव्हा त्याला सांगितलं, की 'ते पॅटबद्दल आहे, तिचा खून झालाय.' तेव्हा मात्र सॅम पलंगावर जागीच शक्तिहीन झाला. दूरध्वनीचा रिसीवर धरलेला त्याचा हात खाली चादरीवर घरंगळला; आणि मिनिटभरापेक्षाही अधिकवेळ जेकचे शब्द एखाद्या भांड्यातून दूध सांडून जमिनीवर पसरावं, तसे हवेमध्येच विरत राहिले.

पोलिसांना एक निनावी दूरध्वनी आला होता : एका विशिष्ट अपार्टमेन्टमधून विशिष्ट प्रकारचे आवाज येत असल्याचं एका स्त्रीनं ऐकलं होतं. त्यानंतर काही क्षणांतच एक उंच, चेहरा अंधारात हरवलेला इसम पुढच्या प्रवेशद्वारातून बाहेर पडला होता. आपलं नाव सांगायला नकार देत त्या स्त्रीनं दूरध्वनी जागेवर ठेवला होता आणि पोलिस घटनास्थळी हजर झाले होते. पोलिसांनी 'कायदा कचेरी'ला दूरध्वनी केल्यानंतर निर्माण झालेल्या गोंधळातच जेक पॅटच्या घरी गेला होता आणि त्याला मृतदेहाची ओळख पटली होती. दोन तासांनंतर रुग्णालयात कार्न्स नि तो भेटले, तेव्हा कार्न्स तपशील सांगायला नाखुष असला, तरी सॅमनं खोदून खोदून विचारून तो मिळवला होता. पाय फरशीवर पसरलेले, चिंध्यांच्या बाहुलीप्रमाणे वरचा देह पुढे झुकलेला अशा अवस्थेत दर्शनी हॉलच्या मधोमध बसलेल्या स्थितीतल्या पॅटची मूर्ती कल्पनेतही आणण्यासाठी बोगार्डसला कष्ट पडत होते. मृतदेहापासून दरवाजापर्यंत गोठलेल्या रक्ताचा एक पट्टा फरशीवर तयार झालेला होता.

धर्मोपदेशकानं पुस्तक बंद केलं आणि खांद्यावरचं अधिकारदर्शक वस्त्र उतरवलं; नि तो काळ्या जाळीदार पडद्यामागे चेहरा झाकलेल्या एका वयस्कर स्त्रीच्या दिशेने पुढे झाला. जवळचं नातंच निर्माण झाल्यानं सॅम कॅरन पॅटर्सनला – पॅटच्या आईला – एकवार भेटला होता. तो परिचय काही शुभकारक नव्हता. ती नैतिक बाबतीत अतिशय कठोर विचारांची, न्यू इंग्लंडच्या सनातनी मंडळींपैकी होती; आणि आपली मुलगी नि सॅम एकाच जागेत तसेच एकत्र राहतात, हे तिला कळल्यावर तिचा झालेला संताप तिनं दडवून ठेवला नव्हता.

बोगार्डस तिच्या दिशेनं एक पाऊल पुढं झाला; पण मग तिचं मस्तक नि खांदे दु:खावेगानं गदगदू लागले नि धर्मोपदेशकांच्या हलक्या स्वरावर मात करून हुंदके ऐकू येऊ लागले, तसा तो जागीच थांबला. आपली सांत्वना तो नंतरही पत्रानं कळवू शकणार होता.

"पोलिसांना काही माग सापडला की नाही अजून?" अंत्यसंस्कारला आलेल्या मंडळींमधून फिरत पाठीशी येऊन पोहोचलेल्या जेक कार्न्सला सॅमनं विचारलं.

प्रत्युत्तरादाखल त्यानं मान उडवली आणि तो म्हणाला,

"हं:, दोन दिवसांत चमत्कार घडण्याची अपेक्षा नाही ठेवू शकत तुम्ही. पण ते त्यासाठी आटोकाट प्रयत्न करतील याची तू खात्री बाळगायला हरकत नाही." जेकच्या म्हणण्यात तथ्य होतं. एका प्रसिद्ध वकिलाला, एका सुंदर स्त्रीला तिच्याच अपार्टमेंटमध्ये ठार मारलं जातं – गुन्हा घडून दोन दिवस उलटून गेल्यानंतरही ही कहाणी वृत्तपत्राच्या पहिल्या पानावरची बातमी ठरत होती!

कार्न्स आडव्या अंगाचा इसम होता. त्याचे डोळे सौम्य होते आणि डोकं मोठं होतं. ते दणकट खांद्यांतून फुटल्यासारखं वाटत होतं. त्याचे हात नि बोटं यांचा आकार नि मार्दव सॉफ्टबॉलच्या ग्लोव्हजसारखं होतं. सुमारे दहाएक वर्षांपूर्वी सॅम नि तो एकमेकांना जेव्हा पहिल्यांदा भेटले होते, तेव्हा त्या हातांच्या बोटांचा सॅमच्या हनुवटीवर दीर्घकाळ ठसा उमटला गेला होता! सॅमला स्पर्धात्मक मुष्टियुद्धात महाविद्यालयीन जीवनापासूनच रस होता आणि तेव्हापासूनच तो यातला अधिकारी पुरुष मानला गेला होता. तो विशीच्या उत्तरार्धात हौशी स्पर्धांकडे ओढला गेला होता. कार्न्स त्याच्यापेक्षा दहा इंच उंच नि पंचाहत्तर पौंडांनी वजनदार असला, तरीही बोगार्डसनं त्याला एका मुष्टियुद्धाच्या सामन्यात आव्हान दिलं होतं. जेक खरं तर त्याला नकार देऊ इच्छित होता; पण तारुण्याचा जोम असणाऱ्या बोगार्डसनं त्या भरगच्च जिममध्ये सन्माननीय माघारीला वावच ठेवला नाही. कार्न्सनं त्याला दोन फेऱ्यांत नामोहरम केलं. पण मग त्या युवा वकिलाविषयी त्याला एकदम प्रेमही निर्माण झालं होतं.

त्या पहिल्या भेटीपासून, घटस्फोटांच्या प्रकरणांमध्ये आपल्या बायकांवर शक्तिप्रर्दशनाचे प्रयोग करणाऱ्या नवऱ्यांवर समन्स बजावण्यासाठी सॅमची लॉ-फर्म असंख्य प्रकरणांमध्ये जेकची सेवा मोबदल्यावर घेत आली होती. एकदा तर पॅटनं असं मत व्यक्त केलं होतं, की कार्न्सची वकिलाच्या टेबलाजवळची नुसती उपस्थितीदेखील, एखाद्या न्यायमूर्तींनी तात्पुरता निर्बंध आदेश जारी करण्यापेक्षाही अधिक परिणामकारक ठरते. "जादूच म्हणायची ती. असं काहीतरी पौरुषयुक्त, जे फक्त पुरुषांनाच उमगणं शक्य आहे," ती म्हणाली होती. "बायकांवर हल्ला करणाऱ्या सर्वसाधारण नवऱ्यांच्या बाबतीत न्यायालयीन आदेशांचा अवमान किंवा दहा दिवसांची कोठडी म्हणजे, ज्यांचा पार लागत नाही अशा विरक्तीसारख्या कल्पना. पण ज्याच्याकडे पाहिल्याक्षणीच दहशत वाटावी अशा कार्न्सनं थंड नजरेनं एकदाच त्यांच्याकडे नुसतं पाहू दे. त्यांना खात्रीच पटते, की त्यांची हाडं आता नक्कीच खिळखिळी होणार." सुझन पॅटर्सनमधील अव्वल गुणवत्तेचा पैलू म्हणजे तिच्यापुढे साखर पेरणीचा उपयोग नसे. छे! तिची उणीव त्याला सतत जाणवत राहणार.

आयुष्यानं दु:ख हलकी करणारी एक तरी गोष्ट तुम्हाला दिलेली असते, या वस्तुस्थितीचा सॅमला, त्याचे वडील गेल्यानंतर नेहमीच एक आधार सापडला होता. माणसाला लाभलेल्या स्मरणशक्तीच्या उपजत गुणधर्मामुळे सॅमच्या एकांतातल्या विचारांत, त्यानं आणि त्याच्या वडिलांनी, दोघांनी एकत्रित व्यतीत केलेल्या क्षणांतले सर्वोत्तम क्षण त्याला मनात पुन्हा अनुभवता येत होते. त्यानं जे गमावलं त्याची थोडीफार भरपाई त्यामुळे होत असे हे खरं; पण काही वेळा गमावलेली संधी, शब्दरूप न मिळालेले आणि आता नेहमीकरता हरवलेले प्रेम नि माया यांचे क्षण यांच्या आठवणीनं त्याला विलक्षण मानसिक यातनाही होत. बाप-मुलामधले असे क्षण थोडेसे का होईना, पण होते. पॅटबरोबरच्या संबंधांबाबत मात्र तो असं म्हणू शकत नव्हता. जवळिकीच्या वाया गेलेल्या शक्यता, व्यर्थ गेलेले क्षण त्या नातेसंबंधात काचेच्या तुकड्यासारखे विखुरलेले होते आणि त्याचा अहंकार त्या प्रत्येक वेळी, आपल्याला खरोखरच काय वाटतं ते तिला सांगण्याच्या आड येत होता. तिच्या मृत्यूमुळे निर्माण झालेल्या पोकळीतून ते क्षण सैरावैरा धावू लागल्यामुळे आता त्यांचा घोड्यांच्या टापांसारखा प्रतिध्वनी उमटू लागला होता!

''बरं, तुझं कसं काय?'' कार्न्सच्या मांसल हाताचा भार सॅमला चांगलाच जाणवला. जेकच्या वाजवीपेक्षा काहीशा मोठ्या स्पोर्ट कोटाच्या हाताखाली सॅमला एक फुगवटा जाणवला. ते काही पाकीट नव्हतं, हे सॅमला लक्षात आलं!

''ठीक आहे.'' आपला आवाज फाटण्यापूर्वीच सॅमनं असत्याचा आश्रय तत्परतेनं घेत तत्परतेनं उत्तर दिलं.

''मी करायला हवं असं आणखी काही आहे?''

''काहीच नाही.'' सॅमनं स्मित केलं. कार्न्सला आणखी काही जबाबदारीतून मुक्त करणारी ती एक प्रकारची खूणच होती. मग तो निक जॉर्गनसनच्या दिशेनं चालू लागला. कार्न्सला त्यानं आतापर्यंत बऱ्याच गोष्टी विचारल्या होत्या. पॅटच्या मृत्यूची बातमी ऐकताच त्यानं जेकला तिथले कपडे रुग्णालयाकडे सुपूर्द करायला लावले होते आणि मग ते दोघे जण डॉक्टरच्या औपचारिक परवानगीविनाच रुग्णालयाच्या बाहेर पडले होते. सॅमला रुग्णालयात परत जावं लागणार होतं. मग तिथं दुपारी स्वत:च्या कृतीची फळं भोगायला लागली असती. कारण अद्यापही त्याचं पाकीट, घड्याळ नि चाव्या रुग्णालयाच्या तिजोरीत होत्या. रुग्णालयात दाखल व्हायला आल्याच्या त्या पहिल्या दिवसापासूनच त्या वस्तू त्याच्या नजरेला पडल्या नव्हत्या. डॅली सिटीतल्या कोल्मा विभागातल्या अॅन्जीच्या घरातल्या तळघरात तो आणि निक यांचा मुक्काम होता आणि जेकनं त्या दोघांना जवळजवळ चोवीस तास सुरक्षा पुरविली होती. त्याच्या मनात जर काही प्रश्न असलाच, तर पॅटच्या खुनानं त्याची सोडवणूक झालेली होती. डॅवीज चर्मपत्रांच्या मागावर कुणीतरी होतं; असं कुणीतरी,

जे त्यांच्यासाठी खूनही करायला तयार होतं. सॅम आणखी जोखीम पत्करणार नव्हता. त्यानं त्याची वकिली कचेरी बंद केली, अशिलांच्या भेटी रद्द केल्या, कॅरलला घरी पाठवलं आणि सारे व्यावसायिक दूरध्वनी मित्राच्या कचेरीकडे वळवले. 'लॉ-स्कूल' पासून त्याचे मित्र असणारे दोन वकील फर्मचं काम सांभाळत होते.

पॅटचा खून झाल्यापासूनच्या दोन दिवसांत पॅटच्या मृत्यूला कारणीभूत घटना पुन्हा जुळवण्यात सॅमनं तासन्तास खर्ची घातले होते. खुनाच्या दिवशी पॅट कचेरीतून *चायनाटाऊन* नि *जेड हाऊसकडे* गेली असल्याची कॅरलनं खात्री केली होती. त्यानंतर तीन तासांच्या आतच ती तिच्या अपार्टमेंटमध्ये मृत पावली होती.

निकटच्या कुटुंबीयांना परत घेऊन जाणारी लिमोझीन, तिला लावलेल्या दगडांपासून दूर झाली आणि माजलेल्या रानटी झुडपांमुळे तडे गेलेल्या स्मशानभूमीच्या वेड्यावाकड्या रस्त्यांमधून मार्ग काढत महामार्गाच्या दिशेनं निघाली नि तिच्या पाठोपाठ इतर अनेक मोटारीही.

शवपेटीच्या पलीकडून सॅमला एका स्त्रीचे हुंदके ऐकू आले. त्यानं वळून पाहिलं. ती ॲन्जी होती. ती रडत असताना तिचं मस्तक कॅरलच्या खांद्यावर हेलकावत होतं. पण मग काही सेकंदांतच ढोंगीपणाचं निर्लज्ज प्रदर्शन झालं. वीस-पंचवीस फुटांवर असलेल्या मोटारीशी ती आणि कॅरल पोहोचेपर्यंत ती वृद्धा पूर्णपणे शांत स्थितीत आली होती.

ॲन्जीनं एक पूर्ण काळ्या रंगाचा गाऊन परिधान केला होता आणि सॅमला खात्री होती, की रात्री झोपताना ती तो घालत असल्याचं त्यानं अनेक वेळा पाहिलं होतं. तिच्या केसांमध्ये एकमेव सिल्कचं फूल होतं. त्याच्या पाकळ्या कडांना पिरलेल्या होत्या. गेल्या वर्षात त्याच्या आईच्या कपड्यांमध्ये, जिला घर नाही आणि आपल्या चीजवस्तू स्वत:बरोबर बाळगून जी सर्वत्र हिंडत असते, अशा स्त्रीच्या पोषाखापासून, ते १९३० सालापर्यंतच्या सर्वोच्च फॅशनपर्यंतच्या तऱ्हातऱ्हा होत्या. तिच्याकडे पाहिल्यानंतर, ती झोपायला जाण्याच्या तयारीत आहे, की 'कॉटन क्लब' मधील 'कॉकटेल' स्नेहसंमेलनाला चालली आहे, याचा सॅमला निर्णय करता येईनासा झाला.

"माझ्या घरी थंड मांस, फ्रेंच ब्रेड नि गरम कॉफी ठेवलेली आहे. तुम्ही येताय का?" ॲन्जीची चौकसमुद्रा कॅरलकडून जेककडे आणि त्याच्याकडून निककडे वळली. सॅमच्या मनात आल्याशिवाय राहिलं नाही : पॅट जर अंतराळातल्या एखाद्या मोक्याच्या ठिकाणावरून पाहात असेल, तर आपल्या अंत्ययात्रेचादेखील वापर ॲन्जी करमणुकीच्या प्रसंगासारखा करून घेते आहे, हे पाहून तिला मोठी मौज वाटली असती.

ॲन्जीचं ते आमंत्रण एकेकानं क्रमानं, मूकपणे मान डोलवून नि खांदे उडवून स्वीकारलं, तसे सॅम नि निक रस्त्यावर दोन-चारशे फूट दूरवर उभ्या केलेल्या

सॅमच्या मोटारीकडे चालू लागले.

“सॅम्युएल बोगार्डस?” ओठांच्या एका कोपऱ्यातून दात कोरायची काडी बाहेर घोळवत असणाऱ्या एका सडपातळ इसमानं सॅमच्या पोर्शेच्या बॉनेटला आपलं बूड टेकवत प्रश्न केला.

बोगार्डसनं त्याच्याकडे पाहिलं; पण उत्तर मात्र दिलं नाही.

“तुम्ही सॅम बोगार्डस आहात का?”

“विचारणारा कोण आहे, त्यावर त्याचं उत्तर अवलंबून आहे.”

त्या इसमानं त्याच्या ढगळ्याच्या जाकिटाच्या आतल्या खिशात हात घालून एक लहानसं चामड्याचं वेष्टण बाहेर काढलं. त्यानं त्याचं कव्हर उघडलं तसा एक सोनेरी बिल्ला नजरेस पडला. “सार्जंट मेह्यू, सान फ्रान्सिस्को पोलीस खातं. तुमच्या भागीदाराच्या खुनाविषयी आम्ही तुमच्याशी बोलू इच्छितो.”

त्यांना उगवायला एवढा वेळ का लागला याचं सॅमला आश्चर्य वाटलं. मग त्याच्या डोक्यात एकदम प्रकाश पडला. रुग्णालयातून न सांगता बाहेर पडल्यापासून त्याला शोधणं ही सोपी गोष्ट राहिली नव्हती. रुग्णाच्या कागदपत्रांवरून, खुनाच्या वेळी तो रुग्णालयातल्या पलंगावर खिळलेला होता हे सिद्ध होऊ शकलं असतं, तरी त्याचं तिथून बेपत्ता होणं नक्कीच संशयास्पद ठरू शकत होतं. “काही विशिष्ट बाबतीत बोलायचंय?”

“थोडेसे पार्श्वभूमीच्या स्वरूपाचे प्रश्न – सध्या तरी.”

“पण मी आता या क्षणी तरी मोकळा नाही.”

“उद्या?”

“मला एक मीटिंग आहे.”

“रद्द करा ती.”

सॅमची एक क्षणभर चलबिचल झाली. सरकारी वकिलाबरोबर काम करतानाच्या अनुभवानं त्याला एक गोष्ट शिकवली होती : सरकारी पक्षाला लवकरात लवकर कबुली द्यायला भाग पाडायचं. खेरीज, संशयाची सुई अगोदरच त्याच्याकडे वळली असेल, तर त्याला काहीही खुलासा न विचारता त्यांनी त्याला चौकशीसाठी ताब्यात घेतलं असतं. “मी नाही ती रद्द करू शकणार. परवा दिवशीपर्यंत मी मोकळा होणार नाही.”

मेह्यूनं दात कोरण्याची काडी तोंडाबाहेर काढली. आक्रमण करण्याचा उरलेला एकमेव मार्ग त्यानं चोखाळला. “ठीक दहा वाजता. व्यापारपेठ भागातल्या केंद्रीय मनुष्यवध विभागात.”

बोगार्डसनं स्मित केलं आणि तो गुप्त पोलीस तोंड वळवून नजरेआड असलेल्या त्याच्या गाडीकडे चालू लागला. सॅमच्या गाडीच्या बॉनेटवर जिथं त्या गुप्त पोलिसाच्या

पिंगट स्लॅकच्या ढुंगणाचा उजवा भाग विसावला होता, तिथं तेलानं भरलेला धुळीचा एक डाग पडलेला होता.

''काय होता तो सगळा प्रकार?'' निकनं आपल्या वकील मित्राकडे पाहात पृच्छा केली.

सॅमनं सस्मित मुद्रेनं उत्तर दिलं, ''माझ्या मित्रा, ते नोकरशाहीतलं वेडझवं भूत होतं. कपडे घातलेलं. फक्त ते सुलट्या पायानं ताठ चालत होतं, एवढंच. मला खात्री आहे, तूही त्याला ह्यापूर्वी पाहिलेलं आहेस.''

''अरे हांऽ,'' निक आठवल्यासारखं दाखवत म्हणाला, ''अॅकेडमिक काउन्सिलच्या अधिष्ठात्याचा दूरचा चुलत भाऊ.''

ते टेबल लहानसंच होतं. त्या रेस्तराँच्या मागच्या कोपऱ्यात असलं, तरी आडोशाला सोईस्कर होतं. ते होतं काहीशा अंधाऱ्या भागात. पण मेणबत्तीच्या ज्योतीचा मधून मधून पडणारा प्रकाश अंधाराचा भेद करत होता. ते दोघे गृहस्थ वेट्रेसनं नुकत्याच आणून दिलेल्या मद्याचे चवीचवीनं घोट घेत होते.

''त्यांच्याकडं ती चर्मपत्रं नक्कीच आहेत.'' त्या दोघांतला उंच, सडपातळ इसम टेबलाच्या पलीकडे बसलेल्या मित्राकडे उत्सुक नजरेनं बघत म्हणाला. ''ती त्यांना कशी मिळाली, ते कदाचित तू सांगू शकशील.''

''मला कसं ठाऊक असणार?''

''*तिनं* ती त्या वकिलाला दिली.''

''हे तुला कसं माहिती?''

''मला ते माहीत आहे, असं सध्यापुरतं आपण म्हणूया.''

''पण तू केलंस तरी काय?'' त्यातल्या बुटक्या माणसानं टेबलापलीकडे रोखून पाहात विचारलं. त्याची नजर आग ओकीत होती. वृत्तपत्रांत त्यानं खुनाविषयी वाचलं, तेव्हाच त्याला वाटलं, की काहीतरी चुकलं आहे.

''आता बोलायचंच तर – तू तर काहीच करणार नव्हतास. म्हणून मग मला करणं भागच पडलं.'' उंच माणूस उद्दामपणे म्हणाला. ''आपण फक्त एवढंच म्हणू या, की मला थोडीशी माहिती मिळाली. पण ते तेवढंच नाहीये. त्यांनी जेड हाऊसपर्यंत त्यांचा शोध नेऊन भिडवला आहे.''

''हो,'' तो क्षणभर थांबला. ''म्हणून मला आता तुझं लक्ष याकडे वेधणं आवश्यक वाटलं. त्यांना *समिती*विषयी माहिती होण्याला किती अवधी लागेल?''

''छट्. छट्. ते बोलूच नकोस. ते काही तेवढे डोकेबाज नाहीत; नवखे आहेत.''

''आपणही होतो – आपण जेव्हा सुरुवात केली, तेव्हा.''

बुटक्याला ते नाकारता आलं नाही. ते खरंच होतं. एखाद्याला ते शक्य कोटीतलं

वाटलं नसतं. एका निसटत्या क्षणी त्यानं एक निर्णय घेतला होता; नि त्यानं त्याच्यात कायमचा बदल घडवून आणला होता. त्यानं जरी 'जेकिल'चा विषाचा घोट गिळला असता, तरी त्याच्या आयुष्यात यापेक्षा अधिक बदल घडून आला नसता.

सॅलडच्या दोन डिश घेऊन येणाऱ्या एका नाजूक वेट्रेसनं त्यांच्या संभाषणात व्यत्यय आणला. तिनं त्या डिश त्यांच्या पुढे ठेवल्या आणि हातातल्या एक फूटभर लांबीच्या मिरची पूड करण्याच्या साधनासहित ती टेबलावर वाकली, तसं त्या उंचाड्या इसमानं घाईघाईनं एक हात उचलून पंजा झाडत तिला मागच्या मागेच परतवलं. त्याच्या त्या हालचालीमुळं त्याच्या खुर्चीच्या हातावर विसावलेल्या, वॉकिंग केनची चकचकीत मूठ उघडी पडली. त्या इसमानं हात खाली आणला तशी गरुड मस्तकाच्या आकारात तयार केलेली, खालच्या बाजूला वळलेली त्या काठीची चोच खुर्चीच्या ओक लाकडाच्या हातावर घासली गेली. त्या वेट्रेसनं त्याच्याकडे तिरस्कारयुक्त नजर टाकली आणि टेबलापासून ती झपाट्यानं दूर निघून गेली.

"हे बघ, ऐक." तो बुटका इसम बोलू लागला. तो बेचैन होत हातातल्या काट्याशी चाळा करत होता. "*समिती*च्या सभासदांना शोधून काढतील असा कोणताच मार्ग त्यांच्याकडे नाही. 'त्या' माणसानं त्याची काळजी कित्येक वर्षांपूर्वीच घेतली होती. मी सांगतो ना तुला, त्यात चिंता करण्यासारखं काही नाही आणि समजा, समितीतल्या काही जणांचा पत्ता त्यांना लागला, तरी ते आपल्याला त्यात गुंतवू शकतील असा कोणताच मार्ग नाही."

"त्याबद्दल तुझी खात्री आहे? पण माझी मात्र नाही. दीर्घकाळ तुरुंगवासाच्या किंवा त्याहीपेक्षा वाईट शिक्षेचा जुगार खेळण्याइतकी तरी खात्री नाही."

त्या बुटक्या इसमानं लेट्यूस वनस्पतीचा थोडासा पाला कुरतडून खाल्ला आणि समोरचा इसम काय म्हणतो ते ऐकल्यानंतर कोणतंही स्पष्ट अभिवचन द्यायचं टाळलं.

"आता फार उशीर झाला आहे; अर्धी कच्ची एखादी योजनाही आता अमलात आणता येणार नाही. आपल्याला ती चर्मपत्रं मिळवलीच पाहिजेत; आणि ती ज्यांनी कुणी पाहिली आहेत त्या साऱ्यांचा बंदोबस्तही केलाच पाहिजे. त्या पोरीशी बोलून त्यांच्याविषयी आणखी कुणाला माहिती आहे, ते शोधून काढायलाच हवं."

"नाहीऽ!" तो बुटका इसम ताडकन म्हणाला. त्यानं त्याच्या हातातला काटा त्याला लागलेल्या लेट्यूससहित खाली टाकला आणि टेबलाच्या पलीकडे पाहिलं. "आता माझं ऐक. त्या वकिलीणबाईच्या खुनाशी तुझा काही संबंध आहे किंवा कसं, ते मला माहिती नाही. आणि मला ते माहीत करून घ्यायचंही नाहीये. पण एवढं करूनही जेनिफर डॅवीजशी तुला संपर्क साधायचा असेल, तर मग पोलिसांचा

ससेमिरा कसा चुकवायचा त्याची माथेफोडही तुझी तूच कर.''

''म्हणजे काय करायचा विचार आहे तुझा? मला पोलिसांच्या स्वाधीन करायचा? मग तुला तरी ते सहज सोडतील असं तुला वाटतं की काय?'' प्रश्न जरी उत्तराच्या अपेक्षेने त्यानं केला असला तरी उत्तराचा आग्रह न धरण्याइतका तो शहाणा होता. पण त्याला हे माहीत नव्हतं, की त्याच्या सहकाऱ्याला आता कसलीच पर्वा नव्हती.

''तुझ्याबरोबर कोण होतं?'' बुटक्यानं प्रश्नाचं उत्तर प्रश्नानं दिलं.

''केव्हा?''

''तू त्या वकिलीणीला संपवलंस तेव्हा?''

''तुझी कल्पनाशक्ती फारच चमकदार आहे. ती चर्मपत्रं परत मिळवण्याच्या प्रयत्नात मी जरा अवतीभवती चाचपून बघत होतो. त्या कागदांखेरीज काहीच सबळ पुरावा नाही. मुळात त्या धडकेच्या दिवशी त्या लॉकरमध्ये ती चर्मपत्रं तू ठेवलीस हा तुझा महामूर्खपणा होता. नौदलाला ते सापडले नसते नि त्यांची त्यांनी नोंद केली गेली नसती, तर आपली आज अशी गोची झाली नसती.''

''तू तुझ्या पद्धतीनं कर काय ते. तू म्हणतोयस तसा तू अवतीभवती चाचपून बघायला गेलास तेव्हा तुझ्याबरोबर कोण होतं?''

''माझा माणूस. दांडगा.''

''आणि त्या तसल्या माणसांवर विश्वास ठेवून आपलं आयुष्य त्यांच्या हाती सोपवतोस? पोलिसांनी त्याला उचललं तर तो तुझ्याकडे बोट दाखवण्यापूर्वी किती काळ तग धरेलसं तुला वाटतं? तो काही अगदी लक्षात न येणाजोगा माणूस नाहीये. त्याला एखाद्यानं पाहिलं असेल तर काय?''

''पाहण्यासाठी कुणीच नव्हतं तिथं.'' त्या नाकारण्यात ठामपणा नव्हता. तो उंचाड्या मूकपणे बसून राहिला. त्याचे डोळे त्याच्या दोस्ताच्या पलीकडे दूरवर कुठे तरी खिळलेले होते. त्या प्रश्नानं आपल्या लक्ष्याचा भेद केला होता, असाच त्याचा अर्थ होता. उंच, सडपातळ इसमानं आपल्या हातातला काटा खाली ठेवला आणि आपले हात खुर्चीच्या हातांवर ठेवत तो ताठ बसला. त्यानं त्याच्या काठीवरच्या पितळी चोचीच्या काट्यासारख्या एका कळीवर बोटाचा चाळा केला. तेव्हा तो आपल्या शोफरच्या त्याच्या वरच्या निष्ठेचा अदमास घेत होता.

जेनिफरच्या कचेरीचा दरवाजा उघडला गेला, त्याक्षणी ती शपथेवर दिलेल्या एका साक्षीच्या मसुद्याची नक्कल वाचण्यात गढून गेलेली होती. फारसं नुकसान झालेलं नाही अशा मोटार अपघाताचं लवादापुढे आलेलं प्रकरण होतं ते. सहजपणे म्हणून जेनिफर फिरत्या खुर्चीवरच मागे वळली आणि एकत्र बांधणी केलेला

मसुद्याचा तो दस्तऐवज तिनं नजरेसमोरून खाली घेतला नि त्याच्या कडांवरून ती पलीकडे पाहू लागली.

उघड्या दरवाजात सॅम बोगार्डस उभा होता. त्याच्या मुद्रेवर एक दिसेल, न दिसेल असं स्मित तरळत होतं.

''हॅलो, वकिलीणबाई.''

त्याचं असं येणं तिला अनपेक्षित असावं. त्यामुळे त्याला पाहताच जेनिफर स्तंभित झाली. उत्तर देण्याचंही तिला भान राहिलं नाही. आपल्या मुद्रेवर मात्र तिनं तो भाव उमटू दिला नाहा हे खरं; पण तिच्या डोळ्यांत आश्चर्य डोकावत होतं आणि बोगार्डसचे डोळे तिच्या डोळ्यांना भिडताक्षणीच, लबाडीच्या चहाडखोर खुणा शोधण्यासाठी आपल्या असत्यशोधक साधनातून निरीक्षण करणाऱ्या असत्याशोधका-प्रमाणे ते त्याच्या लक्षात आल्यावाचून राहिलं नाही.

''तुम्ही इथं कसे काय?'' शेवटी तिच्या तोंडून कसेबसे शब्द बाहेर पडले.

''मीही तुम्हाला हाच प्रश्न विचारू शकतो. तुम्ही वकील आहात हे सत्य उघड करायची तसदी तुम्ही कधी घेतली नाहीत!''

''तुम्ही कधी विचारलं नाहीत.''

''तुम्हाला विचारावं असं कल्पनेतही नव्हतं, म्हणून नाही विचारलं.''

खरं तर रुग्णालयातून त्यानं ज्या सकाळी तिला तिच्या सावत्र बापाच्या घरी दूरध्वनी केला होता, तेव्हा त्याच्या अंतर्मनात त्याला 'काहीतरी' जाणवून गेलं होतं. तिच्या बोलण्याच्या पद्धतीत अचानक झालेला बदल, तिच्या स्वरातलं फटकारलेपण एवढंच ते नव्हतं; त्याहीपेक्षा काही अधिक होतं : कायद्याच्या भाषेवरचं तिचं प्रभुत्व! काय बरं म्हणाली होती ती? *वकील-अशील यांच्या विशेष हक्काला तुमच्या लेखी काहीच किंमत नाही...* एखाद्या सर्वसामान्य व्यक्तीच्या तोंडचे हे शब्द नाहीत. अशील 'गोपनीयता' किंवा 'खाजगीपणा' या शब्दांचा वापर करतात; पण 'वकील-अशील यांचा विशेष हक्क' या शब्दांचा ते वापर करत नाहीत. नंतर, त्याच दिवशी रुग्णालयात आल्यावर रेमण्ड स्लेडच्या बोटांचे ठसे मिळवण्याचा धोशा तिनं त्याच्याकडे लावला, तेव्हा ती पुन्हा घसरली – तिनं त्याला गुप्त, दडवून ठेवलेल्या कागदपत्रांचा संच मिळवायला सांगितलं तेव्हा तिनं त्यांचा निदर्शक 'लॅटन्ट्स' असा शब्द वापरला होता. सरकारी वकिलाचं कार्यालय सोडल्यापासून त्यानं तो शब्द ऐकला नव्हता. केवळ त्याच्या अंत:प्रेरणेचाच भाग असला, तरी कॅरल *पार्कर्स लॉयर्स डिक्शनरी* तपासून पाहीपर्यंत तो दूरध्वनीवर थांबून होता, तेव्हा त्याला कारण देता आलं नसतं तरी निश्चितपणे माहीत होतं, की नापा काउंटीमध्ये ते नाव सापडेल – अर्थात जेनिफर डॅवीज हे तिचं वास्तवातलं नाव असेल, तर. निदान त्याबाबतीत तरी ती खोटं बोलली नव्हती.

"तेव्हा आता तरी तुम्ही मला हे सगळं कशाविषयी चाललं आहे, ते सांगाल का?"

"काय म्हणायचंय तुम्हाला?"

"मला म्हणायचंय ही सारी दडवादडवी! दत्तकविधानाचे दस्तऐवज शोधण्याविषयी केवळ समर्थन म्हणून तयार केलेली ही कहाणी!"

दत्तकविधानाचं प्रकरण ज्या वकिलानं केव्हा ना केव्हातरी हाताळलेलं आहे, त्या प्रत्येक वकिलाला हे माहिती असतं, की डॅवीज प्रकरणी जी परिस्थिती आहे तीमध्ये, तिच्याकडे आधीच जेवढी माहिती आहे; किंवा अधिक सहज मार्गांनी उपलब्ध होणार नाही अशी कोणतीही माहिती दत्तकविधानाच्या दस्तऐवजांमध्ये मिळणार नाही. जेम्स स्पेन्सर मृत पावल्याचं गृहीत धरण्यात आलं होतं. त्याची ओळख पटणं; किंवा दत्तकविधानाला त्याची संमती असणं हा प्रश्न प्रस्तुतच नव्हता. त्याच्या जन्मस्थानाचा शोध घेण्यात तिला रस आहे ह्या लंगड्या सबबीवर सॅमचा अजिबात विश्वास नव्हता. ती इतर डझनभर मार्गांनी मिळवता आली असती – सामजिक सुरक्षा विभाग, तिच्या आईनं निश्चितपणे कुठे तरी ठेवले असणार असे कागदपत्र, यातून ती मिळवता आली असती.

"आता मात्र मला सत्य काय आहे, ते हवं आहे."

"तुम्हाला असं वाटतंय त्याबद्दल मला खेद होतो आहे. बहुधा मला दुसरा कुणी तरी गाठावा लागेल."

"दोन दिवसांपूर्वी ते घडतं, तर उत्तम होतं. पण आता मी स्वतःच त्यासाठी काम करतो आहे."

"तुम्ही स्वतः?"

"हो. मी शोध घेतो आहे – ज्यानं माझ्या एका मैत्रिणीला ठार मारलं अशा कुण्या एकाचा."

निर्दयी, संवेदनाहीन आणि कठोरहृदयी माणसाचा अपवाद वगळता, मृत्यूच्या – विशेषतः क्रूरपणे झालेल्या मृत्यूच्या – बातमीचं प्रतिबिंब धक्का नि अनुकंपा यांच्या सूक्ष्म छटेच्या रूपात का होईना, पण माणसाच्या डोळ्यांत दिसतं. जेनिफर डॅवीजच्या बाबतीत, त्याच्या कबुलीपाठोपाठ धोक्याची सूचना जवळजवळ तात्काळ मिळाली. जणू काही तिच्या अंतर्मनात खोलवर कुठेतरी असलेल्या भयाला पुष्टी मिळावी, तशी.

"नाही, नाही."

"होय! तिचं नाव सुझन पॅटर्सन आणि तिला कुणी ठार केलं हे शोधण्यासाठी आता तुम्ही मला मदत करणार आहात."

"मी? मी कशी मदत करणार?"

"तुम्हाला जे काही ठाऊक आहे, ते सारं मला सांगून."

एक दीर्घ सुस्कारा तिच्या तोंडून बाहेर पडला. ''तुमचं बरोबर आहे. दत्तकविधानाशी संबंधित माहितीकरता मी तुमच्याकडे आलेली नव्हते. मी तुमच्याकडे आले ती यासाठी, की त्या चर्मपत्रांचा तुम्ही माग काढू शकाल असं मला वाटलं आणि मला असंही वाटलं, की माझ्या वडिलांना शोधण्यात नि ते कसे मृत पावले ते शोधण्यात तुम्ही खरोखर रस घ्याल. मी तुमच्या कचेरीत त्या दिवशी तुमच्याशी बोलले, तेव्हा मी तुम्हाला सत्य सांगितलं नव्हतं.''

''कोणतं सत्य?''

''मी तुमच्या आईला कशी भेटले, ते तुम्ही मला विचारलं होतं.''

''हंऽ, आठवतय मला ते.''

''मी तुम्हाला सांगितलं की मी भेटले नव्हते, माझी मावशी तिला ओळखत होती.''

''हो, बरोबर.''

''पण ते पूर्ण सत्य नव्हतं. म्हणजे मला मावशी आहे आणि ती तुमच्या आईसोबत कामही करते, रुग्णालयीन मदतनीस म्हणून. पण मी तुमच्या आईला भेटले आहे– एकच वेळ. रुग्णालयाच्या कॅफेटेरियात कॉफी घेताना. माझ्या मावशीनं मला तुमच्याविषयी सांगण्यापूर्वी, तुमच्या कचेरीत येण्याआधी काही गोष्टींची पडताळणी करून घ्यायची होती मला. मग नंतरच्या आठवड्यात मी रुग्णालयात गेले नि तुमच्या आईशी बोलले.''

''तुम्हाला काय माहिती हवी होती?''

''माझ्या मावशीनं ह्याचा उल्लेख केला होता, की तुम्हाला तुमच्या व्यवसायाचा कंटाळा आला आहे. ती म्हणाली, की तुमच्या आईनं तिला असं सांगितलं, की तुम्हाला तुमच्या व्यवसायापलीकडे काही गोष्टींमध्ये रस आहे– पर्वतांमध्ये कुठं तरी खजिन्याचा शोध घेण्याची साहसं करण्यात. तिनं असंही सांगितलं, की शहरातल्या स्थानिक ऐतिहासिक घटनांविषयी तुम्हाला अफाट जिज्ञासा आहे.''

''पण त्याचा ह्या साऱ्याशी काय संबंध?''

''तुम्ही हे प्रकरण हाती घ्याल नि त्याचा पाठपुरावा कराल याची मला खात्री हवी होती. नौदलाचं ते तरंगतं हवाई बलून कोसळून धडकलं त्याची तुमच्या कुटुंबाला इत्थंभूत माहिती असल्याचंही तुमच्या आईनं सांगितलं. युद्धकाळात ते पाहिल्याचं त्यांना स्पष्ट आठवतं, असंसुद्धा तिनं सांगितलं.''

अचानक साऱ्याचा अर्थ स्पष्ट झाला. ॲन्जीनं जेनिफरला निक नि त्यांच्या ॲलिघनी मोहिमेबद्दल सांगितलं होतं. बडबडण्याच्या ओघात बहुधा तिनं, इतिहासातली वरच्या श्रेणीतली पदवी घेण्यासाठी आपल्या मुलानं कायद्याचं कॉलेज जवळजवळ सोडूनच दिलं असल्याचा उल्लेख जेनिफरकडे केला असावा. ती चर्मपत्रं शोधून

काढण्यासाठी सर्व तांत्रिक साधनं आणि तरंगतं हवाई बलून नि त्याच्या चालकवर्गाचं भवितव्य याविषयी पराकोटीची जिज्ञासा ह्या बाबी सॅमकडं आहेत हे जेनिफरला लक्षात आलं होतं.

एक अनावर राग बोगार्डसवर कब्जा करू लागला. पॅटच्या खुनाला कारणीभूत होणाऱ्या घटनांना ॲन्जीनं अजाणतेपणे गती दिली होती. तिच्या निरुद्योगी गप्पा-टप्पांची किंमत त्याच्या प्रियतमेला जीव खर्ची घालून चुकवावी लागली होती. पण निर्भर्त्सनेचा मोठा भाग त्यानं स्वत:साठीच राखून ठेवला! डॅवीज प्रकरणाचा तपास करण्यासाठी मोबदल्यावर तपासनीस नेमायला पॅटनं त्याला सांगितलं होतं. त्यानं ते नाकारलं होतं. तिच्या वारंवारच्या हकिकतीनंतरही, तो माग स्वत:च काढण्याचा हट्ट त्यानं धरला. त्यानं जर तिचं ऐकलं असतं तर ती *चायनाटाऊनकडे* गेली नसती आणि तिचा सहवास त्याला पुढेही लाभला असता. दीर्घ द्वेषाच्या विषाणूनं त्याच्या मनात घट्ट मूळ धरलं आणि तो त्याच्या जीवाला जाळू लागला. आतापावेतो मनात नसलेली सुडाची परिचित लालसा परतली नि तिनं त्याच्या साऱ्या अस्तित्वावरच आक्रमण केलं.

"ती चर्मपत्रं नि ती टिप्पणी मी तुम्हाला सांगितली त्याप्रमाणेच टपालातून आली. माझ्यावर तुम्हाला विश्वास ठेवायलाच हवा. ती कुणी नि का पाठवली याची मात्र मला कल्पना नाही."

"पण तुम्ही स्वत:च त्याच्या मागावर का नाही गेलात?"

"मी नाही जाऊ शकले."

"का नाही?"

"माझ्या सावत्र बापामुळे. मी माझ्या वडिलांचा शोध घेत आहे, असा विचार त्याच्या मनात जरी आला तर त्याचं मरण ओढवेल त्यातून. त्याचा संबंध आहे तेवढ्यापुरतं बोलायचं, तर बाप म्हणावा असा आजपर्यंत माझा तोच एक बाप आहे. जेम्स स्पेन्सरचा प्रश्न जेव्हा जेव्हा मी काढते त्या प्रत्येक वेळी, कुटुंब म्हणून आम्हाला एकत्र बांधणाऱ्या वस्त्राचा आणखी एक धागा तोडण्यासारखं होईल ते. त्याला वाचवायचं असेल, तर मला या शोधकामापासून स्वत:ला दूर ठेवायला हवं."

बोलता बोलता मधेच वाक्य अर्ध्यावर तोडावं नि थांबल्यासारखं वाटावं असा क्षणभर विराम तिनं घेतला.

"आणखी एक गोष्ट आहे. मी ती तुम्हाला सांगितली नाही, कारण माझ्याकडे सबळ पुरावा नाही."

सॅम काहीच बोलला नाही.

"मला असं वाटतं, की ज्यानं कुणी चर्मपत्रांवर ती टिप्पणी लिहिली, तो खोटं बोलत होता. मला वाटतं की माझे वडील मृत पावले आहेत."

“असं का म्हणताहात बरं तुम्ही?”

“फक्त तसं ‘वाटतं’ आहे. तिला अंत:प्रेरणा म्हणा किंवा तुम्हाला आणखी काय वाटेल ते म्हणा; पण मला असं वाटतं आहे, की त्याला ठार मारलं असावं ते हवाई तरंगत्या बलूनमधल्या त्या दुसऱ्या इसमानं – रेमण्ड स्लेड नावाच्या इसमानं.”

त्यानंतर दीड तासानं सॅम ॲन्जीच्या तळघरातल्या अपार्टमेंटमध्ये परतला.

“थोड्या काळापुरते आपण सर्व पळून जाणार आहोत. तेव्हा परिस्थितीचा जास्तीत जास्त चांगल्याप्रकारे कसा वापरता येईल ते पाहू या.” तो दांडगा गृहस्थ उघडपणेच लहान मुलासाठी असलेल्या त्या बिछान्यावरची सतरंजी चाचपून पाहात असताना निकच्या कष्टी चर्येकडे पाहत सॅम म्हणाला. त्या सतरंजीबाबत नाखुषी दाखवत तो दुसऱ्या कोपऱ्यातल्या पलंगाकडे गेला.

ते तळघर चांगलं ऐसपैस होतं आणि आभाळ भरून आल्यानं आवारात दमटपणा पसरल्याचं लक्षात घेता, आश्चर्य वाटावं इतपत ते उबदार होतं. कडीपाटाच्या उघड्या वाशांना पट्ट्यांच्या साह्यानं जोडलेल्या नळ्यांच्या चक्रव्यूहातून वरच्या मजल्याला एका मोठ्या ‘ग्रॅव्हिटी फर्नेस’ मधून उष्णता पुरविलेली होती. डाव्या बाजूला एक छोटं स्वयंपाकघर, न्हाणी आणि शॉवर होता. ते तिघेजण ज्या खोलीत उभे होते, सॅम लहान असताना ती त्याची खेळण्याची नि झोपण्याची खोली होती. फर्नेसच्याही पलीकडे दूरवर एक खूप मोठी कारागिरीची खोली होती आणि घराच्या पूर्ण दर्शनी भागाच्या एका बाजूपासून दुसऱ्या बाजूपर्यंत पसरलेलं एक बाकडं त्या खोलीत होतं. ते अनेक प्रकारच्या जुन्या हत्यारांनी भरून गेलेलं होतं; आणि त्यातही बहुतेक सारी हत्यारं कित्येक वर्षांपासूनची जुनी होऊन आता ‘पुराणवस्तू’ सदरात जमा झाली होती. ती हत्यारं कधी काळी सॅमच्या आजोबांच्या मालकीची होती. ते जुन्या कोल्मामधल्या दोन लोहारांपैकी एक होते. कारागिरीच्या बाकाच्या वरच्या बाजूला एक मोठी खिडकी होती नि ती घराच्या दर्शनी बाजूकडील रस्त्यावर उघडत होती. कारागिरी बाकाच्या डाव्या बाजूला जाळीदार चौकटीपलीकडे गॅरेज दिसत होतं. रस्त्यावर उघडणाऱ्या नि डोक्याच्या उंचीपेक्षा वर असणाऱ्या गॅरेजदरवाजामागे एक गाडी बंद करून ठेवण्याइतपत पुरेशी जागा होती.

“आम्ही इथं झोपावं अशी तुझी अपेक्षा आहे की काय? मला वर्ग घ्यायचे आहेत माझे. माझी स्वत:ची जागा सोडून मी नेहमीकरता दूर राहू शकत नाही.” एकीकडे तक्रार करत असताना दुसरीकडे निकचे डोळे जेक कार्न्सवर खिळलेले होते. यापूर्वी त्यानं आपल्यापरीनं दांडगे पुरुष पाहिलेले होते; पण त्यांपैकी एकही कार्न्सचा डौल असणारा नव्हता. डौल नि रांगडं पौरुष यांचं जेकमधलं मिश्रण, एखाद्या

ग्रीक पुतळ्याची असावी तशी चेहरेपट्टी, बाकदार नाक नि इतर बाबी यांची निकवर मोहिनी पडली होती. ह्या माणसाविषयी कंटाळा यावा किंवा अवघडलेपण वाटावं असं काही नव्हतं. एखाद्या पारितोषिकप्राप्त मुष्टियोद्ध्यापेक्षा, एखाद्या नर्तकाकडून आपली अपेक्षा असावी तद्वत तोलानं नि चालीनं जेक वावरत असे. तो आपल्याकडे रोखून पाहातो आहे, हे लक्षात आल्यावर निकनं कार्न्सवरचे आपले डोळे काढून घेतले.

''घराच्या सगळ्या सुखसोयी,'' तो म्हणाला, ''आणि कसल्याही चिंता नाहीत.'' तो उपरोधानं हसला. ''हं:! किती काळ आपण इथं राहाणार आहोत, सॅम? सांगून टाक एकदा!''

''तू जोपर्यंत माझ्या आईबरोबर राहू शकशील, तोपर्यंत!'' काहीसं हसत सॅम म्हणाला.

''माझ्या आठवणी जमेस घेता, तिच्या स्वयंपाकावर मी काही काळ तग धरू शकेन.'' सॅमच्या महाविद्यालयीन जीवनात जेव्हा त्याला रविवारी रात्रीच्या भोजनाला बोलावलं जायचं तेव्हाच्या काळात त्या वृद्ध स्त्रीनं तयार केलेली चमचमीत जेवणं निकला आठवली. त्यानं जेककडं बघितलं. ''तुला खायला-प्यायला आवडतं ना?'' आपल्या ह्या अनावश्यक प्रश्नाचं निकला स्वत:लाच हसू आलं.

जेकनं फक्त काहीसं नाखुषीनं स्मित केलं आणि मान डोलावली.

''काय ह्यातनं चांगलं मिळवायचं ते तुमचं तुम्ही पाहा,'' सॅम म्हणाला. ''बरं, ती चर्मपत्रं कुठे आहेत?''

''तिथं– टेबलावर.'' पाईनच्या छोट्या टेबलावर मध्यभागी पडलेल्या, दोन्ही टोकांना झाकणं लावून बंद केलेल्या एका लांबट नळीकडे निर्देश करत निक म्हणाला.

''मरे म्हणतो की ती अस्सल आहेत. त्यानं त्यांचे काही अंश खरवडून घेतले; आणि अंतिम पृथक्करणासाठी म्हणून एका प्रयोगशाळेकडे पाठवले. पण मला वाटतं या टप्प्यावर तरी त्याची फलनिष्पत्ती उत्सुकता वाढवणाऱ्या गोष्टीचा निराशाजनक शेवट अशी असेल.''

''म्हणजे पॅट एखाद्या बनावट गोष्टीसाठी तरी निदान मेली नाही.'' सॅमचे शब्द उपरोधात ओथंबून बाहेर पडले.

निकनं काहीच भाष्य केलं नाही. सॅमची वेदना सुसह्य होईल असं बोलण्यासारखं त्याच्याकडे काही नव्हतं.

त्या चर्मपत्रांच्या बाजूलाच टेबलावर पालथं पडलेलं एक पुस्तक बोगार्डसनं उचललं. *द मरिन कॉर्प्स मॅन्युअल ऑफ हॅण्ड-टु-हॅण्ड कॉम्बॅट*. कागदाचा एक घडी केलेला तुकडा त्यात खूण म्हणून घालून ठेवलेला होता. ऑडी मर्फीनं काम केलेला

एक युद्धपट पाहिल्यानंतर त्यानं सातव्या इयत्तेत असताना ते पुस्तक खरेदी केलेलं होतं. तेव्हापासून ते त्याच्या ह्या खोलीत अडगळीत गेलेल्या एका शेल्फात धूळ खात पडलेलं होतं.

''इथं या जागेत थोडीशी कॉफी मिळाली तर किती बरं होईल! गेले दोन दिवस त्या हॉस्पिटलनं मला कॅफीन नसलेल्या कॉफीवरच ठेवलं होतं. माझं मस्तक आता फुटायची वेळ आली आहे. विलक्षण एकटेपणाची भावना जाणवते आहे.'' त्यानं ते पुस्तक फाटकन बंद केलं आणि शेल्फमधे ठेवून दिलं.

निकनं सिंकवरच्या कपाटात धुंडाळणी केली आणि तो इन्स्टंट कॉफीचा जार नि तीन मग घेऊन आला. स्टोव्हवरचं धातूचं भांडं त्यानं कॉफीनं भरलं आणि गॅसचा बर्नर पेटवून तो एकदम मोठा केला.

सॅमचं मन पुढच्या काही दिवसांतल्या हालचालींची व्यूहरचना करण्यात गढून गेलं. ''उद्या आपण चायनाटाऊनला जाऊ आणि पॅट, तिला ठार करण्यापूर्वी ज्या दुकानात गेली होती त्याला धावती भेट देऊया. मग आपण वेगळे होऊ आणि वेगवेगळ्या धागेदोऱ्यांचा माग काढू.''

सॅमनं जेक कार्न्सकडं पाहिलं. ''थोडीशी 'गुप्त पोलिसी' करायला तुला आवडेल ना?''

जेक बोलला काहीच नाही. त्यानं फक्त मान उडवून रुकार दर्शवला. पॅटच्या मारेकऱ्याच्या मानेभोवती यदाकदाचित जेकचे मजबूत हात आवळले गेले, तर कार्न्स शब्दानं कमी बोलणारा माणूस आहे, असं त्याच्या लक्षात येईल, हे सॅमला ठाऊक होतं. सध्यातरी बोगार्डस साऱ्या गोष्टी युक्तिप्रयुक्तीनं हाताळणार होता आणि कार्न्सला काबूत ठेवणार होता.

''जॉर्ज जॉन्सन नावाच्या इसमाबद्दल मला काही माहिती हवी आहे.'' जेकनं त्याच्या कोटाच्या खिशातून एक छोटी टिपणवही नि पेन्सिल काढली आणि तो लिहून घेऊ लागला. ''त्या माणसानं पत्ता दिला आहे तो सान फ्रान्सिस्कोमधल्या ओल्स्टीड स्ट्रीटवरचा. अंहंऽ, शोधण्यात तुझा वेळ घालवू नको. कारण ते ठिकाण अस्तित्वातच नाही. माझा असा तर्क आहे, की टपाल पाठवण्याच्या प्रयोजनार्थ दिलेलं ओल्स्टीडवरचं नाव नि पत्ता मोटर वाहनखात्यात आढळून येईल. अर्थात ही माझी अंत:प्रेरणा आहे, एवढंच; पण जर त्याच्याकडे मोटरकार असेल, तर त्याच्या वाहनाची नोंदणी झाल्याचे कागदपत्रं प्रत्यक्ष पत्त्यावर त्याला टपालानं मिळवता आले असतील. तुला जर हे शोधून काढणं जमलं, तर थोडा वेळ त्या पोस्ट बॉक्सवर नजर ठेवून राहा आणि जो कोणी दिसेल त्याच्या मागावर सूट. पण काळजी घे. माझा होरा चुकीचा नसेल, तर हा इसम पॅटच्या हत्येशी संबंधित असणार. मात्र त्याला काही करू नकोस,'' सॅम जेकच्या प्रतिसादाच्या अपेक्षेनं क्षणभर थांबला. जेक कार्न्सनं काहीच प्रतिक्रिया व्यक्त केली नाही. म्हणून 'जेक' असा त्याच्या नावाचा उच्चार

सॅमनं केला. शेवटी कार्न्सनं होकारार्थी मान हलवली.

"आणि निक, तुझ्यासाठी मी आणखी काही काम सांगणारे. माझा एक जुना मित्र आहे सरकारी वकिलाच्या कचेरीत. मी जेव्हा पोलीस खात्यात होतो तेव्हा आम्ही काही माहितीची देवाणघेवाण करत असू. पॅटच्या प्रकरणातल्या पोलीस अहवालाची प्रत काही तो आपल्याला देणार नाही. पण फाईलमधले काही तपशील तो आपल्याला पुरवील. मी त्याला फोन करून सांगतो, की आज दुपारी केव्हा तरी तू जाऊन त्याच्याशी बोलशील. तुला शक्य होईल ते त्याच्याकडून मिळव."

"उदाहरणार्थ?"

"तुझी कल्पनाशक्ती वापर ना!"

बोगार्डसनं एक सुस्कारा सोडला. आता त्याची पाळी होती. "मी शहरात जाऊन पोलिसांशी बोलणार आहे, याचा तर्क केला असशीलच."

"तू त्यांना सांगणार काय आहेस?" निकनं प्रश्न केला.

"निदान सध्या तरी जेवढं कमीत कमी, तेवढंच. आपल्याला खरं तर काहीच माहिती नाहीये."

"आणि हे खरं नाहीये."

"त्या चर्मपत्रांविषयी तू त्यांना काही सांगणार नाहीस का?"

"नाही. त्या चर्मपत्रांचा पॅटच्या खुनाशी किंवा माझ्या अपार्टमेंटवरच्या हल्ल्याशी काही संबंध असल्याचा सबळ पुरावा नाही."

निकनं भुवया ताणल्या.

"मला हे माझ्या पद्धतीनं हाताळू दे."

"पण मी काहीच म्हणत नाहीये!" आरोप नाकारत असल्यासारखे निकनं हात उंचावले. त्याला ठाऊक होतं, ती चर्मपत्रं घेऊन पोलिसांकडे जायला सॅमला पटवण्याचा प्रयत्न करणं निरर्थक होतं. शिवाय निकलाही पोलिसांकडे जायचं नव्हतं. त्यासाठी त्याची स्वत:ची अशी कारणं होती. सॅम जसा पॅटच्या मृत्यूमुळे सुडानं प्रेरित झालेला होता, तसं निकचं नव्हतं. उलट तो या उद्योगाला प्रवृत्त झाला होता ते स्वत:च्या जिज्ञासेपोटीच. ती चर्मपत्रं अस्सल असल्याचं टोनी मरेनं स्पष्ट शब्दात सांगितल्याच्या क्षणापासूनच त्याच्या मनाला या उत्कंठेचा, जिज्ञासेचा 'संसर्ग बाधला' होता! मरेच्या प्रयोगशाळेतल्या नळीमध्ये बंद झालेल्या, मळलेल्या नि खराब अवस्थेला पोचलेल्या त्या चार चर्मपत्रांत अशा संकेताचे धागेदोरे सामावले आहेत, की ती पूर्णपणे उजेडात आली तर ड्रेकनं केलेल्या अमेरिकेच्या जलप्रवासाचा ऐतिहासिक वारसाच खुला होईल याची निकला आता खात्री पटली होती.

■

६

जेड हाऊस जवळच्या कोपऱ्यावर असलेल्या एका छोट्या कॉफी शॉपमध्ये बसून जेक कार्न्स आणि निक यांनी सॅमसाठी रस्त्यावर आळीपाळीनं नजर ठेवत बराच वेळ काढला. मध्यान्हीला अगदी थोडा वेळ बाकी असताना चारसहा इमारतींच्या समूहापलीकडे असलेल्या फुटपाथच्या कडेला उभी राहात असलेली निळी पोर्शे निकनं पाहिली. त्यानं जेकला इशारा केला आणि ते दोघेजण चपळाईने रस्ता पार करून बोगार्डसकडे गेले.

रुग्णालयात घालवाव्या लागलेल्या आजाराच्या काळानंतर सॅमच्या चेहऱ्यावर हळूहळू तजेला परत येऊ लागला होता आणि त्याच्या चालीतही चैतन्य परतले होते.

''रस्त्यापलीकडे काही घडतंय?'' जेड हाऊसच्या दिशेनं मान उडवत सॅमनं प्रश्न केला.

''लोकांची आत बाहेर जा-ये चालली आहे. मला जे दिसलं त्यावरून बहुतेकजण खरेदी करणारेच होते, काही असाधारण असं नाही.'' जेकनं उत्तर दिलं.

सॅमनं रस्त्यावरून खालच्या दिशेने नजर फिरवली नि निकची जुनीपुराणी फोर्ड कुठं दिसते का, ते पाहिलं. पण त्याला ती दिसली नाही. ''तू गाडी कुठं उभी केलीयस?''

''तिकडे खालच्या अंगाला चार-सहा इमारत समूहांपलीकडे एका गॅरेजमध्ये थांबलो आहे मी.''

''छान केलंस.'' सॅमनं आपल्या कोटाच्या खिशात हात घातला. ''ही माझ्या गाडीची किल्ली.'' त्याला त्याची 'की-रिंग' अद्याप सापडली नसल्याने ती चावी त्यानं नव्यानं बनवून घेतलेली होती. ''तू गाडीत बसून राहा नि दुकानाच्या दर्शनी भागाकडे लक्ष ठेव. आम्ही जर अर्ध्या तासात बाहेर पडलो नाही, तर पोलिसांना फोन कर आणि त्यांना तातडीनं इथं यायला सांग.''

"एऽ, एऽ, जरा थांब. आधी काय चाललंय ते मला कळू दे." काही प्रश्नांची उत्तरं मिळाल्याशिवाय मोटारीत गुपचूप बसून नजर ठेवत राहायची निकची इच्छा नव्हती.

"तुझा तर्क माझ्याइतकाच चांगला आहे! मला फक्त एवढंच माहिती आहे, की त्या तिकडल्या दुकानाचा चर्मपत्रांशी संबंध आहे; नि पॅटचा खून होण्यापूर्वी ती जिथं गेली होती ते शेवटचे ठिकाण आहे हे. मला वाटतं की सगळेच उपाय हरले, तर तिथं आतमध्ये तुझ्यापेक्षा जेकचा उपयोग मला जास्त होईल."

या मुद्द्यावर निकला वाद घालायचा नव्हता. "ठीक आहे. मग तू बाहेर आल्यानंतर बोलू आपण."

"म्हणजे मी बाहेर आलो, तर!" सॅम आपल्या दाढीधारी मित्राकडे डोळे मिचकावून पाहात म्हणाला. "पण तू घाबरू नकोस. आम्हाला काही होणार नाही."

निक गाडीच्या दिशेने निघाला. सॅम नि जेक मागे वळले नि रस्त्याच्या पलीकडे खालच्या बाजूला असलेल्या चायनाटाऊन नावाच्या छोट्या गल्लीकडे चालू लागले नि *जेड हाऊस*च्या दर्शनी दरवाजातून आत नाहीसे झाले.

दिव्यांच्या लख्ख प्रकाशाने उजळलेल्या त्या दुकानात अनेक ग्राहक इकडेतिकडे वावरत वस्तू पाहात होते. वेळ न गमावता सॅम नि जेक दुकानात मागच्या बाजूला असलेल्या कारकुनाच्या काउंटरकडे चालू लागले. लांबसडक, मऊशार, गुळगुळीत नि चमकदार काळ्याभोर केसांची आणि सुडौल बांध्याची एक तरुण स्त्री हिशेबाच्या नोंदवहीजवळ उभी होती नि एका वयस्कर इसमानं खरीदलेल्या वस्तू बांधून देत होती. रांगेमध्ये त्या ग्राहकाच्या मागे उभं राहात सॅमनं तिचं निरीक्षण केलं. ती आकर्षक होती. ती युरेशियन असावी असा सॅमनं अंदाज बांधला.

त्या तरुण स्त्रीनं ती बॅग ग्राहकाच्या हातात दिली आणि मान वरती करून सॅमकडं पाहिलं. "मी काही मदत करू तुम्हाला?"

"तुमच्या दुकानात काही दिवसांपूर्वी आलेल्या माझ्या एका मैत्रिणीविषयी माहिती मिळवण्याच्या प्रयत्नात आहे मी. एक तरुण स्त्री. चांगल्या वेशभूषेतली, खूप सुंदर, साधारणत: तुमच्या उंचीची, लांब काळे केस असणारी."

"सर, अनेक ग्राहकांशी आमचा संबंध येतो. ते सर्व काही माझ्या लक्षात राहू शकत नाहीत."

"हिला पाहिल्याचं मात्र तुम्हाला आठवायलाच हवं. ती तुमच्या दुकानाचा शिक्का असलेल्या चर्मपत्रांविषयी प्रश्न विचारत होती. कित्येक वर्षांपूर्वी त्या चर्मपत्रांची अखत्यारी स्वत: मालकांकडे असेल किंवा ते 'पाठवलेला माल' या नात्यानं त्याच्या ताब्यात आले असतील."

'चर्मपत्रं' या शब्दापाशी खरं तर त्यानं थांबायला हवं होतं. त्यानं तो शब्द उच्चारताक्षणीच तिच्या मुद्रेवर ओळख पटल्याचे भाव उमटले होते.

"तुम्ही तिच्याशी बोललात?"

"होय, दुकानात येणाऱ्या साऱ्याच ग्राहकांची मी सेवा करते."

"तिला काय हवं होतं?" सॅमनं विचारलं.

ती स्त्री जराशी घुटमळली. "तुम्ही म्हणालात त्याप्रमाणे तिनं काही कागदांविषयी काही प्रश्न विचारले. मी काही तिच्या उपयोगी पडू शकले नाही. म्हणून ती निघून गेली."

"ती इथं असेपर्यंत इतर कुणाशी बोलली नाही?"

"नाही." त्या स्त्रीनं सॅमच्या नजरेला भिडलेली नजर त्वरित बाजूला घेतली. तिचे डोळे असत्य दडवू शकले नाहीत.

"ती स्त्री माझी कायदा-कचेरीतली भागीदार होती. तिचा खून करण्यात आलेला आहे आणि म्हणून ती इथे आल्यानंतर कुणाशी बोलली नि काय बोलली हे मला माहिती करून घ्यायचं आहे. तेव्हा आता तुम्ही हे मला सांगावं. नाहीतर मग पोलिसांना सांगा."

खुनाच्या उल्लेखाबरोबर त्या स्त्रीच्या मुद्रेवरचा व्यावसायिक बेफिकिरीचा भाव लोप पावला. एक क्षणभर ती घुटमळली नि मग बोलती झाली. "प्लीज, थांबा इथं."

ती काउंटरपासून दूर झाली आणि पडद्यामागे, दुकानाच्या मागच्या भागातल्या कामाच्या विभागात नाहीशी झाली. कितीतरी वेळ ती गायब होती. जेव्हा ती परतली तेव्हा तिच्या पाठीमागे एक वयोवृद्ध गृहस्थ होता. तो नाजूक शरीराचा नि पुढे वाकून चालत होता आणि दोन्ही खांद्यांतून त्यानं लक्षात येण्याइतकं पोक काढलेलं होतं. मात्र त्याचा निळा स्पोर्ट कोट नि ओपन कॉलरचा शर्ट असा पोषाख अतिशय आकर्षक होता.

"तुम्हाला ज्यांच्याविषयी सांगत होते, ते हे दोघे गृहस्थ." ती स्त्री सॅमकडे हात करत म्हणाली, "सॉरी सर, मला आपलं नाव माहीत नाही."

"बोगार्डस. सॅम बोगार्डस."

"मिस्टर बोगार्डस, हे माझे चुलते आहेत. फिलिप लमोन्जे. ह्या दुकानाचे मालक." त्या स्त्रीनं वयस्कर माणसाकडं पाहिलं. "मला वाटतं तुम्हाला त्यांची मदत होईल."

त्या वयोवृद्ध इसमाच्या मुद्रेवर गोंधळल्याचे नि चिंतेचे भाव उमटले. खालच्या दिशेला असलेले आपले डोळे वर उचलत त्यानं सॅमकडं पाहिलं आणि मग आपल्या पुतणीकडे. तो बोलला मात्र काहीच नाही.

"तुम्हाला कुणापाशी तरी बोलायलाच हवं आता," ती म्हणाली. "फार काळ हे चालत राहिलंय; फार वर्षं. ह्या गृहस्थांबरोबर बोलला नाहीत, तर पोलिसांकडे बोलावं लागेल."

"नाही, नाही. आपण पोलिसांकडे जाऊ शकत नाही," तो वृद्ध माणूस म्हणाला. त्याच्या आवाजातला जोर नि जोश सॅमला आश्चर्यकारक वाटला. त्याची पोक असलेली शरीरठेवण नि त्याचा वृद्धत्व प्रकट करणारा चेहरा यांच्याशी ते कमालीचं विसंगत होतं. त्याच्या बोलण्यात उच्चारांची फ्रेंच धाटणी स्पष्टपणे लक्षात येत होती.

"प्लीऽज, काका." त्या स्त्रीनं वृद्ध पुरुषाकडं पाहिलं. तिच्या स्वरातला केविलवाणेपणा तिच्या डोळ्यांतल्या आर्जवाशी जुळणारा होता.

त्या वृद्धानं वर नजर करून सॅमच्या मुद्रेकडे पाहिलं. क्षणभर तो घुटमळला आणि मग म्हणाला, "मस्यऽ, या माझ्याबरोबर."

सॅम नि जेक त्या वृद्ध इसमाच्या मागे चालत दुकानाच्या मागील बाजूला असलेला पडदा पार करून नि जिना चढून दुसऱ्या मजल्यावरच्या त्यांच्या राहत्या जागेत आले. जेकनं त्याचा उजवा हात कोटाच्या खिशात सारला होता नि नऊ मिलिमीटर ब्राउनिंग ऑटोमॅटिक पिस्तुलाच्या हॅण्डलवर हाताची पकड घट्ट केली होती. जडावाचं कोरीव काम केलेल्या फर्निचरनं सजवलेल्या अभ्यासिकेत तो वृद्ध गृहस्थ त्यांना घेऊन आला; आणि एका अतिशय गुंतागुंतीचं नक्षीकाम केलेल्या टेबलामागच्या कोचावर बसण्याची विनंती त्यांना त्यानं केली, तसा जेक अधिकाधिक सैलावत गेला. सॅम कोचावर बसला. जेक मात्र बसायला नकार दर्शवित एका मोठ्या, पण बुटक्या, आत स्पंज भरलेल्या बैठकीवर दरवाजाकडे तोंड करून बसला. त्यानं भिंतीला पाठ टेकली.

"कुठून सुरुवात करावी, मला उमगत नाही," तो फ्रेंच गृहस्थ म्हणाला. "गुंतागुंतीचं जाळं आहे सारं. अनेक गफलती. सत्य लपविलेली इतकी वर्षं. आता आणखी सत्य काय आहे याचीच खात्री नाही मला."

प्रतिबंध घातलेल्या एखाद्या सत्याचं ओझं दूर करतानाच्या वेळीच जाणवणारी एक प्रकारची शांतता, तीव्र भावनांना मोकळी वाट करून दिल्याची संवेदना त्या गृहस्थाच्या स्वरात सॅमला जाणवली.

"त्या चर्मपत्रांविषयी तुम्ही आम्हाला काय सांगू शकता?"

तो फ्रेंच माणूस विमनस्कपणे खोलीच्या मध्यभागी सरकला नि त्यानं त्याची नजर कोचावर बसलेल्या सॅमकडे खाली वळवली. "ते शापित कागद. मस्यऽ, मी तुम्हाला सांगतो, त्या पानांवर कित्येक शतकांचं रक्त लागलेलं आहे. तुमच्या नजरेला ते कधीच न पडते, तर अधिक बरं होतं." तो विचारमग्न होत क्षणभर

थांबला. "तुमच्या भागीदाराच्या बाबतीत तर निश्चितच अधिक चांगलं. आणखी काही संकटं घेऊन येण्यापूर्वीच तुम्ही ती जाळून टाका."

"का? तुम्हाला त्याबाबत काय माहिती आहे?"

"मला काय माहिती आहे त्यासाठी नाही मस्यऽ; तर ती पानं तुमच्याकडं राहिल्यानं, इतरांना जे माहिती आहे त्यापासून तुम्हाला भय आहे."

आपल्या प्रश्नांना मिळणारी असली कोड्यातली उत्तरं ऐकून सॅमला वैताग आला होता.

तो तीव्रपणे म्हणाला, "त्या दिवशी सुझन पॅटर्सन इथं आली होती, तेव्हा तुम्ही तिच्याशी बोलला होतात?"

"मला तिचं नाव माहीत नव्हतं. पण, हो. मी तिच्याशी थोडक्यात बोललो."

"तिला काय सांगितलंत तुम्ही?"

"तुम्हाला जसा मी इशारा देतो आहे, तसाच तिलाही दिला होता."

सॅमचा उतावीळपणा उसळी मारत होता. पण त्यानं स्वत:ला आवर घातला. त्या वृद्ध गृहस्थाची त्याला धास्ती वाटली. कदाचित त्याला पॅटच्या खुनाचा मिळालेला एकमेव धागा त्याच्या हातून सुटण्याची शक्यता होती.

लमोन्जेनं आपले हात एकावर एक चोळले आणि तो काही सुटे कागद नि खातेवह्या यांच्याबरोबर उंचावर रचून ठेवलेल्या लेखनाच्या एका छोट्या टेबलामागच्या खुर्चीकडे गेला.

"तुम्ही इथं या दुकानात जे काही पाहाता ते म्हणजे आयुष्यभराच्या कामाचे अवशेष आहेत – तीन आयुष्यांचे अवशेष. त्या कागदांमुळे माझा भाऊ नि त्याची बायको एव्हाना मृत्यू पावले आहेत. मी सुद्धा, मला जे काही ठाऊक आहे, त्यामुळे त्यांच्या या मुलीला– जेनेटला, धोका निर्माण झाला आहे या सततच्या भीतीच्या छायेत जगतो आहे. तुम्हाला खरंच ही माहिती हवी आहे, मस्यऽ?"

"होय." सॅम ठामपणे म्हणाला.

त्या फ्रेंचमनच्या मुद्रेवर 'आलिया भोगासी' असा भाव दृग्गोचर झाला. "ठीक आहे, माझ्या मित्रा, मग तुला ते माहीत व्हायलाच हवं. ते कागद – किंवा ज्याला तुम्ही 'चर्मपत्रं' म्हणताहात – आमच्या ताब्यात १९४२ मध्ये आले. मात्र त्यावेळची आमची स्थिती समजण्यासाठी तुम्हाला त्याच्याही मागे, १९४१ च्या 'पतना'कडे जावं लागेल. देश १९३० च्या आर्थिक अरिष्टातून नुकताच सावरू लागला होता. मात्र आम्हाला त्याची जाणीव नव्हती. हा धंदा सुरू करण्यासाठी पेनीपेनीची बचत करून आम्ही जवळजवळ पाच वर्षं संघर्ष केला होता आणि तुम्ही म्हणता ना– तसं अक्षरश: 'आशा नि प्रार्थना' यांच्या आधारावर आमची यशस्वी सुरुवात झाली; पण गोष्टी तशा सोप्या नव्हत्या आणि धंदाही चांगला होत नव्हता. तग धरून जिवंत

राहणं, म्हणजे आम्हाला ज्याचा अभिमान वाटू नये अशा काही गोष्टी करणं – त्या करणं आवश्यक झालं होतं.''

आपल्या समोरच्या डेस्कावरल्या कागदांच्या गुंताड्याकडे डोळे वळवत संभ्रमित झाल्यासारखं आपलं मस्तक लमोन्जेनं हलकेच हलवलं. ''तुम्ही आज पाहता आहात तो हा सामान्य किरकोळ व्यवहार आम्ही नेहमीच करत होतो, असं नव्हे. अमेरिका त्या वर्षीच्या डिसेंबरात युद्धात उतरली नसती; आणि थोड्याच काळात रेशनिंग लागू झालं नसतं तर आम्ही जगूही शकलो नसतो. टंचाई असलेल्या बाबी – साखर, आटा, तांदूळ, मोटारीसारख्या स्वयंचलित वाहनांचे टायर मिळवण्यासाठी माझ्या भावानं गोदीमध्ये निर्माण झालेल्या त्याच्या संबंधांचा वापर करून घेतला. लोकांची सुद्धा मोठी गंमतच असते,'' असं बोलून तो फ्रेंच गृहस्थ किंचित हसला. ''मोटारीसारख्या स्वयंचलित वाहनांच्या टायरसंचासाठी ते खून करत. या दुकानाचं भांडारगृह आणि ह्या दुसऱ्या मजल्याचा बहुतांश भाग अशा वस्तूंनी छतापर्यंत भरून जावा, असा काही काळ आला आणि अर्थातच तुम्हाला ह्याची कल्पना येईलच, की आमचा धंदा जोरात चालत होता.''

त्या म्हाताऱ्यानं डेस्कावरचे खूपसे कागद बाजूला सारले आणि तो जिथं बसला होता तो कोपरा उजळून निघावा म्हणून एक छोटा 'डेस्क लॅम्प' लावला. त्यानं जेककडं पाहिलं. त्याचे डोळे म्हाताऱ्याच्या हातांची डेस्कवरची प्रत्येक हालचाल टिपत होते.

''आमच्या धंद्यानं आम्ही निरनिराळ्या लोकांच्या संपर्कात आलो – खरेदीदार नि विक्रेते. ज्यांच्याशी व्यवहार करावासा वाटावा अशा प्रकारचे ते लोक नेहमीच असायचे, असं नाही. पण मी म्हणालो तसं, तो करणं भाग पडायचं. त्यांच्यापैकी एक माणूस सैन्यातला – तुमच्या नौदलातला होता. सैन्याला पुरवठा करणाऱ्या डेपो नि भांडारांपर्यंत त्याची पोच असायची; आणि योग्य ती किंमत चुकती करून त्याला काहीही उपलब्ध व्हायचं.

''तो स्वत:ला जोन्स असं म्हणवून घेई. अर्थात आम्हाला सर्वांनाच ठाऊक होतं, की ते त्याचं खरं नाव नव्हतं. त्याची ट्रेजर आयलँडवर नेमणूक झालेली होती; आणि तो आम्हाला नित्याचा शिरस्ता असल्याप्रमाणं साखरेची पोती नि मांसांचे अर्धे अर्धे भाग आणून देत असे. आम्ही त्याला चांगली किंमत देत असू.

''तो चांगला उंच, सडपातळ होता. मी त्याच्याशी फक्त तीन वेळा, माझा भाऊ दुकानात नसताना, व्यवहार केला होता. पण तरी मी त्याला कधीही विसरलो नाही. माझ्या भावाच्या मृत्यूपूर्वीही मला असं जाणवलं होतं, की या खलाशामध्ये काहीतरी अभद्र, अमंगळ असं आहे. मला जर त्याच वेळी कळलं असतं....''

तो फ्रेंचमन आपल्या मागच्या बाजूला गेला आणि त्यानं डिस्टिल वॉटरची एक

बाटली उघडली, स्वत:साठी एक पेला भरून घेतला आणि मग ती बाटली सॅम नि जेकसमोर उंचावून धरली.

सॅमनं आपली मान हलवत नकार दर्शवला आणि तो म्हणाला, ''पुढं सांगत राहा, प्लीज.''

''या इसमाबरोबरचा आमचा व्यवहार कित्येक महिने चालू राहिला. काही काळानंतर तो माझ्या भावाकडे आला आणि म्हणाला, की त्याच्याकडे इतर काही गोष्टी आहेत आणि त्या माल पोचवणीच्या तत्त्वावर – म्हणजे, तो त्याला तसं म्हणायचा – आम्ही घ्याव्या. कलात्मक वस्तू. त्या तो आमच्याकडे ठेवणार नि आम्ही त्या विकायच्या. मात्र एका विशिष्ट खरेदीदारालाच फक्त. या व्यवहारासाठी तो आम्हाला भरपूर पैसे देणार होता.'' फ्रेंच गृहस्थानं खांदे उडवले. ''म्हणून आम्ही आमचे डोळे बंद करून घेतले, काहीही प्रश्न विचारले नाहीत आणि कलावस्तूंच्या व्यवसायात आम्ही उतरलो. वस्तू तशा निरुपद्रवी असायच्या – पुष्पपात्रे, लहान-सहान पुतळे वगैरे. कालक्रमामध्ये या जोन्स नावाच्या माणसाबरोबरचा व्यापार वाढत गेला आणि त्यात तैलरंगातल्या चित्रांचा समावेश होऊ लागला. त्यांपैकी कित्येकांना वेष्टणं नसायची. ती या दुकानात फक्त पोहोचती व्हायची, थोडा काळ इथं ठेवली जायची नि शेवटी हा खास खरेदीदार ती घेऊन जाई.''

''ह्या साऱ्या बाबी कुठून येत असत?''

''आम्ही मूर्ख नव्हतो, मस्यऽ. मला वाटतं आम्ही फार खोलात शिरायचा प्रयत्न केला नाही; तरी ते आम्हाला कळलं होतं.'' त्यानं त्याचं मस्तक हलकेच हलवलं. ''त्या चोरीच्या होत्या. अर्थात आमच्याकडे सबळ पुरावा नव्हता. पण तरीही, ते आम्हाला कळलं होतं.'' त्या फ्रेंच माणसानं पेल्यातल्या पाण्याचा घोट घेतला आणि घसा साफ केला.

''या खलाशाची नेहमी एकच मागणी असायची, की आम्ही खरेदीची विक्रीपावती तयार करावी, जेणेकरून हा व्यवहार वैध असल्यासारखा दिसेल. त्यानं माझ्या भावाला सांगितलं, की जर कुणी कधी विचारलं तर त्यानं फक्त एवढंच सांगायचं, की आपण पूर्वी कधीही न पाहिलेल्या, अपरिचित माणसाकडून या बाबी खरीदल्या आहेत.

''ते काहीही असलं, तरी या कलावस्तूंची खरेदी-विक्री कित्येक महिने चालू राहिली. तोपर्यंत आम्हाला खूपच पैसा चुकता झाला होता. तो खलाशी त्या पैशाचा उल्लेख आमचं कमिशन असा करी.''

जेक कोपऱ्यात बसून शांतपणे ऐकत होता आणि शेवटीशेवटी तो मोकळा झाला नि त्यानं आपलं ऑटोमॅटिक पिस्तूल सुरक्षा कळ दाबून खिशातच राहू दिलं; आणि मग कोटाच्या खिशातून हात बाहेर काढून त्यांची घडी घालून तो बसला.

''मला आठवतं त्याप्रमाणे जूनमध्ये – किंवा जुलैच्या प्रारंभाला असेल – माझ्या

भावानं मला असं सांगितलं, की ह्या जोन्स नावाच्या माणसाकडून त्याला एक मोठं पाकीट प्राप्त झालं आहे. माझ्या भावानं पुढं असंही सांगितलं, की जो कोणी जहाजातून आलेल्या पुढच्या कलावस्तूंची पोचवणी करील त्याला ते मोहोरबंद पाकीट देण्यात यावं, अशा सूचनाही त्याला देण्यात आल्या आहेत.''

''म्हणजे ह्या जोन्स नावाच्या माणसानं ती कलावस्तू दुकानात पोहोचवली नाही?''

''अंहं. नाही. त्यानं स्वत: कोणतीही जोखीम घेतली नाही. त्यानं स्वत: दुकानात काहीही कधी आणलं नाही. स्वत:ला 'ब्रोकर'– दलाल – म्हणवून घेत त्यानं आपल्या उद्योगाला प्रतिष्ठिपणाचा रंग दिला होता. त्याच्या अशिलासाठी असणारी पुडकी दुसराच एक माणूस आणून पोहोचवत असे. एक दांडगट माणूस. त्याच्या अंगावरले कपडे जाडेभरडे, एखाद्या कामगारासारखे असत. माझ्या भावानं तो गोदीतला माणूस असल्याचं ओळखलं होतं. किनारी मालवाहू बोटींपैकी एकीवरचा तो एक खलाशी होता. हा इसम नेहमीच ठरावीक क्रम अनुसरायचा. तो दुकानात एखादा गठ्ठा किंवा पुडकं घेऊन प्रकट व्हायचा. तो गठ्ठा वा पुडकं कधी मोठं असे, कधी लहान. तो सांगायचा, की 'तो माल समितीसाठी आहे' ''

''समिती?'' सॅमनं संभ्रमित होऊन प्रश्न केला.

''हो, समिती.''

''हा समितीचा काय प्रकार आहे?''

''त्याकडेच मी येणार आहे.''

काही हुकूम वा आदेश देण्याच्या अवस्थेत सॅम नव्हता.

''तर ते काही असो. मुद्दा असा, की माझ्या भावाला एक मोहोरबंद पाकीट देण्यात आलं, पोचवण्यासाठी. परंतु काही तरी कारणाने – ते कारण मात्र मला ठाऊक नाही – त्याला संशय आला. कदाचित हा खलाशी जे बोलला त्यामुळे असेल; किंवा तो ज्या पद्धतीनं बोलला त्यामुळंही असेल. ते काय असेल ते असो. पण माझ्या भावानं ते पाकीट वाफेवर धरून उघडलं. आतमध्ये एकमात्र, टंकलिखित पान होतं – त्यावेळी बंदरात असलेली व्यापारी जहाजे, त्यांपैकी काहींवर असणारा माल, त्यांच्या अपेक्षित सुटणाच्या वेळा आणि त्यांची मुक्कामाची ठिकाणं, यांचा एक तक्ता होता तो. मला नि माझ्या भावाला; आम्हाला दोघांनाही माहीत होतं, की अशा यादीचा एकमेव उद्देश असू शकतो. एकतर काळाबाजार किंवा मग हेरगिरी. आम्हाला दोहोंपैकी काहीच नको होतं.

''मालवाहू नौकेवरचा तो इसम आल्यावर माझ्या भावानं एक मोठं मोहोरबंद पाकीट त्याच्याकडून ताब्यात घेतलं. त्यानं त्या माणसाला मान्य केलेली रक्कमही दिली. पण जहाजांचा जाण्या-येण्याचा कार्यक्रम असणारा तो तक्ता मात्र त्यानं

त्याला दिला नाही. झालं एवढं पुरेसं होतं. आणि म्हणून – तुम्ही ते काय म्हणता ना, तसं – तो त्या साऱ्याचा शेवट करू इच्छित होता.''

''त्या जासुदानं तुमच्या भावाकडे सुपूर्द केलेलं पुडकं त्यानं ठेवून घेतलं?''

''हो. आणि एव्हाना तुम्ही अंदाज केला असेल त्याप्रमाणेच त्या पाकिटात ती चार पानं होती – ज्याना तुम्ही चर्मपत्रं म्हणताहात; पण त्यापेक्षाही आणखी काही त्यात होतं.''

तो वृद्ध गृहस्थ आपल्या खुर्चीतून उठला नि त्याच्या रायटिंग टेबलाच्या मागे असणाऱ्या एका मोठ्या, कोरीव काम केलेल्या तिजोरीकडे गेला. जेक त्याच्या हालचालीवर बारीक लक्ष ठेवून होता. त्यानं आपला हात परत कोटाच्या खिशात घातला.

लमोन्जेनं ड्रॉवर उघडला आणि चामड्याचा एका जुनाट फोल्डर बाहेर काढला नि आपल्या डेस्ककडे तो परतला. जेक सैलावला.

''मी माझ्या भावाच्या मृत्यूनंतर हे शोधून काढलं.''

त्या वृद्ध माणसानं फोल्डरमधून पत्राच्या आकाराचा एकमात्र कागद बाहेर काढला. त्याच्या कडा फाटलेल्या होत्या नि घड्यांवरून त्याचा जुनाटपणा लक्षात येत होता.

''हे पत्र म्हणजे माझ्या भावाची तो खलाशी नि समिती यांच्या विरोधातली विमा पॉलिसीच होती.'' तो फ्रेंच गृहस्थ म्हणाला. ''निदान त्याला तसं वाटत होतं.'' त्यानं तो कागद डेस्कावरून सॅमच्या दिशेनं सरकवला आणि सॅमनं तो डेस्क लॅम्पच्या प्रकाशाखाली धरला. त्या सुट्या, लेटरहेड स्वरूपातल्या कागदावर शीर्षभागी नाझींचं स्वस्तिक होतं आणि त्या चिन्हाखाली जर्मन भाषेतले शब्द होते. मात्र त्यावरचा मजकूर बिनचूक इंग्लिशमध्ये होता. त्यावरची तारीख होती ३० एप्रिल १९४२ आणि ते फक्त *समितीला* उद्देशून होतं :

सद्गृहस्थहो,

लो लॅण्डस व फ्रान्स यांच्यावर ताबा मिळवल्याच्या परिणामी आपण खरोखरंच एक दुर्मिळ गोष्ट कमावली आहे.

इंग्लिश शोधक प्रवासी फ्रान्सिस ड्रेक याने स्वहस्ते लिहिलेल्या हस्तलिखिताची नमुना पाने तुम्हाला सोबत जोडलेली आढळून येतील. ड्रेकनं लिहिलेल्या आणि जगाभोवती त्यानं जो जलप्रवास केला (१५७७-७९) त्यावेळच्या त्याच्या अचाट साहसी कृत्यांचा तपशील असलेल्या जर्नलचा हा काही भाग आहे.

माझ्या नेमणूकदारांनी मला ही पाने तुम्हाला उपलब्ध करून देण्याच्या सूचना दिल्या आहेत, जेणेकरून तुम्हाला स्वत:ला या दस्तऐवजाच्या अस्सलपणाची खात्री करून समाधान करून घेता येईल. ही संपूर्ण वही एक

दशलक्ष डॉलरच्या रकमेच्या मोबदल्यात तुमची होईल. इतक्या दुर्मिळ वस्तूसाठी तुमचा 'दाता' तुम्हाला नक्कीच दुप्पट रक्कम देईल. ही बोली तीस दिवसांसाठी खुली राहील. कृपया नेहमीच्या पद्धतीने संपर्क साधावा.

लोभ असावा.
राइनहार्ड हायड्रिक
ओबर फ्युरर एस.डी.

सॅमला एका गोष्टीचा उलगडा होत नव्हता. ज्या जर्मन गृहस्थानं पत्र लिहिलेलं होतं त्यानं त्या जर्नलचं किंवा चर्मपत्रांच्या चार पानांचं भाषांतर करायचा उद्योग केला होता की काय? पण मग त्यानं अंदाज केला, की तसं नसणार. अन्यथा त्यावर लावलेली किंमत किती तरी अधिक असती. बोगार्डसनं डेस्कवरचं पेन घेतलं आणि त्याच्या पुढ्यात पडलेल्या पॅडवर बऱ्याचशा नोंदी केल्या, ती कागदाची स्लिप पॅडमधून फाडून घेतली आणि आपल्या शर्टाच्या खिशात ठेवून दिली. ते पत्र त्यानं फ्रेंच गृहस्थाला परत केलं. त्यानं ते काळजीपूर्वक पुन्हा फोल्डरमध्ये ठेवून दिलं.

''माझ्या भावाला ती चर्मपत्रं मिळाल्याच्या दुसऱ्या दिवशी तो जासूद परत आला. या खेपेस तो जोन्स नावाच्या त्या खलाशालाही घेऊन आला. त्यांनी माझ्या भावाला धमकी दिली आणि खूप गोंधळ घालून दुकानात फोडतोड केली. त्यांनी चर्मपत्रांची आणि जोन्सनं भावाकडे ठेवलेली जहाजांच्या जाण्या-येण्याच्या वेळांच्या त्या तक्त्याची मागणी केली. जीवाच्या भयानं त्यानं दोन्ही गोष्टी त्याच्याकडे सुपूर्द केल्या.''

''त्या जर्मनाकडून आलेल्या ह्या पत्राचं काय झालं? ते नाही मागितलं त्यांनी?''

''नाही. ते एकतर ते विसरले असावेत; किंवा मग ते गहाळ असल्याचं त्यांच्या लक्षात तरी आलं नसावं. त्या जासुदानं मालपोचवणी केली त्यावेळी आम्ही आगाऊ दिलेले पाच हजार डॉलर परत करायचं जोन्सनं धुडकावून लावलं. आपले पैसे परत मिळवण्यासाठी माझ्या भावानं दोन आठवडे त्याचा ट्रेजर आयलँडवर शोध घ्यायचा प्रयत्न केला. शेवटी, त्यानंतर सुमारे आठवड्याभरानं त्यानं त्या जोन्स नावाच्या इसमाला त्या तळावर पाहिलं आणि तो त्याच्या वरिष्ठाकडे गेला. अर्थात त्या अधिकाऱ्याला माझा भाऊ काळ्या बाजाराच्या उद्योगांविषयी सांगू शकत नव्हता. म्हणून त्यानं त्याला असं सांगितलं की ह्या माणसानं – त्याचं खरं नाव स्लेड असं होतं – ती चर्मपत्रं चोरली आहेत.''

''त्याचं नाव काय होतं म्हणालात, तुम्ही?''

''रेमण्ड स्लेड.'' तो वृद्ध गृहस्थ म्हणाला.

सॅम खुर्चीवर मागं रेलून बसला आणि नौदल चौकशी मंडळाच्या फाईल मधून त्यानं घेतलेला फोटो आठवू लागला. रेमण्ड स्लेडचा फोटो! त्या भुताळी तरंगत्या बलूनमधून जेम्स स्पेन्सरबरोबर गायब झालेल्या चालक कर्मचारी वर्गापैकी दुसऱ्याचा, रेमण्ड स्लेडचा फोटो. तो तंद्री लागल्यासारखा बघत बसला आणि स्लेडबरोबर शेवटचे दोन हात झाल्यानंतर थोड्याच दिवसांत आपला भाऊ नि वहिनी यांच्यावर पडलेल्या दैवाच्या घाल्याचं तो वृद्ध माणूस करत असलेलं वर्णन ऐकत राहिला – त्या त्रिभुज प्रदेशातल्या महामार्गावरच्या एका निर्जन पट्ट्यात एकमेव मोटर बाजूला धडकून झालेल्या भीषण अपघाताचं वर्णन. ''देवदयेनंच त्या दिवशी जेनेटला गाड्याकडे ठेवायची त्यांना प्रेरणा झाली.'' तो फ्रेंच माणूस म्हणाला.

''एवढं घडूनही तुम्ही कधीच पोलिसांकडे गेला नाहीत?''

''कसा काय जाऊ शकणार होतो? त्यांच्या मृत्यूला हा स्लेड नावाचाच माणूस जबाबदार असल्याचा काहीच पुरावा माझ्याकडे नव्हता. शिवाय माझे स्वतःचे काळ्या बाजाराचे उद्योग उघड केल्याविना मी त्याला गुंतवू शकत नव्हतो. आणि माझ्यावर तर माझ्या पुतणीला वाढवण्याची जबाबदारी येऊन पडलेली होती.''

''ह्या स्लेड इसमाला तुम्ही कधी पाहिलं होतं?''

''नाही. मी फारच भ्यायलेला होतो. बाहेर जायला भीती वाटत असल्यानं माझा भाऊ नि मिंग ली ठार मारले गेल्यानंतर कित्येक आठवडे आम्ही दुकानातच राहात होतो.''

''ही *समिती* काय प्रकार आहे, त्याची तुम्हाला काहीच कल्पना नाही?''

तो फ्रेंच गृहस्थ किंचित काळ घुटमळला. सॅम पुन्हा एकदा आपला प्रश्न विचारणार एवढ्यात लमोन्जे मागे वळला आणि परत एकदा त्या बंद तिजोरीकडे गेला. त्यातून त्यानं एक काळं पुस्तक बाहेर काढलं. ती दूरध्वनी-दर्शिका होती. ती त्यानं उघडली आणि सॅमच्या हातात दिली. उघडलेल्या पानावर अर्ध्यावर 'संपादणूक समिती' असे शब्द होते; आणि त्यांच्यापुढे 'आर्थर सिमिंग्टन' असं एक नाव नि एखादा दूरध्वनी क्रमांक वाटावा, असा, मागं दोन अक्षरं जोडलेला; पण त्यापुढे फक्त चार अंक असलेला क्रमांक होता. सॅमला एक गोष्ट माहिती होती, की तो क्रमांक आता वापरात नसणार.

''आर्थर सिमिंग्टन कोण?''

''तो मध्यस्थ होता. समितीच्या वतीने खरीददार. आम्हाला स्लेडनं दिलेल्या कलावस्तू खरेदी करण्यासाठी दुकानात येणारा माणूस म्हणून माझ्या भावानं त्याला ओळखलं.''

''तो अद्याप हयात आहे किंवा कसं ते तुम्हाला माहीत आहे?''

''नाही,'' लमोन्जे म्हणाला, ''पण मला एक गोष्ट ठाऊक आहे, की त्या

पुस्तकातला जो क्रमांक आहे त्याचा वापर इथं सान फ्रान्सिस्को मधल्या एका वृत्तपत्राच्या कचेरीला फोन करण्यासाठी केला जात असे.''

''वृत्तपत्राच्या कचेरीला?''

''ते पुस्तक मिळाल्यानंतर मी त्या नंबरावर फोन केला होता; आणि त्याची घंटी त्या वृत्तपत्राच्या स्विचबोर्डवर गेली होती.''

''कुठल्या?'' सॅमनं प्रश्न केला.

''आता इतक्या वर्षांनंतर मला नेमकेपणानं सांगता येणार नाही; पण ते मोठ्या वृत्तपत्रांपैकी एक होतं. अजूनही ते व्यवसाय करत आहे.''

या माहितीमुळे त्या क्षेत्राची मर्यादा दोनपर्यंत मर्यादित झाली. सॅमला या विचारानं दिलासा मिळाला.

''ह्या माहितीपैकी माझ्या भागीदाराला तुम्ही किती सांगितलंत?''

त्या फ्रेंच गृहस्थानं त्याच्या पुढ्यातल्या डेस्काच्या दिशेनं खाली पाहिलं. ''अत्यंत शोककारक असेल, तर तेच मस्यऽ. मी तिला काहीच सांगितलं नाही. मी तिला फक्त एवढाच इशारा दिला, की त्या चर्मपत्रांशी संबंधित व्यवहारांमध्ये तिनं अत्यंत दक्ष राहायला हवं.'' त्यानं भेदरल्या मुद्रेनं त्या वकिलाकडं पाहिलं, ''आणि मग मी तिला निघून जायला सांगितलं. ते कागदपत्रं अस्सल असावेत या गोष्टीला मी पुष्टी दिल्यावर तिला आश्चर्य वाटल्याचं, ती दुखावली गेल्याचं मला दिसलं.''

म्हणजे पॅटला विनाकारणच ठार मारण्यात आलं. बोगार्डसच्या अंतर्मनात खोलवर काहीतरी जळू लागलं. ही भावना फारच परकी होती. फार पुरातन काळापासून अस्तित्वात असावीशी; जिचं आकलन त्या वकिलाला होत नव्हतं अशी एक टोचणी. सूड हा काही त्याच्या स्वभावधर्माशी विसंगत होताच, असं नाही. पण भूतकाळातले हाडवैरातून निर्माण झालेले सुडाचे प्रसंग नेहमीच सामाजिक नीति-नियमांमुळे कह्यात असत. कायद्यातील स्पष्ट तत्त्वांचे महत्त्व मानणे, कायद्याच्या काटेकोर तत्त्वांचा मानवी वर्तनाशी समतोल साधणे या गोष्टींनी त्याच्या मानसिकतेची घडण केलेली होती. या समीकरणाच्या एकंदर बेरजेलाच 'न्याय' असं म्हणतात. पण आता मात्र काहीतरी नवीनच घडत होतं. त्याची मुळं त्याच्या स्वभावधर्मात होती आणि ते अंत:प्रेरणेतून स्रवत होतं; बुद्धीतून नव्हे. आता त्याला असंही लक्षात आलं की संधी मिळाली, तर पॅटच्या खुनाचा सूड घेण्यासाठी तो हत्याही करायला मागे-पुढे पाहणार नाही.

लेफ्टनंट जॉर्ज फ्लेचर एखाद्या वाढत्या वयाच्या गोंडस मुलाचा असावा तशा गोलाकार, रक्तवर्णी चेहऱ्याचा होता नि तो चेहराही चांगला मांसल, रुंद हनुवटीवर

टेकलेला होता. दोन्ही टोकांना काजं असलेल्या त्याच्या वेगवेगळ्या शर्टांवर त्यानं शेवटची कॉलर केव्हा लावली होती, हे त्याला आठवतही नव्हतं. त्याच्या अरुंद टायची गाठ, त्याच्या पुढं आलेल्या पोटाचा परिणाम म्हणून छातीखाली तयार झालेल्या वळकटीवर नेहमीसारखीच विसावली होती. त्याच्या डोक्यावर जे काही केस शिल्लक होते, ते पांढऱ्या केसांच्या तुरळक झुबक्यांच्या रूपात दिसत होते; आणि फ्लेचर ते, गरजेपेक्षा अधिकतर सवयीने, खिशातल्या कंगव्याने विंचरत होता. त्याला सेवानिवृत्त व्हायला दोन वर्षं बाकी राहिली होती आणि त्याचा देह आकारहीन नि निरुपयोगी होत चालला होता. पण त्याच्या वरिष्ठांना याची जाणीव होती, की त्याचं दिसणं असं असूनही; आणि त्याच्यामध्ये शारीरिक पात्रतेचा अभाव असला तरीदेखील जॉर्ज फ्लेचर हा केंद्रीय मनुष्यवध विभागातला सर्वोत्तम गुप्त पोलीस आहे.

फ्लेचरच्या पाचव्या मजल्यावरच्या कार्यालयाच्या खिडकीतून बाहेर धुकं पडल्याचं नि मंदशी पावसाची भुरभुर चालू असल्याचं दिसत होतं नि आतमध्ये फ्लेचर प्राथमिक प्रयोगशाळा अहवाल आणि खुनाच्या ठिकाणी ताबडतोब जाऊन पोहोचलेल्या गुप्त पोलिसांची घटनास्थळीची टिपणं वाचत होता. खून पूर्वनियोजित होता नि त्याची अंमलबजावणी काळजीपूर्वक केलेली होती. त्या स्त्रीच्या अपार्टमेंटमध्ये चोरीच्या उद्देशाने कसून शोधाशोध करण्याच्या उद्योगात असताना घाबरून गेलेल्या घरफोड्याचं काम नव्हतं ते. मूल्यवान काही नाहीसं झाल्याचं दिसत नव्हतं. बळाने प्रवेश केल्याच्या खाणाखुणा कुठं दिसत नव्हत्या नि बळीच्या हाताच्या बोटांच्या ठशांव्यतिरिक्त ठसेही नव्हते. एकमेव वैशिष्ट्य होतं, ते सोडिअम हायड्रॉक्साईड किंवा ज्याला 'सोडा खार'चं मिश्रण म्हणतात त्याचे सूक्ष्मसे अंश आणि जळून कोळसा झालेली मानवी चरबी. पुढच्या दरवाजाच्या आतल्या नि बाहेरच्या दोन्ही मुठींवर आणि बळीच्या शय्यागृहाच्या दरवाजाच्या मुठीवर ते आढळले होते.

फ्लेचरनं अगदी स्वभाविक अशी उपपत्ती मांडली. मत्सरी प्रेमिक. फौजदारी प्रकरणातल्या निकालाच्या परिणामी समाधान न झालेलं अशील. कौटुंबिक प्रकरणातला असंतुष्ट जोडीदार. कदाचित ग्राहक म्हणून तक्रार दाखल करण्याचा मारेकऱ्याने निवडलेला मार्ग किंवा कदाचित सुझन पॅटर्सन भरभराटीला आलेल्या कोकेनच्या बाजारातली प्रत्यक्ष सहभागी. गेल्या पाच वर्षांमध्ये शहरात अमली पदार्थांशी संबंधित देहान्त शासनाच्या प्रकरणांची संख्या इतकी होती, की त्यांना पुरं पडण्याच्या दृष्टीने वैद्यकीय अधिकाऱ्यांना पाळ्यांमध्ये काम करत राहावं लागलं होतं.

पण बळीची गुन्हेगारी पार्श्वभूमी असल्याची नोंद नव्हती. सॅक्रॅमेन्टोच्या न्यायखात्याच्या पोलीस दफ्तरामधूनही त्याच्या अटक किंवा त्याच्यावरचे दोषारोप यांची माहिती हाती आली नाही. एफ.बी.आय.कडे केलेल्या तपासातूनही असेच निष्कर्ष मिळाले. तिच्या

अपार्टमेंटमध्ये अमली पदार्थही सापडले नाहीत.

पण आणखी काहीतरी होतं, जे यामध्ये चपखल बसत नव्हतं. तीनशे डॉलरचा सिल्क हाल्स्टन पोषाख परिधान करणाऱ्या एका स्त्रीनं विरल्यामुळे कडांना फाटत आलेला, गुडघ्यापर्यंत लांब कोट आणि सटरफटर वस्तूंच्या सेलमधल्या टाकाऊ वस्तूप्रमाणे दिसणारा स्कार्फ बरोबर का बाळगावा? की ते दुसऱ्या कुणाचे तरी; कदाचित खुद्द मारेकऱ्याचे होते?

कायद्याच्या प्रकरणांचे कागदपत्र ठेवण्यासाठी वापरतात तसा, खुनाच्या ठिकाणचा अहवाल नि त्याच्या फोटोंचा समावेश असलेला मॅनिला फोल्डर फ्लेचरनं बंद केला आणि त्याच्या इंटरकॉमची कळ दाबली.

"जॅक, त्याला आत आण."

फ्लेचर मागे रेलला आणि त्याच्या जुन्यापुराण्या ओक लाकडाच्या फिरत्या डेस्क-खुर्चीच्या स्प्रिंगांची त्याच्या देहाच्या भाराच्या परिणामी होणारी नेहमीचीच करकर त्याच्या कानी पडली. त्याच्या कार्यालयाचा दरवाजा आस्ते आस्ते उघडला नि तिशी उलटलेला सडपातळ, उदार मुद्रेचा पुरुष आत आला. त्याच्या कपाळाच्या डाव्या बाजूचा काही भाग एका लहानशा बँडेजनं झाकलेला होता. नुकताच त्याचा मित्र किंवा त्याची एखादी प्रियतम व्यक्ती त्यानं गमावल्याचा दु:खद भाव त्याच्या डोळ्यांमध्ये दिसत होता. मनुष्यवध विभागात काम करत असतानाच्या कित्येक वर्षांच्या कामात या रिक्त, भावूक छटेशी फ्लेचर आता चांगलाच परिचित झालेला होता.

त्याच्या मागोमाग सार्जंट मेह्यू त्या छोट्याशा कार्यालयात शिरला आणि आपल्या पाठीमागे त्यानं दार बंद केलं. जेफ आणि मट ही व्यंगपटातली दुक्कल जशी एकमेकाला विजोड होती, तसेच फ्लेचर आणि जॅक मेह्यू होते. उंच, सडपातळ, अंग सैल सोडून चालण्याची विचित्र सवय असलेल्या नि ओठातून सिगारेट झुलवत ठेवणाऱ्या मेह्यूनं आपल्या एकदम सपाट बुडाची एक बाजू कोपऱ्यातल्या छोट्या फळीवर टेकवली, हाताची घडी घातली आणि तो वकील नि तो गुप्त पोलीस यांच्याकडे आळीपाळीनं टक लावून बघत राहिला.

फ्लेचर आपल्या खुर्चीतून हललासुद्धा नाही. उलट त्यानं थंडपणे समोरच्या माणसाच्या चेहऱ्याचं निरीक्षण केलं. त्या उंचापुऱ्या, सडपातळ वकिलाबाबत काहीतरी अतिपरिचित असं त्याला जाणवायला लागलं. आपण सॅम बोगार्डसला पाहिल्याचं फ्लेचरला आठवू लागलं; पण कुठे, ते मात्र स्मरेना.

"बसा, मिस्टर बोगार्डस. मी लेफ्टनंट फ्लेचर. तुमची जोडीदार सुझन पॅटर्सनच्या मृत्यूचा तपास करायचं काम माझ्यावर सोपवण्यात आलं आहे."

त्या गुप्त पोलिसाच्या डेस्कासमोर दुसऱ्या बाजूला असलेल्या ओक लाकडाच्या कठीण पृष्ठभागाच्या खुर्चीत सॅम विसावला.

"ती एक सुंदर स्त्री होती."

"एकाच नाही, अनेक बाबतीत." सॅम उत्तरला.

फ्लेचरनं कठोर नजरेनं सॅमकडं पाहिलं आणि त्या वकिलाच्या डोळ्यांतलं ओळख पटल्याचं हलकंसं सूचन त्यानं हेरलं. "आपण यापूर्वी कधी भेटलो आहोत का? तुम्ही परिचयाचे वाटता."

सॅम घुटमळला. खोटं बोलावं की नाही – एक क्षणभरच त्याच्या मेंदूत हा पर्याय चमकून गेला. "तुमची स्मरणशक्ती चांगली आहे. लेफ्टनंट हेण्डरसन, एक प्रकरण होतं ते – काही वर्षांपूर्वीचं. एका कंगालावर शहरातल्या गुन्हेगारीचं नि लाचखोरीचं आगर असलेल्या भागात प्राणघातक शस्त्रानिशी हल्ला केल्याचा आरोप होता. मी त्यावेळेस सरकारतर्फे दिल्या जाणाऱ्या वकिलाकडे काम करत होतो नि मला वाटतं, फौजदारी गुन्हा दाखल झाल्यावर ते प्रकरण तुमच्याकडे सोपविण्यात आलेलं होतं."

"हांऽ, बरोबर." त्या वकिलाची ओळख फ्लेचरला पटली, नि पाठोपाठ त्याला खेदही झाला. "आठवतं मला. तुमच्या माणसानं पोलिसाला बडवलं होतं."

"त्यानं कुणालाच मारलं नव्हतं. अटक करणाऱ्या अधिकाऱ्यांची, त्यांनी न्यायालयाशी दाखवलेल्या इमानदारीबाबत पाठ थोपटायला हवी होती."

सॅम जखमेवर मीठ चोळत होता, की त्याला साखरेत घोळलेली कडू गोळी देत होता, त्याचा फ्लेचरला अंदाज येत नव्हता.

"इमानदारी – हो, ते तसंच असलं पाहिजे." फ्लेचरचा स्वर चांगलाच तिखट झाला होता. त्याला न्यायालयातलं दृश्य स्पष्टपणे आठवलं. प्राथमिक सुनावणीच्या वेळचे ते दोन तरुण अधिकारी; प्रत्येकाला न्यायालयाच्या दालनाबाहेर एकांतात ठेवलेला; एक जण आत असताना दुसऱ्याची बोगार्डस तपासणी करत असलेला. प्रतिवादी यापूर्वी दोन वेळा हार खाल्लेला होता. प्राणघातक शस्त्रासहित हल्ल्याच्या आरोपासाठी, त्याच्या आधीच्या अपराधांकरता तो दोषी असल्याचे गृहीत धरून बारा वर्षांची सजा होऊ शकली असती. सरकारी वकिलाला त्या दोन अधिकाऱ्यांची न्यायालयात हजर होण्यापूर्वी पूर्वतयारी करून घेण्यासाठी वेळ नव्हता.

फ्लेचरला बोगार्डसने चढवलेला हल्ला स्पष्टपणे आठवत होता.

"ऑफिसर, प्रतिवादीचा जबाब घेण्यापूर्वी तुम्ही त्याच्याशी कितीवेळ बोलत होता?"

"अंऽ, तीन-चार मिनिटं."

"कशाबद्दल बोललात तुम्ही?"

"मला आठवत नाही."

"प्रतिवादी सुसंगत बोलत होता?"

"होय."

"तो मद्यपान करत होता?"

"गेल्या वीस वर्षांत तो पीत नव्हता, असा थोडा तरी काळ होता किंवा काय अशीच मला शंका आहे. पण तो प्यायलेला होता का, असं तुम्ही मला विचारत असाल, तर माझं उत्तर 'नाही' असंच आहे." त्या पोलीस अधिकाऱ्याच्या तोंडून तज्ज्ञाचा आत्मविश्वास ओतप्रोत पाझरला आणि त्याच्या सुटकेचा सहज मार्ग बंद झाला!

"प्रतिवादी जबाब देत असताना तुम्ही ऐकत असल्याचं तुम्हाला आठवतंय?"

"तर! अगदी पूर्ण! त्याचा प्रत्येक शब्द मी माझ्या नोटबुकात लिहून घेतला."

बोगार्डस मागे वळला नि वकिलांच्या टेबलावरच्या फाईल फोल्डर मधून त्यानं एक कागद बाहेर काढला. "अटकेसंबंधी फाईल मध्ये '६३७' मौजूद नाही, असं मला आढळलं."

"मी समजलो नाही, सर?"

"फॉर्म ६३७. खात्याचं 'मिरांडा शीट'. अटक करणारा अधिकारी जेव्हा त्याचा अहवाल फाईल करतो तेव्हा त्यानं तो पूर्ण करायचा रिवाज आहे."

त्या अधिकाऱ्याच्या डोळ्यांमधला गोंधळल्याचा थंड भाव दडण्यासारखा नव्हता. "मला वाटतं, आम्ही तो भरायला विसरलो."

"ऑफिसर, प्रतिवादीची मिरांडा तपासणी कुणी केली?" तो अधिकारी थोडा वेळ गडबडून गेला. "मला माहिती आहे, की ती माझ्या सहकाऱ्यानं केली." 'तुमच्या सहकाऱ्यानं प्रतिवादीची मिरांडा तपासणी केलेली तुम्ही पाहिलीत?' या ओघामध्येच येणाऱ्या प्रश्नाची तो अधिकारी वाट पाहात राहिला. पण त्या तरुण अधिकाऱ्याला कळलंच नाही, की आपल्यामध्ये प्रामाणिकपणाचा अभाव आहे, की शपथेवर खोटं बोलण्याचा बेडरपणा आहे. त्याला अपेक्षित प्रश्न विचारलाच गेला नव्हता. उलट शवपेटीवर खिळा मारण्यात आला होता. "तुम्ही स्वत: प्रतिवादीची मिरांडा तपासणी केली नाहीत?"

"नाही." ओठांतून शब्द बाहेर पडला नाही, तोच त्या पोलीस अधिकाऱ्याला अचानक जाणीव झाली, की त्याचा सहकारी आपली साक्ष झाल्यानंतरही न्यायकक्षातून का बाहेर आला नाही. त्या दोघांचं बोलणं बोगार्डसला होऊ द्यायचं नव्हतं; अगदी क्षणभरही. दोघांच्याही भवितव्यावर बंदीची मोहोर लागली. दोघांनी आपापली सोडवणूक करण्यासाठी शपथेवर एकाच प्रकारच्या मार्गाचा अवलंब केला होता. प्रतिवादीला त्याच्या हक्कांची माहिती वाचून दाखवण्याचं सरकारपक्षीय काम दुसऱ्यानं केलं असेल, असं गृहीत धरून दोघांनीही आपली जबाबदारी टाळली होती.

"या साक्षीदाराची माझी साक्ष संपली, युवर ऑनर." त्यानंतर जेमतेम मिनिटभराचा

अवधी गेला असेल; आणि न्यायालयाकडून आदेश मिळवण्यासाठी बोगार्डसकडून विनंती आली. प्रतिवादीचा गुन्ह्याशी संबंध जोडणारा त्याचा जबाब वगळण्यात आला आणि प्रकरण संपण्यात आलं.

फ्लेचरच्या मुद्रेवर उपहासात्मक हसू अवतरलं. ''मागल्या वेळेस मी जेव्हा पाहिलं, तेव्हाही ते दोघे राडेबाजीच्या भागात पोलिसांच्या दंडुक्यांबरोबर 'जादूचा खेळ' करत होते!''

''काही गोष्टी आपण जिंकतो; काही हरतो, लेफ्टनंट.'' सॅमही त्याच्याकडे पाहात उपहासाने हसत त्याला म्हणाला.

''ठीक, म्हणजे मग आपण अशी आशा करूया, की इथे आता, ते बिझनेस प्रकारचे लोक म्हणतात तशी 'सम-समान' परिस्थिती आहे.'' फ्लेचरनं त्याच्या डेस्कावर ठेवलेल्या एका फाईलवर बोटांनी 'टक्टक्' आवाज करत विचारलं, ''ह्या विषयी तुम्हाला कितपत माहिती आहे?''

''कदाचित तुम्हाला जेवढी आहे तेवढीही नसावी.'' सॅमनं जबाब दिला.

''दुपारी साडेतीन वाजता तुमची भागीदार तिच्या अपार्टमेंटमधल्या घरात काय करत होती?''

''मला कल्पना नाही. आणि मला खात्री आहे की पॅटची हत्या करण्यात आली त्यावेळी मी हॉस्पिटलात होतो. तुम्हाला हे आधीच ठाऊक आहे.''

''पॅट काय तिचं टोपण नाव होतं का?''

सॅमनं मान हलवून दुजोरा दिला.

''अरे हो, आपल्याला हॉस्पिटलात जायला हवं. चला, जाऊया. मला खात्री आहे, की तिथल्या एका डॉक्टरला तुम्ही आता कुठं आहात ते जाणून घ्यायचं असावं. त्या ठिकाणाहून सरळ उठून निघून जाणाऱ्या पेशंटची त्यांना सवय नसेल.''

''मी काय सांगणार? मला बरं वाटत होतं. मी निघून आलो, बस्स.''

''त्या घटनेचा तुमच्या जोडीदाराच्या खुनाशी काहीच संबंध असणं शक्य नव्हतं, नाही का?''

''तिच्या मृत्यूची बातमी मला हॉस्पिटलात असतानाच कळली. मला काही करता येईल का त्याबाबत, ते पाहण्यासाठी मला बाहेर पडायचं होतं.''

''तुम्ही हॉस्पिटलातून बाहेर पडलात तेव्हा किती वाजलेले होते?''

''मला वाटतं संध्याकाळचे सात वाजायला आले होते.''

''तुम्ही तिथून गेलात कुठं?''

''माझ्या कार्यालयात.'' त्यानं थाप ठोकली. ''त्या रात्री तिथं कोचावरच झोपलो.'' अॅन्जीकडे पोलिसांचं लक्ष वेधलं जावं असं त्याला वाटत नव्हतं. त्यांनी त्या म्हातारीला दिवसभर चौकशीत अडकवलं असतं आणि सॅमला तर तिला, चर्मपत्र

नि जेनिफर डॅवीजबद्दल, ती रुग्णालयात आली होती तेव्हा नि कॅरलबरोबरच्या संभाषणातून किती माहिती कळली होती, याची नेमकी कल्पना नव्हती.

मेह्यूचं मस्तक त्या दोन माणसांच्या दरम्यान, ते एकमेकांशी बोलत असता प्रत्येक वेळी मागे-पुढे होत होतं नि दात कोरायची काडी ओठांतून डाव्या-उजव्या कोपऱ्यांत फिरत होती.

"तुमच्या जोडीदाराचे कुणी कुटुंबीय होते?"

"पती किंवा मुलं कुणी नाहीत. म्हणजे, तुम्हाला जर तोच अर्थ अभिप्रेत असेल, तर. तिची आई ईस्ट कोस्टला राहाते, तिचे वडील हयात नाहीत."

"हां, ठाऊक आहे. आम्ही मिसेस पॅटर्सनशी – बळीच्या आईशी – आधीच बोललो आहोत."

फ्लेचरच्या मुद्रेवरच्या भावातून बोगार्डसला लक्षात आलं, की पॅटच्या आईनं बोगर्डसवर तिच्या पसंतीची मोहर उमटवली नव्हती. अंत्ययात्रेच्या वेळीच त्यानं तिच्याशी बोलायला हवं होतं. त्यामुळे तिच्या संशयाची धार बोथटली असती.

"सुझन पॅटर्सनला कुणी मारलं असावं, याची काही कल्पना तुम्हाला असेल असं मला वाटत नाही."

"नाही. तुम्हाला आहे?"

फ्लेचरनं त्याच्या ह्या प्रतिप्रश्नाकडे दुर्लक्ष केलं.

"अलीकडे मिसेस पॅटर्सनला कुणी जीवे मारण्याची धमकी दिली होती? किंवा तिला ठार करायला काही अन्य कारण होतं?"

"मला माहीत असणारं तर कुठलंच नाही."

"असंतुष्ट अशिलांची प्रकरणं – कदाचित घटस्फोटाच्या प्रकरणातला संतप्त नवरा किंवा फौजदारी गुन्ह्यातलं अशील?"

"नाही. तिनं काही फौजदारी प्रकरणं नक्कीच हाताळली होती. आणि तिचे काही कुटुंबवत्सल अशीलही होते, पण त्या नेहमीच्याच घटना."

'ते' प्रस्तुत घटनेशी निगडित असतं, तर त्यानं पोलिसांना सांगितलंही असतं. शिवाय ते खरंही होतं. तिच्याकडे काही विक्षिप्त अशिलंही येत असत. अलीकडचा असा एक म्हणजे झॅक बार्न्स नावाचा इसम. धंद्यातील लोक ज्याला 'वॅण्डवॅगर' म्हणतात – म्हणजे दुकानांच्या प्रचंड मोठ्या काचेच्या खिडक्यांपुढे गर्दीने भरलेल्या रस्त्यांकडे लक्ष ठेवून उभे राहातात; नि जगाला, निदान त्यांच्यापैकी आपणहून बघणाऱ्या लोकांना, आपलं पौरुषत्व दाखवण्याचा उद्योग करतात, अशा एकांड्या माणसांपैकी असणारा एक असा इसम होता. बहुतांश वकिलांची त्यांच्या कारकिर्दीत एकदातरी अशा माणसाशी गाठ पडते. पोलीस खात्यातल्या खून, जाळपोळ यांपेक्षा सौम्य स्वरूपाच्या बेकायदा कृत्यांबाबत काम करत असताना सॅमनं जबरदस्तीनं

छळवाद करणारे आणि पोलीस यांच्याशी दोन हात केलेले होते. पॅटवर अशी पाळी आली ती तिनं सुरू केलेल्या खाजगी प्रॅक्टिसच्या दरम्यान. 'संकीर्ण सौम्य स्वरूपाचं बेकायदा कृत्य' या सदराखाली फौजदारी न्यायालयाच्या पॅनेलकडून जानेवारीमध्ये ते प्रकरण तिच्याकडे आल्याने तिनं ते स्वीकारलं होतं. बार्न्स हा शाळेच्या मुलांची ने-आण करणाऱ्या बसचा एक चालक होता आणि त्याच्या दिवसभराच्या फेऱ्यांमधला शेवटचा स्टॉप घेण्याच्यावेळी एका बारा वर्षांच्या मुलीला आपलं इंद्रिय दाखवण्याचं त्यानं मनाशी पक्कं ठरवलं होतं. न्यायालयानं सौम्य भूमिका घ्यावी या अपेक्षेनं एखाद्या सौम्य गुन्ह्याची कबुली प्रतिवादीला वकिलाकडे देता येते, अशी 'प्ली बार्गेन' या सदराखाली न्याययंत्रणेत व्यवस्था असते. तिचा वापर करावा, असा सल्ला पॅटनं बार्न्सला दिला, तसा झॅक बार्न्स पिसाळला. जे नुसतं मनात होतं, ते मग तिथच वास्तवात उतरलं आणि मग मात्र सॅमला पॅटच्या कचेरीत येऊन बार्न्सला चालतं व्हायला फर्मावावं लागलं आणि सॅमनं बार्न्सला त्याचं 'हत्यार' बंद करण्यास खडसावून सांगितलं. सॅम निघून गेल्यावर बार्न्सनं पॅटच्या दिशेनं काही अश्लील हावभाव केले. संशयग्रस्त पोलीस या साऱ्या प्रकाराकडे तिच्या जिवाला असलेला धोका या दृष्टीनं पाहू शकतील; पण सॅमनं मात्र त्याची गणना विकृत माणसाची जागी झालेली लैंगिक वासना यात केली.

एखाद्या मोठ्या शहरात 'कायद्या'ची प्रॅक्टिस करायची; पण त्याच शहराच्या जीवनाची आनुषंगिक निर्मिती असणाऱ्या काही मानवी घाणीच्या संपर्कात मात्र यायचं नाही, हे साधणं अशक्यच असतं. पण पॅटच्या मृत्यूशी ह्या घटनेचा संबंध जोडता आला नसता आणि त्या पोलिसाच्या विकृत करमणुकीखातर त्या घटनेचं चारचौघांत चर्वण करणं त्याला अमान्य होतं.

''बरं, तुम्हाला हॉस्पिटलात कुणी नेलं ते तुम्ही सांगू शकाल ना मला?''

''तसं सांगता आलं असतं, तर मला फार बरं वाटलं असतं. विश्वास ठेवा माझ्यावर, लेफ्टनंट.''

''म्हणजे मग तुमच्या डोक्याला टेंगूळ आणायचा पराक्रम किंवा तुमच्या सहकाऱ्याला संपवण्याचा उद्योग कुणी केला, ते तुम्हाला ठाऊक नाही तर?'' फ्लेचरच्या स्वरात पुन्हा एकदा उपरोधाची उघड उघड छटा परतली.

''बिलकूल नाही,'' सॅमने जबाब दिला. ''दोन्ही घटना परस्परांशी निगडित आहेत असं तुम्हाला का वाटतंय?''

''त्या *नाहीत*, असं *तुम्हाला* का वाटतंय?'' फ्लेचरनं तत्काळ प्रतिप्रश्न केला. ''निव्वळ योगायोग, मला वाटतं! हो ना?''

''या अशा बोलण्यातून आपल्या हाती काहीच लागणार नाही.''

''ते मी ठरवीन.'' त्या गुप्त पोलिसानं फटकारलं. ''पण सध्या माझ्या प्रश्नांची

उत्तरं तेवढी द्या.''

''माझ्या अपार्टमेंटवरचा हल्ला म्हणजे एक नेहमीचा घरफोडीचा प्रकार होता. माझा टेलिव्हिजन किंवा स्टिरिओ घेऊन तो भामटा पलायनाच्या बेतात असतानाच दुर्दैवाने मला जाग आली.''

''तसं असेल, तर मग तुमचं डोकं फोडून त्यातला मेंदू नावाचा पदार्थ बाहेर काढायचा प्रयास केल्यानंतर तो घरफोड्या काहीच न घेता का बरं निघून गेला?''

''म्हणजे ही कहाणी थोडीशी लंगडी आहे असं सुचवताय तुम्ही. पण जरा तुमच्या कल्पनाशक्तीचा वापर करा. कदाचित तो घाबरला असेल. कदाचित त्याला असं वाटलं असेल, की त्यानं मला ठार केलंय; आणि म्हणून तो सैरभैर झाला असेल.''

''हं, असेलही कदाचित,'' फ्लेचर म्हणाला. ''किंवा कदाचित असंही असेल, की तो काहीतरी शोधत होता. काहीतरी, जे त्याला तुमच्या जागेत सापडलं नाही; आणि म्हणून त्यानं तुमच्या भागीदाराकडे मोहरा वळवला.''

दोघंही काल्पनिक शत्रूशी मुकाबला करत होते; भलत्याच गोष्टीचा पाठलाग करत होते. पॅटला काही कुणा वेड्यानं वा अर्धवटानं ठार केलेलं नव्हतं. डॅवीज चर्मपत्रांविषयी तिला काहीतरी माहिती आहे, असा गैरसमज करून घेतलेल्या कुणीतरी तिची हत्या केली होती. फ्लेचरचा यावर कधीच विश्वास बसला नसता. आणि ते त्याला सांगायची बोगार्डसला इच्छा नव्हती.

फ्लेचर लक्ष देऊन ऐकत होता, नि एक अस्वस्थ शांतता तिथं पसरली होती.

''तुम्हाला काय वाटतं, लेफ्टनंट? आम्ही अमली पदार्थ बाळगत होतो असं वाटतंय की काय तुम्हाला?'' त्या गुप्त पोलिसाला चर्मपत्रांच्या विषयापासून दूर ठेवण्याचा प्रयत्न करण्यासाठी बोगार्डसनं थेटच विधान केलं.

''तुम्हीच सांगा मला.''

''मला खात्री आहे, की एव्हाना तुम्हाला माझ्याकडच्या घरफोडीबाबत पोलीस अहवाल पाहायला मिळाला असेल. तुमच्या माणसांना सापडलेला एकमेव अमली पदार्थ म्हणजे बाथरूमच्या सिंकमधली ॲस्पिरिनची बाटली.'' सॅमनं सावधपणाचं चातुर्य दाखवलं. गुन्हेगार अशिलांना सॅमच्या घराचा किंवा गाडीचा आतला भाग कधीही नजरेला पडत नसे – गुप्त साठा करायला त्यांना कधीही वाव राहात नसे. फौजदारी बचाव पक्षाचा सरकारी वा खाजगी वकीलवर्ग अमली पदार्थ गुन्हा शाखेच्या उत्साही तपासणी अंमलदारांचं आणि त्यांचे मोलावर घेतलेले खबरे यांचं महत्त्वाचं लक्ष्य असतो. दोन-चारजण तरी, त्यांनी पुरावा ठेवल्याचं शपथेवर सांगितल्यानंतर त्यावर माघार घेऊन फसले होते.

''माझ्यावर कुणी हल्ला केला किंवा माझ्या जोडीदाराची कुणी हत्या केली, याची मला कल्पना नाही. तुम्ही जेव्हा शोधून काढाल तेव्हा कृपा करून मला सांगा. कारण

मला ते जाणून घेण्यात खूपच रस आहे.''

फ्लेचरनं सॅमकडं बारकाईनं पाहिलं नि आपल्या डेस्कवरची फाईल त्यानं उचलली. मग तो खुर्चीत रेलून बसला आणि त्यानं तो फोल्डर उघडला.

''तुम्ही आणि हत्येतला बळी किती काळ एकमेकांबरोबर होतात?''

''म्हणजे आम्ही एकत्र प्रॅक्टिस किती काळ करतो आहोत, असं तुम्हाला म्हणायचंय?''

फ्लेचरनं स्मित केलं. ''नाही. मला म्हणायचंय की तुम्ही एकमेकाला किती काळ ओळखत होतात?''

''साठच्या दशकाच्या मध्यास आम्ही दोघेही एकत्रच लॉ-स्कूलमध्ये गेलो.''

फ्लेचर आणखी काही माहितीच्या अपेक्षेनं थांबला. पण सॅम आणखी काहीच बोलला नाही.

''मला कुणीतरी म्हणालं, की तुमचे दोघांचे प्रेमसंबंध होते?''

पॅटच्या आईनं त्याला इत्थंभूत माहिती दिली असणार.

''काही काळ आम्ही एकत्र राहात होतो.''

''ते कुठे?''

''सनसेट डिस्ट्रिक्टमध्ये.''

''जिथं तिचा खून करण्यात आला, त्या अर्पाटमेंटमध्ये?''

''होय.''

''तुम्ही तिथून केव्हा वेगळे झालात?''

''सुमारे दोन वर्षांपूर्वी. परस्पर सामंजस्याने. आम्हा दोघांनाही जरा अधिक जागा हवी होती; आणि विचारासाठी थोडा अवधी.''

''कडवटपणा नाही?''

''अजिबात नाही.''

''तुम्ही आता लगेच कुणाला भेटणार आहात का, मिस्टर बोगार्डस?''

''खास असं कुणाला नाही.''

''बळीबरोबर अद्यापपर्यंत तुम्ही एकत्र होतात?''

''हे पाहा लेफ्टनंट, तुमच्या चौकशीची व्याप्ती माझ्यावरच केंद्रित असेल, तर मला वाटतं मला वकिलाचा सल्ला घेण्याचा फायदा मिळायला हवा. अर्थात तिकडे त्या राडेबाजीच्या भागात तुमच्या दोन तरुण मित्रांना जाऊन मिळण्याची आस तुम्हाला नसेल, तर.''

''आमच्या चौकशीची व्याप्ती कुणाभोवतीही केंद्रित झालेली नाही. आणि मला जेव्हा कायद्याच्या सल्ल्याची गरज असेल, तेव्हा मी सरकारी वकिलाच्या कचेरीची मदत घेईन. याक्षणी तरी तुम्ही याला मैत्रीपूर्ण संभाषण म्हणू शकता. अखेर, तुम्ही

स्वेच्छेने आत आलेले आहात; आणि तुम्हाला हवं तेव्हा निघून जायला तुम्ही मोकळे आहात.''

जणू निघून जाण्यासाठी म्हणून सॅम दरवाजाच्या दिशेने वळला.

''पण मला असं वाटतं, की तुमच्या जोडीदाराच्या खुन्याला शोधून काढण्यासाठी आम्हाला मदत करण्यात तुम्हाला रस आहे.''

''मला शक्य असतं, तर मी केली असती मदत; पण मला काहीच ठाऊक नाही.''

''आणखी एक-दोनच प्रश्न.''

''तुम्ही मिस पॅटर्सनला अखेरचं केव्हा पाहिलंत?''

एक क्षणभर सॅम विचारात गुंतला. ''ती मला हॉस्पिटलमधे भेटायला आली होती तेव्हा.''

''ते केव्हा?''

''आठवायला हवं जरा. हं. मला वाटतं तिची हत्या झाल्याच्या आदल्या दिवशी.''

''काय बोलणं झालं तुमचं?''

फ्लेचर बोलण्यात अधिकाधिक ठाम होत चालला होता. एखादा धागा, काही विशिष्ट असं सापडतंय का, ते पाहात होता.

''मला काही आठवत नाही. मी चांगलाच गुंगीत होतो. तिला माझ्या तब्येतीची चिंता वाटत होती. माझ्या डोक्यावरच्या टेंगळाविषयी आणि ते सारं कसं घडलं त्याविषयी आम्ही बोललो.''

फ्लेचर आपल्या खुर्चीत मागे रेलला, तसा खुर्चीच्या स्प्रिंगांच्या करकरण्याचा आवाज संभाषणात मध्येच घुसला. ''ते नेमकं कसं घडलं बरं?'' सॅमनं त्याच्या अपार्टमेंटवरल्या हल्ल्याची घटना बारीकसारीक तपशिलांसह रंगवून सांगितली. त्यामुळे तरी त्या गुप्त पोलिसाचा समंध शांत होईल अशी आशा त्याला वाटली; पण तसं नाही झालं.

''मिस्टर बोगार्डस, तुम्ही मिस पॅटर्सनबरोबर हॉस्पिटलात आणखी काय बोललात?''

फ्लेचरला काही माहिती होतं की काय? चर्मपत्रांविषयी त्याला माहिती झाली होती?

''जरा आठवून पाहू दे मला.'' तो कित्येक क्षण विचार करत थांबून राहिला. ''मला आठवतंय त्याप्रमाणे हे एवढंच.''

''एवढंच तुम्ही बोललात, तुमच्या डोक्यावरचं टेंगूळ आणि तुमच्या अपार्टमेंटवरचा हल्ला?''

सॅमनं होकारार्थी मान हलवली.

''तिथं आणखी कोण होतं?''

'काहीही किंमत पडो; आता आर नाही तर पार असंच वागायला हवं,' सॅम *मनाशी म्हणाला.* ''कुणीच नाही – मला आठवतंय त्याप्रमाणे. तुम्हाला एक लक्षात ठेवायला हवं, लेफ्टनंट. मी पूर्णपणे बरा झालेलो नव्हतो.''

''मला खात्री आहे त्याची,'' फ्लेचर म्हणाला. मात्र त्याच्या डोळ्यांतला अविश्वास त्याच्या शब्दांशी विसंगत वाटत होता.

''म्हणजे तुमच्या जोडीदाराशी बोलल्याची तीच अखेरची वेळ का?''

सॅम एक क्षणभर थांबला. दुसऱ्या दिवशी झालेलं दूरध्वनीवरचं संभाषण त्याला आठवलं – जेनिफर डॅवीजचा दूरध्वनी क्रमांक मिळवण्यासाठी झालेलं बोलणं. त्याच्या रुग्णालयीन दूरध्वनीवरून मिळवलेल्या दूरध्वनी नोंदी त्यांच्याकडे असणार.

''नाही, दुसऱ्या दिवशी सकाळी एकदा थोडक्यात दूरध्वनीवर संभाषण झालं – काही व्यावसायिक प्रकरणांविषयी.''

''कोणती व्यावसायिक प्रकरणं?''

''कायदेविषयक व्यावसायिक प्रकरणं,'' सॅम म्हणाला.

''त्यातून काही दैवी प्रेरणा वगैरे तुम्हाला झाल्या किंवा काय मला माहीत नाही आणि असल्या तरी मला त्याची पर्वा नाही. तुम्ही कशाविषयी बोललात ते सांगायला हवं तुम्ही.''

''आय ॲम सॉरी. पण ती बाब गोपनीय आहे. तो विशेष हक्काचा भाग आहे माझ्या, लेफ्टनंट.''

''तुम्हाला ठाऊक आहे, ते जर त्या प्रकरणाशी संबंधित असेल, तर मी कोर्टाची ऑर्डर मिळवू शकतो; नि तुम्हाला ते मला सांगायला भाग पाडू शकतो.'' फ्लेचर डेस्कच्या पलीकडून त्या वकिलाकडं रोखून पाहात राहिला.

'आता, कोण संशय निर्माण करतं आहे?' सॅमच्या मनात आलं. ''नाही, लेफ्टनंट. तुम्ही हवं तर प्रयत्न करून पाहू शकता!''

त्या दोन्ही गृहस्थांच्या नजरा एकमेकांत गुंतून गेल्या तसा तिथं एक दीर्घ विराम पसरला. मेह्यूनं त्याच्या दात कोरण्याच्या काडीचा शेवटचा छोटा तुकडा चावून बाहेर फेकला.

तो गुप्तपोलीस फाईलमध्ये बोटं खुपसून, आपल्या सुटलेल्या पोटाचा आधार घेऊन धरलेल्या फोल्डरच्या कव्हरच्या आड कागद मागे-पुढे करत काहीतरी शोधत असल्याचं सॅमनं पाहिलं.

''तुम्हाला मी आता काही दाखवतो ते पाहा हं, मिस्टर बोगार्डस.''

कसलीच पूर्वसूचना न देता फ्लेचरनं झटकन एक आठ इंच रुंद, दहा इंच लांब असलेला मोठा, गुळगुळीत फोटो डेस्कच्या मध्यावर ठेवलं.

''हाच तुमचा जोडीदार?''

आपल्या पोटात एक गोळा येतो आहे, असं सॅमला जाणवलं. जेकनं त्याला पॅट मृत पावल्याचं सांगून रुग्णालयात बोलावलं होतं, तेव्हा त्याच्या पोटात असाच गोळा आल्याचं त्यानं अनुभवलं होतं. तिथं डेस्कवर त्याच्यासमोर पॅटचं चित्रं होतं – पाय वाकडे-तिकडे पसरलेले, धडाचा वरचा भाग पुढे झुकलेला, थिजलेल्या रक्ताच्या थारोळ्यात लोंबत असणारे मुलायम, गर्द तपकिरी केस, रक्ताचा लाल किरमिजी रंग, तपकिरी छटेकडे झुकलेला. जेक कार्न्सबरोबर त्याचं पहिलं संभाषण झाल्यानंतर आपल्या मनात त्यानं उभ्या केलेल्या प्रतिमेवर त्या फोटोनं जणू भयाची छाया धरली.

"तुम्हाला ठाऊक आहे ती कोण आहे ते. मला कशासाठी विचारताहात?"

"हो, मला माहीत आहे, मिस्टर बोगार्डस; आणि तुम्ही जेवढ्या लवकर आमच्याशी सहकार्य करायचा निर्णय घ्याल, तेवढ्या लवकर मिस पॅटर्सनची अशी अवस्था करणाऱ्या व्यक्तीला किंवा व्यक्तींना आम्ही पकडू शकू."

"मला माहिती असलेलं सारं काही मी तुम्हाला सांगितलेलं आहे." सॅमला आपल्या घशात एक मळमळ आणणारा उमासा येत असल्याचं जाणवलं आणि तो त्यानं निग्रहानं गिळून टाकला. "आणि आता तुम्ही मला काही आरोपाखाली ताब्यात घेणार नसाल, तर मला माझ्या कामाकडे वळू द्या."

"नाही, तुम्हाला ताब्यात घ्यायचा आमचा इरादा नाही – निदान आत्ता तरी. पण तुम्ही आम्हाला केव्हाही उपलब्ध झाला पाहिजेत, याची खबरदारी घ्या. तुमच्याशी पुन्हा आम्हाला बोलावं लागेल कदाचित."

निघून जाण्याच्या उद्देशाने सॅम उठला.

"अरे हो, आणखी एक गोष्ट, मिस्टर बोगार्डस. आम्हाला तुमच्याशी संपर्क साधायचा तर तो कुठे साधू शकू आम्ही? तुमच्या कचेरीत आम्ही फोन केला होता; पण आम्हाला फक्त यंत्रावरचा प्रतिसाद मिळाला."

सॅमनं थोडा विचार केला. "माझं अपार्टमेंट पुन्हा पूर्वस्थितीत येईपर्यंत मी माझ्या एका मित्राकडे राहाणार आहे. सध्या तरी तुम्ही माझ्या कार्यालयातच संपर्क साधू शकाल; किंवा आन्सरिंग सर्व्हिसचा वापर करा. म्हणजे मीच तुमच्याशी संपर्क साधेन."

एक क्षणभर त्या पोलीस गुप्तहेराची चलबिचल झाली. फ्लेचरला आपण बिनधोक देऊ शकू असा पत्ता जुळवण्यासाठी सॅमच्या मनात द्वंद्व सुरू झालं – ॲन्जीचा सोडून इतर कुणाचाही पत्ता. सॅम त्या गुप्त पोलिसाला निकचा बर्कलिमधल्या अपार्टमेंटचा पत्ता सांगणार एवढ्यात तो गुप्त पोलीस बोलता झाला,

"मला जर पुन्हा तुमच्याशी संपर्क साधायचा झाला आणि त्यावेळी माझ्या फोनला तुम्ही तत्परतेनं उत्तर दिलंत, तर मला बरं वाटेल." त्याच्या स्वरात विनंतीची

छटा होती.

"नक्कीच करीन मी तसं."

भिंतीला लावलेल्या फळीवर बसलेला मेह्यू फळीवरून उठण्यासाठी हालचाल करू लागला. "लेफ्टनंट तुम्ही त्याला विचारणार नाही का, की...."

फ्लेचरनं त्याच्या त्या दुय्यम सहकाऱ्याकडे थंड नजरेनं रोखून पाहिलं. त्यामुळे आपले शब्द दात कोरण्याच्या उरलेल्या तुकड्याबरोबरच गिळून टाकणं मेह्यूला भाग पडलं. "अरे हां, आणखी एक प्रश्न. अपार्टमेंटमध्ये तुमच्यावर झालेल्या हल्ल्यानंतर त्यांनी तुम्हाला कुठल्या हॉस्पिटलमधे नेलं?"

"सेंट जेरोम. का बरं विचारताय तुम्ही हे?"

"आणि तुमचा खोली नंबर?"

"मला खात्री नाही; पण मला वाटतं तो ४१७ होता. फोन करून तुम्हाला त्याचा शोध घेता येईल."

"हो, नक्कीच." फ्लेचर म्हणाला.

"आतापुरतं एवढंच मिस्टर बोगार्डस." वकील महाशय त्याच्या कार्यालयातून बाहेर पडून पुढे कॉरिडॉरमधून निर्गम दाराकडे जाईपर्यंत फ्लेचर सॅमवर नजर रोखून त्याच्याकडे पाहात राहिला.

मेह्यूनं त्याच्या साहेबाकडे वर नजर करून पाहिलं."तुम्ही त्याला का विचारलं नाहीत, की..."

"जॅक-जॅक-जॅक," त्याला थोपवत फ्लेचर म्हणाला, "अरे, तू शिकणार कधी रेऽ? तुम्ही एखाद्याला प्रश्न विचारता, ते त्याच्याकडून माहिती काढण्यासाठी; माहिती देण्यासाठी नव्हे." बोलता बोलता पॅटर्सन फाईलच्या खाली ठेवलेल्या हस्तलिखित पोलीस अहवालाची पानं फ्लेचर चाळत राहिला. आदल्या दिवशीच्या पहाटे सव्वातीन वाजता तो घाईघाईनं तयार करण्यात आलेला होता. एक निवृत्त मोटर मेकॅनिक रुग्णालयातल्या खाटेवर मृतावस्थेत सापडला होता. त्या इसमाच्या हाताला लावलेल्या आयव्ही नलिकेला पारा लावलेली सिरिंज लटकलेली होती. पॅटर्सनचा खून आणि बोगार्डसवरचा हल्ला या योगायोगाच्या गोष्टी नव्हत्या. त्या गुप्त पोलिसाचे डोळे ज्या खोलीत त्या मेकॅनिकला ठार मारण्यात आलं होतं, त्या खोलीच्या क्रमांकावरून फिरले – खोली क्र. ४१७.

■

७

शहरातल्या मध्यवर्ती ग्रंथालयामधलं ओक लाकडाचं ते टेबल उसळत्या तरुणाईतील विध्वंसक सहजप्रवृत्तीला धरून काढलेल्या चरे-ओरखड्यांनी विरूप झालं होतं. निक जॉर्गनसनच्या समोर रचून ठेवलेल्या पुस्तका-मासिकांच्या ढिगा पलीकडे जरासा वरच्या बाजूला असलेला टेबलाचा पृष्ठभाग पेनांच्या तीक्ष्ण टोकांनी कोरलेल्या सहीच्या आद्याक्षरांनी विद्रूप झालेला होता.

त्या फ्रेंच गृहस्थाच्या दुकानात बोगार्डसनं स्वहस्ते खरडलेली टिप्पणी त्यानं नजरेसमोर धरली. निकला खरं तर तिथली खेप वाचवता आली असती. राईनहार्ड हेड्रिख हे नाव तिसऱ्या राईशच्या दहतशतवादी क्लृप्त्यांशी परिचित असणाऱ्या कुणालाही ज्ञात असतं. एक महत्त्वाकांक्षी अधिकारी असणारा हेड्रिख हिटलरच्या भयकारी 'एस.एस.' संघटनेचा प्रमुख असणाऱ्या लेफ्टनंट हायनरिख हिमलरच्या पंखाखाली होता आणि तो वरिष्ठ पातळीवरचा लेफ्टनंट होता. सत्तेसाठीच्या अस्वस्थ शोधानं त्याची कारकीर्द लक्षणीय झाली होती. ज्यूंचा त्यानं केलेला निर्दय छळ; आणि १९३४ मध्ये हिटलरच्या 'एस.एस.' या निमलष्करी संघटनेतल्या नकोशा झालेल्या सदस्यांना ठार मारून पक्षशुद्धी करण्याच्या मोहिमेत हिटलरच्या राजकीय शत्रूंना पद्धतशीरपणे संपवणारा म्हणून 'हँगमन हेड्रिख' हे बिरुद मिळवण्याइतका दीर्घ काळ तो जगला.

जॉर्गनसन एका जाडजूड ग्रंथाची पानं उलटत त्या नाझी अधिकाऱ्याच्या सूचिबद्ध संदर्भाचा धांडोळा घेऊ लागला. तो ज्याचा शोध घेत होता, ते त्याला पान १२४३ वर सापडलं. २९ मे १९४२ रोजी प्रागमधल्या, पावसानं निसरड्या झालेल्या रस्त्यावर भावनाशून्य थंड डोळ्यांचा हेड्रिख एका खुन्याच्या बॉम्बला बळी पडला. सॅमनं त्या कागदाच्या तुकड्यावर लिहिलेल्या, हेड्रिखच्या पत्राच्या तारखेकडं निकनं नजर टाकली – ३० एप्रिल १९४२. लमोन्जेच्या म्हणण्यानुसार ते पत्र अथवा ती

चर्मपत्रं त्याच्या भावाला त्या वर्षाच्या जूनमधल्या कुठल्यातरी तारखेपर्यंत मिळालेली नव्हती. स्लेडनं ती चर्मपत्रं पुन्हा ताब्यात घेतली, तेव्हा त्यानं हेड्रिखचं ते पत्र परत मागितलं नाही यात काहीच आश्चर्य नव्हतं. त्याचा कर्ता आधीच मरण पावला होता. पुस्तकातल्या त्या नोंदीकडे निक शून्य नजरेनं पाहात राहिला. इतिहासाच्या विक्षिप्त हातानं स्लेड आणि त्याचा स्वामी, 'ड्रेक जर्नल'च्या खऱ्याखुऱ्या उपलब्धीकाराशी – हायनरिख हिमलरशी – व्यवहार करायला मोकळे झाले होते.

तो जाडजूड ग्रंथ जॉर्गनसननं बाजूला सारला आणि त्यानं एक मोठं गुळगुळीत पानांचं मासिक उचललं. त्याच्या मुखपृष्ठावर एका अमेरिकन नटीचा उत्तेजित करणारा पार्श्वभाग दाखवला होता आणि तो अंक होता जुलै १९७२ चा. आपल्याला हवंय ते सापडेपर्यंत निक मासिकाची पानं उलटत राहिला. त्या वृत्तकथेवर एका पानभर फोटोचा प्रभाव ठळकपणे नजरेत येत होता. एका भल्या मोठ्या तरंगत्या हवाई बलूनचा तो फोटो होता आणि एखाद्या भव्य व्हेल माशासारखा त्याचा मागचा पंख आकाशाच्या दिशेनं उचलला गेलेला दिसत होता. ते तरंगतं बलून गूढ भीती निर्माण करणाऱ्या निळसर संधिप्रकाशाच्या पार्श्वभूमीवर रेखलेलं होतं. ते भव्य वाहन काळोख्या धावपट्टीवर विसावलेलं होतं नि क्षितिज-सावल्यांमध्ये हरवून गेलेलं होतं. तो लेख फोटोंच्या तत्कालीन वैशिष्ट्यपूर्ण मासिकांतून येणाऱ्या वृत्तकथेचा नमुना होता आणि त्याचा दृष्टिकोण तीस वर्षांनंतरच्या इतिहासाच्या अंगानं पाहिलेल्या विलक्षण, न उकललेल्या रहस्याबद्दलची जिज्ञासा, असा होता.

निकनं त्वरेनं ती कहाणी नजरेखालून घातली. त्या भुताळी बलूननं १६ ऑगस्ट १९४२ च्या सकाळी प्रस्थान केल्यापासून कित्येक तासांनंतर झालेल्या त्याच्या अंतापर्यंतच्या उड्डाणाचा त्या वृत्तकथेत मागोवा घेण्यात आला होता. जेनिफर डॅवीज आणि तिच्या बापाचा शोध याविषयी सॅमनं त्याला सांगितल्यापासून काहीतरी निकच्या स्मृतीला कुरतडत राहिलं होतं. असं काही तरी, जे त्यानं कित्येक वर्षांपूर्वी वाचलं होतं. कुठल्या विद्वत्तापूर्ण प्रबंधात किंवा शैक्षणिक मासिकांतून नव्हे; तर आपले दात कोरून घेण्यासाठी तो दातांच्या दवाखान्यात आपली बारी येईपर्यंत वाट पाहात थांबला होता, तेव्हा. त्यानं तो लेख काळजीपूर्वक वाचला. लेखाच्या अखेरीस येताना त्याला तो जे शोधत होता, ते सापडलं – त्या भुताळी बलूनच्या गोंडोलाचा फोटो. तो काही युद्धकालीन फिकट करड्या रंगाचा फोटो नव्हता, तर चांगला चमकदार रंगातला होता तो – त्याच्या खिडक्यांच्या खाली 'अमेरिका' हे नाव स्टेन्सिल करून लिहिलेलं स्पष्ट दिसून येत होतं आणि प्रवाशांसाठी असणाऱ्या कप्प्याच्या वरच्या अंगाला असलेल्या भल्या थोरल्या भासणाऱ्या वायूच्या पिशवीवर दहा फूट उंचीच्या अक्षरांत GOOD YEAR असा शब्द होता.

जेनिफरनं तिची गाडी उभी केली. अगोदरच जवळपास वीस मिनिटं उशीर होऊन गेला होता. फिनान्शियल डिस्ट्रिक्ट मधल्या एका बाजूच्या रस्त्यावर 'दि ईस्ट इंडिया टी कंपनी' उभी होती. जेनिफर त्या रेस्तराँमध्ये शिरली तेव्हा तिथं आणखी एका माणसासह सॅम टेबलाशी बसल्याचं पाहून तिला आश्चर्य वाटलं. त्यांच्या दिशेनं जाताजाता तिनं सॅमच्या जोडीदाराला निरखून घेतलं. त्यानं व्यवस्थित कापलेली दाढी राखलेली होती, त्याचे डोळे आनंदी आणि संभाषण चैतन्यपूर्ण होतं. मद्याचा आस्वाद घेत दोघे जण बोलत होते.

तिला येताना पाहून सॅम त्याच्या खुर्चीतून उठून उभा राहिला.

''मिस डॅवीज...''

तिनं त्याला मध्येच थांबवलं. ''मला वाटत होतं की आपण आता या प्रकारच्या संबोधनापलीकडे पोहोचलो आहोत. प्लीज, मला 'जेनिफर' म्हणा.''

तिच्या कायदा-कचेरीतल्या सॅमच्या अचानक उपस्थितीनंतर आपलं मन:पूर्वक स्वागत होण्याची सॅमला खात्री नव्हती; पण कोणत्याही कारणानं का असेना, त्या दोघांची चर्चा झाल्यापासून मात्र ती सौम्य झाली होती. ''हे मात्र छान झालं! तर, जेनिफर, माझ्या जानी दोस्ताची, निक जॉर्गनसनची आळेख करून देतो. निक, ही जेनिफर डॅवीज.''

उठून उभं राहात निकनं त्या स्त्रीच्या दिशेनं आपला हात पुढं केला. तिनंही तो आपल्या हातात घेतला नि स्मित केलं.

''कसा आहेस, निक?''

''त्या चर्मपत्राच्या गूढ स्त्रीशी भेट झाल्यानं माझा एकप्रकारे सन्मानच झाला आहे, असं मला वाटतं.''

''मलाही तुझ्यासारखंच म्हणता येईल. खरंच सांगतेय. अर्थातच तू म्हणजे 'ॲलिघनी'ख्यात नामांकित निक जॉर्गनसनच असणार!''

त्याच्या समोरच्या खुर्चीत जेनिफर बसू लागली, तरी निक कोड्यात पडल्याचे भाव चेहऱ्यावर घेऊन उभाच होता.

''मिस डॅवीज – अंहं, जेनिफर – माझ्या आईशी बोलत असणार असं दिसतंय. थोडंसं धाडस करून मी असाही तर्क करतो, की तिला माझ्याविषयी सगळी माहिती असावी. अगदी माझ्या जन्मखुणांची ठिकाणं सुद्धा!''

''त्याची चर्चा आपल्याला नंतर केव्हा तरी करता येईल, नाही का?'' प्रत्युत्त-दाखल बोलत जेनिफरनं स्मित केलं.

''हं, केव्हा तरी तुला माझ्या आईशी बोलता येईलच,'' निक म्हणाला. ''पण मी खरंच 'तसं' म्हणालो? तर मग तू मला माफ करायला हवंस. क्वचित केव्हातरी माझे इंटरेस्ट स्वैरपणाकडे झुकतात खरे!''

ती हसली. ''हे सगळं काय नि कशाविषयी चाललंय? ही गुप्तता कशासाठी? एका आडमार्गावरच्या रेस्तराँमध्ये ही चोरटी भेट?''

''आपल्याकडे एक बातमी आहे. अर्थात जे आहे, ते काही फार नाहीये; पण जेम्स स्पेन्सरच्या दिशेने जाणरा आपल्याला मिळालेला तो पहिला ठोस माग आहे.''

''खरंच?''

''प्रथम मी तुझ्यासाठी काही पेय मागवतो आणि मग या टप्प्यापर्यंतचं मला कळलं आहे ते सारं काही तुला सांगतो.'' सॅमनं कॉकटेल वेट्रेसला टेबलापाशी बोलावलं. जेनिफरनं 'शार्ड्नि' ही व्हाइट वाइन मागवली. सॅमनं पॅटच्या खुनाचे तपशील आणि त्या दुपारी पोलीस ठाण्यावर फ्लेचरशी झालेलं संभाषण आपल्या बोलण्यातून वगळून, त्याऐवजी फिलिप लमोन्जेशी झालेल्या त्याच्या संभाषणावर लक्ष एकवटलं; आणि 'संपादणूक समिती' नि आर्थर सिमिंग्टन हे नाव यांच्या उल्लेखाबरोबर जेनिफरची काय प्रतिक्रिया होते, ते बारकाईनं निरखलं. ओळख पटल्याचं सूचन व्यक्त झालं नाही. पण सॅमला खात्री होती, की ती अजूनही काहीतरी हातचं राखून आहे.

रेमण्ड स्लेडनं जेम्स स्पेन्सरला ठार केलं ह्यावर तिचा विश्वास बसायला स्त्रीसुलभ अंत:प्रेरणेपेक्षा काही अधिक कारणीभूत होतं. लमोन्जे स्लेडला भेटला होता. त्या खलाशाचा चर्मपत्रांशी अगदी जवळचा संबंध होता आणि सॅमला खात्री पटली होती, की त्याची कथा म्हणजे पॅटच्या खुनाच्या कपट साखळीतला अगदी महत्त्वाचा भाग आहे.

कदाचित भाबडेपणाचं ठरलं असतं; पण बोगार्डसनं ठरवलं होतं, की त्या चर्मपत्रांच्या महत्त्वाविषयी जेनिफर डॅवीजला सांगून टाकण्याची वेळ आलेली आहे. त्याला अशी आशा होती, की या प्रकारे केलेल्या विश्वासाच्या कृतीला तसाच प्रतिसाद मिळेल; अद्यापपर्यंत दडवून ठेवलेली माहिती ती उघड करील.

''आपण हॉस्पिटलमधे भेटलो, तेव्हा मी तुला सांगू शकलो नाही अशी एक गोष्ट आहे.''

''ती कोणती?''

''त्या चर्मपत्रांचं आम्ही भाषांतर नि पृथक्करण करून घेतलं आहे. ती अधिकृत, अस्सल आहेत! जहाजावरील मालाच्या यादीचा ती भाग आहेत– मूल्यवान धातू नि रत्नं यांची यादी. फ्रान्सिस ड्रेकच्या हुकमतीखाली प्रवास करत असणाऱ्या जहाजावरची ती यादी आहे! सन १५०० च्या उत्तरार्धात सान फ्रान्सिस्कोच्या किनाऱ्यावर कुठंतरी, जहाजावर अन्नधान्याचा साठा घेण्यासाठी नि त्याच्या दुरुस्तीसाठी तो थांबला होता, त्यावेळची.'' सॅमनं छोटासा विराम घेतला नि तो पुन्हा बोलू लागणार एवढ्यात निकनं उत्साहानं त्यांच्या संभाषणात भाग घेतला.

"ती चर्मपत्रं असं दाखवताहेत, की प्रशांत महासागराच्या किनाऱ्यावरच्या, ड्रेक ज्याला नोवा अल्बिऑन असं संबोधतो त्या ठिकाणी तो जेव्हा उतरला, तेव्हा त्याच्याकडे जवळजवळ बेचाळीस टन सोनं नि चांदी होती. *गोल्डन हाइंडवर* जीवनावश्यक वस्तूंचा साठा करीपर्यंत नि त्याची दुरुस्ती होईपर्यंत त्या जहाजावर क्षमतेपेक्षा जादाच माल भरला गेला होता. प्रारब्धात पुढं काय वाढून ठेवलंय त्याची त्याला अर्थातच कल्पना नव्हती. त्याच्याकडे असणाऱ्या प्रशांत महासागरासंबंधी तक्त्यांमध्ये – जे त्यानं स्पॅनिश मॅनिला जहाजातून लांबवले होते – अंतर नि समुद्र प्रवाह यांचे फक्त ढोबळ अंदाज व्यक्त केलेले होते."

निक सांगत होता ते सगळं जेनिफरला आकलन होत असल्याचं ती दाखवत असली, तरी तिची भावहीन नजर मात्र असं सांगत होती, की निकच्या म्हणण्याचा अर्थ अजूनही तिला नीटसा कळलेला नव्हता.

निकनं आदल्या दिवशीच्या सकाळच्या घटना कथन केल्या. *पहाटे साडेचार वाजताच माद्रिदहून एक दूरध्वनी आला होता. अभ्यासासाठी वर्षभराच्या रजेवर असणाऱ्या निकच्या एका विद्यापीठीय सहकाऱ्याने इंडीजमधल्या दफ्तरखान्याला भेट दिली होती. त्याला जी माहिती मिळवण्यासाठी निकनं विनंती केली होती, ती त्यानं मिळवली होती.*

'ईगल ऑफ कॅडिझ' आशियाई कलाकारीचा एक अतुलनीय नमुना म्हणून प्रसिद्धी पावला होता. स्पेनच्या पेरुमधल्या खाणींतून काढलेल्या एकाजिनसी सोन्यातून हाताचं कसब वापरून ती कलाकृती आधी घडवली होती; नि मग फिलीपिन्स मधील चिनी कलाकारांनी ती साच्यात घालून ठोककाम करून तिला आकार दिला होता. त्या कलाकृतीच्या माध्यावरचा पत्थर म्हणजे गरुडाच्या पंजात पकडलेला चाळीस कॅरटपेक्षा अधिक वजनाचा पाचूचा खडा होता. ह्या कलाकृतीचा साहित्यातला अखेरचा उल्लेख १४ मार्च १५७९ च्या, एका स्पॅनिश जहाजावर असणाऱ्या मालाच्या यादीत आढळून आला होता. मॅनिला प्रकाराच्या शिडाच्या एका स्पॅनिश जहाजावर तो पाठवण्यात आला होता आणि ते जहाज पूर्वेकडे दोन्ही अमेरिकांच्या दिशेने प्रवासाला गेले होते; मात्र ते त्याच्या अंतिम ठिकाणापर्यंत, म्हणजे स्पेनचा राजा फिलिप याच्या शाही राजवाड्यापर्यंत कधीच पोहोचले नाही. त्याच्या मागाच्या सर्व खाणाखुणा नाहीशा झाल्या होत्या

ही गोष्ट तशी असाधारण नव्हती. त्या काळी जहाजांनी समुद्राचा तळ गाठण्याच्या शोकांतिका नेहमीच घडत, मालवाहू जहाजं नाहीशी होत आणि वाहतुकीच्या दप्तर नोंदी कित्येकदा गचाळ पद्धतीने ठेवल्या जात; काही वेळा तर नुसत्या रेखाकृतीच असत.

लक्षात घेण्यासारखी कोणती गोष्ट असेल, तर ती ही, की इंग्लडच्या परतीच्या

वाटेवर पॅसिफिकमध्ये जहाज घालायचं धाडस करण्यापूर्वी २९ जून, १५७९ रोजी फ्रान्सिस ड्रेकनं, जमिनीत पुरलेल्या स्थितीत, अज्ञात असलेल्या मालकाच्या मूल्यवान धातू नि रत्ने, जवाहिऱ्याच्या संग्रहाबरोबर हा 'ईगल ऑफ कॅडिझ', आता जो कॅलिफोर्निया म्हणून ओळखला जातो त्यामधल्या एका एकान्त भूशिरावर पुरून ठेवला होता. हाच संदेश आता जेनिफरच्या मालकीच्या त्या चर्मपत्री पानांमध्ये ड्रेकनं नोंदवलेला होता.

सॅमनं थेट जेनिफरच्या डोळ्यांनाच डोळे भिडवले आणि मग तो बोलू लागला. "त्या चर्मपत्रांवरून असं उघड होतंय, की ड्रेकनं सुमारे बारा टन मौल्यवान धातू व रत्न नि हिरे किनाऱ्यावरच इथं कुठं तरी सोडून दिले आहेत. नेमकं स्थान त्याच्या जर्नलमधे नमूद केलेलं आहे."

सांगितलेलं सारं तिला कितपत आकलन झालंय याचा अंदाज घेण्यासाठी सॅमनं तिच्या चेहऱ्याकडे शोधक नजरेनं पाहिलं. त्याला फार वेळ वाट पाहावी लागली नाही. त्याला पॅटच्या खुनाविषयी ज्या क्षणी कळलं त्या क्षणी त्याचं मन ज्या विचारात गुंतलं गेलं, बरोबर त्याच विचाराकडे तिचं मन ओढलं गेलं होतं.

"ती चर्मपत्रं नि ते पुस्तक ह्या दोन गोष्टी हत्येसाठी बळकट प्रेरणा देऊ शकतात, नाही का?"

त्या दोघा पुरुषांपैकी कुणीच प्रतिसाद दिला नाही. त्या चर्मपत्रांचं महत्त्व जेम्स स्पेन्सरला कळलं होतं किंवा नाही, याबद्दल सॅमला शंकाच होती. कोणत्या तरी अकथित कारणामुळे जेनिफरला तो मृत पावला आहे हे विश्वसनीय वाटत होतं. तो थडग्यात विसावला ते अनभिज्ञ राहून; की पॅटसारखा विश्वास न पटून?

"मला वाईट वाटतं बोलायला, पण तुझ्या वडिलांचं नशीब तुला मिळालेल्या चर्मपत्राच्या त्या चार पानांशी नि ड्रेकच्या जर्नलशी न सुटणाऱ्या गुंत्याप्रमाणे बांधलं गेलंय," निक म्हणाला.

"आम्हाला असं वाटतंय, की सुझन पॅटर्सनचा खून करण्यात आला तो अशा समजातून, कुणाचा तरी असा चुकीनं ग्रह झाला होता, की तिला त्या चर्मपत्राविषयी काही माहिती आहे." सॅम म्हणाला.

"मला विषय बदलायची इच्छा नाही," जेनिफर म्हणाली, "पण ह्यावरून एक गोष्ट मला आठवली. आपण जेव्हा हॉस्पिटलमधे भेटलो, तेव्हा तू असं सूचित केलं होतंस, की तू नौदलातून रेमण्ड स्लेडचा एक 'फाइल फोटोग्राफ' मिळवला आहेस. आत्ता तो सोबत आणला असण्याची शक्यता नसेलच!"

"अर्थातच नाही."

"ठीक आहे. नंतर तू मला तो देशीलच. तरीपण हे आश्चर्यकारकच आहे," शक्य तितक्या सहजपणे पूर्वपदावर विषय आणायचा प्रयत्न करत ती म्हणाली,

''की तुझ्या मनात असा विचार यावा, की इतकी वर्षं गेल्यानंतर कुणाला तरी ते सापडलं असेल – म्हणजे मला म्हणायचंय ते बारा टनांचं मौल्यवान धातूंचं घबाड?''

पॅटच्या खुनाच्या उल्लेखापाठोपाठ तिच्या मनात हा फोटोचा विचार कसा आला याचं सॅमला आश्चर्य वाटत राहिलं.

''जिथं ड्रेक उतरल्याचं समजलं जातं, तो भाग अजूनही मोठ्या प्रमाणात अविकसित राहिलेला आहे. राष्ट्रीय मालकीच्या हजारो एकर उद्यान जमिनीच्या मध्यभागी तो वसलेला आहे.'' निकनं उत्तर दिलं.

''आणि मग मी असं समजायचं का, की तुम्ही दोघं तो शोधून काढणार आहात?''

''आम्ही प्रयत्न करणार आहोत.''

''हो; पण ते कसं करायचं ठरवलं आहे तुम्ही?''

''ड्रेकचं जर्नल शोधून काढून.''

''ते तुम्हाला सापडेल असं कशाच्या आधारे तुम्ही म्हणताय?''

त्या दोघांचा वाद झडत असताना निक मात्र मस्तपैकी त्याच्या मद्यातला बर्फाचा तुकडा चघळत राहिला!

''कारण मला असं वाटतं, की तो खजिना या ठिकाणी आहे.'' सॅम म्हणाला. ''दोनच शक्यता संभवतात. लमोन्जेनं मला दाखवलेलं पत्र जर बिनचूक, नेमकं असेल, तर ते पुस्तक एक तर खरेदी केलं जाऊन समितीला पोचवलं गेलं असेल; किंवा मग त्यांनी ते काही कारणासाठी नाकारलं असेल वा खरेदी करण्यात त्यांना यश आलं नसेल. याचं उत्तर कदाचित आर्थर सिमिंग्टनशी बोलून मिळवता येईल. अर्थात तो जर अजून हयात असला नि आम्ही त्याला शोधून काढू शकलो, तर. ती जर्नल शोधायची असेल, तर कुठे, ते त्याला माहिती असणारच. शेवटी तो मध्यस्थ होता; त्यांचा सर्व माल ताब्यात घेण्यासाठी तो त्यांचा नियुक्त खरेदीदार होता.''

''माझ्या मनात अधिक चांगली कल्पना आहे. ती चर्मपत्रं सरळ पोलिसांच्या ताब्यात देऊन त्यांना ते प्रकरण हाताळायला का देऊ नये? त्यासाठीच तर त्यांना पगार दिला जातो.''

निकनं तिच्याकडे पाहिलं नि बर्फाचा उरलेला तुकडा गिळत असताना, तो जवळजवळ अडकलाच त्याच्या घशात! ती चर्मपत्रं पुराव्यांच्या एखाद्या लॉकरमध्ये बंदिस्त राहावीत – कदाचित कित्येक वर्षं – आणि पोलीस पॅटच्या खुन्याच्या पाठलागावर राहावेत, हा विचार त्याच्यासाठी अत्यंत वीट आणणाराच प्रकार होता.

''आणि ते काय करतील अशी तुझी कल्पना आहे?'' ती उत्तरादाखल बोलण्यापूर्वीच सॅमनं स्वतःच स्वतःच्या प्रश्नाचं उत्तर दिलं. ''अगदी काहीही नाही. ते कधीही त्या

चर्मपत्रांचं भाषांतर पैसे मोजून करवून घेणार नाहीत. हं, पॅटचा स्वत:चा त्यावर विश्वास नव्हता. तिला स्वत:लाच जी गोष्ट म्हणजे एक बाष्कळपणा वाटत होता, अशा एखाद्या रहस्यासाठी एखाद्यानं तिचा खून का करावा? हाच पहिला प्रश्न पोलीस विचारतील. इथून शहराच्या प्रशासकीय कार्यालयांच्या इमारतीकडे या कागदपत्रांबाबत शपथ घेणारे डझनावारी तज्ज्ञ तुम्ही नेऊ शकाल खरे; पण पोलीस आपल्याला दर्शनी दरवाजातूनच फेकून देतील आणि पायऱ्यांवर आपण धडपडलो, की हसत सुटतील.''

''शिवाय ती चर्मपत्रं अमूल्य आहेत,'' निकला स्वत:वर अधिक काळ संयम ठेवणं अशक्य झालं. ''तू ती पोलिसांकडे सुपूर्द कर, पण मग त्यांचं काय होईल ते सांगता तर येणार नाहीच; पण ती पुन्हा कधीही आपल्या दृष्टीला पडणार नाहीत. जोपर्यंत ती पानं आपल्याकडे आहेत तोपर्यंतच परिस्थिती आपल्या ताब्यात राहील; इतरांपेक्षा आपल्याला अधिक फायदा मिळेल.''

''तुम्ही दोघं एक गोष्ट विसरताय. ती चर्मपत्रं माझ्या मालकीची आहेत.''

''खरं आहे,'' सॅम म्हणाला. ''पण तुला असं म्हणायला हरकत नाही, की ती सध्यापुरती मी विश्वासानं ताब्यात ठेवली आहेत. निदान माझ्या जोडीदाराला कुणी ठार मारलं हे मी शोधून काढीपर्यंत तरी.''

''तुला त्या प्रश्नाचं उत्तर शोधून काढण्यात जेवढा रस आहे, तेवढाच मलाही आहे. तू तिच्या सोबतीला जावंस अशी माझी इच्छा नाहीये. म्हणूनच मी तुला ती पोलिसांकडे सोपवायला आणि या घटकेपर्यंत तुला जे काही माहिती झालं आहे, ते त्यांना सांगायला आणि मग या साऱ्या भानगडीपासून दूर व्हायला सुचवते आहे.''

हिला काय ठाऊक आहे? जेम्स स्पेन्सर मधला हिचा रस असा एकदम कमी झाला? जेनिफर डॅवीज सुझन पॅटर्सनला कधीही भेटलेली नव्हती; आणि तरीही पॅटच्या वृत्ताविषयी त्या दिवशी सॅमनं तिला तिच्या कायदा-कचेरीत सांगितलं, तेव्हा जेनिफरच्या चेहऱ्यावर एखादी आपत्ती सामोरी येते आहे असा गूढभाव दिसला होता. ती काय दडवते आहे?

''तू मला जबाबदारीतून मुक्त करते आहेस?''

''हो; तुझ्याकडून हे काम काढून घेते आहे. आता तू मला माझी मालमत्ता परत द्यावीस. म्हणजे मी ती पोलिसांकडे घेऊन जाईन.''

''मला खेद वाटतोय; पण मी तसं करायला तयार नाही.''

''स्वत:च काम करणार आहेस?'' तिनं तिच्या ग्लासावरून त्याच्याकडे पाहात प्रश्न केला.

सॅमनं मानेनंच होकार दर्शवला.

''याचीच मला भीती वाटत होती. तर मग आता हे सारं कोणत्या मार्गावर

जाणार? ती चर्मपत्रं परत मिळवण्यासाठी मी तुझ्यावर दावा गुदरू शकते.''

''गुदरू शकशील; मात्र तो तू गुदरू नयेस हे बरं. त्यात फार वेळ खर्च होईल. तू न्यायालयात जाईपर्यंत मी ज्याचा शोध घेतो आहे त्याची उत्तरं मला सापडतील आणि तुझी चर्मपत्रं तुला परत मिळतील.''

''अगदी ठामपणानं बोलण्याइतकी खात्री वाटतेय? पण मला जेवढं ठाऊक आहे तेवढ्यानिशी मी पोलिसांकडे जाऊ शकते.''

''तसं झालं तर मग त्यांचं विजयदर्शक स्मित तुझ्या वाट्याला येईल आणि तुला स्वत:हूनच खाली यावं लागेल.''

''ती चर्मपत्रं आहेत कुठं?''

''सुरक्षित ठिकाणी,'' सॅमनं उत्तर दिलं.

''मला ती परत हवीत.''

''माझं काम झाल्यावर मिळतील.''

''नाही, लगेच हवीत.''

निकनं त्याच्या पुढचं मेनू कार्ड उचललं. ''बरं, आपण आता पदार्थ मागवूया का? तुम्हा दोघांबद्दल मला काही माहिती नाही; पण माझी मात्र भूक भडकवायला चागंल्या युक्तिवादासारखं दुसरं काहीच नाही!''

जेनिफरला लक्षात आलं की आपण हतबल झालो आहोत.

''आता तुम्ही काय करणार आहात?'' तिनं विचारलं.

मेणबत्तीच्या फडफडत्या प्रकाशात तिच्या डोळ्यांना डोळे भिडवत सॅम म्हणाला, ''तू मला मदत करशील?''

''मला काही फार मोठा पर्याय शिल्लक आहे, असं वाटत नाही.'' जेनिफर कोंडीत पकडली गेली होती नि तिला ते आवडलं नसल्याचं तिचे डोळे सांगत होते.

आपल्या आवाजात जेवढा अधिकाराचा अंश आणता येईल तेवढा आणत तिनं ती म्हणली, ''दोन अटींवर. पहिली अशी, की तुम्ही जे काही शोधून काढाल, ते तुम्ही मला सांगत राहाल.''

''मान्य; आणि दुसरी?'' सॅमनं विचारलं.

''माझ्या वडिलांशी किंवा चर्मपत्रांशी संबंधित माहितीसाठी शोध घ्यायला तुम्ही जेव्हा जेव्हा जाल, तेव्हा माझ्या मनाला येईल त्यावेळी तुमच्यात सहभागी होण्याला मला मुभा असली पाहिजे.'' यावर खूप मोठा विरोध होणार अशा अपेक्षेनं ती थांबली; पण सॅम काहीच बोलला नाही.

बोगार्डस खरं तर अडचणीत सापडला होता. ती पोलिसांकडे कदाचित जाईल आणि मग ते ड्रेकची कहाणी उडवून लावतील ही शक्यता होती. उलट तिनं फक्त चर्मपत्रं त्यांच्याकडे सोपवली; आणि त्यांना फक्त एवढंच सांगितलं, की ती सॅमने

चोरली होती, तर त्यांना तिच्या तक्रारीची चौकशी करावी लागेल. आणखी काही गुंतागुंत त्याला व्हायला नको होती. शिवाय तिच्या अटी बिनशर्त स्वीकारण्याचा त्याचा इरादा नव्हता – पण तेही फक्त तिला स्लेडबद्दल काय ठाऊक आहे ते त्यानं शोधून काढीपर्यंत.

''मला वाटतं मी हे मान्य करायला हरकत नाही.'' तो नाखुषीच्या स्वरातच म्हणाला.

''तू मला सर्व काही सांगितलेलं नाहीस असं ज्या क्षणी माझ्या लक्षात येईल, त्याक्षणी मी टाकोटाक पोलिसांकडे जाईन आणि मला जे माहीत आहे ते त्यांना सांगीन,'' जेनिफर म्हणाली.

''एऽ, हे बघ, आपण जर भागीदार होणार असू, तर आपल्या संबंधांचा पाया एकमेकांवर विश्वास हा असायला हवा. तसा विश्वास ठेवायला सुरुवात केली पाहिजे.'' आता त्याचा चेहरा तोंडभर पसरलेल्या हास्यालाही लाजवील अशा स्मितानं उजळून निघाला.

त्या त्रिकुटाचं खाणंपिणं आटोपेपर्यंत जवळजवळ दहा वाजले होते. संभाषण आर्थर सिमिंग्टनवरच केंद्रित झालं. समितीपर्यंत नेणारा तो एकमेव दुवा होता. सिमिंग्टन ही या साऱ्याच कूटाची किल्ली होती. खरं तर तो धागा क्षीण होता. इतक्या वर्षांनंतर आर्थर सिमिंग्टन मृत पावला असण्याचीही शक्यता होती. त्या वर्तमानपत्रातल्या मंडळींना तो कदाचित आठवतही नसण्याची शक्यता होती. पुढे जाण्याच्या दृष्टीनं हे काही फार नव्हतं. पण त्यांच्याकडे होतं, ते तेवढंच.

वेट्रेस अवतीर्ण झाली नि तिनं रिकाम्या डिश टेबलावरून उचलल्या. निकनं नुकताच चटणी नि भाताचा शेवटचा घास घशात लोटला होता. त्यामुळे त्यानं आपल्या शर्टाच्या सर्वांत वरच्या बटणातून खोवलेला सुती नॅपकिन ओढून घेतला होता.

''उद्या तू माझ्या कचेरीत मला फोन कर.'' सॅमनं जेनिफरकडे पाहात तिला बजावलं. आन्सरिंग सर्व्हिस तुला माझ्याशी संपर्क साधून देईल. आपल्याला तो सिमिंग्टन माणूस सापडतो का, ते मी पाहीन. दरम्यान, निक, तू जेकला फोन कर आणि त्याला, ती चर्मपत्रं बँकेत एखाद्या मोठ्या बँकेत घेऊन जा नि एक सेफ डिपॉझिट बॉक्स घेऊन सध्या ती चर्मपत्रं त्यात ठेवून दे, असं सांग. आपण नशिबवान असलो, तर दिवस अखेरपर्यंत आपल्याला सिमिंग्टनचा छडा लागलेला असेल.''

त्यानं समोर जेनिफरकडे पाहिलं आणि विचारलं, ''तुझ्या आईबाबत असं काही आहे का, ज्यातून आपल्याला चर्मपत्रांविषयी आणखी काही जादा माहिती मिळू शकेल? कदाचित तुझ्या वडिलांच्या चीजवस्तूंमधून तिनं काही वस्तू जपून ठेवल्या असतील ज्यायोगे आपल्याला रेमण्ड स्लेडचा, तो कोण होता याविषयी धागा मिळू शकेल?''

स्लेडच्या नावाच्या उल्लेखाबरोबर तिची नजर कष्टी नि उदास झाली; पण अजिबात न अडखळता ती म्हणाली, ''नाही.''

''काहीतरी असायलाच हवं. तो इसम मरून जरी तीस वर्षं उलटली असली, तरी तुझ्या आईनं जेम्स स्पेन्सरशी लग्न केलेलं होतं. तिनं त्याची स्मृती म्हणून काहीतरी ठेवलंच असणार.''

''मला माहीत असणारं असं काहीच नाही.''

''म्हणजे ते भलतंच अफलातून प्रेमप्रकरण असणार असं म्हणायला हवं!''

ती रागानं लालबुंद झाली. त्यानं अनवधानानं का होईना, तिच्या दुखऱ्या नसेवर आघत केला होता.

''मी शोधून पाहीन – पण माझी खात्री आहे, तसं काहीच नाहीये.''

– आणि तसं काही असलं, तरी त्याचं दर्शन आपल्याला कधीच होणार नाही, याविषयी सॅमला खात्री होती.

तो जरा जास्तच ताणतो आहे असं निकला जाणवलं. त्यानं कॉफीचा तोंडात धरलेला शेवटचा घुटका गिळून टाकला, कपाच्या बाजूलाच आपला नॅपकिन ठेवला आणि आपल्या पाकिटातून काही नोटा बाहेर काढल्या. ''बऽरं, तुम्ही जर मला परवानगी दिलीत तर मी मार्गस्थ होईन म्हणतो. जेनिफर, तुला भेटून फारच बरं वाटलं.''

विषय बदलल्यानं तिला सुटल्यासारखं वाटलं. ''आपण परस्परांना पुन्हा भेटणार आहोत याची मला खात्री आहे.''

''तू परतणार कसा आहेस?'' सॅमनं विचारलं.

निकनं आपल्या घड्याळात नजर टाकली. ''जेक मला इथं सोडून गेला होता आणि सव्वा दहा वाजता मला नेण्यासाठी यायला मी त्याला सांगितलं आहे. एव्हाना तो तिकडे समोर येऊन हजर झालाही असेल.''

जेनिफरनं सॅमकडं पाहिलं. ''तुझा ऑफिस फोन नंबर असणारं तुझं कार्ड आत्ता तुझ्याकडं असेल ना? का मला तो माहिती केंद्राकडून मिळवावा लागणार?'' तिच्या स्वरातली उपरोधची छटा सॅमला जाणवली.

सॅमनं आपल्या पाकिटातून नजर फिरवली. ''नाही दिसत ते आत्ता माझ्याकडे.''

निकनं चटकन स्वत:च्या पाकिटातून बिझिनेस कार्डांची छोटीशी चळत बाहेर काढली. ती खालीवर करताना त्याला पाठीमागे काहीही नोंद न केलेलं एक कार्ड आढळलं. त्यानं ते सॅमला दिलं; नि पेनही.

दूरध्वनी क्रमांक लिहून बोगार्डसनं पेन निकला परत केलं. ''नंतर भेटेनच मी तुला.''

''तुझ्या भेटीनं फार छान वाटलं.'' निकनं जेनिफरकडं पाहात म्हटलं.

''सांभाळून राहा.'' म्हणत तिनं स्मित केलं.

त्या दोघांच्या बोलण्याचा आवाज हळूहळू बारीक होत चालला असला, तरी अजूनही तो स्पष्टपणे त्याच्या कानी पडत होता. मघाशी बाहेर काढलेली बिझनेस कार्डांची चळत आपल्या पाकिटाच्या आतल्या चामड्याच्या दुमडीमागे ठेवण्याची खटपट करत तो आपल्या मित्रांच्या टेबलापासून काही फुटांच्याच अंतरावर असणाऱ्या टेबलापर्यंत पोचला आणि त्याचं लक्ष नसल्यानं एका खुर्चीच्या पाठीला लटकावलेल्या कुठल्यातरी वस्तूला त्याचा पाय अडकला. तो धडपडला नि त्याचं पाकीट फरशीवर पडलं. तशी त्यातली क्रेडिट कार्डं नि पैसे विखरून बाहेर पडले.

त्या टेबलापाशी बसलेला गृहस्थ त्याला सावरण्यासाठी पुढे झाला.

''आय ॲम सो सॉरी. किती मूर्ख आहे मी. खरं तर वाटेत न येणाऱ्या दुसऱ्या एखाद्या खुर्चीला मी काठी अडकवून ठेवायला हवी होती.''

''छे, छे. माझाच जन्मजात वेंधळेपणा.'' निक म्हणाला. तो गृहस्थ आपल्या एका गुडघ्यावर बसला नि ती कार्डं गोळा करू लागला नि निकचं पाकीट उचलू लागला. निक मदतीसाठी खाली वाकला.

त्या इसमानं पाकीट निककडे दिलं. ''तुम्ही ठीक आहात ना?'' पाकीट देता देता त्यानं प्रश्न केला.

''ठीक आहे, ठीक आहे.'' त्याला प्रत्युत्तर देत निक म्हणला. पायानं उडविली गेल्यानं खुर्चीपासून दूर पडलेली ती 'वॉकिंग केन' निकनं उचलली. ती काठी म्हणजे एक देखणं प्रकरण होतं. निकला वाटलं त्यापेक्षा ती जडही होती. तीक्ष्ण चोच असलेल्या एका पक्ष्याच्या डोक्याचा आकार असलेल्या पितळी जाड हॅण्डलमुळे ती वजनदार झाली होती. अहेतुक हालचाल व्हावी तद्वत निकनं काठीचं हॅण्डल खुर्चीच्या पाठीला अडकवलं, त्या इसमाकडं पाहून एक शेवटचं स्मित केलं नि तो झटकन रेस्तराँमधून बाहेर पडला.

तो माणूस परत आपल्या टेबलापाशी बसला आणि थोड्या वेळा नंतर आपल्या हाताची बंद मूठ उघडत, जमिनीवरून उचलून मुठीत दडवलेलं एक छोटंसं बिझिनेस कार्ड तो वाचू लागला. त्यावर काळ्या शाईत उठावाच्या पद्धतीनं छापलेली अक्षरं होती:

डॉ. निकोलस जॉर्गनसन, पीएच.डी.
युनिव्हर्सिटी ऑफ कॅलिफोर्निया, बर्कलि,
डिपार्टमेन्ट ऑफ हिस्टरी

त्या कार्डाच्या तळाशी कार्यालयीन दूरध्वनी क्रमांक छापलेला होता. त्यानं एक टिचकी मारून ते कार्ड उलटून पाहिलं. मागच्या बाजूला फिकट पेन्सिलीनं लिहिलेलं नाव त्यानं वाचलं:

जास्पर होम्स,
५१५, रोझ स्ट्रीट अपार्ट. १६
बर्कलि

त्याखाली एक गूढ टीप, एकमेव शब्द होता : 'भाषांतर'

पहाटे पाच वाजता सॅम झोपेतून अचानक जागा झाला. फ्लेचरशी झालेल्या भेटीत त्यानं डेस्कावर टाकलेल्या फोटोमधून पॅटच्या प्राणहीन देहाच्या त्याच्या मन:पटलावर उमटणाऱ्या प्रतिमांमुळे त्याला झोप येणं अशक्य झालं. निकच्या घोरण्याच्या आवाजात तो ॲन्जीच्या अपार्टमेंटमधून सटकला नि पायजमा घातलेल्या अवस्थेतच एक ब्रीफकेस काखोटीला मारून फर्नेस पार करून छोट्या स्वयंपाकघराकडे गेला. मग त्यानं कॉफीचं भांड घेतलं आणि दुसरी एक खुर्ची आधाराला घेऊन तिच्यावर पाय ठेवत, आपल्या ब्रीफकेसमधून कॉरोनरचा तीन पानी अहवाल त्यानं बाहेर काढला.

फ्लेचरबरोबरची बैठक संपवून बाहेर पडल्यावर लगेचच त्यानं पोलिसांच्या दफ्तरातून तो अहवाल मिळवला होता. कॅलिफोर्नियातील कायद्यानुसार कॉरोनरच्या अहवालाच्या प्रती ह्या सार्वजनिक दफ्तर समजल्या जातात आणि प्रती काढण्याची किंमत देऊन त्या कुणालाही उपलब्ध होतात. दुर्दैवाने घटनेच्या ठिकाणचा पोलीस-अहवाल मात्र, एखाद्यावर आरोप ठेवला जात नाही तोपर्यंत आणि तोही सामान्यत: न्यायालयासमोर सादर करण्याच्या आदेशाद्वारेच किंवा रीतसर शोध घेऊनच, मिळवता येतो. त्यानं तो वाचायला सुरुवात केली. त्यात नेहमीच्या ठरीव स्वरूपाच्या शब्दांचा पसारा होता: 'खुनाची बळी ही एक पंचतीस ते तीसच्या दरम्यानची निरोगी स्त्री आहे; शवविच्छेदन पश्चात वजन १२४ पौंड.' वैद्यकीय तपासनिसानं असा अंदाज केला होता, की तिच्या पाठीला झालेल्या जखमेमुळे आणि त्या जखमेतून शरीराबाहेर पडलेल्या द्रवांमुळे पॅटचं वजन सुमारे तीन पौंडांनी घटलं होतं. म्हणजे, ती प्रचंड रक्तस्रावामुळे मृत पावली, हे म्हणण्याचा त्याचा तो वैद्यकीय वळणानं जाणारा मार्ग होता!

सॅमनं उरलेल्या अहवालाचीही छाननी केली. शरीराला मुका मार लागल्याचा किंवा खरचटल्याचा पुरावा नव्हता, झटापटीच्या कुठल्या खुणा नव्हत्या. फक्त एकमेव जखम होती, ती पाठीच्या उजव्या, खालच्या चतकोरात आडवी, तिरकस अशी; नि तिचा प्रत्यक्ष छेद सुमारे एक इंच लांबीचा होता आणि त्वचेच्या बाह्य बाजूला ती दीड इंच उघडी होती. जखमेच्या कडा नितळ होत्या. जखमेचं एका बाजूला रुंद असलेलं लंब वर्तुळ दुसऱ्या बाजूला टोकदार होत आलेलं होतं. शस्त्राच्या शरीरातील प्रवेशाच्या ठिकाणी केलेल्या तपासणीनं वैद्यकीय तपासनिसाला या निष्कर्षाला आणून सोडलं होतं, की वापरलेलं हत्यार एक बाजू उच्च दर्जाच्या

धारदार पात्याची असलेलं असं होतं. हत्यार शरीरात घुसलं होतं त्या ठिकाणी झालेल्या जखमेभोवतालच्या भागावर पृष्ठभागी जखमेनंतरचे परिणाम दिसून येत नव्हते, या वस्तुस्थितीमुळे त्याने असा अभिप्राय व्यक्त केला होता, की खुनासाठी वापरलेलं हत्यार मुठीचं; किंवा हॅण्डलपाशी अन्य काही फुगीर भाग असलेलं नव्हतं, की ज्यायोगे त्या रचनेविषयीचा पुरावा मागे राहावा. अंतर्गत तपासणीतून असं उघड झालं होतं, की पॅटच्या पाठीत हत्यार घुसल्या क्षणापासूनच तिच्या जगण्याची शक्यता अजिबात उरली नाही. वरच्या दिशेनं आत घुसत त्या शस्त्राच्या पात्यानं मूत्रपिंडाकडे जाणारी रोहिणी तोडली होती नि ते मूत्रपिंडात शिरलं होतं. मृत्यूनं जवळपास तत्क्षणीच घाला घातला होता. जखमेच्या खोलीवरून त्या पात्याची किमान लांबी साडेचार इंच असावी. पात्याची लक्षात येणारी लांबी-रुंदी, हत्यारान शरीरात प्रवेश केल्याच्या ठिकाणचा एक इंच लंबगोल छेद आणि केवळ साडेचार इंच खोलीची जखम या तपशिलावरून वैद्यकीय तपासनिसाचं असं मत झालं होतं, की जे कोणतं असेल त्या कारणाने, पण हल्लेखोर शस्त्र त्याच्या लक्षित ठिकाणापर्यंत घुसविण्यात अपयशी ठरला होता.

त्या अहवालाच्या तळाशी टंकलिखित शीर्षकाकडे सॅमनं आपलं लक्ष वळवलं: 'प्रत्यक्ष पुरावा व इतर अवलोकने.'

'... जखमेच्या प्रवेश ठिकाणाच्या भोवतालच्या भागाच्या तपासणीतून सोडिअम हायड्रॉक्सॉइड (लाय)चा नि मोनो ग्लिसराइडस व स्वयंपाकासाठी वापरल्या जाणाऱ्या तेलासारख्या काही विशिष्ट अन्नघटकांमध्ये भरीला घालण्यात येणारी ट्रायग्लिसराइड्स यांच्या अंशाचा पुरावा आढळत आहे.'

सरकारी वकिलाच्या – डिस्ट्रिक्ट ॲटर्नीच्या – कर्मचाऱ्यांकडून काही माहिती मिळवण्यात निकला बिलकूल यश आलं नव्हतं. सॅमनं दूरध्वनीवरून मध्यस्थी करूनदेखील तो फक्त एवढीच माहिती मिळवू शकला, की जखमेच्या जवळ सापडलेले 'लाय' संयुग पोलीस प्रयोगशाळेत वेगळे करण्यात आले होते आणि ते ओव्हन सफाई द्रावांच्या अनेक प्रकारांत सरसकट वापरलं जाणारं आहे, असं निश्चित करण्यात आलं होतं.

त्या खुन्यानं खुद्द पॅटच्याच स्वयंपाकघरातला अस्वच्छ असलेला खाटीकसुरा किंवा सालं काढण्याचा चाकू वापरला असावा का? ती त्याच्या आयुष्यात आल्या-पासूनच्या दिवसापासून, इतक्या वर्षांमध्ये तीनचार वेळाच तिनं स्वयंपाक केला असेल, नसेल. अधिक वेळा असला, तर निदान त्याला तरी ते माहीत नव्हतं. तिनं बनवलेल्या पदार्थांची चव घेतल्यानंतर तसं का, ते त्याला कळलं होतं. ती तिच्या अपार्टमेंटबाबत चोखंदळ ही होती. सिंकमधल्या त्यानं ठेवलेल्या अस्वच्छ डिश त्या दोघांमधल्या वादाला इतक्या वेळा कारणीभूत ठरल्या होत्या, की ते लक्षात ठेवण्याचीही

तो अलीकडे काळजी करत नव्हता.

पण बोगार्डस खरा कशानं त्रस्त झाला असेल, तर या गोष्टीनं, की सरकारी वकिलाच्या कर्मचारीवर्गापैकी त्याच्या संपर्कातल्या माणसांनीसुद्धा अनाकलनीय वाटावं अशी तोंडात गुळणी धरून ठेवली. ते हेतुत: काहीतरी दडवत होते. ते काय होतं?

सॅम हातातल्या चावीनं त्याच्या कचेरीच्या दाराशी झटापट करत होता. चावी कसली, खडबडीत कडा असलेला धातूचा एक छोटासा तुकडा होता तो. सॅमला स्वत:चा चाव्यांचा जुडगा न सापडल्याने कॅरलने त्याच्यासाठी दुसरी चावी बनवून घेतली होती. कारण आदल्या दिवशी त्यानं त्याचं पाकीट नि घड्याळ परत घेतलं होतं, तेव्हा त्यात त्या नव्हत्या.

जवळजवळ आठवड्यापूर्वीच हवेतला उष्मा कमी झाला होता आणि बोटींच्या धक्क्यानजीकच असणाऱ्या त्याच्या कायदा कचेरीत बर्फासारखी बोचरी थंडी भरून राहिली होती.

स्वागतकक्षातून तो जेनिफरला घेऊन जात असताना त्याचं लक्ष वारंवार पॅटच्या कार्यालयाच्या बंद दरवाजाकडे जात होतं. तिच्या मृत्यूचं कठोर वास्तव बोगार्डसनं स्वत:च्या पचनी पाडलं होतं. पण तिचं कार्यालय म्हणजे आता एक रिकामी खोली असल्याची रोज सामोरी येणारी वस्तुस्थिती स्वीकारणं मात्र त्याला अवघड जात होतं. रुग्णालयात 'तो' दूरध्वनी जेव्हा आला होता, तेव्हा ती मृत पावल्याची वस्तुस्थिती त्यानं जड मनाने स्वीकारली होती. दफनभूमीत थंड पोलादी शवपेटीच्या बाजूला उभा असताना – ती मृतावस्थेतच होती. पण इथं अतिपरिचित परिसरात त्याचे विचार सातत्याने दु:खद भासदृश्यांकडे वळत होते. त्याला वाटत होतं आपण ते दार उघडावं; आणि ती तिथं असावी! केवळ मनोबलाच्या जोरावरच त्याला पुन्हा एकदा तिचा तेजस्वी चेहरा नि मुलायम तपकिरी छटेचे केस त्याच्या नित्य परिचयाच्या कार्यालयातल्या डेस्कामागे सारणं शक्य झालं!

''मला रेमण्ड स्लेडचा तो फोटोग्राफ पाहायची इच्छा आहे.'' त्याच्या उदासीनतेला भेदून जेनिफरचा आवाज त्याच्या कानात शिरला.

''हो, दाखवतो ना.'' तिला ते चित्र पाहायचं होतं; नि ते एवढं महत्त्वाचं का, ते त्याला जाणून घ्यायचं होतं.

सॅम प्रलंबित प्रकरणांच्या कॅबिनेटकडे गेला आणि 'डी' या अक्षराखाली पाहू लागला. डॅवीज फाइल तिथं नव्हती. एक क्षणभर तो विचारात गढला. मग त्याला त्याच्या अपार्टमेंटमधल्या हल्ल्याच्या दुपारी त्यानं जेनिफरसाठी कॅरलला सांगितलेलं पत्र आठवलं. तो कॅरलच्या डेस्कपाशी गेला आणि टंकलेखनासाठी पडून असलेल्या

फायली त्यानं चाळल्या. तिथंही ती नव्हती. त्यानं एक दीर्घश्वास घेतला नि तो पॅटच्या कार्यालयाकडे गेला. त्यानं दरवाजा उघडला नि कितीतरी वेळ तो निःशब्द शांततेत उभा राहिला. बंद पडद्याच्या फटीतून केवळ एक बारीक प्रकाशाची तिरीप खोलीत आलेली होती. त्याला परिचित असणाऱ्या भिंतीवरच्या चित्रशिला, परवाना प्रमाणपत्रं नि चौकटीतली चित्रं काढून घेतल्यानं भिंती उघड्या बोडक्या झाल्या होत्या. डेस्क आणि भिंतीवरची फळी यांच्यावर एकही फाईल वा कागदपत्र नसल्यानं ती स्वच्छ होती. कोपऱ्यामध्ये तीन पेट्या – त्यांपैकी एकीच्या वरच्या भागातून पॅटचा डेस्क ब्लॉटर बाहेर डोकावत होता – कनेक्टिकटमध्ये राहाणाऱ्या तिच्या आईकडे पाठवण्यासाठी शेवटची बांधाबांध होण्याच्या प्रतीक्षेत होत्या. पॅटनं संगोपनाची काळजी घेतल्यानं बहरलेलं बोस्टन फर्न, अंधारलेल्या खोलीत आता पिवळं पडून मलूल झालं होतं. सॅमच्या अंतःकरणाला वेढलेल्या खिन्नतेशी तो कार्यालयीन परिसरही समभाव वाटत होता.

त्यानं दिव्याचं बटण दाबलं नि डेस्कच्या मागच्या जमिनीच्या आधारे उभा केलेला दिवा प्रकाशित झाला. त्यानं डेस्कचे ड्रॉवर आणि भिंतीवरच्या फळीवरचं छोटं कॅबिनेट धुंडाळलं. ते रिकामं होतं.

सॅमनं दिवा बंद केला; दार लावलं आणि तो त्याच्या कार्यालयात परतला. त्या प्रकाराची भयानकता तो त्याच्या डेस्कामागल्या खुर्चीवर बसेपर्यंत त्याच्या ध्यानात आली नाही.

"कुठं आहे तो फोटो?"

"मला वाईट वाटतंय सांगताना, पण या क्षणी ती फाईल ऑफिसात नाहीये."

"मग आहे कुठे ती?"

"टायपिंगसाठी म्हणून माझी सेक्रेटरी काही फायली तिच्या अपार्टमेंटवर घेऊन जाणार होती. मी हॉस्पिटलमधे जाऊन पडण्यापूर्वी तुझ्यासाठी मी एक पत्र डिक्टेट केलं होतं. तिथंच असेल ती." त्यानं थाप मारली.

"आपल्याला तिथं जाता येईल आणि ती घेता येईल की!"

"त्याचा काही उपयोग होणार नाही."

"का बरं?"

"ती आज कुठेतरी बाहेर जाणार होती." शेवटची थाप मारून त्यानं त्या विषयाचा पिच्छा सोडून दिला.

डॅवीज फाइल गायब होती. ती एकाएकी नाहीशी झाली होती आणि त्याबरोबरच रेमण्ड स्लेडचा फोटो. या विचारानं सॅमच्या पाठीच्या कण्यातून शिरशिरी बाहेर पडू लागली आणि त्याच्या डोळ्यांपुढं कायदा-कचेरीची अंधारी, एकांत जागा सरकून गेली. तसा तो चिंतातुर झाला.

ती निळी पोर्शे बेशोअर फ्री-वे वरून ताशी सत्तर मैलाच्या वेगाने गुरगुरत चालली होती. आर्थर सिमिंग्टनचा माग काढण्याच्या प्रयत्नात बहुतेक सारा दिवस निघून जाईल अशी सॅमची अपेक्षा होती. फिलिप लमोन्जेनं त्या माणसाला पाहून तीस वर्षांपेक्षा अधिक काळ उलटून गेला होता. इतक्या दीर्घ काळानंतर त्याची आठवण असणारा त्या वृत्तपत्रात कुणी असणं असंभव होतं. मग तो जिवंत असल्याचं आणि तसा तो असेल, तर आता तो कुठं सापडेल हे माहीत असण्याची तर आणखीनच कमी शक्यता होती.

"ह्या सिमिंग्टन प्राण्याचा शोध तुला इतक्या झटपट कसा काय लागला?" जेनिफरनं विचारलं.

सॅम नशिबवान ठरला होता. आपल्याला उशीर होईल, असं जेनिफरनं दूरध्वनीवरून सांगितल्यानंतर त्या शहरातल्या दोन वृत्तपत्रांपैकी एका वृत्तपत्राच्या कार्यालयात तो गेला. त्यानं एक बनावट कथा तयार ठेवली होती. किनारपट्टीवरच्या गावी एक धावती व्यावसायिक खेप टाकण्यासाठी बाहेर पडलेला, आर्थर सिमिंग्टनचा पुतण्या असल्याची नि त्या वयोवृद्ध गृहस्थाला भेटायला आल्याची बतावणी सॅम करणार होता. पण तो त्या भूमिकेत शिरण्यापूर्वीच 'माहिती'च्या टेबलाजवळचा सुरक्षा रक्षक म्हणाला : 'हां. आर्त. नाय. तो काही आता या वृत्तपत्रात नाही. मी शेवटचं ऐकलं ते असं, की तो विशेष कराराखाली किंवा तसलंच काहीतरी काम करत होता. तिकडं किनारपट्टीवर कुठं तरी केम्ब्रिया का असाच कुठल्यातरी गावी तो राहतो.' त्याचा माहिती असलेला शेवटचा पत्रव्यवहाराचा पत्ता त्या सुरक्षा रक्षकानं वरच्या मजल्यावरच्या 'पर्सोनेल ऑफिस'मधून दूरध्वनीवरून खात्री करून मिळवल्यानंतर सॅमला त्याच्याकडून पत्याचा तो कागद घेताना चांगलंच गांगरल्यासारखं झालं. सॅमनं त्या रक्षकाचे वारंवार आभार मानले, मग तो माघारी वळला नि चालता चालता स्वत:शीच पुटपुटला. 'वा:! काय नामी सुरक्षा यंत्रणा आहे!'

"मिळालेली माहिती सध्याचीच आहे, अशी आशा करूया." सॅमनं स्टिअरिंग व्हील दोन्ही हातांच्या पकडीत धरलं आणि आपल्या डाव्या खांद्यावरून बाजूला पाहात तो जलद धावपट्टीत शिरला.

"हे केम्ब्रिआ आहे कुठं?"

"किनारपट्टीवर दक्षिणेकडे सुमारे दीडशे मैलांवर."

"एक सेकंद थांब. मी तर कपडेही बदललेले नाहीत."

"प्रत्येक गोष्टीत तू फारच गुंतून पडतेस बुवा. उगाच वैतागू नकोस. तू व्यवस्थित दिसते आहेस."

"आपण आज रात्रीच परतणार ना?"

"शक्यता कमी आहे. मात्र दडपण घेऊ नकोस! ते एक छोटंसं खेडं आहे. जुन्या

पद्धतीचं. पण जुनं खेडं असलं तरी आकर्षक वाटतं. त्यामुळे तू त्याच्या प्रेमातच पडणार आहेस.

बोगार्डसनं आरशात पाहिलं आणि पोर्शे परत क्रमांक दोनच्या धावपट्ट्यात, धीम्या गतीनं जाणाऱ्या एका 'कॅम्पर' प्रकारच्या वाहनाजवळून घेतली.

दीर्घ प्रवासासाठी मनाच्या तयारीनं जेनिफर तिच्या सीटवर स्थिरस्थावर झाली.

१०१ क्रमांकाच्या महामार्गावरून सिलिकॉन व्हॅलीतून सालिनासच्या दक्षिणेला ग्रामीण प्रदेशाकडे घुरघुरत गाडी जात होती नि ते शांत चित्ताने गाडीत बसले होते. पोर्शे सालिनास व्हॅलीच्या शेतजमिनी पार करून किंग सिटी मागे टाकून पुढे जात राहिली. सॅमनं इंजिनाचं आणखी एक आवर्तन वाढवलं तसा स्पीडोमीटर ऐंशीवर पोहोचल्याचं जेनिफरच्या नजरेनं टिपलं. त्यानंतर नव्वद मिनिटांनी त्यान पासो रोब्लेज मध्ये गाडी महामार्गावरून बाजूला घेऊन थोडा वेळ उभी केली.

"भूक लागलीय?" जवळ जवळ दुपारचे दोन वाजले होते.

ती चांगलीच भुकेजली होती. "काही मिळालं तर नक्कीच खाऊ शकेन मी!" ती फणकारत म्हणाली.

गेला तासभर तिचं मन आर्थर सिमिंग्टनच्या – ज्याचं नाव दोन दिवसांपूर्वीपर्यंत तिला माहितही नव्हतं, त्याच्या – विचारानं व्यापलं होतं. तो तिच्या वडिलांना ओळखत होता का? त्यांना कधी तो भेटला होता का? आणि अधिक महत्त्वाचं म्हणजे लमोन्जेनं सॅमला सांगितलेली कहाणी जर बरोबर असेल, तर सिमिंग्टन रेमण्ड स्लेडला भेटला होता; आणि कदाचित तो त्याला ओळखू शकेल. मात्र एका झटपट बैठकीसाठी त्याला परत शहरात आणायचं एवढंच तिनं आता करायला हवं होतं; म्हणजे गेली वीस वर्षं तिला डाचत असणाऱ्या प्रश्नाचं उत्तर तिला मिळालं असतं. मुख्य रस्त्यावरच्या एका मोठ्या स्पॅनिश कलोनिअल इमारतीतल्या गाडीतळावर सॅमनं पोर्शे उभी केली. दरवाजाच्या वरती असलेली प्रकाशित अक्षरं जाहीर करत होती: *'पासो रोब्लेज इन'*

नंतरच्या तिसऱ्या मिनिटाला ती दोघं एका खिडकीजवळच्या टेबलापाशी बसलेली होती. खिडकीबाहेर ग्रामीण परिसर नजरेत येत होता.

"हं, मग काय वाटतंय तुला?" सॅमनं टेबलापलीकडून तिच्याकडे पाहात विचारलं.

"काय म्हणायचंय तुला नेमकं?"

"आपण सिमिंग्टनला शोधून काढल्यानंतर त्याच्यासाठी तुझे काही प्रश्न तयार असतीलच!"

तो आडवळणानं माहिती मिळवू पाहात होता. तिला खरोखरच काय माहिती करून घ्यायचं होतं? त्या चर्मपत्रांवर दिलेल्या टिप्पणीच्या रूपानं आशेचा एक

किरण मिळाला हे गृहीत धरले, तरी आपला बाप मेला आहे, रेमण्ड स्लेडनं त्याचा खून केला आहे असा हेका ती का धरत होती? आणि स्लेडची ती छबी तरी इतकी महत्त्वाची का होती तिच्यासाठी?

"सिमिंग्टन हा तुझा प्रांत आहे. मी फक्त या सफरीवर आलेली आहे हे लक्षात ठेव."

"पण त्याला विचारण्यासारखं तुझ्याकडे नक्कीच काहीतरी असेल की!"

"सुरुवातच म्हणायची तर 'संपादणुक समिती' हा काय प्रकार आहे ते जाणून घेण्याची माझी इच्छा आहे. आणखी काही नसलं, तरी तिचा माझ्या वडिलांशी काय संबंध आहे?" ती एक क्षणभर थांबली आणि पुढे म्हणाली, "मला हेही जाणून घ्यायचंय, की त्याला रेमण्ड स्लेडविषयी काय माहिती आहे? त्यानं त्या माणसाला शेवटचं केव्हा पाहिलं? तो त्या माणसाचं वर्णन करू शकेल का?"

एखाद्या विजेच्या लोळामधून प्रकाश चमकावा तसं बोगार्डसला जेनिफर डॅवीज त्याला काय सांगायचं टाळते आहे, ह्याचं पहिलं ओझरतं दर्शन झालं. तिच्या प्रश्नापेक्षाही तिच्या शब्दांतल्या ताणातून ते व्यक्त झालं. तिचा असा विश्वास होता, की रेमण्ड स्लेड अद्याप जिवंत आहे. नाही तर त्याचं वर्णन तिला इतकं महत्त्वाचं का वाटावं? तिला रेमण्ड स्लेडबद्दल काय ठाऊक आहे?

"रेमण्ड स्लेडच्या फोटोग्राफमध्ये तुला इतका का रस आहे हे तू मला कधीच सांगितलं नाहीस."

"एक रिकामपणाची उत्सुकता. माझ्या लहानपणापासून मी ऐकत आलेलं नाव आहे ते. मला वाटतं की मी फक्त त्याला एक चेहरा देऊ इच्छिते. असंही शक्य आहे, की ते ब्लिम्प समुद्राच्या तळाशी गेलं त्या दिवशी माझ्या वडिलांबरोबर असणाऱ्या त्या इसमाविषयी माझ्या मनात एक गूढ आहे."

हे एक पटावं असं उत्तर होतं. पण सॅम ज्याच्या शोधात होता, ते हे नव्हतं.

"तुझे वडील मृत पावल्याची तुला एवढी खात्री का वाटते हेही तू मला कधी सांगितलं नाहीस."

"तसं म्हणाले होते का मी?"

"होय. तुला आठवत नाहीये का? मी ज्या दिवशी तुझ्या कायदा-कचेरीत डोकावलो होतो, त्या दिवशी."

"असं का? त्या दिवशी मी बरंच काही बडबडले असेन कदाचित. मला मान्य करायला हवं, की मी जरा जास्तच गोंधळून गेले होते."

आयुष्यातल्या अनेक गोष्टींबद्दल सॅमची भूमिका ठाम नव्हती आणि मागल्या आठवड्यातल्या घटनांनी तो ज्या गोष्टी स्वीकारण्यापर्यंत आला होता अशा काही घटनांबाबतही त्याचा आत्मविश्वास डळमळला होता; पण एका गोष्टीबद्दल त्याची

खात्री होती– जेनिफर डॅवीजकडून त्याला अद्याप संपूर्ण सत्य मिळवायचं होतं.

डेस्कच्या पृष्ठभागावर आपल्या बोटांनी ताल धरत जास्पर होम्स डेस्कावर ओणवला होता आणि गांगरलेल्या, अद्याप पदवीधर न झालेल्या त्या विद्यार्थ्याच्या चेहऱ्याकडे रोखून पाहात होता. त्या विद्यार्थ्याचा बिटासारखा लाल चेहरा त्याच्या चमकदार किरमिजी रंगाच्या स्वेटरशी जुळत होता.

''अरे माझ्या बाळा, त्यानं तुला काय सांगितलं याची मला चिंता नाही. मला फक्त एवढीच माहिती हवी आहे, की प्रोफेसर जॉर्गनसन मला कुठे सापडतील? आणि ही माहिती मला आताच्या आता हवी आहे.''

''ते दोन दिवस आलेले नाहीत,'' तो विद्यार्थी उत्तरला.

''जे मला माहीत नाही असं काही मला सांग, पोरा. मी त्याच्या ऑफिसात मंगळवारपासून मुक्कामाला आहे. त्याच्या विभागात तो नक्कीच येऊन गेला असेल, – त्याच्यासाठी आलेले निरोप घेऊन गेला असेल!'' त्या विद्यार्थ्याच्यामागे लावलेल्या तक्त्यातल्या त्याच्या वर्गाच्या वेळापत्रकावर होम्सने नजर टाकली. जॉर्गनसननं दोन व्याख्यानं घेतली नव्हती नि ती अध्यापन सहायकाकडून भरून घेण्याची व्यवस्था करण्यात आली होती. होम्सला माहीत होतं, की आपल्या जागी अन्य कुणाची व्यवस्था केल्याखेरीज आपली नोकरी कायम ठेवण्याचा अधिकार असलेला – ज्याला 'टेन्युअर्ड' म्हणतात असा कोणीही प्राध्यापक त्याचे तास चुकविणार नाही.

त्या विद्यार्थ्यानं अस्वस्थ चित्तानं सभोवती पाहिलं. विद्यापीठीय शाखेच्या प्राध्यापकांना माहिती नाकारण्याची त्याला सवय नव्हती. तरी देखील, प्राध्यापक जॉर्गनसननं अतिशय सुस्पष्टपणे सूचना दिलेल्या होत्या. त्या विद्याशाखेच्या अधिष्ठात्याखेरीज इतर कुणालाही डॅली सिटीमधला दूरध्वनिक्रमांक द्यायचा नव्हता.

''माफ करा, पण मी ती माहिती तुम्हाला देऊ शकत नाही.'' तो विद्यार्थी समोरून होणाऱ्या हल्ल्यासाठी मनाने सज्ज होऊन बसला; पण त्याऐवजी होम्स उठून उभा राहिला नि किती तरी वेळ त्या तरुण पोराकडे उद्दाम नजरेनं रोखून पाहात राहिला.

''ठीक आहे. ते आपण पाहून घेऊ.'' तो इंग्रज गृहस्थ मागे वळला आणि कार्यालयातून बाहेर पडला. त्याच्या मागे दार तसंच सताड उघडं राहिलं.

होम्स काही फार अंतर चालून गेला नाही. पलीकडे वीस एक यार्डांवर कॉरिडॉरमध्ये त्याच्या नजरेनं मुला-मुलींच्या संमिश्र कॉलेजातील थिल्लर दिसणारी एक पोरगी टिपली. ती लांड्या स्कर्टमध्ये होती. खालच्या वर्गाकरता असलेल्या त्याच्या वाङ्मयाच्या व्याख्यानाला ती येत असल्याचं त्याच्या लक्षात आलं. ''मिस एकर्ट,'' त्यानं तिला हटकत म्हटलं, ''तुला पुन्हा एकदा भेटताना बरं वाटतंय.''

जास्परनं त्याचं ठेवणीतलं स्मित चेहऱ्यावर आणलं.

ती पोरगी चकित झाल्याचं स्पष्टच लक्षात येत होतं आणि काहीशी गोंधळात पडल्याचंही. ती ज्या दोन विद्यार्थ्यांसमवेत बोलत होती ते, त्यांच्या मध्ये अकस्मात तो इंग्रज गृहस्थ शिरल्याबरोबर घाबरून पसार झाले.

"बेटा, माझ्यावर एक उपकार करशील का?"

सॅली एकर्ट अडखळली; आणि ती काही उत्तर देण्याच्या आतच जास्पर थोडा खाली झुकून तिच्या कानात काहीतरी कुजबुजला.

मग ताठ होऊन उभा राहात तो म्हणाला, "मी तुझा अतिशय आभारी राहीन. आता या क्षणी मी खूप घाईगडबडीत आहे आणि माझ्या पुढच्या व्याख्यानानंतर लगेच मला ती कार लागेल."

त्या तरुण पोरीनं इतिहास विभागाच्या कार्यालयाकडे कळेल, न कळेल अशा प्रकारे बोट दाखवलं. तिथलं दार उघडं होतं.

"हां, अगदी बरोबर. ती विद्यापीठ विषयशाखेच्या समूहात ३६ क्रमांकाच्या नियोजित जागी उभी केलेली आहे. एक कृपा कर. ती गाडी माझी आहे असं त्याला सांगू नकोस. ते जरासं अवघडल्यासारखं होईल. शिवाय मला असं वाटतं, की ती तुझी आहे असाच त्याचा समज झाला, तर तो मदत अधिक मनापासून करील." जास्परनं डोळे मिचकावले आणि त्या मुलीच्या खांद्याभोवती हात लपेटला आणि त्याचवेळी तिला हलकेच, पण ठामपणे त्या कार्यालयाच्या दरवाजाकडे ढकललं.

दोन मिनिटांनंतर तो अद्याप पदवी परीक्षेच्या वर्गात शिकणाऱ्या विद्यार्थ्यांच्या एका टोळक्यामागे उभा राहून सॅली एकर्टकडे टक लावून पाहात राहिला. सलीन त्या कार्यालयात धमाल उडवून दिली होती. किरमिजी लाल रंगाच्या स्वेटरमधला तो तरुण एखाद्या सोत्सुक कुत्र्याच्या पिलाप्रमाणे, डोळे त्या सुंदरीवर खिळल्या अवस्थेत, दुडक्या पावलांनी तिच्या मागोमाग बाहेर आला. त्या पोराच्या हाताच्या बोटावर तारेचा एक हँगर लटकलेला होता. जिन्यावरून खाली उतरून ती दोघं नजरेआड जाईपर्यंत होम्स थांबला आणि मग पटकन कार्यालयाच्या दिशेनं पुढं झाला. तो आत शिरला नि आपल्या माघारी त्यानं दार लावून घेतलं नि ते कुलूपबंद केलं. मग तो स्वागत कक्षातील डेस्काच्या पलीकडल्या बाजूला गेला आणि 'रोलाडेक्स' मधली 'जे' या अक्षराची कार्डं भराभर उलटू लागला. त्याला जे हवं होतं ते शोधायला त्याला पंधरा सेकंदांपेक्षाही कमी वेळ लागला. एका इन्डेक्स कार्डावर पेन्सिलीनं लिहिलेली कच्ची नोंद होती: 'प्रोफेसर जॉर्गनसन, १२७ वॉर्नर ॲव्हेन्यू, डॅली सिटी.' त्यापुढे दूरध्वनी क्रमांक होता.

त्यानंतर काही मिनिटं निघून गेली तेव्हा जास्पर प्रशासकीय इमारतीच्या समोर पदपथाच्या कडेला उभा होता. मग तो खाली वाकला नि एका काळ्या लिमोझीनच्या प्रवासी भागातल्या अर्ध्या उघडलेल्या खिडकीत डोकावून काहीतरी बोलला.

"आता काय करायचं ते तुम्हाला ठाऊक आहे." त्या वाहनातून सावली-पलीकडून तो आवाज आला. "आपला करार झालेला आहे, प्रोफेसर. तुम्ही तुमच्या बाजूने देण्याची कृती करा. माझं काम झालं की 'ते' तुमचंच आहे." त्या प्रवाशानं, चालक आणि तो यांना वेगळं करणाऱ्या काचेच्या पार्टिशनवर चालण्याच्या काठीच्या टोकानं टक्‌टक् केलं आणि ती गाडी पदपथाच्या कडेपासून दूर झाली. होम्स एक लांब ढांग टाकत रस्त्यावर उतरला आणि तत्क्षणीच एखाद्या संचलन समूहातल्या सैनिकाप्रमाणे गर्रकन मागे वळून विरुद्ध दिशेनं चालू लागला. कुणाच्याही नजरेला न पडता दोन आकृत्या प्रशासकीय इमारतीच्या दिशेनं पुढं जाऊ लागल्या तसा तो एका कण्हेरीच्या झुडपाआड गेला आणि ऐकत राहिला.

"हे बघ, ऐकून घे. तुला ठाऊक आहे त्यापेक्षा अधिक काही मला ठाऊक नाही. मला जे काही माहिती आहे, ते त्यानं सांगितलं तेवढंच. म्हणजे, त्याच्या चाव्या आत, गाडीत अडकून पडल्या आहेत, असं."

"ती तुझी गाडी आहे असं तू मला का सांगितलंस?"

"कारण त्यानं मला तसं सांगायला सांगितलं."

जास्पर त्या झुडपापासून दूर झाला. ती सुंदर तरुणी इमारतीच्या दिशेनं पायऱ्या चढू लागली तसे तिचे सडपातळ पाय नि तिची उत्तेजक कमनीयता यांना त्याच्या नजरेनं दाद दिली. तिच्या मागून दुडक्या चालीनं जाणारा तो तरुण त्याच्या उजव्या हातात कोटाच्या तारेच्या हँगरचा वाकडा तिकडा नि पिळा पडलेला उरलेला भाग हलवित चालला होता. वाहन तळाच्या ३६ क्रमांकाच्या नियोजित जागेत कुणाची गाडी उभी होती – आणि दिवस संपल्यावर तिच्या मालकाच्या चावीला तिची दारं दाद देतील किंवा नाही, याचा होम्स स्वत:शीच विचार करत राहिला.

■

८

एका छोट्याशा डफरीवर त्यानं अंगठ्यानं टिचकी मारली आणि काहीशा विचित्र, लयबद्ध चालीनं तो दरवाजातून आत शिरला आणि तिथून पुढं दुकानातल्या वस्तूंच्या रांगेत. त्यानं घातलेला पांढऱ्या रंगाचा मलमली गाऊन त्याच्या गुडघ्याच्या थोडासा खाली, पोटरीवरल्या करड्या केसांपर्यंत आलेला होता. गाऊन खूपशा डागांनी लिडबिडला होता आणि त्यावर धूळ जमलेली होती नि थंड हवेत पदपथावर काढलेल्या रात्रींमुळे त्याला चुण्याही पडल्या होत्या. त्याचं तासलेलं डोकं काचेसारख्या रिक्त डोळ्यांखालच्या त्याच्या चेहऱ्याला झाकणाऱ्या दाढीच्या खुंटांच्या गडद छटेशी अगदीच विसंगत वाटत होतं.

"सिस्टर, एक फूल?" तो पुढं सरसावला आणि प्लास्टिकच्या देठाचं एक चांगलं फुललेलं लाल फूल त्यानं तिच्यासमोर धरलं. 'अपंग सैनिक' असा त्याला लावलेला टॅग काढायला त्याला जेमतेमच वेळ मिळाला. त्या जागी नाचत असताना त्याच्या चेहऱ्यावर एक कपटी हास्याची छटा प्रकटली होती आणि त्याच्या देहाचा दुर्गंध नि घाम यांचा संमिश्र गंध गल्ल्याच्या काउंटरभोवतीच्या परिसरात भरून राहिला होता.

काउंटरपाशी असलेल्या एका वृद्धेनं खरीदलेली वस्तू पुडक्यात बांधत असणाऱ्या जेनेट लमोन्जेनं त्याच्याकडं दुर्लक्षच करणं पसंत केलं. त्या ग्राहक महिलेनं त्या इसमाच्या ओंगळ पायांकडे पाहिलं आणि एकही शब्द न उच्चारता तिनं आपण खरीदलेल्या त्या वस्तूच्या पुडक्यावर जणू झडप घातली नि ती दुकानातून झपाट्यानं बाहेर पडली.

त्या उंच 'हरे कृष्णा'ला, त्याच्याकडे थंड रोखलेल्या नजरेनं पाहात जेनेटनं तिष्ठतच ठेवलं. पुढं केलेला हात त्यानं सावकाशपणे मागे घेतला आणि तो दुकानाच्या मागच्या बाजूला सरकला. जाताजाता वाटेतल्या छोट्या, कोरीव काम केलेल्या वस्तूंवर तो बोटं फिरवित गेला. शेवटच्या ग्राहकासाठी थांबलेली असताना

जेनेट एक डोळा त्याच्यावर ठेवून होती. पाच वाजून दोन मिनिटं झालेली होती. काही सेकंदच तिनं त्वरा केली असती, तर तिला दरवाजाला बोल्ट घालता आला असता नि त्या शेवटच्या ग्राहकाला प्रतिबंधही करता आला असता. तिनं वस्तू बांधलेल्या पिशवीचं तोंड स्टेपलरनं बंद केलं नि ते पुडकं समोरच्या तरुण मुलीच्या हाती सोपवलं. दुकानाच्या मागच्या भागात गेलेल्या त्या ग्राहकाकडे त्या तरुणीनं एक नजर टाकली.

"थँक्स यू," जेनेट म्हणाली आणि त्या 'कृष्णा'ला काय हवंय ते विचारण्यासाठी त्याच्याकडे वळली.

"काय मदत करू मी तुम्हाला?" त्या माणसापासून खूप अंतरावर ती उभी राहिली आणि ती तरुण मुलगी तिथून बाहेर पडल्यानंतर वाजणारी दारावरची घंटी ऐकत राहिली.

"आम्हाला थोडा धूप हवा आहे," तो इसम म्हणाला. "कदाचित त्याची छोटीशी भेट देऊन तुम्ही आम्हाला उपकृत करू शकाल."

"आम्ही धूप विक्रीसाठी ठेवला आहे. तुम्हाला जर तो हवा असेल तर विकत घेता येईल. विक्रीसाठी ठेवलेला माल आम्ही तसाच म्हणून बाहेर देत नाही."

"या जन्मात तुम्ही इतरांवर जी कृपा कराल त्यामुळे तुम्हाला पुढच्या जन्मात अनेक प्रकारे आशीर्वाद लाभतील," तो इसम म्हणाला.

"मला त्याची खात्री आहे; आणि आता, तुम्हाला जर खरेदी करायची असेल तर ती लवकर करून टाका. नाही तर मला तुम्हाला निघून जायला सांगावं लागेल. कारण दुकान बंद करायची वेळ झाली आहे."

त्या माणसाच्या डोक्याबाबत तिला काहीतरी चमत्कारिक आढळलं. ते आवाळू आहे असं नेमकेपणानं म्हणता आलं नसतं. उजव्या कानाच्या जरासं वर कवटीच्या बाजूला बाहेर आलेल्या फुग्यासारखंच ते अधिकतर वाटत होतं.

तो 'कृष्ण' धीमेपणाने वळला आणि त्या दुकानाच्या सार्वजनिक भागापासून छोटीशी कामाची खोली वेगळी करणाऱ्या पडद्यातून त्यानं सहज वाटावं अशा आविर्भावात आपलं डोकं आत खुपसलं. तो पुन्हा जेनेटकडं पाहण्यासाठी माघारी वळला, तेव्हा त्याच्या कानावरचा फुगा अचानक त्याच्या कवटीच्या मागे दोन इंच सरकलेला होता आणि त्याच्या डोळ्यांचा काचेचा गुणधर्म लुप्त झालेला होता.

जेनेटला अचानक तिच्या दंडावर घट्ट पकड जाणवली आणि वस्तूंच्या रांगेतून दुकानाच्या पुढच्या दरवाजाकडे ती ढकलली जाऊ लागली.

"कुलूप लावून बंद कर ते," तो इसम दातओठ खात बोलला. "तो म्हातारा कुठं आहे? वरच्या मजल्यावर?"

दंडावरच्या दाबामुळे वेदनेनं कळवळत जेनेटनं मान डोलावली.

निळ्या वेष्टणाच्या त्या सरकारी अहवालाच्या पुस्तकाच्या खराब झालेल्या पानावर आपल्या लाल शाईच्या पेनाचं टोक ओढत निक जॉर्गनसननं वैतागून आपलं मस्तक हलवलं आणि समासात एक खरमरीत टीप लिहिली: 'मुद्दा अजिबात सुटलेला आहे.' जमिनीवर त्याच्या पायांशी विखरून पडलेल्या उत्तरपत्रिकांकडे त्यानं रोखून पाहिलं तेव्हा त्याच्या डोळ्यांवर झापड येऊ लागली होती. आदल्या रात्री सारी मिळून फक्त दोन तासांची झोप त्याला मिळाली होती. ॲन्जीनं त्याला पहाटे तीन वाजता झोपेतून उठवलं होतं. कशाला, तर 'पर्निशस' या शब्दाच्या स्पेलिंगमध्ये दहा अक्षरं येतात, की नऊ एवढंच फक्त विचारण्यासाठी! ती खालच्या मजल्यावरल्या अपार्टमेन्टमध्ये दिवा लावून रेंगाळत राहिली होती; तजेलदार रंगाचा मेक्सिकन वेष तिनं केला होता आणि केसांमध्ये एक मोठा स्पॅनिश कंगवा खोवून ठेवला होता. त्या पेहरावात ती पोर्तुगीज नर्तिका नि गायिका कॅरमेन मिराण्डाच्या वयोमान झालेल्या आणि रया गेलेल्या प्रतिमेसारखी दिसत होती. तिच्या हातात शब्दकोड्याचं पुस्तक होतं. म्हातारीला निद्रानाश झाल्यासारखं वाटत होतं. आता त्यानं पुन्हा एकदा ती त्याला हाकारताना ऐकलं.

"डॉक्टर जॉर्गनसन, तुम्ही तिथं खाली आहात ना?"

"आता आणखी काय हवंय या बयेला?" निक स्वत:शीच पुटपुटला. "हांऽ, मिसेस बोगार्डस. काय आहे आता?" निकनं पेन खाली ठेवलं नि तो तळघराच्या दरवाजाकडे सरकला.

"सॅमसाठी फोन आलाय. ती बाई म्हणते आहे, की तुमच्याशीही बोलायला तिची हरकत नाही. घेणार आहात का फोन तुम्ही?"

जिन्याच्या वरच्या टोकाला दाराच्या चौकटीत ॲन्जी उभी होती. आगीच्या बंबासारख्या लाल रंगाचा गाऊन तिनं परिधान केलेला होता नि पिंगट रंगाच्या केसांचा टोप डोक्यावर घातला होता. पण ते केस आता झडत चालल्यासारखे दिसत होते.

निक जिना चढू लागला. "ती कोण आहे, ओळखलं का?" जिना चढता चढता त्यानं विचारलं.

"नाय बा! मी काय फक्त निरोपाचं यंत्र! सॅमला जर इच्छा असेल तसं एखादं विकत घ्यायची..." स्वत:शीच पुटपुटल्यासारख्या शब्दांतल्या तिच्या उरलेल्या तक्रारींमध्ये तिचा आवाज विरत गेला.

पोर्चमधून तो तिच्या मागोमाग निघाला नि जुन्या स्वयंपाकघरात आला. तिथं त्याला भिंतीवर लावलेल्या दूरध्वनीचा रिसीवर त्याच्या कॉर्डच्या टोकापासून जमिनीवर लोंबत असलेला दिसला.

"हॅलोऽ, कोण बोलतंय?"

उत्तर आलं नाही. मात्र श्वासोच्छ्वास नि पार्श्वभूमीवरले आवाज त्याला ऐकू आले.

मग एका स्त्रीचा आवाज लाइनवर आला. ''कोण बोलतंय? मिस्टर बोगार्डस का?''

''नाही, मी त्याचा मित्र आहे. आता या क्षणी तरी सॅम इथं नाहीये. माझी तुम्हाला कदाचित मदत होऊ शकेल.''

पुन्हा एक विराम घेतला गेला. त्या स्त्रीच्या आवाजातली चिंता निकला जाणवली. ''होय. कदाचित होऊ शकेल.''

''तुम्ही कोण आहात?'' निकनं विचारलं.

''मी जेनेट लमोन्जे. त्या दिवशी मिस्टर बोगार्डस आमच्या दुकानात आले होते.''

''जेड हाऊस?'' निकनं विचारलं.

''होय.''

''मी सॅम बरोबर – मिस्टर बोगार्डस बरोबर – काम करतो आहे. मला चर्मपत्रांविषयी माहिती आहे. काही बिघडलंय का?''

''नाही, अजिबात नाही.'' तिच्या स्वरात घाई गडबड होती. जवळजवळ बचाव सदृश. ''त्या दिवशी माझे काका काही एक गोष्ट मिस्टर बोगार्डसना सांगायला विसरले; ते त्यांना आठवलंय.''

''तुम्ही ते मला सांगू शकता. मी ते सॅमपर्यंत पोचवीन.''

''नाहीऽ'' उत्तराला धार होती. पुन्हा एक क्षणभर विराम आला. जणू पुढं बोलण्यापूर्वी ती स्वत:वरच काबू मिळवू पाहात होती. ''वाईट वाटून घेऊ नका; पण ते टेलिफोनवर न सांगता येण्याइतकं गुंतागुंतीचं आहे. त्या चर्मपत्रांचा खुलासा करण्यासाठी माझ्या काकांना ती पुन्हा एकदा पाहायला लागतील. जर तुम्ही ती चर्मपत्रं दुकानात घेऊन येऊ शकलात, तर मला खात्री आहे, की काका तुम्हाला ते दाखवू शकतील – आणि मग तुम्ही ते बोगार्डसना कदाचित सांगू शकाल.''

काही तरी चुकत होतं हे नक्की आणि हे लक्षात येण्यासाठी निकला फोनवरच्या आवाजावरल्या ताणाचं पृथक्करण करण्याची वेगळी गरज नव्हती!

''अंऽ, मला नाही वाटत ती गोष्ट मला आत्ता लगेच करता येईल असं.'' अधिक वेळ मिळावा म्हणून त्यानं उत्तर देण्याचं टाळलं.

''मला अगदी खात्री आहे, की तुम्ही हे करावं असं मिस्टर बोगार्डसना नक्की वाटेल.'' जेनेटचा आवाज पुन्हा वरच्या पट्टीत आला.

''मला नाही वाटत मी आणखी तासभर तरी इथून हलू शकेन,'' निक त्याच्या घड्याळात नजर टाकत म्हणाला. ''शिवाय मला ती चर्मपत्रं ताब्यात घ्यायला जावं लागेल...'' त्या वेळी तरी सुरक्षित जमा कक्षात जायला मिळण्याचा संभव नाही, हे माहीत असल्यानं त्यानं थाप ठोकली. ''कदाचित नऊ वाजता किंवा साडेनऊ वाजता

तिथं येऊ शकेन मी.''

''फारच छान; आणि...''

दुसऱ्या बाजूनं दूरध्वनी अचानक बंद केला गेल्याचं निकनं ऐकलं.

''हॅलो, हॅलोऽ''

तिनं दूरध्वनी ठेवून दिला होता किंवा कुणा दुसऱ्यानं तो तिच्या वतीनं बंद केला होता.

त्या उंच, शिडशिडीत इसमानं भारी इंग्लिश ट्वीड कापडाचा थ्री-पीस सूट घातला होता. संगमरवरी दगडात कोरीवकाम केलेली एक शवपेटी पार करून, धीमेपणाने पायऱ्या उतरत, रस्त्यावरच्या मंदावलेल्या दिव्याखालच्या, टाइल्स लावलेल्या खुल्या चौकातून पलीकडे जात असतानाची त्याची चालण्याची गती नि आब त्याच्या अडुसष्ट वर्षांच्या वयाला मागे सारणारा उत्साह प्रकट करत होता.

सूर्य क्षितिजरेषेखाली लुप्त झाला तसं आकाश जांभळट गुलाबी रंगाचा स्फोट झाल्यागत भरून गेलं. पूर्वेकडे सान्ता लुसिआ पर्वतावर चढत जाणाऱ्या चंद्राची पिवळसर पांढरी कोर ढगांच्या आडून डोकावू लागली. पर्वतशिखरांवरून प्रत्येक दिशेल्या पसरलेल्या त्या मनोरम निसर्गदृश्याकडं त्या गृहस्थानं फारसं लक्ष दिलं नाही; अथवा पॅसिफिक समुद्राचं दर्शन घडणाऱ्या मोरोक्को पद्धतीच्या प्रासादाचं टाइल्स लावलेलं छत; किंवा प्रासादाच्या छपराला आधार देणाऱ्या उतरत्या सागाच्या वाशांवर कोरीव काम केलेल्या आकृत्यांकडेही त्यानं मागं वळूनदेखील पाहिलं नाही. त्याच्या कामाचा परिसर ही त्याच्या मनात एक सर्वसाधारण बाब झाल्याला आता कित्येक वर्षं झाली होती. तिथला अमूल्य कलेचा ठेवा आणि त्याला लाभलेली डोंगर माथ्यावरच्या निवासगृहाची, कित्येक वेळा जरा भपकेदारच असल्यासारखी वाटणारी पार्श्वभूमी यांचं आश्चर्य अनुभवण्यासाठी लक्षावधी माणसं येत असत. पण आर्थर सिमिंग्टनसाठी हर्स्टची 'भारलेली टेकडी' म्हणजे गुप्त, लोभस असं ठिकाण होतं. लाँगफेलो नि डिझरेली यांनी त्याच्या यशाचं सूत्र आधीच तयार करून ठेवलेलं होतं. सिमिंग्टननं त्यांचे शब्द फक्त व्यवहारात उपयोगात आणले होते. जो धीर धरून वाट पाहातो, त्याच्याकडे सर्व काही आपण होऊन येतं!

विल्यम रॅण्डल्फ हर्स्ट यानं, ज्याला पुढच्या काळात जग हर्स्ट कॅसल म्हणून ओळखणार होतं, त्याचं बांधकाम १९१९ मध्ये सुरू केलं होतं. प्रासाद आणि त्याची तीन समृद्ध, विशाल आतिथ्यालयं यांच्या बांधकामामध्ये, जवळजवळ ३० वर्षं, म्हणजे १९४७ मध्ये आजारपणामुळं सक्तीनं माघार घ्यावी लागेपर्यंत त्यानं प्रचंड पैसा ओतला आणि इमारतींच्या सजावटीसाठी संपादन करावयाच्या अभिजात कलावस्तूंवर आणखी लक्षावधींची रक्कम खर्च केली. चीफनं किती पैसा खर्च केला होता याची

नक्की माहिती कुणालाच नव्हती; पण अंदाज मात्र पन्नास कोटींच्याही पुढचे होते. त्यापैकी कितीतरी रक्कम १९३० च्या अभूतपूर्व मंदीच्या काळातल्या डॉलरमधली होती! १९५१ मध्ये हर्स्ट जेव्हा मरण पावला त्यावेळी मुख्य प्रासाद अपुऱ्या अवस्थेत उभा राहिलेला होता आणि आणखी महत्त्वाकांक्षी आराखडे तयार होते नि आणखी एका भागाचा विस्तारित पायाही घातलेला होता. परंतु हर्स्ट कॉर्पोरेशन किंवा हर्स्टचे कुटुंबीय यांपैकी कुणाकडेच त्यांच्या कुटुंबप्रमुखाएवढी पैशाची उधळण करण्याची ताकद नव्हती आणि म्हणून घराचं पुढचं सारं बांधकाम सोडून देण्यात आलं. पुढं मग त्याला संस्थारूप देण्यात आलं आणि सिमिंग्टनच्या आशा जवळजवळ संपुष्टात आल्या.

मालमत्तेवरचे वाढणारे कर आणि आपल्या अमूल्य कलेची संपत्ती जतन करण्याची नि सार्वजनिक हितार्थ तिचं प्रदर्शन मांडण्याची इच्छा यामुळे 'कॉर्पोरेशन'ला जागेसाठी राज्य सरकारकडे जाणं भाग पडलं. हर्स्ट कॅसल, त्याची तीन आतिथ्यालये आणि त्यामधील व्यक्तिगत मालमत्ता चीफचे कायम स्मारक या स्वरूपात 'कॅलिफोर्निया पार्क सिस्टिम'चा भाग म्हणून चालवण्यासाठी राज्य सरकारकडे भाडेपट्ट्याने देण्यात आली. नंतरच्या दीड दशकाने हे सिद्ध केलेलं होतं, की हर्स्टचे हे दान म्हणजे सार्वजनिक जनकल्याणाची, जिचं मोजमाप करताच येणार नाही, अशी कृती होती. हर्स्ट कॅसल नि त्याचा परिसर यातून इतका पर्यटनी महसूल मिळू लागला, की इतर वस्तुसंग्रहालयं, कलादालनं आणि बहुतेक उद्यानं यांना त्याचा हेवा वाटू लागला. घडलं त्यानुसार या संपदेचं लोकार्पण हीसुद्धा आर्थर सिमिंग्टनच्या दृष्टीनं घटनांना मिळालेली सुदैवी कलाटणी ठरली.

राज्य सरकारनं हर्स्टच्या संग्रहाशी चांगला परिचित असणारा एखादा सल्लागार, आता राज्याच्या मालकीच्या असलेल्या हजारो कलावस्तूंची सूची नि वर्गवारी करण्याकरिता मिळवण्यासाठी वर्षभर शोध घेतला. सिमिंग्टनला स्वाभाविकच पसंती देण्यात आली. त्यानं उत्साहानं पदभार स्वीकारला आणि त्यानंतरचे कित्येक आठवडे व महिने तो, पुढे काही काळानंतर त्याच्या कारकिर्दीच्या अकाली शेवटाला कारणीभूत ठरलेली भानगड राज्य सरकार शोधून काढतंय की काय, त्याची वाट पाहात राहिला. पण काहीच घडलं नाही. कालांतराने त्या वयोवृद्ध इसमाला अधिक विश्वास निर्माण झाला आणि त्याला खात्री पटू लागली, की त्याचा भूतकाळ विस्मरणात गेला आहे; समितीबरोबरचे त्याचे व्यवहार, जे यापुढे बोलू शकणार नाहीत – कारण ते एव्हाना त्यांच्या थडग्यांमध्ये चिरविश्रांती घेत पडले होते! – त्यांनाच फक्त ठाऊक आहेत.

त्या महान प्रासादाच्या छत्राखालच्या भांडार छपऱ्यांमध्ये दुर्लक्षित पडून असलेल्या शेकडो बंद पेट्यांतल्या वस्तूंची वर्गवारी नि यादी तयार करणं हे सिमिंग्टनचं प्रमुख

सल्लागार म्हणून काम होतं. तो परतल्यानंतरच्या सुरुवातीच्या महिन्यांमध्ये चेंबरमध्ये प्रवेश करण्याच्या आणि समितीनं सोडून दिलेल्या त्यातल्या चीजवस्तू हलवण्याच्या योजना त्यानं आखल्या होत्या. त्या वस्तूंचा एकमेव संरक्षक म्हणून त्यानं त्यांचा न्याय्य हक्क संपादन केला होता; परंतु जसा काळ उलटत गेला तसे सिमिंग्टनला त्याच्या पदाचा कायमपणा आणि भूमिगत कक्षाचे फायदे लक्षात येऊ लागले. इमारतीच्या पायाखाली तिच्याच परिसराने वेढलेल्या त्या एकांत भूमिगत कक्षामुळे त्याला एक खाजगी जतनगृह आयतंच उपलब्ध झालं. त्या प्रचंड निवासगृहाच्या वापरासाठी चालणाऱ्या इंजिनामुळे भूमिगत कक्षाच्याही उष्ण नि शीत तपमानाची सोय आपोआप उपलब्ध झालेली होती. सार्वजनिक वस्तुसंग्रहाचं संरक्षण करण्यासाठी बसवलेल्या संवेदनशील उपकरणांमुळे त्याची आर्द्रताही नियंत्रित होत होती आणि तरीही तो कक्ष मात्र इतरांच्या नजरेआड राहिला होता, त्यातल्या चीजवस्तू त्याच्या; आणि केवळ त्याच्या स्वत:च्याच मालकीच्या राहिल्या होत्या.

त्यानंतरच्या अनेक वर्षांमध्ये तो या खाजगी संग्रहात नियमितपणे भर टाकत गेला. इतर कर्मचारीवर्गाचं लक्ष गेल्याशिवाय राहाणार नाही अशा छोट्या वस्तूंची नियमितपणे भर घालत राहिला. काही ग्रीक भांडी – हर्स्टकडे त्यांचा जगातल्या सर्वांत मोठ्या संग्रहातला एक संग्रह होता – हर्स्टनं भिंती सजवण्यासाठी वापरलेली १४ व्या – १६ व्या शतकांतील साहित्य नि कलाजगतातल्या प्रबोधन काळातली 'रेनेसाँस मिनिएचर' प्रकाराची चित्रं, छोटे छोटे पुतळे अशा लहानसहान वस्तू त्यांत होत्या.

सिमिंग्टनला निद्रानाशाची व्याधी जडली आणि यथावकाश त्यानं प्रथा-परंपरेला सोडून असणारे आपल्या कामाचे तास – क्वचित रात्रभर काम करण्याच्या वेळाही – सुरक्षा कर्मचाऱ्यांना स्वीकारायला लावले.

आणि मग – जसं त्यानं आज केलं तसं – पर्यटकांची गर्दी ओसरल्यावर, संध्याकाळी पर्यटन मार्गदर्शक आपापल्या घरी परतल्यावर नि त्या भारलेल्या टेकडीला अंधारानं वेढल्यावर आर्थर सिमिंग्टन नेपच्यून तळ्यापलीकडच्या रस्त्यावर येत असे आणि तिथून पुढे गंजत चाललेल्या नि लोकांच्या विस्मरणात गेलेल्या दाराकडे वळत असे. त्या दाराची एकमेव किल्ली होती नि ती त्याच्याकडेच असे.

बहुतेक माणसं आपलं टपालपेटीतलं टपाल सकाळी काढून घेऊन जातात. जॉर्ज जॉन्सन मात्र याला अपवाद होता. लांब कोट चढवलेला, फेल्ट हॅट घातलेला आणि चालताना वापरण्याची काठी वॉकिंग केन हातात खेळवत असलेला, नीटनेटका पोशाख केलेला एक इसम आपलं टपाल घेण्यासाठी टपालपेटीशी आला, तेव्हा दुपारचे जवळजवळ सव्वा दोन वाजले होते. तिथून वीस फुटांवर, लॉबीच्या

मध्यभागी असलेल्या एका उंच, काचेचा पृष्ठभाग असलेल्या टेबलापाशी कार्न्स उभा होता. उघडून हाती धरलेल्या त्याच्या छोट्या टिपणवहीत काही नोंदी करत असल्याचं नाटक तो करत होता. त्याच्या पेनाचा बॉलपॉइंट आत ओढलेल्या स्थितीतच होता. खरं तर तो त्या इसमावर लक्ष ठेवून होता. त्या इसमानं पत्रपेटीतल्या गोष्टी बाहेर काढून ती रिकामी केली आणि हातमोजा घातलेल्या बोटांनी त्या वेगवेगळ्या केल्या नि कामाच्या नसलेल्या गोष्टी बाजूलाच असणाऱ्या कचरापेटीत फेकून दिल्या.

खात्री करून घ्यायला जरासा वेळ लागला असला, तरी जॉर्ज जॉन्सनविषयी सॅमनं बांधलेली अटकळ अगदी बरोबर ठरली होती. आपल्या तलाशीची व्याप्ती मर्यादित होण्यासाठी म्हणून ओल्स्टीड स्ट्रीट पत्त्याचा वापर करत जेकनं त्या माणसाच्या माहितीचा शोध घेण्याकरिता मोटर वाहन खात्याशी संपर्क साधला होता. नोकरशाहीच्या दगडी भिंतीवर त्याला माथेफोड करावी लागली. मोटार वाहन खात्यानं लेखी विनंती केल्याशिवाय कोणतीही माहिती द्यायचं नाकारलं. लेखी विनंतीनंतर दोन-तीन आठवड्यांनी उत्तर टपालानं मिळू शकणार होतं. त्या कारकुनानं खाजगीपणा नि माहिती उघड करणं वगैरेविषयी काहीतरी बडबड केली आणि दूरध्वनी बंद करून टाकला.

पण लाल फीत म्हणजे निव्वळ गैरसोय ठरली होती. म्हणून मग सॅन होजे मधल्या मोटार वाहन खात्याच्या क्षेत्रीय कार्यालयातल्या त्याच्या एका जुन्या मित्राला दूरध्वनी करून कार्न्सनं या प्रक्रियेतून जवळचा मार्ग काढला. त्या गृहस्थानं संगणकाची कळ दाबली आणि तीनच मिनिटांत नाव नि ओल्स्टीड स्ट्रीटवरील बनावट पत्ता हुडकून काढला. जेक जे शोधत होता तेही त्याला सापडलं : सान फ्रान्सिस्को मुख्य शाखेचा टपालपेटी क्रमांक.

त्याच्याकडं तिरस्कारानं पाहात राहिलेल्या एका वृद्ध स्त्रीच्या नजरेतून सही-सलामत सुटका करून घेत जेक त्या कचऱ्याच्या डब्यापाशी पोहोचला आणि काही सेकंदांपूर्वी त्या पिंपात फेकून दिलेल्या पाकिटांपैकी एक पाकीट त्यानं बाहेर काढलं. त्या पाकिटानं निर्विवाद पडताळा आणून दिला. ते संगणकीय लेबल जॉर्ज जॉन्सनच्या नावे होतं. कार्न्स माघारी वळला नि त्या इसमाचा पाठलाग करू लागला.

खरं तर अनमानधपक्याच्या स्वरूपाच्या त्या धाग्याचा मागोवा घेण्यामध्ये जेकनं आपली सजग निर्णयशक्ती बाजूला सारली होती. इजा पोहोचण्याचा, कदाचित मृत्यूही येण्याचा तो एक चांगला मार्ग ठरू शकणार होता! जॉन्सनचा पॅटच्या खुनाशी काय संबंध होता ते बोगार्डसनं त्याला सांगितलेलं नव्हतं. पण कसा कोण जाणे, कार्न्सला संशय वाटत होता, की हाती शोभिवंत काठी घेतलेल्या, उंटाच्या कातडीच्या कोटातल्या त्या इसमाचा तिच्या मृत्यूशी फार निकटचा संबंध आहे. पाच वर्षांपूर्वी जेव्हा तिची आणि त्याची पहिली भेट झाली तेव्हापासूनच कार्न्स आणि पॅट यांच्यामध्ये जवळजवळ बाप-लेकी सदृश बंध निर्माण झाला होता. सॅमनं जेव्हा

मदतीची विनवणी केली तेव्हा जेकनं अजिबात प्रश्न विचारले नाहीत. पॅटला ठार करणाऱ्या माणसावर त्याचा हात पडायचा अवकाश, त्याचं मोठंच काम होणार होतं.

त्याची शिकार बाजूच्या फुटपाथशी वाट पाहात थांबलेल्या एका टॅक्सीमध्ये शिरली, तसा तो चकित झाला. गाडीतळावरच्या आपल्या गाडीकडे जेक जीव खाऊन धावत सुटला. तिथल्या छपरीमधल्या सेवकाला पैसे चुकते करण्यापूर्वीच तिथं आडव्या टाकलेल्या प्रतिबंधक दांड्यापलीकडे त्यानं गाडी जवळजवळ घुसवलीच; आणि नीटनेटक्या पोषाखातला तो इसम बसलेल्या पिवळ्या टॅक्सीला मागे टाकण्यासाठी म्हणून आपल्या गाडीला त्यानं वेग दिला. त्या टॅक्सीचं शेवटचं ठिकाण कार्न्सच्या लक्षात येण्यापूर्वीच तो सिव्हिल सेन्टर नि मार्केट स्ट्रीटच्या दिशेनं कित्येक इमारतींचे समूह पार होईपर्यंत टॅक्सीचा पाठलाग करत राहिला. पण तोवर जवळजवळ उशीरच झाला होता. बी.ए.आर.टी.च्या – बे एरिआ रॅपिड ट्रान्स्पोर्टच्या – भुयारी मार्गापासून दोनतीन इमारती अलीकडे असणाऱ्या पदपथाच्या कडेलगतच्या गाडीतळामधून त्याचवेळी एक मोटरवाला त्याची गाडी योगायोगानं बाहेर काढत नसता, तर जॉन्सन कार्न्सच्या नजरेतून निसटलाच असता. प्राप्त परिस्थितीत त्याला हाती असलेलं तिकीट यंत्रात सारून प्रवासाचा तपशील नोंदवायलाही वेळ नव्हता. म्हणून तो धावतपळतच जिना उतरून स्टेशनमध्ये शिरला. स्वत:ला जॉन्सन म्हणवणारा तो माणूस बी.ए.आर.टी.च्या तिकीट देणाऱ्या यंत्रापाशी तिकीट नोंदवत उभा असल्याचं पाहून जेक अचानक थांबला नि मग त्यानंही तसंच केलं आणि त्या इसमाच्या मागून वीस फूट अंतरावर राहात एका झुलत्या दाराच्या प्रवेशद्वारातून तो आत शिरला.

जेक सरकत्या जिन्यावरून उतरून ट्रेन स्टॉपजवळच्या फलाटावर प्रवेश करत होता, तेव्हा जॉन्सन टाइल्स लावलेल्या एका खांबाला नि रेल्वे ट्रॅकला पाठमोरा उभा असलेला त्याला दिसला. त्याच्या नजरेच्या थेट टप्प्यात येण्याचं कार्न्सनं टाळलं आणि तो थोडासा वळसा घेऊन सरकत्या जिन्याच्या चढणीच्या दुसऱ्या बाजूला आला. तिथं तो नजरेआड राहू शकत होता. स्टेशन जवळपास निर्मनुष्य होतं. इतर दहा-बारा प्रवासी एका चर्चवजा मोठ्या कपारीमध्ये प्रतीक्षा करत उभे होते. मधूनमधून त्यांचं लक्ष सान फ्रान्सिस्कोच्या खाली अंधारात विलीन होणाऱ्या ट्यूब रेल्वे स्टेशनच्या बोगद्याकडे वळत होतं.

जेक काँक्रीट भिंतीच्या आधाराने दुसऱ्या टोकापर्यंत सहज वाटावं असा चालत गेला. ती भिंत म्हणजे सरकत्या जिन्याच्या चढणीचा तळ होता. तिथून तो आणखी बरीच पावलं चालून स्वाभाविक वाटावं अशा आविर्भावात त्या खांबाकडे नि जॉर्ज जॉन्सनकडे टक लावून पाहात बाहेर फलटावर गेला आणि त्याच्या हृदयाचा एक ठोका चुकला. तो इसम तिथून अदृश्य झाला होता. जेक मागे वळला आणि आपल्या बाजूच्या वर चढत जाणाऱ्या सरकत्या जिन्याकडे त्यानं पाहिलं. जिन्यावर कुणीच

नव्हतं. कार्न्सनं आपली पावलं परत मागं फलाटाकडे वळवली. त्या माणसाचा मागमूस दिसत नव्हता. अलिप्ततेचं सगळं सोंग झटकून टाकत कार्न्स फलाटावर एका टोकापासून दुसऱ्या टोकापर्यंत चालत गेला. डॅली सिटीकडून पूर्वेकडे जाणारी भुयारी रेल्वे प्रचंड वेगाने जवळ येऊ लागली तसा त्याच्या कानांतला दाब वाढू लागला. तो त्या खांबापासून दोन फुटांवर होता आणि झपाट्याने चालत होता; नि तेवढ्यात टाइल्स लावलेल्या त्या काँक्रीटच्या खांबामागून अवचितपणे जॉन्सन पुढे आला, तो अगदी त्याच्या पुढ्यातच. जेक जवळजवळ त्याच्यावर जाऊन धडकलाच.

''माफ करा मला.'' प्राप्त परिस्थितीचा स्वीकार करत आणि औपचारिक वाटणारी माफी मागत कार्न्स दहा फूट अंतरावरल्या कचऱ्याच्या डब्याच्या दिशेनं चालत राहिला. त्यान आपल्या खिशात हात घातला आणि एक नवा कोरा हातरुमाल बाहेर काढून टाकून दिला. त्याचं चेकबुक नि पैशाचं पाकीट याखेरीज तेवढी एकच वस्तू त्याच्याकडे होती.

ट्रेन फलाटावर आली आणि थांबली. तिचे स्वयंचलित दरवाजे आवाज न होता उघडले आणि त्याचवेळी ईस्ट-बे कडील स्थानकांची नावं बडबडणारी ध्वनिफीत वाजली. जेक हलकेच वळला आणि डोळ्यांच्या कडांनी त्यानं जॉन्सन अद्याप खांबाला ओठंगून असल्याचं टिपलं; पण या खेपेस त्याचं तोंड ट्रेनच्या दिशेनं होतं. डब्यातून शेवटचे मूठभर प्रवासी उतरले नि सरकत्या जिन्याच्या दिशेनं चालू लागले. पाच सेकंद उलटले. मग दहा. ट्रेनचे दरवाजे अजून उघडेच होते.

जॉन्सनच्या पहिल्या हालचालीबरोबरच कार्न्सला एक खचल्याची भावना जाणवली. हॉकी किंवा सॉकरसारख्या सांघिक खेळातला, ज्याचं मुख्य काम प्रतिपक्षाला गोल करण्याला अटकाव करणं हे असतं अशा संरक्षक खेळाडूला, जेव्हा त्याची अंत:प्रेरणा सांगत असते, की गोलांच्या गुणांसाठी पार करायची निर्णायक रेषा ज्या भागात आहे तिथे आपण चकवले गेलो आहोत, तेव्हा त्याच्या ढांगा जशा मंदावतात, तद्वत जेकला त्याच्या ठिकाणापासून मोठ्या युक्तीनं चकवत तिथं आणलं गेलं होतं. कार्न्स बी.ए.आर.टी. च्या डब्यापासून साधारणत: वीस फूट अंतरावर असताना जॉन्सननं झपकन पाच ढांगा टाकल्या नि दरवाजा बंद व्हायला अर्ध्या पावलाचं अंतर बाकी असताना ट्रेनमध्ये प्रवेश केला.

जेकचे डोळे चमकले, जॉर्ज जॉन्सन खिडकीच्या जाड काचेच्या दुसऱ्या बाजूला उभा राहिला नि आपल्या हातातल्या छडीची पितळी मूठ उंचावून त्यानं जेकला उपहास सदृश सलाम केला. त्या विकृत हास्याची प्रतिमा जेकच्या मनात रुतली नि त्याच क्षणी कसलाही आवाज न करता, गती घेत ट्रेन भुयाराच्या दिशेनं नि बे च्या खाली निघून गेली.

*जेड हाऊस*पासून फक्त चार दारं पलीकडे एक भली थोरली काळी लिमोझीन ओल्ड चायनाटाउनच्या विभाजक रस्त्यावर उभी केलेली होती. उदास, कंटाळवाण्या दुकानांच्या समोर कचऱ्याचे डबे नि रस्त्यावरच सोडून दिलेल्या रिकाम्या पेट्या नि खोकी यांच्या पसाऱ्यात ती अगदी विशोभित दिसत होती. गडद रंगीत काचांच्या मागच्या खिडक्या नि प्रवासी भाग चालकाच्या भागापासून वेगळा करणारा पडदा यामुळे लिमोझीनचा मागचा भाग अंधारानं झाकून टाकला होता. गाडीच्या डिकीतून बाहेर आलेल्या मोबाईल दूरध्वनीच्या पक्षी बसलेल्या ॲन्टेनामुळे त्या वाहनाच्या गुळगुळीत नि चमकदार बाह्य रेषा मधून मधून तुटल्या सारख्या होत होत्या. त्या गाडीच्या मागच्या बाजूनं येऊन चारसहा इमारतींच्या पलीकडच्या गल्लीकडे निक रेंगाळत चालला होता.

तो त्या गल्लीपाशी पोहोचला तशी त्यानं त्याच्या कोटाच्या आतल्या भागातून टायर उचकटण्याची एक लोखंडी पट्टी बाहेर काढली. खबरदारी म्हणून त्यानं ती आपल्या गाडीच्या डिकीतून काढून बरोबर घेतली होती.

ती गल्ली दाट काळोखात बुडून गेली होती; आणि रस्ताही खडबडीत होता. विटांनी बांधलेल्या भिंतीला काळजीपूर्वक धरत, इमारतींमधल्या लांबलचक अरुंद बोळातला मार्ग पावलांनीच अंदाज घेत घेत पार करावा लागत होता. कचऱ्याच्या एका भल्यामोठ्या कुंडीच्या कडेकडेने गेल्यावर त्याला आपला मार्ग एका इमारतीच्या भिंतीवरल्या चरे पडलेल्या फलकावर लटकलेल्या आणि वाकलेल्या नि हलत असल्याने खडखड आवाज करणाऱ्या दिव्याच्या मंद प्रकाशाने उजळल्याचं लक्षात आलं. त्या पाटीवरची पुसट झालेली अक्षरं होती :

THE JADE HOUSE

ॲन्जीचं घर सोडण्यापूर्वी त्यानं जेक कार्न्सला दूरध्वनी करण्याचा प्रयत्न केला होता; पण त्याच्या घरून काहीच प्रतिसाद मिळाला नाही. जिम्नॅशियममध्ये त्यानं ठेवलेला तातडीचा निरोप जेक तिथं आल्यावर त्याला दिला जाईल किंवा नाही याबाबत निक साशंक झाला होता. दूरध्वनीवर पलीकडल्या बाजूने आलेल्या आवाजातल्या, मद्यपानांनंतर येणाऱ्या जड स्वरामुळे त्याच्या मनात संशय निर्माण झाला होता. पोलिसांना बोलावलं असतं तर सॅमनं त्याला संपवलंच असतं! काहीतरी विपरीत घडल्याचा निष्कर्ष काढण्यासाठी त्या मुलीच्या आवाजातला भ्यायल्याचा स्वर आणि चालू असलेल्या तिच्या संभाषणातल्या अचानक आलेल्या अडथळ्याखेरीज अन्य कुठलीच ठोस माहिती त्याच्याकडे नव्हती. कदाचित तिच्या काकाला खरोखरच काहीतरी आठवलं असेल. पण तरी निकचा संशयखोरपणा मिनिटामिनिटाला वाढत राहिला.

त्या दुकानाच्या मागल्या दरवाजाजवळ उभं राहात त्यानं डोक्यावरच्या मंद

प्रकाशात घड्याळात नजर टाकली : रात्रीचे ८ वाजून ८ मिनिटं. जेनेट आणि तिला भेटायला जी कोणी व्यक्ती आली असेल ती, यांची तो आणखी निदान एक तासाभरात तरी येण्याची शक्यता नाही अशी अपेक्षा असणार. जर ती आणि तिचा काका असे फक्त दोघे जणच तिथं असले, तर हातात ती लोखंडी पट्टी घेऊन, न सांगतासवरता दुकानाच्या मागच्या दरवाजातून त्यानं प्रवेश करण्यानं निकची अवस्था काहीशी कानकोंडी होणार होती. त्याचा संशय जर खरा ठरला, तर त्याला किमानपक्षी आश्‍चर्य तर वाटणार होतंच. त्यानं दरवाजाची मूठ फिरवण्याचा प्रयत्न केला. दरवाजा कुलूपबंद होता. डाव्या बाजूला एक खिडकी होती नि ती तळाशी काही इंच उघडी होती. तिचा बाहेरचा भाग चोरांपासून संरक्षण करणाऱ्या हलक्या धातूच्या जाळीनं संरक्षित केलेला होता. त्या सुरक्षा पडद्याच्या धातूच्या पुढे आलेल्या भागातून निकनं त्याची बोटं आत सरकवली आणि ती ओढल्याबरोबर तो पडदा खिडकीच्या चौकटीतून थोडा सरकल्याचं त्याला जाणवलं. त्यानं त्याच्या जवळची ती लोखंडी पट्टी पोलादी जाळीच्या एका कडेखालून सरकवली आणि एक क्षणभर आपला श्‍वास रोधून घेतला, स्नायू ताणून धरले आणि एक जोरदार झटका दिला. जाळी भिंतीपासून मोकळी झाली. पण खाली पडून तिचा आवाज होऊ नये म्हणून निकनं ती विटांशी छातीनं दाबून धरली. एक मिनिटभरातच तो *जेड हाऊस*च्या मागील बाजूच्या कार्यशाळेच्या आतल्या भागात उभा ठाकला. त्यानं आपल्या कपड्यांवरील धूळ झटकली आणि आपल्या माघारी खिडकी बंद करून घेतली.

वरच्या मजल्यावरून आवाज येत होते. निकला ते शब्द मात्र कळत नव्हते फक्त मोठ्यांदा बोलण्याचा प्रतिध्वनी तेवढा ऐकू येत होता. दुसऱ्या मजल्याकडे जाणाऱ्या जिन्याकडं त्यानं पाहिलं आणि तो पटकन कामाचं बाकडं नि त्यावर रचून ठेवलेल्या अर्ध्यामुर्ध्या जोडून ठेवलेल्या फर्निचरच्या बाबी यांना वळसा घालून पुढं झाला. दुकानाचा ग्राहकांसाठी असलेला भाग कामाच्या भागापासून अलग करणाऱ्या पडद्यातून त्यानं डोळे ताणून सावधगिरीनं पाहिलं.

दुकानात काहीही हालचाल जाणवत नव्हती. जो काही प्रकाश येत होता, तो इमातीच्या दर्शनी अंगाला बाहेर, रस्त्यावर असलेल्या दिव्याचा. गल्लीतल्या अंधाराला निकचे डोळे सरावले होते आणि दुकानाच्या खिडक्यांतून पाझरणाऱ्या प्रकाशरेखांच्या थोड्याफार उजेडात त्याला विक्रीच्या वस्तूंच्या रांगा दिसत होत्या. एका पुरातन पलंगाच्या खांबातून परीकथेतल्या ठेंगू धनरक्षकाची प्रतिमा डोकावत होती; नि उठावाच्या पद्धतीनं कोरलेल्या तिच्या बाह्यरेषा तिथल्या मंद प्रकाशात भयावह स्वप्नातल्यासारख्या दिसत होत्या. दबा धरल्यासारख्या अवस्थेत हातपाय शरीराजवळ धरून निक पुढच्या दरवाजाकडे जाणाऱ्या मुख्य रांगेतून पुढे सरकू लागला. पॅसेजमध्ये पुढे आलेल्या एका मोठ्या डायनिंग टेबलाच्या कडेच्या भोवतीनं त्यानं

आपला मार्ग काढला.

जॉर्गनसन आपलं ढेरपोट नि शरीराची गुबगुबीत ठेवण सामान्यत: दिमाखानं मिरवीत असे. त्याच्या व्यक्तिमत्त्वाचा तो एक अविभाज्य भाग बनून गेला होता. स्थूल माणूस प्रत्येकालाच आवडतो या तत्त्वाला अनुसरून, इतरांना जी कदाचित अक्षमता वाटली असती, तिचा त्यानं मात्र जास्तीत जास्त लाभच उठवला. पण त्याच्या गोलमटोल देहाच्या आत एक आणखी शरीर होतं. अधिक धट्टंकट्टं, कमावलेलं आणि गरजेनुसार चपळ होणारं. दुकानाच्या पुढच्या भागाला असलेल्या प्रदर्शनी खिडक्यांपैकी एका मोठ्या खिडकीतल्या रोझवूड लाकडाच्या दोन आसनी छोट्या सोफ्यामागे त्यानं स्वत:साठी जागा करून घेतली आणि चायनाटाऊन लेन मुख्य रहदारीच्या रस्त्याला जिथं मिळत होती, त्या विभाजकापार दिव्यांच्या थोडीशी पलीकडे उभ्या केलेल्या लिमोझीनकडे तो डोळे ताणून पाहू लागला. शोफरचा पुढचा कक्ष रिकामा होता. जरा नीट दिसावं म्हणून त्यानं आपला एक गुडघा त्या प्रदर्शनी खिडकीच्या उंचावलेल्या चौथऱ्यावर ठेवला; पण तरीदेखील त्याचे डोळे लिमोझीनच्या मागल्या म्हणजे प्रायव्हसी खिडक्यांचा वेध घेऊ शकले नाहीत.

तो त्या खिडकीपासून मागे झाला, तशी त्याला पायाखाली काहीतरी संवेदना जाणवली. काहीतरी मऊ नि जिवंत – त्याच्या वजनामुळं चिरडल्या आणि गुंडाळल्या गेलेल्या एखाद्या लहानशा प्राण्यासारखं काहीतरी त्याच्या बुटाच्या सोलखालून पाझरत होतं. निक दुकानाच्या पुढच्या भागाच्या दरवाजासमोर गोठल्यासारखा नि निश्चल उभा राहिला आणि त्यानं खाली बघितलं. खिडकीतून पसरलेल्या प्रकाशाच्या तिरीपीत त्याला त्याच्या बुटाखाली गुलाबी-पांढरट मांसाचा ओंगळवाणा तुकडा अडकलेला नजरेला पडला. भयानं मागे सरकत तो बरीच पावलं माघारी वळला नि जमिनीवर पडलेल्या त्या वस्तूकडे गोठलेल्या माशासारख्या विस्फारल्या डोळ्यांनी बघत राहिला. त्या वस्तूला काही आकार नव्हता. कुजलेल्या त्वचेचा आकारहीन चपटा तुकडा; त्याच्या बुटाची धूळ लागलेला. किती तरी क्षण त्यानं जरा लांबूनच त्याचं निरीक्षण केलं आणि आणखी नीट पाहाता यावं म्हणून तो त्याच्या जवळ गेला. जवळ गेल्यावर त्याच्या लक्षात आलं की अखेर त्या वस्तूला आकार आहे तर!

तशी वस्तू त्यानं पाहिल्याला वीसपेक्षाही अधिक वर्षं झाली होती. हौशी रंगभूमीवरची ती वस्तू होती; पण त्याचा गूढ परिणाम त्याच्या चांगलाच लक्षात राहिला होता. डोईवरच्या राठ केसांचं 'छप्पर' असणाऱ्या विद्यार्थ्याचं यूल ब्रायनर सारख्या तुळतुळीत गोट्याच्या सयामच्या राजाच्या भव्य आकृतीत झालेलं रूपांतर!

निक खाली बसला आणि त्यानं ती डोक्याला घट्ट बसणारी टोपी काळजीपूर्वक उचलली. तिला स्पर्श होताच सापाच्या कातडीसारखा तिचा चिखलानं भरलेला पृष्ठभाग तत्काळ गळून पडला. उघडं पडलेलं रबर कोरडं होतं. त्याच्या चिकटपणाच्या

गुणधर्मासहित.

टायर उचकटायची ती लोखंडी पट्टी हातात घट्ट पकडत निक त्या रांगेमधून त्वरेनं इमारतीच्या मागच्या अंगाला असलेल्या कार्यशाळेकडे जायला निघाला.

एकदाचा पडद्याच्या मागे आल्यानंतर मात्र तिथल्या अंधाराला डोळे सरावण्यासाठी तो कित्येक क्षण थांबून राहिला आणि वरच्या मजल्यावरल्या आवाजावर त्यानं लक्ष केंद्रित केलं. त्याच्या कानानं अनेक स्वर वेगवेगळे केले – एक पुरुषाचा नि एक बाईचा; आणि मग आणखी एक पुरुषी स्वर. तो कितीतरी क्षण कान देऊन ऐकत राहिला. पण शब्द काही त्याला समजू शकले नाहीत. तो इंचाइंचानं पायऱ्यांकडे चालू लागला आणि वरच्या आवाजाच्या दिशेनं जिना चढू लागला.

निकनं दरवाजावर कान दाबून धरला नि शब्द जाणून घ्यायचा प्रयत्न केला. ते आवाज निवासी खोल्यांच्या अंतर्गत भागातल्या खूप दूरवर असलेल्या आणखी एका खोलीतून येत होते. डाव्या हातात त्या लोखंडी पट्टीचा तुकडा धरत उजव्या हातानं त्यानं दाराची मूठ पकडली. बॉम्बच्या घड्याळी फ्यूजच्या बाबतीत एखादा जी काळजी सर्वसाधारणपणे घेईल, तशी काळजी घेत निकनं ती मूठ हलक्या हातानं फिरवली, तेव्हा त्याची अशी अपेक्षा होती, की दार आतून कुलूपबंद असेल; पण मूठ फिरली आणि दरवाजाला पडलेल्या किंचितशा फटीतून लखलखीत प्रकाशाचा एक पट्टा जिन्याचा मार्ग भेदत गेला.

त्यानं कृती केली होती. आता माघार घ्यायची नव्हती. त्याला फक्त एवढंच वाटलं, की आपल्या मागे जेक उभा असावा; पुढे असला तर आणखी चांगलं.

आता आवाज स्पष्टपणे ऐकू येऊ लागले. दोन इसम चढत्या स्वरात वाद घालत होते. एक स्त्री त्या दोघांपैकी एकाला थांबण्याची विनवणी करत होती. निकला ठाऊक होतं, की त्या गोंगाटाच्या आवाजात तो दरवाजा उघडताना होणारा आवाज विरून जाईल. त्यानं दार पुढं ढकललं आणि जिन्याच्या टोकाला असलेल्या प्रकाशानं उजळलेल्या त्या खोलीत तो शिरला. तो एक मोठा हॉल-वजा मार्ग होता नि त्याच्या दोन्ही बाजूला खोल्या होत्या. जमीन एका पर्शिअन गालिचानं आच्छादलेली होती आणि त्यामुळे त्याच्या पावलांचा आवाज ऐकू जाणार नाही इतका कमी होण्याला मदतच होत होती. उजव्या बाजूला आवाज मोठा होत चालला होता. हॉलच्या टोकाला असलेल्या अर्ध्या उघड्या दरवाजातून निकला आतल्या माणसांच्या छाया दिसत होत्या. थेट जिन्यासमोरच्या भिंतीला तो लगटला आणि उघड्या दरवाजाकडे इंचाइंचानं सरकू लागला.

"तुझा बॉस कोण आहे, ते ठाऊकाय मला. त्यानं माझ्या भावाला नि त्याच्या बायकोला ठार मारलं आहे. तुला मी मदत करीन असं वाटतंय की काय? चूक करतो आहेस तू. हो पुढं आणि कर मला ठार. तुला माझ्याकडून काहीही मिळणार नाही."

त्या शब्दांना जोरकस फ्रेंच उच्चारांची झालर होती.

"प्लीऽज, त्यांना सोडून दे. ते वृद्ध आहेत. दिसत नाही का तुला ते?"

निकनं त्याचं दूरध्वनीवरून जे बोलणं झालं होतं त्यावरून त्या स्त्रीचा आवाज ओळखला. ती जेनेट लमोन्जे होती. टायर उचकटायची ती लोखंडी पट्टी त्यानं दोन्ही हातांच्या पकडीत धरली आणि तो दाराजवळ सरकला. उघड्या असलेल्या दारापासून तो आता काही इंचाच्या अंतरावर होता.

"मला एवढंच ठाऊक आहे, की मला हवी असलेली माहिती जर त्यानं मला सांगितली नाही, तर तो आणखी म्हातारा होणारच नाही! मी तुला फक्त आणखी एकदाच विचारणार आहे." म्हाताऱ्याला उद्देशून तो माणूस म्हणाला, "आणि मग मी जरा गंमत करणार आहे. तर, तू त्या वकिलाला काय सांगितलंस?" आवाज कर्कश नि संतापानं भरलेला होता, स्वर धमकीचा होता. "सत्य सांग, म्हाताऱ्या...."

"नाही सांगितलं तर?" त्या फ्रेंच माणसानं प्रतिप्रश्न केला.

समोरचा अजिबात अडखळला नाही. तो ताडकन म्हणाला, "मला वाटलंच होतं तू असं विचारशील म्हणून." पाठोपाठ जेनेटच्या तोंडून एक कर्णकटू किंकाळी बाहेर पडली नि भिंतीवरच्या सावल्यांची हालचाल झाली आणि निकला वस्त्र फाडल्याचा आवाज आला.

"तिला सोड," तो फ्रेंच गृहस्थ म्हणाला. "तिला काहीही ठाऊक नाहीये."

"असेलही तसं कदाचित. पण तिच्याकडे दोन 'जोबनच्या कलियां' आहेत, असं नाही का तुला वाटत? मला वाटलं होतं त्यापेक्षाही ह्यात जास्त मजा येईल. बरंऽ, आता मला तुला विचारू दे," जेनेटला उद्देशून तो पुढं बोलत राहिला, "ही तुझी 'गोष्ट' खरोखरच छातीतरून ओसंडते आहे, की 'मॅडिसन ॲव्हेन्यू'[१५] मधल्या जाहिरातीसारखी, फक्त लोकांना आकर्षित करण्यासाठी अव्वाच्या सव्वा जाहिरात करतात तशी आहे? आणि तू ते स्वतःच दूर करते आहेस की मीच करू?"

"सोड, जाऊ दे मलाऽ." ते शब्द तीनच होते; पण त्या तीन शब्दांतच जेनेटचा स्वर सुरुवातीपासून शेवटपर्यंत अगदी टिपेला पोचलेला होता.

"अच्छाऽ, म्हणजे ते मीच करावं अशी तुझी इच्छा आहे तर. किती मज्जा!"

इलॅस्टिकचा फट् असा स्पष्ट आवाज आला, तसं निकला जेनेट लमोन्जेच्या वक्षांवरची ब्रा उतरल्याचं लक्षात आलं. एक दबलेली किंकाळी हुंदक्याच्या साथीनं बाहेर पडली.

"आता कसं छान झालं. तुला नाही वाटत? अरे बाऽपरे! चांगली मोठी वस्तू आहे की तिथं!"

"ठीक आहे," शेवटी तो फ्रेंच गृहस्थ असहाय होत हार पत्करून म्हणाला. "मी त्याला ते पत्र दाखवलं."

“माफ कर हं. काय म्हणत होतास? हां, बरोबर. मी माझ्या कामात इतका गुंग होऊन गेलो होतो, की आपण काय बोलत होतो, तेच मी विसरलो. कुठवर आलो होतो बरं आपण? बघूया हं. तर, आपण त्या वकिलाबरोबरच्या तुझ्या संभाषणाबद्दल बोलत होतो. तू त्याला पत्र दाखवलंस, म्हणतोस? कशाबद्दल होतं ते पत्र?”

लमोन्जे अडखळला.

“आता आपण अंतर्वस्त्राकडे वळूया का, हृदयसुंदरी?”

“जर्मनांकडून आलेलं पत्र,” तो फ्रेंच माणूस म्हणाला.

“एक शब्दही आणखी बोलू नका...” त्या स्त्रीचा आवाज घशातच अडकला आणि तिची छाया पुन्हा एकदा उघड्या दरवाजासमोरच्या भिंतीवर हलली.

आता त्वरित हालचाल करायला हवी असल्याचं निकला उमगलं. दरवाजाच्या चौकटीच्या आसपास आपण दिसल्यानंतर जेनेटला पकडलेल्या माणसाला आपण दिसू का; किंवा तो शस्त्रधारी असेल का याबद्दल त्याला कल्पना नव्हती. जर जॉर्गनसन खोलीत घुसला आणि त्या इसमाकडे गन असेल, तर निक तिघांचंही मरण ओढवून घेण्याची शक्यता जास्त!

तो वळला आणि डोकं दरवाजाच्या चौकटीकडे वळवत त्यानं आपलं शरीर तोंडाच्या बाजूनं भिंतीवर घट्ट दाबून धरलं. त्याचा उजवा डोळा दाराच्या उभ्या सोटाच्या पलीकडे गेला आणि त्याच्या नजरेला जी गोष्ट पडली, ती अन्य कुठल्या परिस्थितीत एखाद्या विनोदी दृश्यासारखी वाटली असती. एक उंच, दांडगा इसम खोलीच्या मध्यावर उभा होता नि त्याची पाठ दाराकडे होती. तो पोटरीच्या अर्ध्यापर्यंत पोचणाऱ्या पांढऱ्या पोषाखात होता. दुमडीच्या शिवणरेषेखाली त्या माणसाच्या उघड्या पावलावर पॅन्टचा एक पाय उलगडलेल्या स्थितीत पडलेला होता. निक भिंतीला दबून असलेल्या अवस्थेतच राहिला. त्याचा देह निश्चल होता आणि त्याचवेळी त्याचे मन कूटातले सुटलेले तुकडे योग्य जागी बसवण्याचा प्रयत्न करू लागले होते. करड्या रंगाच्या पॅन्टच्या उलगडून पडलेल्या काळ्या पट्ट्याकडे त्यानं पाहिलं आणि अवचितपणे त्याला साऱ्याचा अर्थ स्पष्ट झाला. त्या लिमोझीनचा ड्रायव्हर लमोन्जेकडे आला होता. डोईला घट्ट बसणारी टोपी आणि पांढरा पोषाख हा त्याचा विशोभित असणारा छद्म वेष होता. आजवर त्यानं पाहिलेल्या सर्वांत मोठ्या ‘हरे कृष्णा’च्या मूर्तीपाठच्या काळोख्या नीरवतेत निक टक लावून पाहत राहिला.

तो शोफर दहा फूट अंतरावर, त्याच्या समोर खुर्चीत बसलेल्या फिलिप लमोन्जेच्या पुढ्यात धिप्पाडपणे उभा होता. त्यानं जेनेट लमोन्जेला धरून ठेवलेलं होतं आणि त्याच्या मांसल, दणकट बाहूंच्या पकडीत तिची मान अडकलेली होती. दुसऱ्या हातात एक चार इंची दुधारी नि टोकाला सुईसारखं अग्र असलेलं पातं होतं. तो शोफर त्या मुलीच्या कमरेशी पातं खेळवत होता नि त्या शस्त्रानं तिच्या

मध्यांगाशी आणि पॅण्टच्या बटणांशी चाळे करत होता.

पुढच्याच क्षणी लमोन्जेची नजर निकच्या डोळ्यांना भिडली आणि तो खुर्चीवरून जवळजवळ उठूच लागला होता. निकनं तात्काळ आपलं बोट ओठांवर घेत शांत राहण्याची त्याला खूण केली, तसा तो फ्रेंच माणूस परत खाली बसला नि आपली नजरही त्यानं शोफरकडे वळवली. तो दांडगट इसम जर मागं वळला नाही, तर त्याच्या पाठच्या बाजूला मोकळी जागा असणार होतीच. तो जर हलला; किंवा निक खोलीत शिरल्याचं त्याला जाणवलं तर त्या सर्वांचा विनाशच होता! सशस्त्र असो वा नसो, त्या दांडग्या इसमानं निकचा भुगा केला असता. तो वृद्ध गृहस्थ नि जेनेट यांचा फारसा उपयोग झाला नसता. त्यानं त्या माणसाच्या उंचीचा अंदाज बांधला. साडेसहा फूट; आणि वजन अडीचशे पौंडांच्या जवळपास. नशिबाची जोड मिळाली, तर निकला त्या माणसाच्या डोक्याच्या मागच्या भागावर हातातल्या लोखंडी पट्टीचा एक घाव घालता येणार होता. अवघड असलं तरी त्याला ते साध्य करायला हवं होतं.

"कुठे आहे ते पत्र?"

लमोन्जेनं निककडं पाहिलं आणि दुसऱ्याच क्षणी त्याचे डोळे त्याच्या पुतणीला ताब्यात घेतलेल्या त्या हल्लेखोराकडे पुन्हा वळले. तो काहीच बोलला नाही.

शोफरनं हातातलं पातं त्या मुलीच्या अंतर्वस्त्राच्या कमरबंधात सरकवलं. "अरे व्वा. छान. मला वाटतच होतं, की आपल्याला आणखी काही पाहायला मिळणार." एकाच हिंस्त्र हालचालीत त्यानं ते पातं तिच्या देहापासून ओढून दूर करत बाहेर काढलं आणि त्या पोरीच्या पायांवर धक्का मारला. वस्तऱ्यासारख्या तीक्ष्ण धारेच्या त्या शस्त्रानं कमरबंध कापला गेला, तसं एक बटण तुटून बंदुकीच्या गोळी सारखं खोलीच्या दुसऱ्या बाजूला फेकलं गेलं. ती स्वत:ची सोडवणूक करण्यासाठी झगडू लागली. त्या हल्लेखोरानं झपकन ते पातं तिच्या मध्यभागाकडे नेलं आणि झिपरचा आधार असणाऱ्या कापडाला चीर पाडली. अंतर्वस्त्र त्या मुलीच्या उघड्या पडलेल्या मांड्यांभोवती सैल होऊन पडलं आणि कापड जांघांमध्ये फाटलं.

"फार मस्त. खरोखर फारच मस्त," त्या शोफरनं कॅरी ग्रान्टची[१६] चांगली नक्कल केली.

"पत्र डेस्कच्या ड्रॉवरमध्ये आहे, तिथे." लमोन्जेनं झटकन सांगितलं. त्याच्या स्वरात तातडी जाणवत होती.

"आं? कसलं पत्र? हांऽ, ते होय? त्याच्यावर आता आपल्याला एक क्षणभरानंतरच नजर टाकावी लागेल, नाही का? हे इथलं काम संपवल्यानंतर." त्यानं तिची उघडी पडलेली मांडी हातानं कुरवाळली नि हात वरच्या दिशेनं तिच्या नितंबांकडे नि तिच्या अंतर्वस्त्राकडे नेला. तेवढ्या एकच वस्त्राचं अंतर आता ती आणि तिची संपूर्ण मानखंडना यांच्यामध्ये उरलं होतं!

आपल्या हातातल्या एका टोकाला काहीसा बाक असलेल्या दोन फूट लांबीच्या त्या थंड, कठीण पोलादी तुकड्याकडे निकनं एक क्षणभर पाहिलं, स्वत:चं धैर्य पुन्हा एकवटलं. त्या पोलादी पट्टीनं त्याचं काम तर होऊ शकणार होतं. आता प्रश्न फक्त एवढाच होता, की ते त्याला जमू शकेल किंवा नाही.

फक्त एकच पाऊल टाकत त्यानं त्याचा देह कुठलाही आवाज होऊ न देता दरवाजाच्या मधोमध आणला आणि ती पोलादी बाकदार पट्टी दोन्ही हातांत गच्च धरली. प्रत्येक पाऊल जाणीवपूर्वक त्या इसमाच्या पाठीच्या थेट रेषेत टाकलेलं होतं. दोरखंडावरून चालणाऱ्या डोंबाऱ्याप्रमाणे पुढे सरकत निकनं त्याच्या लक्ष्यापर्यंतचं अर्धं अंतर पार केलं. त्या इसमानं मागं न वळणं किंवा त्याच्या हातांची हालचाल त्यानं न करणं हे अत्यंत जरुरीचं होतं. तसं काही त्यानं केलं तर तो त्या शस्त्राच्या घावाला अटकाव करणार हे उघडच होतं आणि मग त्या हल्ल्याचं कुस्तीच्या सामन्यात रूपांतर झालं असतं नि मग त्याच्या फलिताबाबत काही प्रश्नच उरणार नव्हता!

आणखी एक पाऊल. निक जवळजवळ तडाखा हाणण्याइतक्या अंतरापर्यंत होता. त्यानं त्या पोलादी पट्टीचं हॅण्डल दोन्ही हातांत पकडून ती उजव्या खांद्यावर उचलून धरली. त्या वृद्ध इसमानं निककडं पाहिलं तसे त्याचे डोळे विस्फारले गेले आणि पुन्हा त्या शोफरकडे वळले. त्यानं त्याच्या दणकट बाहूच्या पकडीत जेनेटचा गळा दाबून धरला होता. आणखी एखादा क्षण जरी गेला असता, तर त्या फ्रेंच माणसाच्या चर्येनं निकचं नजरेआडचं अस्तित्व उघड केलं असतं.

"अगदी गोलाकार, घट्टमुट्ट आणि अगदी गच्च भरलेले." जाहिरातीसाठी वापरावेत तसे अर्थहीन, सततच्या वापराने आशय गुळगुळीत झालेले शब्द त्या शोफरच्या तोंडून बाहेर पडत होते आणि त्याच वेळी त्याचे कुल्ले गोलाकार फिरताना दिसत होते आणि ओटीपोट त्या मुलीच्या उघड्या पार्श्वभागावर घासलं जात होतं. त्यानं तिचा गळा धरून तिला जमिनीवरून वर उचललं तशी ती आपले पाय झाडत दोघांच्याही 'मध्यांगां'मध्ये अंतर राखण्यासाठी झगडू लागली. आणखी एक पाऊल. प्रत्येक इंच यश नि अपयश, जीवन नि मरण यांच्यातल्या फरकाचं मोजमाप करत होता. त्याला फक्त एकच संधी मिळणार होती. आघात करायचा तो अंतिम, निर्णायक असायला हवा. खरं तर त्या शोफरला त्याचं अस्तित्व जाणवायला हवं होतं. पण मग तो हलला का नाही? विस्फारलेल्या डोळ्यांतून रोखलेली फिलिप लमोन्जेची नजर निऑन साइनसारखी खुर्चीतून चमकली. निकनं दोन्ही हात मागे घेतले आणि एखाद्या स्प्रिंगप्रमाणे भुजांना पिळा देत तो त्याच्या लक्ष्याच्या आणखी जवळ सरकला. त्याचवेळी त्याची नजर त्या इसमाच्या डोक्याच्या मागच्या भागावर खिळलेली होती. त्याच्या भुजांनी ती टायर उचकायची पोलादी पट्टी त्याच्या खांद्यावर उंच कमानीच्या आकारात आणली नि पोटातल्या स्नायूंना ताण देत निकनं उसळी घेतली.

त्याच्या हातातलं हत्यार झोक्याच्या अगदी शिखरावर आलं असतानाच त्याचं टोक खोलीच्या मधोमध लटकणाऱ्या चिनी लॅम्पशेडच्या सुती झालरीमध्ये अडकलं. त्या झालरीच्या अडथळ्यानं त्याचा झोका मंद झाला आणि फाटत जाणाऱ्या झालरीच्या आवाजासरशी त्या दांडग्या इसमानं अंत:प्रेरणा व्हावी तितकं सहजगत्या जेनेटला जमिनीवर उडवलं आणि एकाच हालचालीत आपला उजवा हात वर उचलला नि शरीर एका बाजूला केलं.

त्या पोलादी पट्टीनं त्या इसमाच्या पोषाखाच्या पातळ वस्त्रातून त्याच्या उजव्या खांद्याचा वेध घेतला नि त्याचा परिणाम एका सौम्यशा धपक्याच्या आवाजात झाला. बटणाचा सुईसारखा तीक्ष्ण चाकू फरशीवर आपटला नि पॉलिशनं गुळगुळीत केलेल्या लाकडी फरसबंदीवरून घसरत तो भिंती लगतच्या सोफ्याखाली गेला.

दिङ्मूढ होऊन तो शोफर बरीचशी पावलं मागं होत खोलीच्या एका कोपऱ्याकडे सरकला तेव्हा त्याच्या डोळ्यांत गोंधळल्याचा भाव जमा झाला होता. एक क्षणभर तो वेदनेत बुडाला आणि मग त्याच्या गाऊनच्या मलमली कापडावर पसरणारा स्वत:च्याच रक्ताचा डाग पाहण्यासाठी म्हणून इजा पोचलेल्या आपल्या खांद्यावरून त्यानं डोकं हलकेहलके वर उचललं. त्यानं आपले डोळे उंचावले आणि निकच्या डोळ्याला डोळा भिडवला, तसे त्याचे चेहऱ्याचे स्नायू संतापानं ताणले गेले.

फिलिप लमोन्जे खोलीच्या समोरच्या कोपऱ्यात जमिनीवर पडलेल्या आपल्या पुतणीकडे गेला आणि त्यानं तिला हात देऊन उभं करायचा प्रयत्न केला. ती धडपडत उभी राहिली आणि तिच्या घोट्यांभवती पडलेल्या, फाटलेल्या पॅन्टमध्ये अडखळून पुन्हा खाली पडली. अंगभूत विनयशीलतेनं तिला आपल्या एका मोकळ्या हातानं उघडे पडलेले स्तन झाकायला भाग पाडलं. शोफरनं ती मुलगी नि तो वृद्ध गृहस्थ यांच्या दिशेनं उडी घ्यायची हूल दिली तसं निकनं त्याला प्रतिकार करण्यासाठी हातातली पोलादी पट्टी फिरवत त्याला अडवलं.

''दरवाजाकडे-'' निक लमोन्जेकडे बघत म्हणाला, ''इथून बाहेर पडा. ताबडतोब काही मदत मिळवा.''

एक क्षणभर तो इसम घुटमळला आणि त्यानं निककडे नि मग आपल्या पुतणीकडे पाहिलं. मग तो वृद्ध गृहस्थ आणि ती मुलगी हॉलच्या दिशेनं चालू लागले नि हातापायांनी आधार घेत जिना चढण्याची धडपड करू लागले. त्या दांडगटानं एक खुर्ची उचलून दरवाजाच्या दिशेनं फेकली. पण त्याचवेळी निकनं त्या पोलादी पट्टीचा फटका पुन्हा हाणल्यानं खुर्ची लमोन्जेला लागायची थोडक्यात हुकली. निकनं शोफरच्या हाताचा मागचा भाग पकडला तशी त्या इसमानं वेदनेनं चेहरा वेडावाकडा करत एकदम आपल्या हाताची बोटं पकडली.

खोलीच्या पलीकडच्या बाजूनं अंगावर येणारी ती आकृती एक क्षणभर निश्चल

झाली. बोटांच्या सांध्यांच्या हाडांवर लाल रंगाची रेषा उमटू लागल्याचं त्यानं काही क्षण पाहिलं आणि मग एखाद्या दुर्घटनेनंतर यांत्रिक वस्तूची तपासणी करावी, तद्वत मुठीची उघडझाप करत मूठ तपासली. निकनं प्रथमच त्या इसमाच्या चेहऱ्याकडे लक्षपूर्वक पाहिलं. भडकलेल्या संतापानं तो लाल किरमिजी झाला होता. त्याच्या रागाचा पारा चढत असताना त्याच्या डोळ्यांत तीव्र छटा प्रकटली आणि एका हिंस्त्र आवेगात खांदे पाडून तो निकवर धावून गेला. निकनं त्याचवेळी त्याच्या हल्लेखोरावर नेम धरून फेकलेल्या त्या पोलादी पट्टीचा ओझरता तडाखा त्या इसमाच्या दुसऱ्या दंडाला बसला. पण त्यानं त्याच्या गतीला अवरोध मात्र झाला नाही. उलट दूरध्वनी ठेपलेल्या एकखांबी टेबलाजवळून निकच उपडा होत वेगात पुढं घरंगळत गेला नि त्याचा देह एका अवजड सोफा-खुर्चीची धडक बसून खोलीच्या दुसऱ्या टोकाला गेला. ती अवजड सोफा-खुर्ची उलटीपालटी झाली आणि तो दांडगट इसम जॉर्गनसनच्या अंगावर कोसळला.

एक छोटीशी झटापट झाली. आपण दूरध्वनीच्या वेटोळ्यासारख्या कॉर्डमध्ये गुंडाळलो गेलो आहोत असं निकला दिसलं. त्या कॉर्डचा थोडासा भाग त्या पोलादी पट्टीच्या हॅण्डलला गुंडाळला गेला होता. त्यानं पटकन रिसीवर पकडला आणि तो ती गुंडाळी सोडवण्याचा प्रयत्न करू लागला. पण त्या शोफरचे दणकट हात अगोदरच त्या पोलादी पट्टीच्या दुसऱ्या टोकावर आले होते आणि तो निकच्या छातीच्या दोन्ही बाजूंना टांगा फाकून उभा होता. निकनं ती पट्टी मध्यभागी दोन्ही हातांनी गच्च पकडली होती. पण त्या भल्या दांडग्या इसमाचं एकूण वजन आणि तरफेसारखा झोक-तोल यांचा परिणाम एका हरायला आलेल्या युद्धात झाला! निकनं त्या शोफरची कोपरं पकडीत घेण्याचा प्रयत्न केला; पण ती तुटायला आलेल्या एखाद्या हिरव्या डहाळीप्रमाणे वाकली. ती पोलादी पट्टी त्याच्या गळ्यावर स्थिरावली नि त्याला मिळणारी हवा बंद झाली, तसे त्याच्या दंडांचे स्नायू ढिले पडले. दृष्टी अंधारली आणि निकच्या दंडातली ताकद नाहीशी झाली. सेकंदभराच्या अवधीतच त्याची लढण्याची इच्छाशक्ती नाहीशी झाली. त्या थंड पोलादावरचा स्थिर दाब त्याच्या स्वरयंत्राची कंठातली पोकळी चिरडू लागला तशा त्याच्या शारीर जाणिवा, जीवनाचं भान ज्या स्वर्गीय उदासीनतेत परिवर्तित होतं त्या वेदनेच्या शेवटच्या बिंदूतून पार झाल्या!

त्या जुन्यापुराण्या पथिकाश्रमातली खोली उत्तम सजवलेली नसली, तरी विचित्र आणि म्हणून आकर्षक वाटत होती. एक रंगबिरंगी मऊ गादी उंच खांबांच्या भल्यामोठ्या पलंगावर पसरलेली होती आणि नाजूक फुलांचं नक्षीकाम केलेल्या वॉलपेपरनी भिंती सजवलेल्या होत्या. खोलीमध्ये अस्सल पुरातन

वस्तूंचा वापर करून सजावट केलेली होती आणि उत्तम निगराणी केलेलं छोटं परसू त्या खोलीतून दिसत होते.

आठ वाजेपर्यंत सॅम नि जेनिफर यांनी रात्रीचं जेवण घेतलं नि सॅमच्या खोलीत कॉफी मागवली. पलंगावर पाय पसरून खुर्चीत बसलेल्या सॅमनं एक मोठी खाकी कागदाची पिशवी त्याच्या बाजूच्याच टेबलावर रिकामी केली. तशी तिच्यातली ढीगभर सामग्री टेबलावर पसरली नि सॅम त्या वस्तूंची तपासणी करू लागला. जेनिफर पलंगावर बसली नि तिच्या आईच्या ड्रेसिंग टेबलामधून काढलेल्या तिच्या थोड्याफार वैयक्तिक चीजवस्तू सॅम इकडं तिकडं करत असताना त्याच्याकडे मूकपणे बघत राहिली. त्या सार्‍या वस्तू तिच्या आईनंच तयार केलेल्या होत्या, या गोष्टीचं त्याला नवल वाटत राहिलं.

त्याची प्रत्येक हालचाल एकीकडे नजरेनं टिपत असताना दुसरीकडे जेनिफरनं पायानंच बूट काढून दूर केले आणि ती पलंगाच्या पाठीला टेकून बसली. ''सकाळपर्यंत तरी कशाला थांबायचं?'' तिनं विचारलं. ''आपल्याकडे सिमिंग्टनचा पत्ता आहे. आपण सरळ त्याच्या घरापर्यंत गाडीनं जाऊन थडकू. त्याच्याशी आज रात्रीच का बोलू नये?''

''तुझं काही मला ठाऊक नाही, पण मी मात्र जाम कंटाळलो आहे. मला वाटतं त्याच्याशी उद्या बोलणं शहाणपणाचं होईल. यावेळी आपण दोघेही चांगले ताजेतवाने असू.'' सूर्यास्त होऊन अंधारून येऊ लागताच जेनिफर अधिकाधिक सचिंत होत चालल्याचं सॅमला जाणवलं.

''तू कुठं आहेस ह्याबाबत तुझा सावत्र बाप काळजीत असेल का?''

''तशी शक्यता नाही. मी माझ्या मनाप्रमाणे येत-जात असते.''

''पण तरीही मला वाटतं, आपण त्याला कळवावं. त्याला काळजी लागू नये एवढ्यासाठीच फक्त.'' त्यानं नाइटस्टॅण्डवरच्या दूरध्वनीकडे निर्देश करत म्हटले.

''तुला झालंय तरी काय? माझ्या सावत्र बापात हा अचानक असा रस का?''

''कारण काहीच नाही. तसा फोन करणं म्हणजे जरा कळकळ, आस्था व्यक्त झाल्यासारखं होईल असं वाटलं मला.'' आपण कॅम्ब्रिआला असल्याचं आपल्या सावत्र बापाला कळवायची जेनिफर डॅवीजची इच्छा असणार, असा तर्क त्यानं केला. त्या बुङ्ख्यालाही ती तिथं कशासाठी गेली आहे, हे जाणून घ्यायची नक्कीच इच्छा असेल आणि बोगार्डसला खात्री होती की त्यानंतर त्यांचं जे संभाषण होईल त्यातून; निदान जेवढं काही अर्धमुर्ध त्याच्या कानी पडेल त्यावरून, जेनिफरच्या मनातल्या खर्‍या हेतूवर काहीसा प्रकाश पडेल.

''ठीक आहे. विसरून जा हे बोलणं.''

सॅम त्या पिशवीतली प्रत्येक वस्तू तपासून पाहात राहिला आणि हळूहळू त्या

पलंगावर जेनिफरकडे सारत राहिला. जवळपास सर्वच वस्तू गादीवर सरकवून झाल्या तेव्हा जेनिफरनं तोंड उघडलं.

"ह्याबाबत एक विशेष लक्षात घेण्यासारखी गोष्ट आहे." तिनं एक फोटोंचा अल्बम तिच्या हातात धरला होता. "हा साराच्या सारा मी पाहिलेला आहे आणि माझ्या वडिलांचा किंवा रेमण्ड स्लेडचा एकही फोटो यात नाही. म्हणजे मला असं म्हणायचंय, की त्यात इतर प्रत्येकाचा – त्याच्या तळावरचा क्रू आणि तिथले इतर खलाशी यांच्यापैकी प्रत्येकाचा – फोटो आहे; पण ह्या दोघांपैकी कुणाचाही एकसुद्धा फोटो नाही आणि तेवढंच नाही; हे पण पाहा." ती पुढं सरकली आणि एक उशी पाठीमागे घेऊन पलंगावर नीट बसती झाली नि तो फोटोंचा अल्बम तिनं परत हातात घेतला. त्याची बरीच पानं तिनं उलटली आणि एका पानापाशी ती थाबली. "हे इथं आहे." अल्बम सॅमला पाहाता यावा म्हणून जेनिफरनं तो फिरवून त्याच्या समोर धरला.

तिथं त्या पानावर मध्यभागी सुकलेल्या डिंकाचं एक वर्तुळ होतं. त्यात केव्हातरी एकदा फोटो अडकवलेला असावा.

त्या मॅनिला कागदाच्या अल्बमची पानं पिवळी पडलेली होती नि कालौघात ठिसूळ झाली होती; पण जिथं ते चित्र डकवलेलं होतं, ती जागा मात्र तो अल्बम खरेदी केल्याच्या दिवशी असावी तितकी कोरी होती.

"त्या खाली लिहिलंय त्यात काय म्हटलंय?" सॅमनं पृच्छा केली.

जेनिफरनं वाचून दाखवलं : "स्पेन्सर, स्लेड, जॉनी पीटर्स-कॉम्रेड्स इन आर्म्स, मार्च १९४२." वाचून संपवलं नि ती पलंगावरून उठून हातातल्या अल्बमसहित खिडकीकडं गेली.

सॅमला स्लेडच्या नौदलाच्या फाइलीतल्या फोटोची आठवण झाली. त्याच्या कार्यालयातून डॅवीज फाइलमधून तेही नाहीसं झालेलं होतं. तिचं बरोबर होतं. कुणीतरी जेम्स स्पेन्सर नि रेमण्ड स्लेड यांचे सर्व फोटो पद्धतशीरपणे काढून घेत होते. जणू तो इसम कधी अस्तित्वातच नव्हता, अशा प्रकारे त्याची प्रतिमा कोणी पुसून टाकत होतं. का?

टेबलावरच्या ट्रेमधून त्यानं कॉफीचा कप उचलला

"कदाचित तुझ्या आईनं ते केलं असेल." तो म्हणाला.

काहीच प्रत्युत्तर आलं नाही. त्याऐवजी तिचे डोळे बारीक झाले आणि तिच्या कपाळावर एक घट्ट आठी उमटली. त्याला ती सांगत नव्हती असं ते काय होतं? इतक्या दिवसांत पहिल्यांदाच सॅमचा यावर विश्वास बसायला लागला होता, की ते जे काय असेल, ते असो; पण तिचे त्या मागचे हेतू दुष्ट नव्हते. तिच्या साऱ्या कृती जास्त करून मनाच्या गोंधळल्या अवस्थेतून निर्माण झाल्यासारख्या वाटत होत्या;

काही एक वेदनादायक संशयातून, काही हतबल करणाऱ्या अनिश्चिततेतून निर्माण झाल्यासारख्या वाटत होत्या. खिडकीतून खालच्या परसूकडे एकटक पाहात असताना, भूतकाळात हरवून गेलेल्या स्त्रीची छटा तिच्या नजरेत भरून राहिली होती.

दुकानाच्या मागच्या बाजूच्या गल्लीत पोचेतोवर जेनेट लमोन्जेची अवस्था भ्रमिष्टासारखी झालेली होती. वृद्धत्वाकडे झुकत चाललेल्या तिच्या चुलत्याच्या पुढे काही अंतरावर ती होती आणि तिनं आपल्या देहाच्या वरच्या भागावर, कामाच्या ठिकाणी वापरल्या जातात तशा, तेलात बुडवून काढलेल्या चिंध्यांसारखं काहीतरी घट्ट दाबून धरलं होतं; नि गल्लीच्या तोंडाशी असलेल्या रस्त्याकडे ती लडखडत जात असताना अनावरपणे किंचाळत होती. तिच्या उन्मादी अवस्थेत रस्त्याकडून येणाऱ्या एका भल्या मोठ्या इसमाच्या छायाकृतीकडेही तिचं लक्ष गेलं नाही. त्याच्या पुढून दहा फुटांवरून डोके खाली घातलेल्या अवस्थेत ती पळत जाऊ लागली, तसं त्यानं तिला बळानं झडप घालून तिच्या उघड्यावाघड्या दंडांवर नि पाठीवर बोटांची मजबूत पकड घालत पकडून धरलं. तिच्या उन्मादी अवस्थेतून तिला बाहेर काढण्यासाठी त्यानं तिला गदागदा हलवलं. "निक जॉर्गनसन कुठाय?" जेकचा आवाज कणखर नि आग्रही होता.

जेनेट अनावरपणे हुंदके देत राहिली. "त्याला तो ठार मारतोय." तिच्या डोळ्यांतले अश्रू तोंडातून गळणाऱ्या लाळेमध्ये मिसळले आणि तिच्या चेहऱ्यावरून ओघळू लागले. तिचे हात चित्तभ्रम झाल्यासारखे हलू लागले.

आपल्या पुतणीला कुणी एक अपरिचित इसम तिथल्या एका इमारतीच्या भिंतीशी दाबून धरत आहे, हे पाहाताच तिचा काका सावधपणे पुढे झाला. तो गोंधळून गेलेला होता आणि त्याला बोलणं अशक्य होत होतं. मग त्यानं जेक कार्न्सला ओळखलं. जेकनं जेनेटवरची पकड सोडली तशी ती पाठ भिंतीला टेकल्या स्थितीत रस्त्यावर घसरली. तो मागे वळला नि गल्लीतून वेगानं धावत सुटला आणि त्या वृद्ध गृहस्थाला पार करून दुकानाच्या मागच्या बाजूच्या प्रवेशद्वारातून आत घुसला.

दुकानाच्या मागच्या दरवाजातून तो आत शिरला, तसा जेकला दुमजली अपार्टमेंटचा दरवाजा दिसला नि वरच्या मजल्यावर काही झोंबाझोंबी चालल्याचा त्याला आवाज आला. एका ढांगेत दोन-दोन पायऱ्या पार करत तो त्या गोंधळगडबडीच्या दिशेनं मुसंडी मारून आत धावला. खोलीत प्रवेश करताच त्याला फक्त एकमात्र आकृती दिसली. पांढऱ्या कोटातला रुंद पाठीचा एक दांडगा माणूस दिवाणामागे गुडघ्यावर उभा होता. त्याचे खांदे पुढे काढलेले दिसत होते आणि आपल्या पूर्ण वजनानिशी तो जमिनीच्या दिशेनं दाब देत होता. कार्न्स झपकन पुढे झाला आणि आपल्या उजव्या हाताच्या मुठीच्या एकाच दणक्यात त्यानं त्या शोफरच्या मस्तकाच्या

उजव्या बाजूचा वेध घेत त्याचा गोंधळ उडवून दिला. त्या दणक्यानं तो शोफर कित्येक फूट दूरवर लोळण घेत जाऊन पडला. निक जॉर्गसनच्या गळ्यावर टेकूसारखी ठेवलेली पोलादी पट्टी जेकनं लाथेनं उडवून लावली, तशी ती खणखणत जमिनीवर आपटली. निकचा चेहरा काळानिळा पडला होता. कार्न्स त्याच्या बाजूला गुडघे टेकून जमिनीवर बसला आणि जॉर्गनसनच्या छातीवर दोन्ही हातांनी दाब देत ती आलटून पालटून दाबत नि मोकळी करत राहिला. त्यानं निकचं मस्तक मागे कलतं केलं आणि त्याच्या गळ्यावर हाताचं एक बोट रुतवल्या स्थितीत ते तो खालच्या दिशेनं आणत राहिला. त्यानं अनेकवेळा निकच्या फुफ्फुसात तोंडाद्वारे हवाही भरली, नि तेवढ्यात खोलीच्या पलीकडल्या बाजूला तो इसम उठून बसत असलेला नि त्याचं मस्तक हलवत असलेला आणि आपल्या रबरासारख्या पायांवर उभा होत असलेला त्याला दिसला. जेकनं पूर्ण भरानं निकच्या छातीत श्वास भरण्याचं काम चालूच ठेवलं. प्रत्येक श्वासागणिक त्याची खाली बसलेली छाती वर उचलली जात असल्याचं त्याला जाणवत होतं. एका डोळ्यानं जेक पांढऱ्या गाऊनमधली ती आकृती दणक्याच्या परिणामावर मात करत, धडपडत पायांवर उभी राहात असल्याचं बघत होता.

प्राणवायूच्या अभावानं आलेली काळी-निळी रंगच्छटा विरून गेलेल्या निकच्या चेहऱ्याकडे कार्न्सनं बघितलं. मग निकच्या छातीकडंही एक नजर टाकली आणि ती वर-खाली होत असल्याचं नि आस्ते आस्ते त्याचा श्वासोच्छ्वास नियमित होत असल्याचं त्यानं नजर रोखून पाहिलं. जॉर्गनसनचे डोळे अद्याप मिटलेले होते पण, त्याच्या पायांची मात्र स्वाभाविक वेदनेमुळे हालचाल होऊ लागली .

मग जेकनं खोलीच्या मध्यभागी, त्याच्या पायापासून केवळ दहा फूट अंतरावर उभ्या राहिलेल्या त्या दांडग्या माणसाकडे आपलं लक्ष वळवलं. त्या इसमाचा चेहरा नि बाहू रक्ताळलेले होते. त्या शोफरनं सभोवार नजर फिरवली आणि आवाक्यात येणाऱ्या पहिल्याच वस्तूवर – एका लहानशा खुर्चीवर – झडप घालत ती कार्न्सवर फेकली. कार्न्सनं सहजपणानं मस्तक खाली झुकवलं. तशी ती खुर्ची त्याला काहीही इजा न होता त्याच्या मागच्या भिंतीवर आपटली. त्या शोफरच्या डोळ्यांतून संताप फुलून आला नि तो त्याच्या मुद्रेवरही प्रकटला. त्यानं आपले खांदे पाडत कार्न्सवर हल्ला केला. जेक एका बाजूला झाला, दोन्ही हातांनी त्या इसमाच्या गाउनचा मागचा भाग त्यानं पकडला आणि त्याची ढुशी घेणारी उडी लाकडी फळ्यांच्या भिंतीवर जाऊन धडकेल अशी झटापट केली! त्या शोफरचं टाळकं फळ्यांवर आदळलं आणि तो मुटकुळं होऊन खाली पडताना खोलीत एक दणक्याचा आवाज घुमला. किंचित कण्हत काही सेकंद तो हालचाल न करता, एक हात अंगाच्या एका बाजूला झटके येत असलेल्या अवस्थेत पडून राहिला.

अचानक निक खोकू लागला आणि एका जोराच्या झटक्यासरशी त्याच्या तोंडातून रक्त बाहेर पडलं. त्यानं त्याचं मस्तक जमिनीवरच एका बाजूकडून दुसऱ्या बाजूला हलवलं आणि एक हात आपल्या गळ्यापाशी नेला तसा पोलादी पट्टीमुळे झालेल्या जखमेच्या व्रणाचा हलकासा स्पर्श त्याला जाणवला. जेक गुडघ्यावर बसला आणि त्यानं निकची पाठ फरशीवरून वर उचलली; दिवाणापर्यंत काही फूट त्याला ओढत नेलं आणि टेकवून ठेवत त्याला बसतं केलं.

"तू ठीक आहेस ना?" त्यानं विचारलं.

निकनं घसा साफ केला; आणि आपला आवाज बाहेर काढण्याचा सायास करत बोलण्याचा अनेकवार प्रयत्न केला. एक क्षणभर का होईना त्याला आपला आवाज आपल्याला सोडून गेल्यासारखं वाटलं.

जेकला इशारा देण्याचा प्रयत्न करणं अशक्य झाल्यानं निकनं त्याला त्याच्यात शिल्लक असलेल्या शक्तीच्या शेवटच्या कणानिशी बाजूला ढकललं. तत्क्षणी कार्न्सनं फरशीवर लोळण घेतली. त्याचवेळी त्या पोलादी पट्टीचा निसटता फटका त्याच्या चेहऱ्यावर बसला. त्याचा गाल एखाद्या इंचानंच वाचला. पुढं सरकणाऱ्या त्या शोफरचा आकार माणूस म्हणून अभावानंच ओळखता आला असता. त्या पोलादी पट्टीनं निकनं त्याच्या खांद्याचा जिथं वेध घेतला होता, तो त्याचा खांदा झाकणाऱ्या पांढऱ्या वस्त्राच्या भागावर किरमिजी लाल रंगाचा डाग पसरलेला होता. त्याच्या चेहऱ्याचा पार चोळामोळा झाला होता. एक डोळा पूर्ण बंद झाला होता. त्या माणसाच्या कपाळावर खरचटल्याचा एक ठसठशीत व्रण होता आणि त्याचा आकार नि प्रमाण भिंतीला केलेल्या ओक लाकडाच्या तक्तपोशीतल्या स्पष्ट दिसणाऱ्या एका खाचेएवढं होतं. त्या शोफरनं पोलादी पट्टी दुसऱ्यादा जेकवर भिरकावली; पण ती जेकला काहीही इजा न पोचवता त्याच्या डोक्यापासून एक फुटावरून, शीळ वाजावी तसा आवाज करत निघून गेली.

जेक खोलीच्या मध्यभागाकडे सरकला, तसा तो दांडगट इसम त्याच्या पाठलागावर आला नि ती टायर उचकटायची पोलादी पट्टी त्वेषाने फिरवित जेकच्या शरीराचा नेमकेपणे वेध न घेताच तिचा तडाखा त्यानं हाणला. जेकनं लाथेनंच एक खुर्ची खोलीच्या कोपऱ्यात उडवत स्वत:च्या हालचालीसाठी जागा तयार करून घेतली. मग तो खोलीच्या मध्याभोवती घड्याळाच्या काट्याच्या उलट्या दिशेने भराभर मागेपुढे होत, आपले हात सैलपणाने शरीराच्या दोन्ही बाजूंना सोडून देत, मुठी आवळून धरत चवड्यांवर वेगाने फिरत राहिला.

शोफरनं त्याच्या दिशेनं पावलं टाकली नि त्या पोलादी पट्टीसहित एक गिरकी घेतली. कार्न्सनं त्याच्या शरीराचा वरचा भाग सहजपणे काही इंच मागे घेतला तशी ती पट्टी त्याला काहीही इजा न पोचवता त्याच्या चेहऱ्यासमोरून पार झाली. त्या

अवजड धातूच्या गतीनं त्या माणसाला धावण्याच्या पट्ट्यात पुढं नेलं आणि त्याला सावरायला अवसर मिळायच्या आतच जेकनं त्याच्या उजव्या हाताची मूठ प्रतिस्पर्ध्याच्या धड राहिलेल्या डोळ्यांवर हाणली. त्या पहिल्या दणक्यापाठोपाठ कार्न्सनं त्या माणसाच्या डाव्या गालफडावर उलट्या पंजानं दुसरा फटका मारला. त्या फटक्यानं तो इसम कित्येक पावलं धडपडत मागे फेकला गेला. आता खोलीच्या मध्यावर विचित्र पद्धतीनं वर्तुळाकार नाचत राहिलेल्या त्या इसमाच्या सभोवती जेक घड्याळाच्या काट्याच्या उलट्या दिशेनं हालचाल करतच राहिला. त्या शोफरनं आपले दोन्ही हात त्या पोलादी पट्टीवर ठेवले आणि बेसबॉलसारखी ती जेकच्या दिशेनं भिरकावली. पण त्याचा नेम अगदीच चुकला.

मग ती पट्टी परत खांद्यावर धरत नि दोन्ही हातांनी तिची मूठ पट्ट पकडत तो शोफर मोठ्या ढांगा टाकत पुढे सरकू लागला. त्याच्या तिसऱ्या ढांगेबरोबर जेकनं आपल्या डाव्या हाताची मूठ त्या माणसाच्या थोबाडावर हाणली – नि त्याच्या मस्तकावर फटका देत ते मागे रेटलं. त्या पाठोपाठ त्यानं त्याच्या कपाळावर उजव्या मुठीचा एक दमदार प्रहार केला; नि दुसरा, डाव्या हाताचा फटका त्या माणसाच्या हनुवटीवर मारला. त्या शेवटच्या दणक्यानं तो प्राणी मागे, अभ्यासिकेच्या समोर असलेल्या काचेच्या भल्या मोठ्या खिडकीकडे लोळण घेत गेला. पायांवर उभं राहायचा प्रयास करणाऱ्या त्या माणसाची पूर्ण भरातली ढांग मागच्या बाजूला पडली. खिडकीच्या लाकडी संरक्षक दांड्यावर त्याची पाठ आदळली तसं खिडकीच्या काचेचा चुराडा करत त्याचं धड खिडकीतून पार झालं. एक क्षणभर असं वाटलं, की त्याचं ढुंगण खिडकीच्या आडव्या पट्टीवर स्थिरावलं आहे आणि कमरेच्या वरचा धडाचा भाग मात्र इमारतीच्या भिंतीबाहेर राहून तरफेप्रमाणे नेमका तोल सावरला गेला आहे! रात्रीच्या आकाशाखाली एखाद्या 'ट्रॅपिझ' कलाकारानं झोपाळ्याच्या दांड्यावर तोल सावरावा, तसं. पुढच्याच क्षणी त्या शोफरचे पाय उलटी कोलांटीउडी घेतल्याप्रमाणे वर उचलले गेले आणि तो वेगाने बाहेर फेकला जाऊन खालच्या रस्त्यावर आदळला.

निक धीमेपणे पायांवर उभा राहिला, स्थिरावण्यासाठी त्यानं काही वेळ घेतला आणि मग तो खिडकीकडे चालत गेला. आपल्या गळ्यावरच्या व्रणाला बोटांनी स्पर्श करत, तडकलेल्या खिडकीत तयार झालेल्या भगदाडातून त्यानं खाली पाहिलं. तिथं, दोन मजले खाली, पदपथावर होतं अस्ताव्यस्त झालेलं मुटकुळं, संभ्रमित करणारे डाग आणि विच्छिन्न झालेल्या शरीराचा आकार झाकण्यापुरताच उपयोग उरलेल्या ओंगळवाण्या गाऊनची पडछाया!

■

१

पहिल्या वेळेला त्या ग्रामीण टपालपेटीकडे लक्ष न जाताच सॅमनं गाडी पुढे नेली; आणि मग त्या ग्रामीण परिसरातल्या रस्त्यावर दोन-पाचशे फूट पुढं जाऊन फेरा घेऊन त्याला परत उलटं यावं लागलं. तो परत आला तशी मात्र ती पेटी त्याला एका वाळूभरल्या रस्त्याच्या कडेला खांबाला लटकलेली दिसली. त्या पेटीच्या एका बाजूला रंगवलेली काळ्या रंगातली अक्षरं *सिमिंग्टन* असा शब्द दर्शवित होती.

पाइन नि रेडवूड झाडांच्या फांद्या रस्त्यावर आलेल्या एका अरुंद मोटर रस्त्यावरून ती निळी पोर्शे मार्गक्रमण करत होती. उजव्या बाजूला छानपैकी निगराणी केलेली फळझाडांची एक राई होती. एक धान्याचं कोठार पार करून त्यांची गाडी आली आणि एका एक मजली, पांढऱ्या रंगाच्या लाकडी चौकटीच्या घरासमोर उभी राहिली. ती इमारत तिच्या भोवतालच्या परिसरात अगदी चपखलपणे शोभून दिसत होती. तिची एक बाजू रानटी ब्लॅकबेरीच्या वेलींच्या जाळ्यांनी जवळजवळ वेढूनच टाकलेली होती. एक तोकड्या मेखांचं कुंपण आणि मधूनमधून तण असलेल्या रानटी फुलांचा वाफा यांनी ते घर नि मोटररस्ता अलग झालेले होते. पोर्चला सजवणारी लाकडी जाळी विस्टेरिआच्या वेलींनी वेढली होती. त्या जागेला काहीसं निर्मनुष्य स्वरूप आल्यासारखं वाटत होतं.

सॅमनं गाडीचं इंजिन बंद केलं आणि जेनिफरकडे पाहिलं. ''तो घरी आहे का ते मी पाहून येतो. तोपर्यंत तू इथं थांबलीस तर कसं?''

''गाडीत बसून राहाण्यासाठी इतक्या दुरून मी इथं आलेले नाही.'' सॅमनं काही प्रत्युत्तर देण्यापूर्वीच जेनिफर दरवाज्याकडे सरकली नि पोर्शेच्या बाहेर पडली. ''खरोखरच किती छान वाटतयं हे सारं?'' आपले हात डोक्यावर ताणून घेत नि पायही ताणण्यासाठी चवडे उंचावत तिनं एक दीर्घ श्वास घेतला आणि स्वच्छ ताजी सागरी हवा छातीत भरून घेतली.

तिच्या देहाच्या कमनीय बाह्यरेखांकडे नजर लावून पाहण्यापासून सॅम स्वतःला आवरू शकला नाही. घट्ट बसणाऱ्या स्लॅकनं तिच्या पार्श्वभागाची नि निमुळत्या पायांची वळणं रेखलेली होती. तिनं आपल्या पाठीची कमान केली तशी तिच्या चमचमत्या सिल्कच्या ब्लाऊजला तिचे स्तन घट्ट बिलगले. पण त्याच्या मनातली विषयवासनेची ऊर्मी मात्र तात्काळ विरून गेली. पॅसिफिकच्या करड्या आकाशाच्या पार्श्वभूमीची चौकट लाभलेल्या त्या जनानी छायाकृतीनं त्याच्या मनात पॅटच्या आठवणी जागवल्या; आणि त्यांनी त्याला त्याच्या प्रवासाच्या प्रयोजनाचं स्मरण करून दिलं.

"तू आता बाहेर पडणार आहेस, का इथं नुसता बसूनच राहाणार आहेस?"

त्यानं तिच्यावरची नजर दूर केली, काळा चष्मा गिअरजवळच्या स्विचफलका-पुढच्या पट्टीवर ठेवला आणि तो कारमधून खाली उतरला.

आपल्या मागून जेनिफरला येऊ देत सॅम त्या घराच्या पुढच्या दरवाजाकडे जाणारा रस्ता चालून गेला आणि दार वाजवायच्या जाड पितळी टोल्याने त्यानं दोन वेळा दार वाजवलं. त्या दिवशीचं वृत्तपत्र पोर्चमध्ये पडलेलं नसतं, तर ते घर रिकामं असल्याचाच निष्कर्ष सॅमनं काढला असता. कितीतरी क्षण निघून गेले. कुणीच बाहेर आलं नाही, तसा त्यानं पुन्हा एकदा टोला वाजवला. "कुणी ऐकतंय का? घरात आहे का कुणी?" यावरही काहीच प्रतिसाद मिळाला नाही.

सॅम घराची मागची बाजू पाहाण्यासाठी जाणार तोच वीसएक फूट अंतरावरच्या कुंपणावरून एका स्त्रीनं मान उंचावून पाहिलं. "माझी काही मदत हवी का तुम्हाला?"

पिंजारलेल्या करड्या केसांच्या खाली सुरकुत्या पडलेला त्या स्त्रीचा चेहरा उन्हानं सुकलेल्या अतिपक्व सफरचंदासारखा दिसत होता. त्या ठेंगण्या कुंपणामागे ती स्त्री द्राक्षवेलाची छाटणी करत होती.

"आम्ही आर्थर सिमिंग्टनना शोधतो आहोत," सॅम म्हणाला. "ते कुठे भेटतील, तुम्ही सांगू शकाल?"

"मिस्टर सिमिंग्टन एकांडे शिलेदार आहेत," ती स्त्री म्हणाली. "पण माझी अशी कल्पना आहे, की ते यावेळी कामामध्ये असतील."

"पण ते कुठं काम करतात ते तुम्हाला ठाऊक आहे?"

"इथला जवळपासचा कुणीही कुठं काम करणार? कॅसलमध्ये! आणखी कुठं?"

"कॅसल?"

"हर्स्ट कॅसल – सान सिमीऑनला. याच रस्त्यावर, पुढे."

"तिथं ते काय करतात ठाऊक आहे तुम्हाला?"

"मला काही कल्पना नाही. तुम्हाला जर त्यांना आज भेटायचं असेल, तर तुम्ही

याच रस्त्यावरच्या व्हिजिटर सेंटरमध्ये जाऊन प्रयत्न करा. त्यांची तुम्हाला मदत होण्याची शक्यता आहे.'' त्या स्त्रीनं सहजपणे उत्तरेकडं बोट दाखवलं आणि ती कुंपणाआड अदृश्य झाली.

पाच मिनिटांनंतर सॅम नि जेनिफर पुन्हा हाय-वे क्रमांक एकवर परतून उत्तरेकडे जाऊ लागले.

''आर्थर सिमिंग्टन एखाद्या अजगरापेक्षाही अधिक जागा बदलतोय असं दिसतंय.'' सॅम म्हणाला. ''लमोन्जेवर विश्वास ठेवायचा, तर युद्धकाळादरम्यान सिमिंग्टन काळ्या बाजारात अगदी गळ्यापर्यंत बुडालेला होता आणि आता मात्र तो हर्स्ट कॅसलच्या पगारपत्रकावर आहे!''

जेनिफरनं त्याच्या बोलण्याकडे लक्ष दिलं नाही. तिचं लक्ष्य त्या वृद्ध स्त्रीनं जे काही सांगितलं होतं त्याकडे परत परत वळत होतं आणि ते 'सान सिमीऑन : लोकसंख्या ६५३' असा फलक पार करून पुढे गेले, तसा तो विचार पुन्हा डोकं वर काढून आला.

''त्या चर्मपत्रांवर पेन्सिलीनं लिहिलेलं नाव काय होतं?'' तिनं प्रश्न केला. ''सिमीऑन ना? सिमीऑन सी.''

''हो, तेच.'' सॅमनं स्टीअरिंग व्हीलवरचा एक हात उचलला आणि आपल्या मूर्खपणाची निदर्शक नाटकी हालचाल करत कपाळावर हात मारला ''आपल्या ध्यानातून ते कसं सुटलं गंऽ?''

''हे सगळं कसं जुळून यायला लागलंय, खरं ना?'' जेनिफरनं त्याच्याकडे पाहिलं. ''त्याच्या काळातला आघाडीचा पुराणवस्तू संग्राहक. जगातल्या अत्यंत श्रीमंत माणसांमधला एक. तुला सिमिंग्टनचा पत्ता कुठल्या वर्तमानपत्रानं दिला?''

''अरे देवा! मी महामूर्ख आहे की काय? होय की. अजूनही ते वृत्तपत्र हर्स्ट मालिकेचाच एक भाग आहे.''

''तुझ्याबाबत मला काही सांगता येणार नाही,'' जेनिफर म्हणाली, ''पण माझा मात्र सिमिंग्टन मधला इन्टरेस्ट मिनिटागणिक वाढायला लागला आहे.''

''ऐकून घे. मला काही प्रश्नांची उत्तरं मिळाली नाहीत आणि तीही अगदी आत्ता, तर तुझी कोठडी नक्की समज; आणि काय चाललं आहे ते तू मला सांगेपर्यंत तू तिथंच राहाणार आहेस.'' एखाद्या दगडी मूर्तीसारखा निक जॉर्गनसन फ्लेचरच्या डेस्क-पलीकडल्या खुर्चीत बसला होता. फ्लेचरला जणू होता तो उद्योग कमी होता म्हणूनच की काय आता त्याच्या हाती आणखी एक मृतदेह पडला होता – हातभर लांब गुन्ह्यांची नोंद असलेला, भल्या मोठ्या शरीराचा आणि चायनाटाऊनमधल्या एखाद्या पदपथाच्या बाह्य रूपरेषेशी जुळणारं मस्तक असणारा एक शोफर. पण

फ्लेचरला जार्गनसनकडून वदवता आली, ती फक्त आपल्या वकिलाला भेटण्याची विनंती. फेफरं आलेल्या जेनेट लमोन्जेला मनावरचा ताण दूर करणारं औषध देण्यापूर्वी फ्लेचर तिच्याकडून कशीबशी थोडीफार माहिती मिळवू शकला होता – पण या प्रकरणात बोगार्डस गुंतलेला आहे आणि तो दुसरा मृत्यू कोणत्यातरी प्रकारानं का होईना, पण पॅटर्सनच्या हत्येशी जोडलेला आहे, हे लक्षात यायला ती माहिती पुरेशी होती.

''मिस्टर जॉर्गनसन, मी काय म्हणतो ते ऐका. तुम्ही एक हुशार गृहस्थ आहात. तुमच्या पाकिटात सापडलेल्या माहितीप्रमाणे तुम्ही बर्कली विद्यापीठाच्या प्राध्यापकांपैकी एक आहात. तुमची ती बुद्धिमत्ता व्यावहारिक उपयोगासाठी वापरून हे सगळं काय चाललं आहे, ते तुम्ही मला का सांगत नाही?'' थोडासा बदल म्हणून तो साखरपेरणी करायचा प्रयत्न करत होता. जॉर्गनसनला किंवा कार्न्सला आपण फार काळ अडकवून ठेवू शकणार नाही, हे त्याला ठाऊक होतं. फिलिप लमोन्जे देखील तितकाच हट्टी निघाला होता. तो वृद्ध इसम एवढंच सांगत राहिला, की त्या शोफरनं दुकानातच त्याच्यावर हल्ला केला आणि जॉर्गनसन नि कार्न्स त्याच्या मदतीला आले होते. कार्न्सनं त्या प्रकाराचा शेवट करण्यापूर्वी त्या शोफरनं जॉर्गनसनवर प्राणघातक बळाचा वापर केला होता ही त्या दुकानमालकाची कहाणी गृहीत धरली, तरी फ्लेचरला ठाऊक होतं, की समर्थनीय अशा हत्येचं ते एक सरळ नि निर्णायक प्रकरण होतं. पण त्याचबरोबर फ्लेचरला हेही लक्षात आलं होतं, की ते तिघंही जण जे सांगताहेत त्यापेक्षा अधिक काही त्यांना माहिती आहे.

''तुम्हाला जे काय वाटत असेल, ते असो मिस्टर जॉर्गनसन, पण मी काही मूर्ख नाही. मला नक्की माहिती आहे, की याचा पॅटर्सनच्या खुनाशी काहीतरी संबंध आहे. सॅम बोगार्डस कुठे आहे?''

''मला माहिती असतं तर बरं झालं असतं,'' निक म्हणाला. ''तो माझा वकील आहे आणि अर्थात तुम्ही माझ्यावर काही आरोप ठेवत असाल, तर मला त्याची या क्षणीच मदत घ्यावी लागेल असं दिसतंय.'' निकच्या भुवया वक्र झाल्या आणि फ्लेचरच्या चेहऱ्यावरून काही सूचना मिळतेय का ते पाहण्यासाठी त्यानं त्याच्या कडे बघितलं.

''मला या क्षणी हवी आहे ती थोडीशी माहिती. *जेड हाऊस*मध्ये तुम्ही काय करत होतात?''

''शॉपिंग. यावर विश्वास बसेल तुमचा?''

''मध्यरात्री? ते ठिकाण बंद झालेलं होतं.''

''सॉरी, पण वकिलाच्या सल्ल्याविना मी एवढंच सांगू शकतो.'' निक म्हणाला.

''तुमच्या वकिलाला भेटायची इच्छा माझ्यापेक्षा जास्त दुसऱ्या कुणालाच

नसेल.'' फ्लेचर म्हणाला. ''तुम्हाला ठाऊक आहे तो कुठे आहे ते? तुमच्यासाठी त्याला बोलवायला मला आनंदच होईल. करा त्याला फोन. मी त्याच्याकरिता गस्तीची गाडी देखील पाठवीन.''

निकनं काहीच प्रतिसाद दिला नाही.

''म्हणजे यातून आपल्याला काहीच हाती लागणार नाही असं दिसतं. मला थोडं थांबायला हवं नि त्या पोरीशी बोलायला हवं.''

फ्लेचर नि निक दोघांनाही ठाऊक होतं की जेनेट लमोन्जे हा कच्चा दुवा आहे. फ्लेचरनं दडपण आणलं, तर ती एखाद्या अंड्यासारखी तडकेल. तिला किती माहिती आहे, याची निकला खात्री नव्हती. पण तिला चर्मपत्रांविषयी माहिती होती आणि निकसाठी तेवढं पुरेसं होतं. त्याला तुरुंगात एखादीही रात्र काढण्याची बिलकूल इच्छा नव्हती! पण त्यानं दोन्ही पर्याय तोलून पाहिले आणि एक दीर्घ श्वास घेतला. ''मी चकार शब्द काढणार नाही, लेफ्टनंट.''

''उत्तम.'' फ्लेचरनं दूरध्वनी उचलला आणि अंतर्गत दूरध्वनीची कळ दाबली. ''इकडे आत ये बरं.'' मिनिटभरात एका गणवेषधारी अधिकाऱ्यानं दरवाजा उघडला. ''मिस्टर जॉर्गन्सनना परत लॉक-अप मध्ये घेऊन जा आणि कार्न्सला आत आण.''

पाचच मिनिटांनी जेक फ्लेचरच्या समोरच्या खुर्चीवर येऊन बसला.

''पाहा बुवा, तुझा मित्र सर्व काही तुझ्या गळ्यात मारतो आहे. त्याचं म्हणणं आहे, की तू त्या शोफरला संपवलंस. काय प्रकार आहे नेमका?'' फ्लेचरनं थेट कार्न्सच्या डोळ्यांचाच वेध घेत म्हटलं. जेकचा काही संबंध असला, तरी तो त्याच्या चेहऱ्यावर प्रकट झाला नाही.

त्यानं त्या गुप्त पोलिसाकडं पाहिलं. ''मला माझ्या वकिलाला भेटायचं आहे.'' जेक स्मित करत म्हणाला.

''आणि तो कोण असणार त्याचा तर्क मी केला आहे – सॅम बोगार्डस.''

जेकनं मान डोलवली.

'च्यायलाऽ' फ्लेचर मनातच उद्गारला. त्याच्या हाती काहीच लागत नव्हतं. वकिलासाठी विनंती करण्यात आली, की मग मात्र कार्न्सला प्रश्न करायचे नाहीत, असं त्यानं मनाशी ठरवून टाकलं होतं. जॉर्गनसनच्या बाबतीत त्यानं टोक गाठण्याचा प्रयत्न केला होता. पण कार्न्स मात्र महानगरीमधलं जीवन कोळून प्यायलेला इसम होता! मारझोडीची किरकोळ प्रकरणं त्याच्या नावावर जमा होती आणि तुरुंगाच्या कोठडीतलं किंवा फ्लेचरच्या कचेरीतलं वातावरण यांची नखभर देखील दहशत त्याला वाटत नव्हती, स्वसंरक्षणाव्यतिरिक्त आणखी काही त्या शोफरच्या हत्येत असेल, तर कार्न्सला वकिलाचा सल्ला घेण्याची संधी नाकारण्यात आली; किंवा

कबुली द्यायला भाग पाडल्याचं जराही सूचित झालं तरी न्यायालय पुरावा उडवून लावण्याची शक्यता होती.

''उत्तम.'' फ्लेचर म्हणाला. ''सार्जंट,'' त्यानं मोठ्यानं हाक मारली. एक क्षणभरानंतर एका अधिकाऱ्यानं दरवाजा उघडला. ''मिस्टर कार्न्सना त्यांच्या कोठडीत परत घेऊन जा.''

फ्लेचरनं त्याचं लक्ष त्याच्या डेस्कावरल्या गुन्ह्यांच्या नोंदीच्या तक्त्याकडे वळवलं. त्या मृत माणसानं सशस्त्र दरोडा नि प्राणघातक शस्त्रानिशी केलेला हल्ला यासाठी इतर दोन राज्यांमध्ये कैदेची शिक्षा भोगलेली होती. समाजाचा काही फार मोठा तोटा झाला नव्हता, असा त्याच्या मनात विचार आला. त्यानं तो गुन्हेविषयक तक्ता बाजूला सारला आणि त्या माणसाच्या वैयक्तिक चीजवस्तू असलेली प्लास्टिकची पिशवी उघडली. त्या पिशवीत थोडे सुटे पैसे होते. ड्रायव्हिंग लायसन्स आणि ओळख पटवणारं इतर काहीबाही असणारं पैशांचं पाकीट, एक लहानसं हत्यार – ते कुलपं फोडण्यासाठी तयार केलेलं असणार याची फ्लेचरला खात्री होती – एक करंगळीत घालायची अंगठी आणि तपास करणाऱ्या अधिकाऱ्यांना झटापटीच्या जागी सोफ्याखाली सापडलेला एक कळीचा सुरा ह्या गोष्टी होत्या. त्या सुऱ्याच्या मुठीला एका बाजूला असणारी कळ फ्लेचरनं दाबली, तसं एक चार इंची पातं त्या मुठीतून सर्रकन बाहेर आलं. ते दोन्ही कडांनी चांगलं तीक्ष्ण धारेचं होतं. त्या सुऱ्याच्या सुईसारख्या अग्राला त्यानं आपल्या पहिल्या बोटानं हलकासा स्पर्श केला नि त्याचवेळी जॅक मेह्यूनं कचेरीत प्रवेश केला.

''ते इसम या क्षणी लिमोमधून जाताहेत, लेफ्टनंट.''

''कोणाकडे नोंदलेली आहे ती गाडी?''

''इथं शहरातल्याच एका इम्पोर्ट-एक्स्पोर्ट कंपनीला लीजवर दिलेली आहे ती.''

''कंपनीविषयी काही माहिती? मालक कोण आहे तिचा?''

''आतापर्यंत तरी काहीच माहिती नाही. पण सक्रॅमेन्टोमधल्या कॉर्पोरेट रेकॉर्डची आम्ही तपासणी करतो आहोत. दुपारपर्यंत आपल्याला काहीतरी मिळायला हवं. जॉर्गनसन आणि कार्न्सचं आपण काय करणार आहोत? आपण त्यांना फार काळ ताब्यात ठेवू शकणार नाही. काही आरोप न ठेवता तर नाहीच.'' मेह्यू फ्लेचरच्या डेस्कावर ओणवून हलकेच म्हणाला.

ते बटणाचं पातं नाजूकपणे आपल्या बोटांवर सरळ पात्याच्या रेझरसारखं तोलत त्या गुप्त पोलिसानं वर नजर करून पाहिलं. ''याचा एखाद्यावर फार चांगला प्रयोग करता येईल. तुझं काय म्हणणं आहे?''

मेह्यूनं त्याच्या तोंडातून त्याचं ते अखंडपणे तोंडात असलेलं दातकोरणं बाहेर काढलं.

फ्लेचरनं सुरा डेस्कावर ठेवला. ''तो फॉरेन्सिककडे घेऊन जा आणि त्या मुलीच्या पाठीतल्या जखमेशी तो जुळतोय का ते पाहा. दरवाजाच्या आतल्या बाजूला काही ओरखडे वगैरे उठले आहेत का, ते पाहाण्यासाठी त्या अपार्टमेंटच्या अंगच्या कुलपाची त्यांनी आतून तपासणी केली आहे का तेही त्यांना विचार. त्या सुऱ्यावर कदाचित त्याच्या खुणा मिळतील. जॉर्गनसनला मध्यरात्रीनंतर म्हणजे अगदी पहाटे पहाटेपर्यंत अडकवून ठेव; मग सोडून दे आणि त्याचा माग काढत राहा. तुझ्याबरोबर कुणाला तरी घे. कदाचित तो बऱ्यापैकी थकला असेल आणि चक्रावला असेल, तर तो आपल्याला बोगार्डसपर्यंत घेऊन जाईल आणि मग आपल्याला या गोष्टीचा तळ गाठता येईल. कार्न्सला उद्या दुपारपर्यंत अडकवून ठेव आणि दुपारी सोडून दे.''

मेह्यू दरवाजाकडे निघाला नि मध्येच थांबला. ''कार्न्सचाही माग मी काढावा अशी तुमची इच्छा आहे का?''

''अंहंऽ, नको.'' फ्लेचर हसला. ''तो दहाव्या मिनिटाला गुंगारा देऊन त्यातून निसटून जाईल. पण ती लमोन्जे पोरगी प्रश्न करण्याइतपत अवस्थेत आल्याक्षणीच मला कळवण्याची व्यवस्था कर.'' सुझन पॅटर्सन तिच्या मारेकऱ्याला ओळखत होती आणि तिनंच त्याच्यासाठी दार उघडलं होतं, ह्या आपल्या मूळ सिद्धांताबाबत फ्लेचरनं स्वत:शीच प्रश्न उपस्थित करायला सुरुवात केली. त्या मुलीच्या घरात बळानं प्रवेश केल्याच्या खुणा नव्हत्या. त्याचा अर्थ, एक तर त्या मुलीनं मारेकऱ्याला आत येऊ दिलं; किंवा मग, ज्यानं कुणी गुन्हा केला त्याच्याकडे अपार्टमेन्टची चावी असली पाहिजे – किंवा मग, त्यानं अगदी सफाईनं कुलूप तरी तोडलं असलं पाहिजे.

आर्थर सिमिंग्टनचा पत्ता सांगू शकेल असं कुणी धुंडाळण्यात सॅम नि जेनिफरला जवळपास चाळीस मिनिटं खर्च करावी लागली. तिथल्या वाहनतळावरच्या रक्षकाला सांगण्यासाठी सॅमनं शक्यतेच्या चौकटीतली एक बनावट कहाणी तयार केली. तो सान फ्रान्सिस्कोतल्या कलावस्तूंच्या व्यापाराचा प्रतिनिधी आहे आणि एके काळी हर्स्टच्या मालकीच्या असाव्यात अशा; नि सान सिमीऑनच्या वस्तुसंग्रहालयाचा त्या भाग असाव्यात, असा त्याचा विश्वास असलेल्या, काही वस्तू त्याच्या ताब्यात आल्या आहेत. सिमिंग्टनशिवाय अन्य कुणाशीही ह्या बाबीच्या तपशिलाबाबत चर्चा करण्याचं त्यानं नाकारलं. महामार्ग मार्गदर्शन केन्द्र आणि टेकडीवरच्या माथ्यावरचं कुणीतरी यांच्यात दूरध्वनीवरून काही बातचीत झाल्यावर सॅम नि जेनिफर ह्यांना एका सरकारी वाहनात बसवून उभ्या चढणीच्या एका रस्त्यावरून कॅसलपर्यंत आणण्यात आलं. मार्गदर्शकांसाठी कार्यालय म्हणून उपयोगात आणलेल्या छोट्या ट्रेलर्सच्या एका समूहाजवळ त्यांचे वाहन उभे करण्यात आले. त्यांपैकी एका ट्रेलरमध्ये सॅम काही क्षण अतिथी-नोंदवहीत सही करण्यासाठी म्हणून शिरला. मग तो नि जेनिफर

यांना मुख्य सदनाच्या पायथ्याशी नेण्यात आलं. एका बाजूच्या प्रवेशद्वारापाशी त्यांना एक उंच, तारेच्या फ्रेमचा चष्मा लावलेला व ट्वीड कापडाच्या सुटातला, सडपातळ गृहस्थ भेटला.

"खालून त्यांनी ज्यांच्याबद्दल सांगितलं ते सान फ्रान्सिस्कोहून आलेले सद्गृहस्थ तुम्हीच?" समोर उभा असलेला तो प्रश्नकर्ता इसम सहा फुटाला थोडी कमी उंची असलेला, मुलायम, सरळ, करड्या केसांचा होता. त्याचे खोल गेलेले गाल, खोलवर बसवल्यासारख्या डोळ्यांच्या खाली दोन खोलगट सुरकुत्यांसारखे दिसत होते. नि त्याच्या डोळ्यांमध्ये संशयाचा भाव भरलेला होता.

जेनिफर काहीशी मागे राहिल्याने तिच्या चेहऱ्यावर शरमिंदेपणाचा भाव उमटलेला होता. सॅमनं फक्त एक रुंद हास्य केलं नि हात पुढे केला. "डॉ. सॅम बोगार्डस नाव आहे माझं." आपलं व्यावसायिक ओळखपत्र त्यानं आपला परिचय पटविण्यासाठी अगोदरच अभ्यागत केंद्रावर दिलं होतं. "मला फक्त आर्थर सिमिंग्टन यांच्याशीच बोलण्याचे अधिकार दिले आहेत."

"मीच आर्थर सिमिंग्टन आहे."

"आपण खाजगीत बोलू शकतो?"

"मला त्याची आवश्यकता वाटत नाही," सिमिंग्टन म्हणाला. "तुमच्याकडे आहे, ते काय आहे?" सिमिंग्टन त्याच्याकडे थंड नजर रोखून म्हणाला.

"ठीक आहे, सांगतो." सॅम म्हणाला, "आमच्याकडे काही चर्मपत्रं आहेत आणि माझी अशी धारणा आहे, की ती 'कमिटी ऑफ ॲक्विझिशन' असं ज्याला म्हटलं जायचं त्या एका गटाने पूर्वी केव्हातरी, युद्धकाळादरम्यान मिळवलेली आहेत." व्यवहार संपवण्याच्या बेतात असलेल्या विक्रेत्याच्या स्वरात सॅम बोलला, "मला वाटतं, की तुम्ही त्या समितीशी परिचित आहात?"

सिमिंग्टनचा चेहरा गोरामोरा झाला आणि त्याचे डोळे मार्गदर्शकाकडे रोखले गेले; पण त्याच्या चेहऱ्यावरच्या शून्य भावानं निदान अजूनपर्यंत तरी त्याच्या काही लक्षात आलेलं नाही, याची सिमिंग्टनला खात्री पटली.

"हेन्री," सिमिंग्टननं त्या मार्गदर्शकाला हाकारलं, "मला वाटतं मी या मंडळींशी खाजगीत बोलणं चांगलं. त्याला वेळ लागेल बराच आणि विचार केल्यावर मला असं वाटतं, की आम्ही माझ्या ऑफिसमध्ये अधिक मोकळेपणानं बोलू शकू."

केवळ दहा सेकंदांच्या अत्यल्प कालावधीत, म्हणजे बोगार्डसला 'कमिटी ऑफ ॲक्विझिशन' हे शब्द उच्चारायला जेवढा वेळ लागला असेल, नसेल तेवढ्यात सिमिंग्टनच्या वागण्याच्या पद्धतीचं भांडखोरपणातून नम्रपणात परिवर्तन झालं होतं. सॅम खाली वाकला आणि जेनिफरच्या कानात कुजबुजला, "काही म्हण, पण माणूस मोठा चलाख दिसतो."

मार्गदर्शकानं तोंडभर स्मित केलं आणि तो विनम्रपणे त्यांच्यापासून दूर गेला.

"माझ्या मागून आलात तर बरं होईल." मुख्य निवासाच्या एका बाजूला, सावलीत झाकल्या गेलेल्या, नजरेत न भरणाऱ्या एका छोट्याशा दरवाजाच्या दिशेनं जाणाऱ्या मार्गावरून सिमिंग्टन चालू लागला.

ती बस फक्त अर्धीच भरलेली होती. उन्हाळ्यातली गर्दी विरळ झाली होती. आठवड्यातल्या एरवीच्या दिवशी येणाऱ्या सहलींमुळे मार्गदर्शकांची दमणूक होत नव्हती. अभ्यागतांचे एकत्रित जथ्थे आता छोटे झालेले होते आणि बसही नेहमीच भरलेल्या असायच्या असं नाही.

"ला कासा ग्रॅन्दे 'एन्चाटेड हिल'च्या माथ्यावर, समुद्रसपाटीपासून सुमारे सोळाशे फूट उंचीवर वसलेला आहे. तो खाजगी निवास म्हणून वापरला जायचा त्या काळात ह्या रस्त्याच्या कडेनं मैलभरापेक्षाही अधिक अंतरापर्यंत झुडपांचं चौकोनी कुंपण होतं. माळ्याच्या दृष्टीनं घामटा काढणारा, संकट वाटावं असा अनुभव..."

पर्यटकांना घेऊन येणारी बस उभ्या चढाचा रस्ता खडखडत चढून येऊन व्यवस्थितपणे निगा राखलेल्या बागेच्या भागात शिरत असताना बसमध्ये लावल्या जाणाऱ्या टेपवर रेकॉर्ड केलेलं प्रास्ताविक संपत आलं होतं. ते टेकडीच्या माथ्यानजीक आले नि साखळी लावलेली दारं त्यांनी पार केली. त्या दारांनी कॅसल आणि त्याची तीन अतिथिगृहं यांना कवेत घेणाऱ्या सरकारी उद्यानाच्या स्थावरापैकी तुलनेनं काहीसा लहान भाग हर्स्ट कॉर्पोरेशनच्या जमिनीपासून अलग झालेला होता. दोन लाख सत्तर हजार एकर इतकी प्रचंड व्याप्ती असलेली जमीन अद्यापही हर्स्ट कॉर्पोरेशनच्या मालकीची असून वापरातही होती. एक धाडसी खाण अभियंता असलेल्या आणि नंतर युनायटेड स्टेट्सचा सिनेटर झालेल्या जॉर्ज हर्स्टनं सन १८०० मध्ये खरेदी केलेलं पिएद्रा ब्लान्का रॅन्च त्यामध्ये समाविष्ट होतं. डाव्या बाजूला थोड्या अंतरावर, आता विना-वापर पडून असलेल्या, वेलींची छाया असलेल्या रस्त्यावरचे काँक्रीटचे स्तंभ दिसत होते. त्या रस्त्याच्या वरती वेलींच्या आधारासाठी म्हणून बनवलेल्या लाकडी जाळीला बिलगून राहिलेल्या वेलींचे अवशेष खाली लोंबत होते. पर्यटकांच्या वापरासाठी टेकडीच्या उतारात बांधलेल्या मार्गाखाली प्राण्यांच्या पिंजऱ्यांचे गंजलेले गज नि खंदक होते आणि दीर्घ काळापासून वापरात नसल्याने आता त्यात झुडपं वाढलेली होती.

ती टेप चालूच होती : *"आपल्या ऐन बहराच्या काळात हर्स्ट प्राणिसंग्रहालय, जिथे वन्यप्राण्यांचे समूह एकत्र आले आहेत, असं जगातलं सर्वांत मोठं खाजगी मालकीचं प्राणिसंग्रहालय म्हणून ओळखलं जायचं.*

त्यामध्ये माणसाळवलेल्या नि वन्य पशूंच्या जवळपास शंभर प्रजाती होत्या. टेकडीवरून खालच्या बाजूला, कॅसलपासून थोड्याशा अंतरावर असलेल्या, पिंजऱ्यातल्या पक्ष्यांना नि प्राण्यांना, त्यांच्या खाणं देण्याच्या वेळेला पाहण्यासाठी त्यांच्या निवासस्थानाकडे जाणं हा पूर्वी अभ्यागतांचा आवडता विरंगुळा होता. हर्स्टच्या शिकारखान्यात चित्ते, काकाकुवे, गरुड, जपान नि भारतातले पवित्र वानर, ओरॅन्गाउटान, बिबळे, वाघ, चिम्पान्झी आणि गोरिला यांचा समावेश होता. प्राण्यांच्या बंदिस्त आवारावरची ती तुटलेली लाकडी जाळी दोन मैल लांबीच्या घोडेस्वारीच्या छोट्या मार्गावर छाया धरत असे. त्या काळात हॉलिवूडच्या सुवर्णयुगातल्या अत्यंत प्रसिद्ध व्यक्तींपैकी काही व्यक्ती त्या लाकडी जाळीखालच्या घोडेस्वारीच्या मार्गावरून सकाळी रपेट करत असत. या कॅसलच्या मागच्या बाजूला असलेल्या तबेल्यातल्या घोड्यांचाच ते त्यासाठी वापर करत. क्लार्क गेबल[२१] आणि कॅरल लोम्बार्ड[२२] वारंवार घोडेस्वारीसाठी येत असत....''

बस उजवीकडे कलली तसे दुसऱ्या बाजूचे पर्यटक अधिक चांगलं दृश्य दिसावं म्हणून बाकांच्या रांगेतल्या मधल्या मार्गात झुकून पाहू लागले.

आसनांच्या शेवटच्या रांगांपैकी एका रांगेतल्या नीटनेटक्या कपड्यातल्या एका इसमाचं या गडबडीकडे लक्ष नव्हतं. आपल्या सभोवारच्या दृश्यांची कसलीच जाणीव नसल्यासारखी त्याची नजर सरळ नाकासमोर वेधलेली होती. तो चांगला उंचापुरा नि काटकिळा होता. गडद रंगावर पांढऱ्या उभ्या रेषा असलेल्या कापडाचा सूट त्यानं परिधान केलेला होता. बेमोसमी उबदार पावसाळी हवामान त्याला त्याचा ओव्हरकोट नि हॅट वाहनतळावर उभ्या केलेल्या त्याच्या गाडीत ठेवून यायला कारणीभूत झालं होतं. तो इसम सुटीची मौज घेण्यासाठी आलेल्या साध्या, घरगुती वेषातल्या त्या गोंगाट करणाऱ्या समूहात विशोभित वाटत होता. इतर प्रवाशांबरोबर जोडलेला त्याचा सामायिक धागा म्हणजे त्याचं वाढलेलं वय. मोजे चढवलेले त्याचे हात त्याच्या गुडघ्यांमधून गाडीच्या तळभागावर विसावलेल्या काठीच्या मुठी भोवती वेढलेले होते. काठीची मूठ पितळी होती.

कॅसल समोरच्या चौकाकडे जाणाऱ्या पायऱ्यापायऱ्यांच्या अनेक रस्त्यांपैकी एका रस्त्यापाशी बस थांबली. बसच्या उजव्या बाजूच्या दोन दरवाजांतून बाहेर पडणारा प्रवाशांचा ओघ सुरू झाला.

''मान्यवर स्त्री-पुरुष हो, कृपया या रस्त्यावर चढा म्हणजे आपल्याला पर्यटनाची सुरुवात करता येईल.'' गणवेशाचा पिंगट रंगाचा शर्ट नि निळा ब्लेझर या पोषाखात असलेल्या एका स्त्रीनं आपले हात उंचावले नि पायऱ्यांच्या तळाशी असलेल्या

प्रांगणाच्या दिशेनं त्या पर्यटकांच्या समूहाला चालायला सांगितलं.

हातात काठी असलेला तो गृहस्थ निवासाकडे जाणाऱ्या जिन्याच्या पायऱ्या चढू लागला.

"सर, आपण कुठे चालला आहात?" त्या मार्गदर्शक महिलेचा स्वर त्रासिक वाटत होता.

"मी डॉक्टर जॉर्ज जॉन्सन. लॉस एंजलिसच्या आर्ट सेन्टरचा प्रोफेसर ऑफ आर्ट. दहा वाजता माझी मिस्टर सिमिंग्टन यांच्याबरोबर भेट ठरलेली आहे."

"पण तुम्ही असे थेट घरापर्यंत जाऊ शकत नाही. तुम्ही जर मिनिटभर थांबलात, तर मी तुम्हाला दुसरा गाईड देईन. तो तुम्हाला मिस्टर सिमिंग्टनकडे घेऊन जाईल."

ती स्त्री वळली नि तिनं आजूबाजूला पाहिलं. तिच्यासारख्या ब्लेझरमध्ये असलेले आणखी तीन जण तिच्या नजरेनं तिनं शोधून काढले. तीसएक फुटांवरच्या ओक वृक्षाच्या सावलीत ते तिघे जण उभे होते. "राल्फ, जरा आम्हाला मदत करशील काय?"

त्या तिघांच्या समूहातला एक मार्गदर्शक बाजूला झाला आणि त्या स्त्रीच्या दिशेनं आला.

"या सद्गृहस्थांची मिस्टर सिमिंग्टनबरोबर भेट ठरलेली आहे. पाहा बरं, तुझी मदत होईल त्यांना."

"होय, मॅम." तो मार्गदर्शक म्हणाला. ते दोघे जण पर्यटकांच्या गर्दीपासून दूर झाले.

"इथं कामासाठी येणाऱ्या सर्व अभ्यागतांना घरात प्रवेश करण्यापूर्वी ऑफिसमध्ये जाऊन सही करावी लागते, महोदय." तो मार्गदर्शक म्हणाला. "तुम्ही असे इकडून आलात, तर तुम्हाला आमच्या अतिथी नोंदवहीत सही करता येईल आणि मग आपण मिस्टर सिमिंग्टनना भेटू शकू."

ते दोघेही जण साखळी लावलेलं कुंपण नि तुटत चाललेली लाकडी जाळी यांच्या नजीकच्या ट्रेलरच्या समूहाच्या दिशेनं निघून गेले.

आर्थर सिमिंग्टननं एका मोठ्या स्वयंपाकघरात उघडणाऱ्या दारातून सॅम नि जेनिफर यांना आत नेलं. उपहारगृहांतून वापरल्या जाणाऱ्या कालबाह्य साधनांनी ते स्वयंपाकघर भरून गेलेलं होतं. एका भिंतीशी ओळीनं जुन्या जमान्यातले, लाकडी तावदानं लावलेल्या दारांचे रेफ्रिजरेटर ठेवलेले होते. खोलीच्या मधोमध गॅस ओव्हनचा दोन रांगांत केलेला साठा होता आणि त्याच्या आजूबाजूला स्टेनलेस स्टीलची मोठी टेबलं होती. ती सगळी उपकरणं आता वापरातून गेलेली होती आणि नळ, विजेच्या

तारा इत्यादीसारख्या घरात कायमसाठी बसवायच्या बाबी जुन्या नि खूपच झीज-मोडतोड झालेल्या; पण स्वच्छ, डागरहित होत्या. त्या स्वयंपाकघरातून सॅम नि जेनिफर सिमिंग्टनच्या मागोमाग, एका अरुंद जिन्यावरून मोठ्या, खुल्या भागात आले. तो भाग कमानीदार छताला लटकलेल्या खूप मोठ्या आकारातल्या फ्लड लाइटच्या प्रखर प्रकाशानं झळाळून गेला होता. खोलीच्या टोकाला एक अवजड लाकडी टेबल होतं नि ते वेगवेगळ्या फुलदाण्या नि अस्ताव्यस्त पसरलेली पुस्तकं आणि कागद यांनी ओसंडून गेलं होतं.

आपल्या भूमिगत आश्रयस्थानातल्या अल्पशा आसऱ्याने सिमिंग्टनला आपले विचार स्थिर करायला आणि आत्मपि[illegible] बाह्य देखावा उभा करण्यासाठी वेळ मिळाला होता.

तो वयस्क इसम हस्तिदंती होल्डरमध्ये खोचलेली एक लांब, टोकाकडे निमुळती होत जाणारी तपकिरी रंगाची सिगारेट पेटवत असताना सॅम त्याचं निरीक्षण करत राहिला. त्या इसमानं हस्तिदंती होल्डर त्याच्या बोटांत नाजूकपणे तोलून धरला होता. आपले हात फुलीसारखे एकमेकांवर घेत आणि जॅक बेनी ह्या अमेरिकन टीव्ही नि रेडिओवरल्या विनोदी अभिनेत्याची आठवण व्हावी अशी ढब घेत सिमिंग्टननं सिगारेटचा एक बारीकसा झुरका घेतला नि सॅमच्या दिशेनं तुच्छतापूर्वक धुराची वलयं सोडली.

''माफ करा, मी तुम्हाला बसायला खुर्ची वगैरे देऊ शकत नाही. मी काम करतो ते ठिकाण हे असं आहे खरं. सहसा मी अभ्यागतांना भेटत नाही.'' भांडखोरपणा पुन्हा त्याच्या स्वरात डोकावू लागला. ''हंऽ, आणि आता सांगा, हा सगळा काय प्रकार आहे?''

सॅमनं सरळ मुद्द्यालाच हात घातला. ''उत्तम. आपण ते थोडक्यातच संपवू. आम्हाला समिती नि जर्नलविषयी माहिती आहे. त्याची चार पानं आमच्या हाती आली आहेत. आम्हाला अशीही माहिती देण्यात आली आहे, की या छोट्याशा स्वार्थांध गडबडघोटाळ्यात तुम्ही सुद्धा महत्त्वाची भूमिका निभावलेली आहे. तेव्हा आता तुम्हाला कोणत्याही एका पर्यायाची निवड करायची आहे. तुम्ही एक तर आमच्याशी बोला; नाही तर पोलिसांशी.''

''तुम्ही कशाविषयी बोलत आहात ते मला कळत नाहीये.'' सिमिंग्टनच्या डोळ्यांमध्ये स्पष्ट दिसणारी असुरक्षिततेची छटा त्याच्या शब्दांच्या विश्वसनीयतेशी फटकून होती. तो नीटनेटका पोषाख केलेला होता. त्याच्या हातांची व नखांची चांगली निगा राखलेली होती आणि तो उच्चशिक्षित होता. त्याच्या बोलण्याचालण्याच्या प्रत्येक रीतीत परिपूर्ण सफाई होती आणि नेमकं सांगायचं तर तो अत्युत्तम मद्य आणि सर्वोत्तम खाद्यपदार्थ यांचा उत्तम पारखी होता; पण याबरोबरच तो खोटारडा नि चोरही

होता आणि फिलिपने सांगितलेलं खरं मानलं, तर युद्धकाळात काळ्या बाजारात भरपूर मुशाफिरी केलेला तो इसम होता. लमोन्जेही तसाच होता, पण बोगार्डसला त्याच्याबद्दल सहानुभूती वाटली. कारण त्यानं त्याच्या चुकीची फार मोठी किंमत मोजली होती आणि त्या तिघांना जी हाव सुटली, त्यामुळेच त्याचा भाऊ नि वहिनी यांच्या प्राणांची किंमत द्यावी लागली होती, या जाणिवेचा भार घेऊन तो आयुष्यभर जगत होता. आर्थर सिमिंग्टन मात्र ओरखडाही न उमटता सुटला होता आणि त्यानं विल्यम रॅन्डल्फ हर्स्टनं बांधलेल्या निवासाच्या खाली स्वत:ला उद्दामपणे दडवून ठेवलं होतं नि त्याच्या कपड्याच्या ठेवणीवरून त्याला सरकारकडून त्याच्या सेवेच्या बदल्यात उत्तम अर्थप्राप्ती होत असल्याचं दिसत होतं.

''मिस्टर सिमिंग्टन, आमच्याकडे असलेली माहिती घेऊन आम्ही पोलिसांकडे जाऊ नये, अशी तुमची इच्छा नक्कीच असणार. सरकारला आमच्याइतकी माहिती असेल किंवा काय याची मला शंका आहे.'' जेनिफरनंही सॅमच्या पावलावर पाऊल टाकत तोच मुद्दा आणखी पुढे रेटला.

सिमिंग्टननं तिच्याकडं पाहात स्मित केलं. तो टेबलाच्या जवळ सरकला नि निरुद्देशपणे काही कागदपत्रं नि पुस्तकं इकडची तिकडं करत राहिला. ''तुम्ही पोलिसांकडे जाणार त्याची काळजी मी कशाला करू? तुम्ही कशाविषयी बोलता आहात त्याची मला खरोखरच कल्पना नाही.'' त्या दोघांकडून आणखीन निश्चित असं काहीच ऐकायला मिळालं नाही, त्यामुळे सिमिंग्टननं असं गृहीत धरलं, की जे काही सर्वांत वाईट आहे ते त्याचं ऐकून झालं आहे. त्यांना इकडले तिकडले असे काही थोडेफार संशय असावेत; पण ते एकत्र कसे करावे त्याची त्यांना कल्पना करता येत नसावी. ''आणि आता, मला माफ करा. मी खूप व्यग्र माणूस आहे. तेव्हा तुम्ही तुमचा रस्ता धरलात, तर बरं होईल.''

आपल्याला इतकं सहजपणानं उडवून लावलं जाईल असं बोगार्डसला वाटलं नव्हतं. ''समिती आणि स्लेड यांच्या दरम्यान काळ्या बाजारातली कलावस्तूंची खरेदी करणारा मध्यस्थ म्हणून तुम्ही काम करत होता, हे आम्हाला माहीत आहे.''

त्या खलाशाच्या नामोल्लेखाबरोबर सिमिंग्टनचे डोळे चिंतेनं विस्फारले गेले. ते प्रथम सॅमकडे नि मग जेनिफरकडे घाबरून रोखले गेले. त्याच्या चेहऱ्यावर कमालीची निराशेची भावना आणि त्याच्या भुवयांवरून ओघळणारे घर्मबिंदू यांनी, त्या दोघांनी तिथून निघून जावं अशी सिमिंग्टनची खरोखरच अपेक्षा असल्याचा भ्रम दूर केला.

''हे बघ, भल्या गृहस्था, सान फ्रान्सिस्कोमध्ये एका स्त्रीचा खून करण्यात आला आहे. ती माझी व्यवसायातली भागीदार होती. आणि मला असा संशय येतो आहे की त्यात तुझा हात होता.''

''खून?'' सिमिंग्टनचा हात लक्षात येण्याइतपत कापू लागला, तशी त्याच्या

सिगारेटच्या टोकाची राख डेस्कवर पसरलेल्या कागदांवर पडली. ''कुठल्याही खुनाविषयी मला काही माहिती नाही.''

त्याचे डोळे दोन पिंगपाँग चेंडूंसारखे सॅम नि जेनिफर यांच्या चेहऱ्याच्या दरम्यान फिरू लागले. बेपर्वाईचा धारण केलेला मुखवटा आता गळून पडला होता.

''हे पाहा, माझं ऐका. माझ्यावर तुम्हाला विश्वास ठेवावा लागेल. मला कुठल्याही खुनाची काही माहिती नाही.''

''मग काय माहिती आहे तुला ते सांग,'' सॅम म्हणाला.

सिमिंग्टन अडखळला.

''मी थांबलोय.'' बोगार्डसनं एक थंड नजर रोखली.

''ठीक आहे.'' सिमिंग्टनच्या स्वरात शरणागतीचा स्पष्ट भाव होता. ''या क्षणी ती सगळी एक इतिहास जमा झालेली कथा आहे.'' आतापर्यंत ताठ उभा असलेला त्याचा देह सैल पडू लागला. ''मी बसलो, तर तुमची काही हरकत नाही ना?''

सॅमनं टेबलामागच्या खुर्चीच्या दिशेनं मान हलवली. ओरखडे उमटलेल्या सॅवोनरोला प्रकाराच्या खुर्चीच्या हातांवर सिमिंग्टननं आपले हात स्थिरावले आणि मग धीमपणाने तो तिच्यावर बसला. त्यानं वर पाहून एक दीर्घ श्वास घेतला. ''एकोणीसशे तीसच्या उत्तरार्धात नि चाळीसच्या दशकात मी चीफसाठी काम करत होतो.''

सॅमनं त्याच्याकडे प्रश्नार्थक नजर टाकली.

''विल्यम रॅण्डल्फ हर्स्ट. एक कलासमीक्षक नि काही काळ स्तंभलेखक म्हणून त्याच्या एका वृत्तपत्रात मला नोकरीत घेण्यात आलं होतं. प्रत्यक्षात मात्र त्याच्या वस्तुसंग्रहालयासाठी नवीन वस्तू संपादन करणाऱ्या त्याच्या प्रमुख एजंटांपैकी एक म्हणून मी काम केलं. ह्या वस्तू म्हणजे कलावस्तू, दुर्मिळ पुस्तकं, शिल्पं; अक्षरश: जे जे काही माझ्या हाती येई ते काहीही आणि अशी प्रत्येक गोष्ट. त्या गृहस्थाची वस्तुसंग्रह करण्याची भूक अफाट होती आणि त्यांपैकी एकही निरुपयोगी वस्तू नव्हती. तो त्याबाबतीत खरोखरच रत्नपारखी दृष्टीचा होता. त्यामुळं त्याला संतुष्ट करणं ही सोपी बाब नसायची.''

पुस्तकाच्या ढिगानं भरलेली, खोलीच्या एका कोपऱ्यात असलेली एक खुर्ची जेनिफरच्या शोधक नजरेनं टिपली. तिनं ती पुस्तकं उचलून खाली जमिनीवर ठेवली आणि खुर्ची टेबलच्या दिशेनं, सिमिंग्टनला आपली खुर्ची सामोरी येईल अशा प्रकारे ओढली.

''युद्धापूर्वीच्या काळात राजमहालांची सजावट उतरवित आणि पेंटिंग्ज, रुजामे-गालिचे नि त्याच्या मनाला जे जे काही भावेल असं मला वाटे, ते ते सर्व काही खरेदी करण्यासाठी वाटाघाटी करत मी युरोप पालथा घातला. यादवी युद्धादरम्यान मी

अक्षरश: युद्धभूमीवर दिवस काढत असे,'' त्यानं ओठांची एक गंमतीशीर हालचाल केली. ''तिथले लोक रोख रक्कम मिळवण्यासाठी इतके पिसे झालेले असत, की आम्हाला आणता आली असती, तर त्यांनी आम्हाला तिथली मातीदेखील विकली असती. पण खरं सांगायचं तर त्या जमिनीवर विद्यमान असलेलं सर्व काही आम्ही ताब्यात घेतलं.''

''पण ह्या साऱ्याचा समितीशी संबंध काय?'' सॅमनं पृच्छा केली.

सिमिंग्टननं एक दीर्घ सुस्कारा सोडला. ''तिकडेच वळतो आहे मी आता. चीफची वस्तुसंग्रहाची मनस्वी आवड म्हणजे त्याला जडलेली एक व्याधीच होती. एखादा मद्याचा व्यसनी जसा मद्यासाठी तडफडत असतो; आणि अमली पदार्थांच्या आहारी गेलेल्या व्यसनाधीन माणसाला ते पदार्थ मिळणं ही जशी त्याची अटळ गरज होऊन बसते, तितक्याच तीव्रपणे विल्यम रॅण्डल्फ हर्स्ट अभिजात कलेच्या व्यसनात पडलेला होता आणि ही गोष्ट काही गुप्त राहिलेली नव्हती. युरोप नि आशियातल्या प्रत्येक गालिचांच्या व्यापाऱ्यानं त्याचा पैसा धुऊन नेण्याचा प्रयत्न केला; पण तो एकाच गोष्टीमुळे बचावला आणि ती म्हणजे ह्या जगातल्या अभिजात वस्तूंबाबत त्याची अतिशय तयार दृष्टी!'' सिमिंग्टननं नजर वर केली आणि त्याच्या भुवयाही आक्रसल्या. ''पण ती गोष्ट त्याची फसवणूक करण्यापासून त्याच्या स्वत:च्या काही माणसांना मात्र रोखू शकली नाही.''

सिमिंग्टनचं निरीक्षण करता येत राहील असा कोन साधत सॅमनं ओक लाकडाच्या त्या दणकट, भल्या मोठ्या टेबलाच्या कडेवर बैठक मारली.

''आपल्या कलेच्या छंदाला पैसा पुरविण्यासाठी म्हणून हर्स्ट त्याच्या वृत्तपत्रांपैकी कित्येकांच्या बारीकसारीक खर्चाकरिता वापरण्यासाठी ठेवलेल्या रकमेवर नियमितपणे धाड टाकतो, ही त्याच्या कंपन्यांमध्ये सर्वसाधारणपणे ज्ञात असलेली गोष्ट होती. झटपट तपासणीसाठी म्हणून तो एखाद्या शहरगावात टपके आणि आणखी एक वेळ खरेदी करण्यासाठी ऑफिसची तिजोरी रिकामी करून जाई. अशा कित्येक वेळा येत, की काही वृत्तपत्रांना त्यांच्या कर्मचाऱ्यांचा पगार देण्यासाठी बँकेकडून कर्जे घ्यावी लागत. आणि विशेष म्हणजे ही प्रकाशनं फायद्यात चालणारी असत.''

सिमिंग्टननं एक दीर्घ सुस्कारा सोडला आणि थोडा विराम घेतला. ''आणि मग कंपनीतल्या काही धेंडांना वाटू लागलं, की तो जर हे करू शकतो, तर त्यांनाही ते करणं शक्य आहे.''

''मला काही लक्षात येत नाहीये.'' जेनिफर म्हणाली.

''तीस सालच्या उतरार्धात देशभरातल्या त्याच्या वृत्तपत्रातले अनेक उच्चपदस्थ अधिकारी एका गुप्त बैठकीसाठी न्यूयॉर्कमध्ये एकत्र जमले. त्यांनी एक समिती स्थापन केली.''

"*वस्तुसंपादन समिती?*" सॅमनं पृच्छा केली.

"ते नामकरण काही मोठंसं कल्पक नव्हतं. पण त्यानं कार्यभाग साधत होता. एकूण अकरा सभासद होते. हर्स्टच्या छताखालील अत्यंत फायद्यात चालणाऱ्या प्रकाशनांचं ते सर्व मिळून नियंत्रण करत असत आणि ते फक्त खुद्द चीफलाच उत्तरदायी असत. एक लक्षात घ्या, की त्यावेळी हर्स्ट कॉर्पोरेशन अस्तित्वात आलेलं नव्हतं आणि हर्स्ट साम्राज्यावर आर्थिक किंवा इतर कोणतीही फारच थोडी नियंत्रणं होती. समितीनं ठरवलं, की हर्स्टला जर 'कला' हवी असेल, तर ते ती त्याला देतील – अगदी भरपूर प्रमाणात देतील. अडचण फक्त एकच येणार होती. किमतीत थोडीशी वाढ झाली असती."

सॅमच्या भुवया आक्रसल्या आणि त्यानं डोळ्यांच्या कडांतून जेनिफरकडे नजर टाकली. तिचे डोळे त्या वयस्क गृहस्थावर खिळलेले होते.

समितीच्या सभासदांची त्यांच्या निरनिराळ्या प्रकाशनांतल्या खेळत्या भांडवलाच्या प्रचंड रकमांपर्यंत आयतीच पोहोच होती. या रकमेपैकीच काही रक्कम – चीफला ज्या हव्या आहेत असं *त्यांना* वाटायचं त्या – कलात्मक वस्तूंची खरेदी करण्यासाठी पैशांचा पुरवठा करण्याकडे वळवण्यात येई."

"त्याला काय हवं असे, हे समिती सभासदांना कोण सांगत होतं याबद्दल मी तर्क करू शकेन," सॅम म्हणाला. त्या उद्धट वयोवृद्ध इसमाच्या मुद्रेवर ओशाळवाणेपणाची किंवा तशीच काहीशी म्हणता येईल अशी भावना पसरल्याचं त्याच्या नजरेनं टिपलं.

"तशी परिस्थिती त्यानंच स्वत:वर ओढवून घेतली होती." सिमिंग्टनच्या स्वरात पुन्हा भांडखोरपणाचा उद्‌भव झाला. "शिवाय, मला काहीच पर्याय देण्यात आलेला नव्हता. मला माझी स्वत:चीच समस्या होती – मद्यपान. गेल्या पंचवीस वर्षांत मी दारूला शिवलेलो नाही; पण त्यावेळी परिस्थिती वेगळी होती. मी दारूपासून दूर राहू शकत नसे. समितीच्या सदस्यांपैकी एकाला ती गोष्ट माहीत होती. त्याला हेही माहिती होतं, की हे जर का हर्स्टच्या लक्षात आलं, तर तो क्षणाचाही विलंब न लावता मला हाकलून देईल. मी जेव्हा जेव्हा इथं या टेकडीवर येत असे, तेव्हा तेव्हा मी मद्याशिवाय राहण्याचा आटोकाट प्रयत्न करी. चीफला मिस डॅवीजच्या स्वरूपात त्याचे स्वत:चे प्रश्न होते."

आपल्या स्वत:चं नाव त्या वयस्क गृहस्थाच्या तोंडून ऐकलं तसा जेनिफरला क्षणभर आश्चर्याचा धक्काच बसला.

"मॅरिअन डॅवीज. अभिनेत्री. तिच्या बरोबरचं हर्स्टचं लफडं त्याच्या कुटुंबासाठी एक मोठंच अवघड प्रकरण होतं. पण ती त्याच्या आयुष्याचं प्रेयस होती. आणि खरोखरच ती त्याची हृदयसुंदरी होती." सिमिंग्टनच्या मुद्रेवर मन:पूर्वक स्मित

उमटलं. "आम्हाला एक समस्या होती – म्हणजे तिला नि मला. आम्हा दोघांना मद्याचा एक समान शाप होता पण चीफ? तो तर त्याच्या पाहुण्यांनाही – त्यांतले कित्येक अव्वल दर्जाचे तारे आणि जगातले राजकारणी असायचे – इथं मद्य आणायला मुभा देत नसे. त्याला भीती वाटे, की ती रात्रीच्या वेळी दारूच्या बाटलीसाठी कुठेही भटकत राहील. तेव्हा इतकं सांगितलेलं पुरे आहे, की मला समितीशी एक तर सहकार्य करणं किंवा माझी नोकरी गमावणं एवढे दोनच पर्याय होते." त्याच्या टेबलावर पसरलेल्या अनेक फुलदाण्या नि इतर वस्तूंकडे, त्यानं सहजगत्या हात दाखवला. "ते टाळण्यासाठी मी वाटेल ते करायला तयार होतो."

"समितीविषयी आम्हाला आणखी सांग," सॅमनं त्याला म्हटलं. "स्लेड नि ड्रेकचं जर्नल ह्यांच्याशी तिला काय देणं-घेणं होतं?"

सिमिंग्टननं सिगारेट होल्डरमधून तिचा उरलेला भाग खुडून काढला आणि थोटुक टेबलावरच्या एका छोट्या बशीत चुरडून टाकलं. "मी सांगत होतो त्याप्रमाणे झिरपून घेतलेला पैसा तुलनेनं लहान लहान रकमांमध्ये होता. त्यामुळे कोणत्याही एका वृत्तपत्रातल्या कुणाच्याही नजरेत तो येत नसे. पण एकुणात मात्र ती रक्कम लक्षणीय असे. विशेषत: मंदी काळातल्या डॉलरशी तुम्ही त्याचा मेळ घातलात, तर! समितीच्या पैशानं मी खरेदी करत असे आणि ती वस्तू एखाद्या बनावट ग्राहकाकडे हस्तांतरित करत असे. तो आपण एखादा नवीन खरीददार असल्याची भूमिका वठवीत असे. मग मी चीफला सांगत असे, की मी एक विशेष महत्त्वाची वस्तू शोधली आहे. तो बनावट ग्राहक समितीने चुकत्या केलेल्या किमतीत वीस, तीस; प्रसंगी चाळीस टक्केही वाढ करी. चीफ ती फुगवलेली किंमत अदा करत असे आणि त्या बनावट ग्राहकाला रक्कम चुकती केल्यानतर मधली रक्कम समिती हडप करत असे. कार्यकारी भांडवल संबंधित कंपनीला परत करण्यात येई आणि कुणालाही या व्यवहाराचा पत्ता लागत नसे. तुम्ही त्याला बिनव्याजी कर्ज म्हणू शकता." सिमिंग्टननं त्याचं मस्तक डावी उजवीकडे हलवलं. "प्रकार साधा, सरळ होता."

"मला एक गोष्ट लक्षात आलेली नाही," सॅम त्याचं म्हणणं सांगू लागला, 'समितीला कंपनीचा पैसा घेण्याची गरज काय होती? फुगवलेली किंमतच ती हर्स्टला का सांगत नसे आणि त्याची खरेदी रक्कम मूळ खरेदीसाठी का वापरत नसे?"

"तुम्हाला कलाविषयक बाजाराची फार काही माहिती नाही आणि विल्यम रॅण्डल्फ हर्स्टविषयी तर कमीच." सिमिंग्टननं स्मित करत उत्तर दिलं.

सॅमनं खांदे उडवले. "ठीक आहे. मग मला माहिती करून दे."

"अशा क्वचितच आढळणाऱ्या किमतींना, विशेषत: त्या जुन्या काळी, खरेददीदार नि विक्रेते यांचा एकमेकांशी घट्टपणे जोडलेला एक छोटा समूहच असे. काही दिवसांतच शब्दांचं पेव फुटलं असतं, की चीफनं अदा केलेली किंमत नि त्या

विक्रेत्याला मिळालेली रक्कम यात अव्वाच्या सव्वा फरक आहे. सान फ्रान्सिस्को मधल्या, वृत्तपत्र साम्राज्यातल्या एका डबघाईला आलेल्या वृत्तपत्रात हर्स्टनं ते आणखी वाढवण्यासाठी गुंतवणूक केली नाही, त्याचं कारण त्याची चौफेर सावध दृष्टी! छे, समितीला जाणीव होती, की एखादा बोगस मध्यस्थ तिला उभा करावाच लागेल. असा विक्रेता, की जो या कलाजगताची खात्री पटवू शकेल, की फुगवून सांगण्यात आलेल्या किमतीएवढीच त्याला प्रत्यक्ष मिळालेली किंमत आहे. ही भूमिका खुषीने पार पाडतील अशा भोंदूंची संख्या जगामध्ये भरपूर होती – अर्थातच मोबदला वसूल करून.''

''आणि जर्नलचं काय?''

जणू काही आपण एखादी कौटुंबिक गैर गोष्ट उघड करणार आहोत अशा भावनेनं सिमिंग्टन काहीसा अडखळला. ''मी समितीच्या वतीनं वाटाघाटी करून दीर्घ काळ वस्तू खरेदी करत होतो. त्यापैकी ते जर्नल ही शेवटची वस्तू होती. मी युरोपात काळ्या बाजारात जे संबंध प्रस्थापित केले होते, त्यांच्यामार्फत ती योजना मी अमलात आणली. स्पेनच्या यादवी युद्धा दरम्यान जर्मन सैन्यदलातील अनेक अधिकारी, फ्रॅन्को आणि त्याच्या लष्करी आस्थापनांचे सल्लागार यांना भेटण्याची सुसंधी मला मिळाली. ते स्वत:च मधूनमधून कलावस्तूंच्या व्यापारात लुडबुड करत असत. त्यांना त्यामध्ये खरोखर स्वारस्य नव्हतंच. त्यांना प्रिय होता पैसा. नंतर जर्मनांनी जेव्हा बेल्जिअम, नेदरलॅण्ड्स आणि फ्रान्स पादाक्रान्त केलं तेव्हा या मंडळींना माहीत होतं, की त्यांच्या सैन्याला गावांमध्ये लुटालूट करताना मिळणाऱ्या कोणत्याही कलावस्तूंना पश्चिमेकडे आयतं मार्केट आहे.''

सिमिंग्टन त्याच्या खुर्चीत मागं रेलला नि आढ्याकडं पाहू लागला. ''आणि जोवर चीफला कळून येत नाही तोपर्यंत तो सगळा माल कुठून येतो यामुळे समितीला काही फरक पडत नव्हता. ते काम फार सोपं होतं. विशेषत: हा देश एकेचाळीस साली युद्धात उतरला त्यानंतर! हा कॅसल बंद करण्यात आला. आणि मग चीफनं सान फ्रान्सिस्को नि न्यूयॉर्कमधल्या अपार्टमेन्टमध्ये त्याचा मुक्काम हलवला. त्यानंतर तो क्वचितच कधी इकडे परत आला.''

''पण तो कॅसल सोडून मुळात गेलाच का?'' जेनिफरनं विचारलं.

''श्रीमंती लहरीपणा असं म्हणतील काही जण. पण मी मात्र, ते चंचल असतात असं म्हणेन.'' सिमिंग्टननं त्याचा अभिप्राय व्यक्त केला. ''इथल्या अधिकारी मंडळींनी त्याच्या ह्या 'एन्चान्टेड हिल'वर कोणत्याही प्रकारची रोषणाई करायला त्याला मनाई केली. ही जागा प्रकाशानं उजळून टाकणं म्हणजे जपानी पाणबुड्या नि विमानं यांच्यासाठी खुणेचा जाळ पेटवण्यासारखं ठरलं असतं आणि हर्स्टला तर हे स्थान ख्रिसमस ट्रीसारखं दिव्यांनी उजळून टाकल्याशिवाय उपयोगाचं नव्हतं. ते काही असो

आमच्या दृष्टीनं मात्र ते फार सोपं झालं.

"मला या ठिकाणी विनाआडकाठी यायला, जायला मिळे. घरात अगदी मोजकाच कर्मचारीवर्ग होता. ते सगळे जण मला ओळखत. त्यांच्यापैकी कुणीही, कधीही माझ्या अधिकाराबाबत शंका घेतली नाही. आम्ही समितीच्या बैठका इथंच, वरच्या मजल्यावरच्या खुद्द चीफच्या ग्रंथालयात घेत असू. एक गट म्हणून विचार करता ते म्हणजे तोफेतून सोडायचे एकत्र केलेले गोळेच होते जणू. आम्ही इथं या टेकडीवर खास साठवणीसाठी म्हणून एक जागा सुद्धा खोदून तयार केली होती – अशी जागा, जिथं त्या खरेदी केलेल्या वस्तू चीफकडे सुपूर्द करीपर्यंत लपवून ठेवल्याचं इतर कुणाच्याही लक्षात आलं नसतं. कुठलाच उणेपणा नसणारी जागा. परिपूर्ण."

तळघराच्या दुसऱ्या टोकाला पावलांचा आवाज येऊ लागला. सॅमनं वळून पाहिलं. स्वेटर नि लांब स्कर्ट परिधान केलेली एक नाजूक स्त्री आतल्या भागातून पुढं येत होती.

"मिस्टर सिमिंग्टन?"

"काय आहे, पेगी?"

"मला फक्त तुमच्या दहा वाजताच्या एका भेटीची आठवण तुम्हाला करून द्यायची आहे. तो गृहस्थ अद्याप इथवर आलेला नाही. पण आता जवळजवळ दहा वाजायला आलेच आहेत." त्या स्त्रीचा स्वर कानाला अप्रसन्न वाटणारा नसला, तरी कार्यतत्परतेचा विचार करता शांत वाटत होता."

"ठीक आहे. तो आला की मला कळव. वरच्या मजल्यावर मी त्याच्याशी बोलेन."

"ठीक आहे." ती स्त्री मागे वळली नि तळघरातून निघून गेली.

"आजवर अतिथी-अभ्यागत कुणीही आलेले नाहीत मला भेटायला. आज मात्र माझ्यावर खरोखर ईश्वरी कृपा झालेली आहे." जेनिफरच्या दिशेनं वळत सिमिंग्टननं त्याचं मस्तक लवविलं. त्याच्या त्या हावभावात छद्मीपणा काठोकाठ भरलेला होता. "लॉस एंजलिसहून एक कला शिक्षक आला आहे. इटालियन प्रबोधन काळातील काही वस्तूंचा तो अभ्यास करू इच्छितो. हां, तर आपण कुठवर आलो होतो?"

"ड्रेक जर्नल," सॅमनं धागा जोडला.

"हां, बरोबर. लोभीपणाचं शेवटचं कृत्य. बेचाळीसच्या उन्हाळ्यामध्ये आम्हाला एक संदेश मिळाला. ते जर्नल फ्रान्समध्ये जर्मनांच्या हाती लागलेलं आहे. एका वेगळ्या स्वतंत्र मार्गाने मी नंतर शोधून काढलं, की त्यांना ते चौदाव्या शतकातल्या एका मठाच्या ग्रंथालयात सापडलं होतं. हा मठ कोणता ते मात्र मला कधीच शोधता

आलं नाही. पण असं दिसतं, की ड्रेक त्याच्या सागरी पृथ्वी प्रदक्षिणेवर असताना इंग्लंडला परतण्यापूर्वी तो फ्रान्सला थांबला असताना फ्रान्सच्या राजानं ड्रेकचं जर्नल त्याच्याकडून काढून घेतलं असावं. जर्मनांनी ते एकदशलक्ष डॉलरच्या मोबदल्यात समितीला देऊ केलं. ही किंमत अव्वाच्या सव्वा होती. पण त्याच हिशेबानं समितीला हे माहिती होतं, की त्यातली प्रत्येक पेनी त्या मोलाची आहे. त्यांना खात्री होती, की त्या किमतीच्या दुप्पट रक्कम त्यांना चीफकडून वसूल करता येईल. ती खरोखरच दुर्मिळ चीज होती. कॅलिफोर्नियातल्या काही माणसांच्या दृष्टीनं ड्रेकविषयी त्यांना एक खास ओढ आहे – त्या राज्यात प्रथम पाऊल टाकणारा पहिला इंग्लिश माणूस. आणि आम्हालाही ठाऊक होतं, की हर्स्ट त्या जर्नलला आपल्या ग्रंथालयाचा केंद्रबिंदू करणार.''

सिमिंग्टननं पाकिटातून थापटी मारून आणखी एक सिगारेट बाहेर काढली आणि होल्डरमध्ये बसवली. ''कुणाच्या लक्षात येऊ नये आणि खरेदी त्वरेनं व्हावी या दृष्टीने निरनिराळ्या वृत्तपत्रांतून पुरेशी रक्कम लाटून समिती आपल्याकडे वळवू शकेल, अशी आम्हाला खात्री वाटत नव्हती. मला वाटतं आजकाल या गोष्टीला रोख पुरवठ्याची समस्या म्हटलं जातं. तर, समितीचे झाडून सारे सदस्य वरच्या 'गॉथिक स्टडी' मध्ये भेटले. त्यांनी ही खरेदी करण्याचा एकमतानं निर्णय घेतला. मी चीफला असं सांगायचं होतं, की मला ते जर्नल इंग्लंडमधल्या एका मध्यस्थाकडे आढळलं. आम्हा सर्वांनाच खात्री होती, की त्याच्याशी नाझींचा कुठल्या ना कुठल्या प्रकारे संबंध आहे असा विचारही त्याच्या मनात येता, तर तो त्या वस्तूला कधीही शिवला सुद्धा नसता. मग मी लंडनमध्ये एक बनावट विक्रेता उभा केला. समितीनं रक्कम गोळा केली आणि आम्ही खरेदीची व्यवस्था केली.'' सिमिंग्टन सिगारेट पेटवण्यासाठी नि तिचे दीर्घ झुरके घेण्यासाठी थोडासा थांबला. त्यानं बाहेर सोडलेल्या धुराची अगदी गोलाकार वलयं झाली. ती वलयं तळघराच्या विटांच्या घुमटाकार आढ्याला जाऊन भिडत होती नि तो स्तब्धपणे त्यांच्याकडे पाहात होता.

''पुढं काय झालं?'' जेनिफरनं खुर्चीतल्या खुर्चीतच बाजू बदलली.

''त्या सगळ्याचा फज्जा उडाला.'' सरळसोट, रोखठोक शब्दांत सिमिंग्टननं उत्तर दिलं. ''ते जर्नल एका जर्मन पाणबुडीतून सान फ्रान्सिस्कोपासून काही अंतरावरच्या एका किनारी मालवाहू बोटीत नेण्यात आलं. समितीनं एक ख्यातनाम विद्वान शोधून काढला. तो ड्रेकचं हस्ताक्षर आणि त्या जर्नलमधील अनुमानित मजकूर यांच्याशी चांगला परिचित असलेला गृहस्थ होता. तो त्या मजकुराचा अस्सलपणा प्रमाणित करू शकणार होता. त्या गोष्टीची आवश्यकता खरं तर नव्हती. आम्ही त्या पुस्तकातली फक्त काही नमुना-पानं सत्यता पडताळणीसाठी मिळवावी असं योजलेलं होतं. पण त्यात काही अडचण होती. ती कधीच प्राप्त झाली नाहीत! ''

जेनिफरची चर्मपत्रं, सॅमच्या मनात आलं.

"ते काही असू दे. पण ते पुडकं पोहोचलं तेव्हा आमचा माणूस त्या मालवाहू बोटीवर होता. तो त्या जर्नलच्या तपासणीचं काम करत असताना ती गोष्ट लक्षात आली. तुम्ही मघाशी ज्याचा उल्लेख केलात तो माणूस – रेमण्ड स्लेड – आम्हाला विश्वासात घेतल्यासारखं दाखवून प्रत्यक्षात ठकवत होता."

सिमिंग्टननं आपले हात एकमेकांवर चोळले आणि हाताची कोपरं टेबलावर टेकवली. "स्लेड हा असा इसम होता, की ज्याची निष्ठा ती खरीदण्यासाठी वापरलेल्या अखेरच्या डॉलरपुरतीच असायची. आम्हाला नंतर असा शोध लागला, की त्याच्या तेजीत चालणाऱ्या काळ्या बाजाराच्या धंद्याबरोबरच, जर्मन नि जपानी या दोघांनाही तो जहाजाच्या हालचालींची माहिती विकत होता. तुम्ही ज्याला विश्वासार्ह म्हणता, असे नाहीत; पण योग्य ठिकाणी लागेबांधे त्याचे होते.

"स्लेड ट्रेजर आयलँडमधून बाहेर पडलेल्या एका अॅण्टीसबमरिन ब्लिम्पचा दोन क्रमांकाचा प्रमुख होता."

"आम्हाला ठाऊक आहे," सॅम उत्तरला.

"पण तुम्हाला बहुधा हे माहिती नाही, की आमच्या माणसानं त्या जर्नलच्या अस्सलपणाची खात्री देऊन पैशांचं हस्तांतरण पूर्ण होईपर्यंत त्या संकेतस्थळाच्या परिसरापासून लष्करी गस्तीला दूर ठेवणं त्याच्याकडून अपेक्षित होतं. त्याऐवजी, ते ब्लिम्प फ्रेटरच्या डोक्यावरून उडू लागलं आणि जर्मन पाणबुडीला आडोसा घेण्यासाठी पळणं भाग पाडलं. मग स्लेडनं त्या फ्रेटरकडे मशिनगन रोखली आणि त्याचा जोडीदार शिडीवरून खाली उतरला, जहाजावर चढला आणि पिस्तुलाच्या धाकावर त्याने रोख एक दशलक्ष डॉलरची रक्कम नि जर्नल ताब्यात घेतलं."

"त्याच्या बरोबर जोडीदार होता?" जेनिफरनं विचारलं. "तुला ठाऊक आहे तो कोण होता?"

सिमिंग्टननं त्याचं मस्तक डोलवलं.

"आणि तोच अखेरचा प्रसंग त्या दोघांना कुणीतरी पाहिल्याचा?" तिनं पृच्छा केली.

"अगदी तसंच काही नाही?" सिमिंग्टननं स्पष्ट केलं. "त्यानंतर एका आठवड्यानं माझ्याशी टेलिफोनवर संपर्क साधण्यात आला – तो स्लेड होता."

जिन्याच्या तोंडाशी त्यांना आवाज ऐकू आला नि दरवाजा उघडला गेला. "मिस्टर सिमिंग्टन, तुम्ही ज्याला भेटीची वेळ दिली आहे, तो गृहस्थ इथं आला आहे."

"ठीक आहे, पेगी. मी येतोच एवढ्यात."

सिमिंग्टन टेबलाच्या मागे उभा राहिला. "स्लेडनं फोन केला होता, कारण तो

ते जर्नल समितीला विकू इच्छित होता. त्यानं आधीच डल्ला मारलेल्या एक दशलक्ष डॉलरवर तो समाधानी नव्हता. त्याला आणखी अडीच लक्ष डॉलर त्या जर्नलसाठी हवे होते.''

सॅमनं जेनिफरकडे पाहिलं. सिमिंग्टनच्या कहाणीनं खोलवर जपलेल्या एका रहस्याला दुजोरा दिल्यासारखी एक शांत, मुक्त भावना तिच्या चेहऱ्यावर प्रगटली. त्या हवाई बलूनच्या विनाशातून स्लेड वाचल्याचं उघड झाल्यानं जेनिफर डॅवीजच्या चिंतेचा फुगा काहीसा फुटल्यासारखं दिसत होतं.

''रेमण्ड स्लेडचं वर्णन करू शकशील तू?''

''वर्णन काय करायचं? सर्वसाधारण दिसणारा माणूस होता तो.''

''रेमण्ड स्लेड जिवंत आहे?'' सॅमनं सिमिंग्टनच्या दिशेनं प्रश्न फेकला खरा; पण त्याचं लक्ष होतं ते जेनिफर डॅवीजकडे. ती तिच्या खुर्चीवरून उठली आणि त्या दोघांपासून दूर झाली.

''मला त्याची कल्पना नाही, एवढंच मी निश्चित सांगू शकतो.''

''आता त्याला पाहिलंस तर ओळखू शकशील त्याला?'' तिनं त्याला विचारलं.

''तो जर हयात असेल आणि काळानं त्याची फार धूळधाण केली नसेल, तर मला वाटतं मी ओळखू शकेन. त्या हरामखोराच्या चेहऱ्यावरचं त्याला मी अखेरचा भेटलो त्यावेळचं छद्मी हसू मी कधीही विसरू शकणार नाही. ती ब्लिम्प सागरतळाशी गेल्यानंतर एका आठवड्यानंतरची भेट होती ती. त्या जर्नलच्या खरेदीच्या अटींवर वाटाघाटी करण्यासाठी आम्ही भेटलो होतो. त्यानं समितीला तोफेच्या तोंडावर आणून बसवलं होतं. आणि त्याला त्या गोष्टीची जाणीव होती. त्यानं आमच्याकडून एक दशलक्ष डॉलर उकळले होते. पण आम्ही पोलिसांकडे जाऊ शकलो नाही. समिती तो पैसा भरून काढण्यासाठी जीवावर उदार झाली होती. पूर्वेकडच्या वृत्तपत्रांपैकी एकामध्ये पगार देता आला नाही. आम्हा सर्वांना माहिती होतं, की त्या जर्नलची विक्री आम्ही त्वरेनं करू शकलो नाही आणि त्याच्याकडून रक्कम मिळवू शकलो नाही, तर आमच्याकडून काही तरी चूक घडली आहे हे कळायला हर्स्टला फार वेळ लागला नसता. मला ठाऊक नाही त्यांनी ते कसं केलं, पण समितीनं आणखी अडीच लाख डॉलर एकत्रितपणे गोळा केले आणि भेटीचं संकेतस्थळ निश्चित करण्यात आलं.''

''मग काय घडलं?'' सॅमनं विचारणा केली.

''चीफनं आम्हाला पार उद्ध्वस्त करून टाकलं. पूर्वतयारी केल्याप्रमाणे मी जर्नलबद्दल भरपूर भलावण करून बोललो. मी त्याला सांगितलं, की आम्ही इंग्लंडमध्ये एक आश्चर्यकारक चीज शोधून काढली आहे. रोझेटा स्टोनच्या[17] तोडीचा तो खजिना आहे – सर फ्रान्सिस ड्रेकचं सागरी जगप्रदक्षिणेचं जर्नल!''

असं म्हणून सिमिंग्टन हसू लागला. "तो काय म्हणाला तुम्हाला ठाऊक आहे? तुमचा विश्वास नाही बसणार त्यावर. ह्या खरेदीसाठी काही महिने थांबावं लागेल; कारण त्याच्या कलाविषयक अंदाजपत्रकानं म्हणे आधीच मर्यादा पार केली आहे! न्यूयॉर्कमधल्या एका व्यापाऱ्याकडून त्यानं चिलखताचे कित्येक सूट खरेदी केले होते आणि त्याची रोकड पैशाची स्थिती खालावली होती, असं दिसलं. तुम्ही कल्पना करू शकाल याची?" सिमिंग्टन पुन्हा हसला. "या महाराजांचं कलेचं अंदाजपत्रक एकाएकी उपटलं. कलेची अधाशासारखी भूक भागवण्यासाठी तीस वर्षं लहानसहान रकमांसाठी आपल्या कंपनीतल्या प्रत्येक तिजोरीवर डल्ला मारल्यानंतर अचानक नि काहीच इशारा न देता हे महाराज एकदम कफल्लक झाले. दारूचं व्यसन अचानक सोडावं, तसे. काय तर म्हणे, यांचं अंदाजपत्रक होतं." सिमिंग्टनच्या चेहऱ्यावर उपहासाचं दात विचकत केलेलं हसू पसरलं आणि तो तुच्छतेनं मोठ्यांदा खदाखदा हसला. इतका मोठ्यानं की त्या हसण्यानं ते बसले होते त्या कक्षाच्या भिंतींतून त्याचे प्रतिध्वनी आले. "मिस्टर बोगार्डस, मी आधी म्हटल्याप्रमाणे धनाढ्य माणसापासून सावध राहा. कारण ते चंचल असतात."

"एका आठवड्याच्या आतच त्याच्या लक्षात आलं, की पैशांची अफरातफर झाली आहे आणि रक्ताचा वास येणाऱ्या हाउंड कुत्र्याप्रमाणे त्यानं समितीच्या सदस्यांना कोंडीत पकडलं. एकेकजण एकामागोमाग एक बोलता झाला. प्रत्येकानं दुसऱ्याकडे बोट दाखवलं."

"हर्स्टनं केलं काय?"

"त्यानं त्यांची हकालपट्टी केली."

"एवढंच? म्हणजे तू असं म्हणतो आहेस का, की त्यानं फौजदारी आरोप केले नाहीत?"

"नाही ना. काय वाट्टेल ते म्हणा त्या गोष्टीला – गर्व, अहंकार, काहीही. जाहीर खुनाखुनी तो होऊ देणार नव्हता. उद्योगपती आणि एक वस्तुसंग्राहक ह्या दोन्ही बाबतीतल्या आपल्या ख्यातीविषयी तो फार जागरूक होता. त्याला हेही ठाऊक होतं, की त्याच्या स्पर्धकांपैकी – इतर वृत्तपत्र प्रकाशकांपैकी – काही जणांनी त्याच्या जीवावर मौज करण्याची संधी साधली असती. त्याची कीर्ती त्याला पैशापेक्षा अधिक मोलाची होती. आपण फसवले गेलो आहोत – एकदा नव्हे; अनेकदा – हे मान्य करणं म्हणजे त्याच्यासाठी जरा अतिच होतं! अर्थात तुम्हाला एक गोष्ट लक्षात ठेवायला हवी, की त्या काळात त्याच्या तोडीचा पल्ला असणारी फारच थोडी माणसं होती. विल्यम रॅण्डल्फ हर्स्टच्या क्रोधाचं धनी होणं म्हणजे केवळ प्रकाशनाच्याच नव्हे, तर एकूणच राजकारण आणि उद्योगजगत यांतल्या विजनवासाची, बेदखल होण्याची शिक्षा वाट्याला येणं होतं.

"माझ्यासाठी त्यानं खास भवितव्य राखून ठेवलं होतं. खाजगी सुरक्षा यंत्रणेकडून मला मानहानीकारकपणे या टेकडीवरून ओढून नेण्यात आलं आणि मी पुन्हा इथं परतायचं नाही, असं मला बजावण्यात आलं. हर्स्टनं शहरातल्या त्याच्या वृत्तपत्रात एका सामान्य नोकराचा दर्जा असलेल्या पदावर हजर व्हायचा आदेश मला दिला. मला निवडीला काही वावच नव्हता. माझं अंतर्मन मला सांगत होतं, की तो माझ्यावर दावा लावणार नाही. पण मी जर का सोडून गेलो असतो, कसं तरी करून त्याच्या कचाट्यातून बाहेर पडलो असतो, तर कुणास ठाऊक त्यानं माझं काय केलं असतं? सतत नऊ वर्षं मी एका नगण्य पदावरून दुसऱ्यावर, असा कष्टत राहिलो. एक किरकोळ कामगार यापेक्षा वरच्या पातळीवर मला कधीच जाऊ देण्यात आलं नाही." त्याच्या मुद्रेवरील भाव एका करुण हास्यानं झाकून टाकला. "पण हर्स्टला सुद्धा शेवटी कबरीच्या आतून बोलणं अशक्यच होतं ना! त्या माणसाच्या मृत्यूनंतर मला जरा बरे दिवस लाभले. पण तोवर हे सारं बंद खिडक्यांच्या मागे बंदिस्त झालेलं होतं," त्यानं वरच्या निवासाकडे हातवारे करत म्हटलं. "असं वाटतं, की मृत्यूच्या बाबतीत सुद्धा परिस्थितीनं त्याची इच्छा फलद्रूप होण्यासाठी कट केला होता."

सिमिंग्टन दरवाज्याच्या दिशेनं चालू लागला. "आतापावेतो आपलं बोलणं जसं संतोषकारक होत आलं, तसं ते आणखी एखाद्या वेळी आपल्याला चालू ठेवावं लागेल, असं वाटतं." त्याचा स्वर उपरोधानं ओतप्रोत भरलेला होता.

"मिस्टर सिमिंग्टन, तुम्ही जेम्स स्पेन्सर हे नाव कधी ऐकलं होतंत?" त्याच्या मार्गात अडथळा आणत जेनिफरनं विचारणा केली.

त्यानं मस्तक हलवत उलट प्रश्न केला. "मला ते ठाऊक असेल असं वाटतं का?"

"ते माझे वडील होते. त्या दिवशी ते त्या ब्लिम्पवर होते – आपल्या चालकाविनाच ते ज्या दिवशी परतलं, त्या दिवशी."

"अरेच्या! असं का?" सिमिंग्टननं भुवया वक्राकार केल्या. "स्लेडचा साथीदार."

"ते आम्हाला ठाऊक नाही," सॅम म्हणाला. "ह्या स्लेडनं ब्लिम्प त्या जहाजावर उतरण्यापूर्वीच स्पेन्सरला ठार केलं असल्याची मोठी शक्यता आहे."

"अंऽ, हे पाहा, मी आधी सांगितल्याप्रमाणे त्या इसमाला मी ओळखत नाही." त्यानं जेनिफरला ओलांडून जात आपला मार्ग सुधारला आणि तो जिन्याच्या दिशेने जाऊ लागला.

सॅमनं त्याचा दंड धरला. "ते जर्नल कुठाय?"

तो गृहस्थ मागे वळला. बोगार्डसवर तिरस्काराचा वर्षाव करणारे त्याचे डोळे त्याचा दंड पकडणाऱ्या हाताच्या हातावर स्थिरावले. "तुमचा तर्क अगदी माझ्याइतकाच चांगला असणार. मी ते कधीही पाहिलं नाही."

"माझा त्यावर विश्वास नाही."

"आणि स्पष्ट सांगायचं तर मला त्याची पर्वा नाही."

"आम्ही एक तर जर्नल मिळवू किंवा मग सरकारशी बोलू." सॅमनं आणखी एक मोहरा पुढं केला. "निवड तू करायची आहेस."

एकाएकी सिमिंग्टनच्या चेहऱ्यावरचे भाव हटवादी झाले. "ते पुस्तक घेऊन तुम्ही थांबाल, नंतर मला पिळून काढणार नाही; याची मला खात्री कशी पटावी?"

"आम्हाला त्या जर्नलशिवाय कशातच स्वारस्य नाही. गेल्या इतक्या वर्षांत तू आणखी जे काही केलं आहेस तो तू, तुझा सदसद्विवेक आणि सरकार यांच्यातला प्रश्न आहे." सॅमला कसं कोण जाणे पण हे जाणवलं की पहिल्या दोन बाबींचा आर्थर सिमिंग्टनवर कसलाही परिणाम होणार नाही.

"ठीक आहे." त्यांचं तोंड बंद ठेवण्यासाठी ती फारच थोडी किंमत होती. "इथंच थांबा. एका तासाच्या आत मी परत येतो आणि मग आपण पुढं बोलू."

"आम्ही इथंच आहोत."

■

१०

विद्युतभारित केलेल्या कणांची एका छोट्या प्रवेगकाभोवतीच्या – ॲक्सलेटर भोवतीच्या – वर्तुळाकार मार्गाची फेरी पूर्ण होण्यासाठी ते अंत:क्षेपणाद्वारे गनमध्ये घालण्यात आले होते. प्रकाशाच्या वेगाजवळ पोहोचून ते आघात बिंदूवर जाऊन धडकणार होते. तिथं ते कण आवाज करत प्रोटॉनपासून इलेक्ट्रॉन फोडून टाकत, अँथनी मरेनं चर्मपत्रांतून उचललेल्या लहानशा अंशांची अणुरचना उघड करणार होते.

एडवर्ड लफीवर हा काही अणुभौतिकीचा वैज्ञानिक नव्हता. तो होता इतिहास विभागातील केवळ एक धडपड्या पदवीधर विद्यार्थी. आपली बायको नि दोन मुलं यांचा निर्वाह करण्यासाठी जादा पैसे मिळावेत, म्हणून तो दर आठवड्यात एकदा लिवरमोरला जात असे. तिथे तो पुरातन वस्तूंची अस्सलता तपासण्यासाठी सायक्लोट्रॉन नावाच्या साधनाचा सर्वप्रथम वापर करण्यासाठीच्या अनुदानित प्रकल्पावर काम करत असे.

चाळीस वर्षांपूर्वी परमाणू प्रवेगकानं – पार्टिकल ॲक्सलेटरनं – एक वैज्ञानिक मार्ग खुला केला होता आणि त्याची अंतिम परिणती अणुबॉम्ब विकसित करण्यात झाली होती. अणूच्या घटकभागांचा स्फोट करून अणूच्या अंतरंगात डोकवायला वैज्ञानिकांना पहिल्यांदाच मुभा मिळाली होती.

आता ते या प्रवेगकाच्या वापराचे नवनवीन व वेगवेगळे मार्ग शोधून काढत होते. लफिवर ज्या प्रकल्पावर काम करत होता तो विशेषत: इतिहासकार व पुरातत्त्व अभ्यासक यांच्यासाठी प्रेरक ठरला होता. कित्येक दशकं ते दुर्मिळ दस्तऐवजांचा अस्सलपणा पडताळण्यासाठी हस्ताक्षर विश्लेषण; किंवा काही प्रकरणी, रेडिओ कार्बन चाचणीद्वारे कालनिश्चितीच्या पद्धतीवर अवलंबून राहात. या दोन पद्धतींमध्ये काही गंभीर उणिवा अंगभूतच होत्या. तथाकथित हस्ताक्षर तज्ज्ञांच्या विश्लेषण चुका नि तज्ज्ञांची परस्परविरोधी मतं यांनी गढूळलेली असत. एका विशिष्ट टप्प्यापर्यंत ते वैज्ञानिक असले, तरी अखेरीस ते लेखणीच्या फराट्यांतील सारखेपणा व तफावत

याबाबत व्यक्तिनिष्ठ निर्णयाच्याच अधीन होतं. कागदाचं व शाईचं संगणकीय पृथक्करण व त्याची न्यायसहायक तपासणी यांनी विश्वसनीयतेत वाढ केली, तरी ती पद्धती पूर्णपणे निर्णायक मात्र नव्हती.

१९४० च्या उत्तरार्धात रेडिओ कार्बन कालनिश्चिती-पद्धत विकसित झाली. तरी तीसुद्धा सदोष होती. कार्बन–१४ हा शोधक मूलद्रव्य म्हणून अनुकूल करून घेऊन रेडिओ ॲक्टिव्ह कार्बन डायऑक्साइड बनवण्यासाठी रासायनिकदृष्ट्या ऑक्सिजनशी त्याचा संयोग केला जाई. परंतु ह्या प्रक्रियेला फारच मर्यादा होत्या. लफिवर आणि त्याच्या सहकाऱ्यांच्या दृष्टीने उणिवा खूपच होत्या. ही पद्धती फक्त सेंद्रिय पदार्थाला लागू होई आणि तिच्या द्वारे कुठल्याही वस्तूची कालनिश्चिती ढोबळ कालिक कसोट्यांच्या मर्यादेतच शक्य होई. भूवैज्ञानिक आणि पुरातत्त्ववेत्ते यांच्यासाठी ती पुरेशी असली, तरी मानवी संस्कृतीच्या तुलनेने थोडक्या कालावधीकरिता इतिहासकारांसाठी मात्र ती अपुरी ठरत असे.

ज्या अनुदानित प्रकल्पात लफिवरला नियुक्ती देण्यात आली होती त्यामध्ये कार्बन कालनिश्चिती या विषयावरचा पर्याय म्हणून सायक्लोट्रॉन वापरण्यात आला होता. रेडिओ ॲक्टिव्ह ऱ्हासाचे प्रमाण-मापन करण्याऐवजी किंवा कार्बन-१४ च्या अर्ध्या आयुर्मानाचे प्रमाणमापन करण्याऐवजी ज्याची कालनिश्चिती करायची त्या नमुन्यातील विद्युतजागृत कणांची, म्हणजे आयॉनची मोजणी करण्यासाठी कणप्रवेगक वापरला जाई. त्यामध्ये असे फायदे होते, की काही मिलिग्रॅम कार्बन इतक्या अल्प प्रमाणातल्या नमुन्याचा वापर करता येई आणि त्या बरोबरच केवळ कालनिश्चिती पेक्षाही अलीकडची माहिती त्यातून मिळे. या पद्धतीमध्ये, ज्याची सूक्ष्म तपासणी करण्यात येते त्या बाबीची अणुसंरचना अभ्यासकाला प्रत्यक्ष वाचता येण्याला संधी असे आणि त्याच कालावधीतल्या ज्ञात वस्तूची अस्सलता निर्णयकरीत्या निश्चित करता येणे शक्य होई.

लफिवरनं ही चाचणी एक आठवड्यानं लांबवली होती. इंग्लंडमधल्या ऑक्सफर्ड विद्यापीठातून येणाऱ्या एका छोट्या कुपीची तो वाट पाहात होता – फ्रान्सिस ड्रेक त्याच्या सागरी जगप्रवासाहून इंग्लंडला परतल्यावर लगेचच त्यानं लिहिलेल्या म्हणून ज्ञात असणाऱ्या आणखी एका दस्तऐवजाचा अंश तिच्यात असणार होता.

आणि मग ती छोटी कुपी त्याला प्राप्त झाली होती. त्यानं काही शेवटची गणितं केली, आपला चष्मा सावरला नि नियंत्रण पट्टिकेवरलं एक लाल रंगाचं मोठं बटण दाबलं. परिणामी अतिसूक्ष्म अंशांचं अणूच्याही अंतर्गत कणांमध्ये चूर्ण होऊ लागणार होतं. प्रवेगकातून एक हलकासा, कण्हल्यासारखा आवाज येऊ लागला आणि त्या पाठोपाठ त्वरेनं, वर्तुळाकार मार्ग असणाऱ्या प्रवेगकाच्या पोटात खोलवर कुठेतरी केपांचं पिस्तुल उडवल्यासारखा दबलेला दणका ऐकू आला. तो एका छोट्या

व्हिडिओ मॉनिटरकडे सरकला आणि संगणकाच्या मॉनिटरखालच्या कळफलकावरल्या अनेक कळा त्यानं दाबल्या. क्षणार्धात पडद्यावर अक्षरांचे अनेक रकाने दिसू लागले. कळफलकाच्या बाजूलाच असलेल्या डेस्कावरच्या एका वहीत तो डोकावला, वहीमधलं एक पान उलटलं आणि कित्येक मिनिटं तो त्याचा अभ्यास करत राहिला.

मग त्यानं संथपणे आपला हात दूरध्वनीकडे नेला आणि एक आठ आकडी क्रमांक फिरवला. तिसऱ्या घंटेला प्रतिसाद आला. तो आवाज जाडसर इंग्लिश उच्चारानं भरलेला होता.

लफिवर हलक्या आवाजात माऊथपीस मधून बोलला, ''मी बोलतोय. प्रश्नच नाही, तो अस्सल आहे.''

''खात्री आहे तुझी?''

''होय. शाईत उतरलेलं कार्बनचं द्रावण इतर लेखनाशी जुळतंय. ड्रेकसाठीच्या खास आदेशाचा तो भाग असायलाच हवा. मरेकडून आलेल्या अंशांमध्येदेखील समुद्रातील क्षारांशी तंतोतंत जुळणाऱ्या संयुगाच्या खुणा दिसतात. पण निर्णायक बाबी म्हणजे लेखकाच्या हातांना व बोटांना लागलेले तेलाचे अंश त्या दोन्ही दस्तऐवजांच्या नमुन्यांवर दिसून येतात. मरेकडच्या नि ऑक्सफर्डच्या, दोघांकडच्या. त्या दोहोंची अणुसंरचना अगदी एकसारखी एक आहे. बोटांच्या ठशांइतकं हे निर्णायक आहे.''

''छान. मरेला सांगण्यापूर्वी किती काळ हा निर्णय तू दाबून ठेवू शकशील?''

''खात्रीनं नाही सांगू शकणार. तो थेट प्रोफेसरांशी बोलत असतो. निष्कर्षांचं विश्लेषण करण्यासाठी मला आणखी एक-दोन दिवसतरी वेळ मिळणार नाही, असं मी प्रोफेसरांना सांगू शकेन.''

''तेवढा वेळ आम्हाला पुरेसा होईल. दोन दिवस ते दाबून ठेव. तोपर्यंत जर्नल माझ्या हातात पडेल आणि तेवढ्यानं काही फरक पडणार नाही.''

''ठीक आहे.'' पलीकडच्या बाजूचा रिसीव्हर क्रेडलवरती पडल्याचा 'क्लिक्' आवाज लफिवरला ऐकू आला.

महामार्ग क्रमांक १०१ वरून दक्षिणेकडे कॅम्ब्रिआच्या दिशेने भन्नाट वेगानं जात असताना कमी वेगाच्या पट्ट्यांतून धावणाऱ्या वाहनांना मागे टाकत निकनं त्याच्या भाड्याच्या आटोपशीर गाडीला टोकाचा वेग दिला. एक लहान काळी सेडॉन त्याच्या मागून अर्ध्या मैलावरून त्याच्या गतीशी जुळवून घेत पळत राहिली.

जॉर्गनसननं प्रथम समोरच्या रस्त्यावर नि आजूबाजूला मागे पडणाऱ्या ग्रामीण परिसरावर एकटक रिकाम्या नजरेनं पाहिलं नि मग आपल्या घड्याळाकडे नजर टाकली. वीस मिनिटांनी तो सान लुइ ओबिस्पोमध्ये असणार होता. जागं राहण्यासाठी

तो आटापिटा करत होता. फ्लेचरनं त्याला दोन दारुड्यांसोबत रात्रभर कोठडीत बंद करून ठेवलं होतं. त्याच्या कोठडीतल्या सोबत्यांच्या कमोडमधल्या कोरड्या वांत्यांमुळे निकची जवळपास तासाभराची झोप खाल्ली होती. तुरुंगाधिकाऱ्यानं पहाटे चार वाजता त्याला उठवलं होतं आणि मग तो बाहेर पडून ॲन्जीच्या घरी येईपर्यंत नि तिच्या डझनभर प्रश्नांनी हैराण होऊन नि शॉवर घेऊन कपडे बदलेपर्यंत सकाळचे सात वाजले होते. सॅम कुठे आहे; आणि त्याचा त्या चर्मपत्रांशी काही संबंध आहे का ते ॲन्जीला त्याच्याकडून जाणून घ्यायचं होतं. त्या म्हातारीला त्या दस्तऐवजांविषयी माहिती असल्याचं पाहून तो चकित झाला. ती कॅरलशी बोलली असली पाहिजे.

सॅम आणि जेनिफर पथिकाश्रमातून अगोदरच बाहेर पडलेले असू नयेत एवढीच अपेक्षा तो करत होता. ह्या क्षणी मात्र त्याची प्रमुख चिंता जेक ही होती. तो अद्याप कोठडीतच होता. त्याला काही न्यायालयात खेचण्यात आलं नव्हतं आणि त्यामुळे जामीन निश्चित केला गेला नव्हता. म्हणून त्याच्या सुटकेसाठी निक जामीन उभा करू शकत नव्हता. त्याला एक ठाऊक होतं, सॅमचा इतरांशी संपर्क होताच, तो शहरातील त्याच्या मित्रांशी संपर्क साधेल आणि एका तासातच जेक बाहेर येईल; पण जॉर्गनसनला दूरध्वनीवर बोगार्डस प्रयत्न करूनही भेटला नाही. शहर सोडल्यापासून पेट्रोल पंपांवरून त्यानं डझनभर तरी दूरध्वनी केले होते.

निकनं शहर सोडल्याचं सॅमला कळलं तर सॅम पिसा होईल; पण आता तो आणखी चिंता करणार नव्हता. बोगार्डसकडून दूरध्वनी येण्याची वाट पाहात थांबायला तो आता कंटाळला होता आणि ते दूरध्वनी अखेर आलेच नाहीत.

आदल्या रात्री त्या शोफरनं जिथं त्याची श्वासनलिका जवळपास चिरडून टाकत आणली होती, त्या जागीची जुटाच्या तळव्याची खूण त्यानं चाचपून पाहिली. त्वचेवर ओरखडे नि खरचटल्याच्या खुणा होत्या. पण सूज उतरत चालली होती. बसल्या जागीच शरीराची हालचाल करीपर्यंत आणि सांध्यांमधला ताठरपणा जाणवेपर्यंत त्या पिसाट शोफरबरोबरची झटापट त्याला एखाद्या दुःस्वप्नासारखी वाटत राहिली. पुढं सिटी हॉलमधल्या कोठडीनं त्याची काळाचीच सारी संवेदना हरवून घेतली होती.

रस्त्यावरचं घोड्याच्या नालाच्या आकारासारखं वळण निकनं घेतलं आणि अस्ताव्यस्त पसरलेल्या 'मॅडोना इन' कडं त्यानं काहीसं साशंकतेनं पाहिलं. गुलाबी रंगाचा दर्शनी भाग आणि मोठे, मुरुमी वाटोळे खडक संपत्तीचं स्मारक असल्यासारखे तिथे उभे होते. महामार्गाच्या बांधकामामध्ये ज्याचं नशीब फळफळलं होतं अशा एका स्थानिक उद्योगपतीची ती निर्मिती होती. हॉट डॉग्ज आणि वक्राकार पृष्ठभागाच्या अगदी लहानात लहान रेषेवरचा आधार असलेली संत्री यांच्या प्रतिकृतीमध्ये बांधलेली फास्टफूडची दुकानं ही ऐतिहासिक बांधकामं मानली जातात, अशा राज्यातलं हे

संकुल होतं. तिथं ते एक मार्गदर्शक खूण ठरलं होतं आणि उत्तरेकडे सान फ्रान्सिस्को नि दक्षिणेकडे लॉस एंजेलिस यांच्या दरम्यानचा किनारी मार्गाचा मध्यवर्ती बिंदू म्हणून मोटार चालकांमध्ये ते बांधकाम सर्वमान्य झालेलं होतं. महामार्ग १०१ वरून, समुद्र किनाऱ्याला भिडणाऱ्या शेवटच्या बिंदूच्या दिशेने आणि महामार्ग १ वरच्या कॅम्ब्रियाकडे त्याने गाडी वळवली.

टोनी मरेकडून त्याला अद्यापही प्रयोगशाळा चाचणीचे अंतिम निष्कर्ष का प्राप्त होऊ नयेत, याचं निक आश्चर्य करत राहिला. मरेनं त्याला सांगितलं होतं, की त्या चर्मपत्रांचं उगमस्थान सिद्ध करण्यासाठी त्याला फक्त दोन दिवस लागतील. आता जवळजवळ एक आठवडा उलटून गेला होता. तो एक रात्र कोठडीत काढून ॲन्जीच्या घरी परतला होता, तेव्हा त्याला मरेकडून काही निरोप मिळण्याची थोडीफार अपेक्षा होती; पण तो नाहीच मिळाला.

एका लहानशा गावाच्या सीमेवरून निक पार झाला आणि आंतरराज्यीय रस्त्यावरून मोरो-बे नि महामार्ग क्रमांक १ कडे जाणाऱ्या रस्त्यावर आला, तसा निकनं गाडीचा वेग कमी केला.

दारावरची घंटी दुसऱ्यांदा वाजली तसे घंटेचे वेस्टमिन्स्टर सूर पुन्हा निनादले.

''येतेय; येतेय मी.'' हॉलमधून जाणाऱ्या वाटेवरून ॲन्जी कष्टानं पावलं टाकीत आली. तिनं एक छोटं लाकडी स्टूल दर्शनी दरवाज्याच्या मधोमध सरकवलं आणि पीप होलच्या भोकापर्यंत डोळा पोहोचावा म्हणून ती त्या स्टुलावर उभी राहिली. आपला सारखा छळ होतो आहे अशी ठाम कल्पना असणारं असाध्य वेड ज्यांना असतं अशा वर्गातली ती स्त्री होती. घराच्या मागच्या बाजूनं, चार-सहा इमारतींपलीकडे असणाऱ्या वाणसामानाच्या दुकानात जायचं असलं, तरी घर सोडताना गेली चाळीस वर्षं ती एक दैनंदिन कर्मकांड पार पाडत असे : गॅस शेगडीची प्रत्येक चावी तपासायची, दूरदर्शन संचाचा प्लग काढायचा आणि दर्शनी दरवाज्याला सुरक्षा साखळी लावायची.

दर्शनी पोर्चमध्ये उभा असणारा माणूस उंचापुरा, मध्यम वयाचा होता. त्याच्या डोईवरचे विपुल केस नीट राखलेले नि करड्या रंगाचे होते. त्यानं ट्वीड स्पोर्ट कोट परिधान केला होता आणि 'बो' लावलेला होता. कासवाच्या कवचाची फ्रेम असलेल्या चष्म्याआडून जाड भुवयांखालचे त्याचे डोळे रोखून पाहात होते. थोडंसं फुगीर असलेलं त्याचं नाक पीप होलच्या माशाच्या आकाराच्या काचेतून अधिकच मोठं भासत होतं.

''काय हवंय तुम्हाला?'' कवायत घेणाऱ्या सार्जंटच्या सुरात ॲन्जीनं अधिकार-दर्शक आवाजात प्रश्न केला.

''मी प्रोफेसर जॉर्गनसनना शोधतो आहे. मी त्यांचा कॅम्पसवरचा कलीग आहे.'' त्या आवाजाला जोरदार इंग्लिश उच्चाराचा बाज होता.

एक क्षणभर विचार करण्यासाठी ॲन्जी थांबली. मग तिनं स्टुलावरून खाली उतरत ते हॉलच्या एका बाजूला सारलं आणि लॅचची साखळी काढली. तिनं दार उघडलं आणि नीटनेटका पोषाख केलेल्या नि तोंडभरून स्मित करत उभ्या असलेल्या त्या इसमाकडे तोंड वर करून पाहात ती उभी राहिली.

''कशा आहात तुम्ही, मदाम? माझं नाव जेसन स्टोन. मी प्रोफेसर जॉर्गनसनचा जवळचा मित्र आहे. त्यांच्या एका वर्गासाठी काही वस्तू नेण्याकरिता त्यांनी मला इथं डोकावून जायला सांगितलं होतं.''

ॲन्जीनं सुट्या झालेल्या केसांच्या काही बटा परत आपल्या डोक्यावरच्या बुचड्यात सारण्याचा चाळा जाणीवपूर्वक केला. त्या उंचाड्या अपरिचिताचा आकर्षक चेहरामोहरा नि रीतभात यानं भारावून तिनं स्मित केलं.

''गमतीचीच गोष्ट म्हणायची. त्याविषयी तो माझ्याकडे काहीच बोलला नव्हता.'' तिच्या आवाजात आता मोकळेपणा नि मार्दव आलं होतं.

''तुम्ही निकला चांगलं ओळखता की. मला वाटतं अशा क्षुल्लक बाबीसाठी तो बाईमाणसाला कधीच त्रास देणार नाही.'' जास्पर होम्स कमरेत थोडासा वाकला नि मनाला अत्यंत शांत करणारं हास्य त्याच्या मुद्रेवर पसरलं. ''तुम्ही त्याला इकडे दरवाज्याकडे का बोलावत नाही? म्हणजे तो कदाचित आपली ओळख करून देईल.'' ॲन्जीच्या गालांवर शरमेनं लाली चढली. होम्सला ठाऊक होतं, की ॲन्जीला स्वीकारता येणार नाही असं आव्हान होतं ते. कारण निक त्या इमारतीतून बाहेर पडून पिवळ्या रंगाच्या एका टॅक्सीतून निघून जाईपर्यंत त्या घरापासून दोन-तीन इमारतींपलीकडे रस्त्याच्या कडेला गाडी उभी करून त्याची प्रतीक्षा करत नि टेहळणी करत जास्परनं सकाळचा त्याचा महत्त्वाचा वेळ खर्च केलेला होता.

''माफ करा, पण तो या क्षणी इथं नाहीये.''

''छे! फारच लाजिरवाणा प्रसंग. केवळ एवढ्याच कामासाठी मी एवढ्या दूरवरून, बर्कलीहून इकडे आलो.''

''इंग्लंड. माझ्या खरं तर लक्षात यायला हवं होतं.'' थोडंसं संभाषण करण्याच्या उद्देशानं ती हसत म्हणाली.

''ॲक्चुअली ऑस्ट्रेलिया, मदाम – सिडनी.'' जास्परनं 'ॲक्चुअली' आणि 'ऑस्ट्रेलिया' मधला 'अ' ऑस्ट्रेलिया-न्यूझीलंड मध्ये केल्या जाणाऱ्या बटबटीत उच्चाराचा प्रभाव जाणवेल अशा प्रकारे जरा खेचून उच्चारला.

''तुम्हाला इथून काय घेऊन जायचं होतं?'' तिनं विचारलं.

''वर्गासाठी काही लेक्चर नोट्स. त्या नसतील, तर माझी चांगलीच फजिती

होणार आहे.'' त्यानं एक खोडकर हास्य केलं आणि एका हातातली चामड्याची ब्रीफकेस दुसऱ्या हातात घेतली.

ॲन्जी दरवाज्याच्या मार्गातच उभी होती. तिचा निर्णय होत नसल्याचं तिचा चेहरा दर्शवत होता.

''मला खात्री आहे, की ते कागद जर मी पाहिले तर पाहताक्षणीच मी ते ओळखीन.'' तिच्या निर्णयावर प्रभाव टाकण्याचा जास्परनं प्रयत्न केला. ''मला वर्ग रद्द करणं भाग पडलं तर प्रोफेसर जॉर्गनसन फारच अपसेट होतील.'' तिच्या नजरेतली अनिश्चितता निघून गेली.

''मला वाटत असंच करणं बरं होईल.'' ॲन्जी दारातून मागे सरकली आणि तिनं त्याला आत येऊ दिलं.

त्यानंतर तीन मिनिटांनी जास्पर तळघरात उभा होता, मागच्या पोर्चच्या लाकडी जिन्याच्या पायऱ्या ॲन्जी चढून गेल्याचं तो ऐकत राहिला. 'दोऱ्या माझ्या हातात असलेल्या कळसूत्री बाहुलीसारखी!' तो स्वत:शीच फिस्कारला. आपण आता एकटेच असल्याचं समाधान झाल्यावर तो खोलीची उलथापालथ करू लागला. मात्र प्रत्येक वस्तू पुन्हा जागच्याजागी ठेवण्याची काळजी घेऊ लागला. *'जॉर्गनसन परतल्यावर आपली भेट झाल्याचं म्हातारीला आठवेल; नि तसं ती त्याला सांगेल अशी शक्यता फारच कमी आहे याबद्दल त्याची खात्री पटली होती. मग त्यानं दरवाजातच तिला सांगितलेलं बनावट नाव तिला आठवण्याची शक्यता तर फारच कमी! आणखी एक आस्थेवाईक नि सुंदरसं स्मित तिच्याकडे फेकलं, की ती तिचं स्वत:चंही नाव विसरून जाईल.'* त्याच्या मनात आलं.

तो मनातल्या मनात हसला, तसा त्याचा अहंकार तक्तपोशीला जाऊन भिडला! दुर्दैवानं त्याच्या डोळ्यांनी मात्र त्या गोष्टीचा मागोवा घेतला नाही. अन्यथा थेट माथ्यावर प्लास्टरमध्ये असणारं एक लहानसं छिद्र त्याच्या नजरेला पडलं असतं. 'ऑस्ट्रेलिअन म्हणे. हं:!' सामानाच्या खोलीच्या फरशीला पाडून ठेवलेल्या छिद्रावर आपला डोळा दाबून धरत ॲन्जी मनातच उद्गारली. कित्येक वर्षांपूर्वी, सॅम एक शाळकरी पोरगा असतानाच्या नि ती तळघराची खोली त्याची खेळण्या-बागडण्याची जागा असतानाच्या काळी पाडलेलं ते मोठं छिद्र होतं. मुलांवर यथोचित देखरेख ठेवण्यासाठी त्यांच्यामध्ये पुरेसा रस घेणं आणि थोडासा कावा-कपट, यांची गरज असते. ॲन्जी बोगार्डसच्या व्यक्तित्वात हे दोन्ही गुणधर्म पुरेपूर होते. तिच्या मुलाच्या आयुष्यातून ती पॅटर्सन बया आता हद्दपार झाली असल्याने तिनं आता आपल्या मुलाच्या कल्याणाची जबाबदारी पुन्हा नव्यानं शिरावर घेतली होती.

एका कोपऱ्यात भिंतीला टेकून उभ्या केलेल्या पुठ्ठ्याच्या एका लांब दंडगोलाकृती नळीवर होम्सनं झडप घातल्याचं नि तिच्यात डोकावता येण्याच्या हेतूनं एका टोकाकडचं प्लास्टिकचं टोपण त्यानं उचकटून काढल्याचं तिनं पाहिलं. ती रिकामी असलेली नळी त्यानं वैतागानं पलंगावर फेकून दिली आणि तो कोपऱ्यातल्या टेबलावरच्या निळ्या मुखपृष्ठाच्या पुस्तकांच्या ढिगाऱ्याची बारकाईनं पाहणी करू लागला. तो जे शोधत होता ते न मिळाल्यानं, दूरवरच्या भिंतीलगत असलेल्या एका दांडीवर अडकवलेल्या पुरुषांच्या कपड्यातही, ते भराभरा एका बाजूला सारत, त्यानं शोध घेतला.

एका खुर्चीच्या पायाशी टेकवून ठेवलेली एक ब्रीफकेस अचानक त्याच्या नजरेनं टिपली. त्यानं ती उघडली नि तिच्यातल्या वस्तू पलंगावर ओतल्या. कागदाचे अनेक छोटे कपटे बाजूला सारत तो इंग्रज इसम काही क्षण निश्चल उभा राहिला आणि पलंगावरच्या चादरीवरल्या चमचमणाऱ्या एकमेव वस्तूकडे टक लावून पाहात राहिला. त्यानं त्वरेनं झडप घालून ती चावी उचलली आणि तिला जोडलेल्या टॅगवरचा मजकूर वाचला. त्यामध्ये बँकेचं नाव नि सुरक्षित जमा कक्षाचा खातेक्रमांक या दोन्ही गोष्टी नमूद केलेल्या होत्या. अखेर त्याला ड्रेकची चर्मपत्रं वाचायची संधी मिळणार होती!

होम्स तळघरातून विजेच्या वेगाने बाहेर पडला. बाजूच्या छोट्या दरवाज्यानं बाहेर- पडण्यापूर्वी मागच्या जिन्याकडे नजर टाकण्यासाठी फक्त एक क्षणभर घुटमळला.

अ‍ॅन्जीच्या घरापुढून गाडी बाहेर काढताना त्यानं उद्धटपणे दात विचकून हास्य केलं आणि नाटकीपणे सलाम करावा तशी उजव्या हाताची दोन बोटं कपाळाला टेकवली. 'पुढचं लक्ष्य फर्स्ट युनायटेड बँक.' तो कुजबुजत्या स्वरात स्वत:शीच पुटपुटला.

दिवाणखान्याच्या भल्यामोठ्या बे-विंडोच्या झालरी पडद्याआडून अ‍ॅन्जी बोगार्डसनं डोळे बारीक करत पाहिलं आणि ती छोटी विदेशी मोटर टेकडीवरून खाली उतरत दृष्टिआड होत असताना त्वरा करून एका छोट्या पॅडवर त्या मोटारीचा क्रमांक तिनं टिपून ठेवला.

"मिस्टर सिमिंग्टन, लॉस एंजेलिसच्या आर्ट सेंटरचे हे डॉक्टर जॉर्ज जॉन्सन. कॅसा डेल मारमधल्या, इटालिअन पुनरुज्जीवन काळातील काही कलाकृतींची पाहणी करण्यासाठी ते इथं आलेले आहेत."

गडद रंगाच्या पोतावर उभ्या पांढऱ्या रंगाच्या रेषा असलेल्या सुटातला तो इसम आपली ओळख करून देण्यासाठी पटकन बाजूला वळला तसा आर्थर सिमिंग्टन मूक

होऊन स्वयंपाकघराच्या दाराच्या मार्गातच त्राण गेल्यासारखा उभा राहिला. त्या क्षणाचं अवघडलेपण वातावरणात भरून राहिलंय हे नंतरचे कित्येक सेकंद स्तब्धतेत निघून गेले त्यावरून स्पष्टच होत होतं. त्या सचिव पोरीला तिच्या वरिष्ठाची कुचंबणा झाली असल्याचं जाणवलं. शेवटी सिमिंग्टननं त्या अतिथीवरून नजर काढून बाजूला वळवली.

"थॅन्क यू, पेगी. तू आता तुझ्या ऑफिसात परत जायला हरकत नाही. मला पुन्हा मदतीची गरज लागली तर मी बोलवीन तुला."

ती सचिव मुलगी स्वयंपाकघराच्या प्रवेशद्वाराच्या मार्गाने घराबाहेर गेली, तेव्हा त्या रांगेच्या भल्यामोठ्या मुदपाकखान्याकडे जाणाऱ्या प्रवेशद्वाराशी ते दोन इसम स्तब्धपणे उभे होते.

जॉन्सननं प्रथम तोंड उघडलं. "इतक्या वर्षांनंतर मला पाहून तुला आश्चर्य वाटतंय ना?"

"आश्चर्य हा शब्द कमीच पडेल. इतक्या प्रदीर्घ कालावधीनंतर आपलं एकमेकांशी काम तरी काय असणार आहे?"

"एक अगदी ताबडतोबीनं करायची गोष्ट. मग मी माझ्या मार्गाने निघून जाईन. तुला पुन्हा कधी त्रास देणार नाही."

सिमिंग्टनच्या मुद्रेवर उमटलेल्या भावात चिंता नि अवमान यांचं मिश्रण होतं. तो स्तब्धच उभा राहिला. संभाषण लांबेल अशी कोणतीच सुरुवात करायची त्याची इच्छा नव्हती.

"मला ते जर्नल हवं आहे."

"तुला काय हवंय म्हणालास?" सिमिंग्टनचा त्याच्या त्या फाजील धीटपणावर विश्वासच बसत नव्हता.

"मला ते जर्नल हवं आहे," तो पुन्हा म्हणाला. यावेळेला जरा ठाशीव सुरातच. "कुठे आहे ते?"

सिमिंग्टन हसू लागला. इतक्या मोठमोठ्यानं, की त्याच्या त्या हास्यानं ती खोली भरून गेली आणि त्याचे पडसाद कोठीघर पार करून जिथं पर्यटक एकत्र होत होते त्या सकाळच्या बैठकीच्या खोलीतही उमटले. "सर्वांना सोडून तुझा एकट्याचा त्या पुस्तकावर, काहीही झालं तरी, काहीच हक्क नाही."

स्वत:ला जॉर्ज जॉन्सन म्हणवणाऱ्या त्या इसमानं त्या दिवशी सकाळीच केलेल्या दूरध्वनीची गुप्त माहिती त्याला असती, तर सिमिंग्टन नक्कीच एवढी बेपर्वाई दाखवली नसती.

"हॅलो," दूरध्वनीच्या पलीकडच्या बाजूच्या त्या दोन अक्षरांचं उच्चारण स्पष्टपणे

'इंग्लिश' शैलीचं होतं.

"मग? मिळाली तुला ती?"

"कुठलाही व्यत्यय न येता. अगदी सुरळीतपणे. त्या म्हातारीला कसलीही शंका आली नाही. त्यांनी ती एका स्थानिक बँकेतल्या सेफ डिपॉझिट बॉक्समध्ये ठेवली होती. मला फक्त किल्ली नि बॉक्सचा नंबर यांची गरज होती. त्या बँकेच्या कॅशिअरनं मला रजिस्टरमध्ये सही करायला सांगितलं. मी मग जॉर्गनसनच्या नावाचा वापर केला. हं, पण त्या बँकेचा आता वापर न करायची आठवण मला देत जा; पण मला संशय होता त्याप्रमाणं तिनं माझी गिरमिटलेली सही फायलीतल्या कार्डावरच्या सहीशी ताडून पाहिली नाही." त्याच्या बोलण्यातला आढ्यतेचा सूर जास्पर होम्सला, शुद्ध आचरणाची प्रतिज्ञा केलेल्या कुमारिकेवर नुकताच बलात्कार केलेल्या एखाद्या इसमासारखा वाटला.

"त्यावर नजर टाकायला तुला वेळ मिळाला का?" होम्सच्या कानावर पलीकडून विचारलेला प्रश्न आला.

"रात्रभर मी दुसरं काही काम फारच थोडं केलं असेल." होम्स परिणामाचा अंदाज घेण्यासाठी थांबला. "आणि माझ्या प्रिय मित्रा, मला जे सापडलं त्यावर तुझा विश्वास नाही बसणार. त्या दिवशी संध्याकाळी डॉक्टर जॉर्गनसन त्याच्या अपार्टमेंटमध्ये मला त्याच्या खांद्यावरून डोकावून पाहात वाचू द्यायला उत्सुक नव्हता, यात काहीच नवल नाही. मी तर आता असंही म्हणायचं धारिष्ट्य करीन, की या शतकातली एक सर्वांत महत्त्वाची चीज आपल्या हाती येऊ पाहात आहे. पुरातत्त्वातले अभ्यासक तर त्याचा संदर्भ तुतनखामेनच्या दफनकक्षाचा शोध लागल्याच्या थाटात देत राहातील." होम्सनं उत्तेजित स्वरात त्याचं बोलणं पुरं केलं.

"काय सांगतोस काय तू?" त्यानंतर अर्ध्या मिनिटांत जॉन्सनला निश्चितपणानं समजून आलं, की जेनिफर डॅवीज आणि तो दुसरा वकील ड्रेकची जर्नल शोधून काढण्यासाठी का आसुसले आहेत. आणि आता त्याला ते रहस्य कळल्यामुळे त्यानं देखील ते मिळवण्याचा तितकाच ठाम निश्चय केला.

"मला ठाऊक आहे, ते इथं कॅसलमध्ये नाहीये. हर्स्टला ते कधी मिळालंच नाही. हो ना? ते त्याच्याकडे असतं तर त्याची खबर वृत्तपत्रांत आली असती. याचा अर्थ ते तुझ्याकडे आहे; किंवा कुणाकडे आहे ते तुला ठाऊक तरी आहे."

"नाही. माझ्याकडे नाही ते."

"पण ते कुठे आहे हे तुला माहिती आहे. हो की नाही?"

सिमिंग्टन खोड्यात सापडला होता. तळघरातला तो वकील नि इथं हा, ह्यांच्यामध्ये एखाद्या चिमट्यात पकडून धरलेल्या फळीसारखा. एक क्षणभर त्याला

नवलं वाटलं, की इतक्या वर्षांनंतर हे पुस्तक इतकं महत्त्वाचं का झालंय की एकाच दिवसात दोन वेळा त्याच्या स्वत:च्या सुरक्षिततेला धोका पोहोचावा?

मग त्याच्या प्रश्नकर्त्याचं आत्मतुष्ट भाकीत जणू पूर्ण करावं तसं त्यानं उत्तर दिलं: ''होय, ते कुणाकडे आहे ते ठाऊक आहे मला.'' या उत्तरामुळे त्याला निदान तो कक्ष रिकामा करून स्वत: नाहीसं होण्यासाठी लागणारा अवधी मिळणार होता.

''मग सांग.''

''सॅम्युएल बोगार्डस नावाचा एक वकील आहे. मी त्याला आजच थोड्या वेळापूर्वी ते सुपूर्द केलं आहे.''

सिमिंग्टनच्या शब्दांबरोबर जॉन्सननं त्याच्या जवळच्या कोरीवकाम केलेल्या छडीच्या मुठीवरची एक छोटीशी कळ चतुराईनं दाबली.

गुलाबी रंगाची स्लॅक नि गडद रंगाचा स्वेटर परिधान केलेली ती धट्ट्याकट्ट्या देहाची स्त्री कोठीघरात रेंगाळत्या चालीनं शिरली. तिच्या आकारमानाचा विचार करता ती काहीशी डौलाने हालचाल करत होती, असं म्हणावं लागेल. तिच्या एका हातात गडद रंगाचा गॉगल होता आणि दुसऱ्या हातात तिनं तिची पर्स घट्ट पकडलेली होती. तिथल्या खोल्या एखाद्या खाजगी घरापेक्षा एखाद्या मोठ्या हॉटेल किंवा रेस्तराँला शोभेशा प्रचंड व एखाद्या संस्थेच्या इमारतीतल्या वाटाव्या अशा होत्या. पण हर्स्टला आदरातिथ्य करायला आवडत असे आणि ते तो भव्य पद्धतीनं करत असे आणि ला कासा ग्रान्देच्या वापरात असलेल्या अतिभव्य स्वयंपाकघरावरून त्याचं प्रत्यंतर मिळत असे.

स्टेनलेस स्टीलच्या एका टेबलाला वळसा घालत ती समोरच्या भिंतीलगतच्या उपकरणांच्या दिशेने वळली, तशी तिची नजर एका वस्तूवर खिळली. लाकडी तावदानांच्या मोठ्या दरवाजाचा आणि वरच्या बाजूला मोटर लावलेल्या जुन्या काळाचा फ्रिजिडिअर रेफ्रिजरेटर ती लहान असताना तिच्या आईकडे होता, अगदी तसाच. फक्त हा मोठा होता, इतकंच. दरवाज्याचा आकार, लाकडाचा पोत, गुळगुळीत एनॅमल रंग आणि जुन्या काळाची दरवाज्याची मूठ ह्या प्रत्येकातून तिच्या लहानपणच्या आठवणी जाग्या झाल्या; आणि एक क्षणभर तर तिच्या मनानं अशीही कल्पना केली त्यातल्या बर्फाच्या पेटीत तिच्या आईनं बनवलेलं *पिकॅन पाय* देखील आहे.

रेफ्रिजरेटरच्या मुख्य दरवाज्याच्या खाली असलेल्या तावदानातून एक पातळ, लाल रंगाचा प्रवाह वाहत असलेला त्या स्त्रीनं पाहिला तेव्हा ती तिच्या कल्पनासृष्टीतून बाहेर आली. त्या प्रवाहाचं रेफ्रिजरेटरच्या पुढे एक छोटंसं थारोळं झालं होतं.

ती तिथवर गेली आणि त्या रेफ्रिजरेटरची मूठ तिनं सहजगत्या ओढली. जुनी खिट्टी कुलपाच्या खोबणीतून सहजपणे सरकल्याचं पाहून ती चकित झाली आणि

मग कसलीच सूचनाही न मिळता, बंद असलेल्या दरवाजाच्या मागून, जणू काही एक भयानक भूतच तिनं मोकळं केल्यासारखा तो दरवाजा थाडकन उघडला, नि ती खोलीच्या मध्यावर असणाऱ्या टेबलावर जाऊन आदळली. रक्तानं चिंब झालेला एका इसमाचा देह रेफ्रिजरेटरमधून बाहेर कोसळला; नि फरशीवर तिच्या पायाशी येऊन पसरला. त्याचे डोळे उघडे होते. पाय जोरजोरात उडत होते. त्या स्त्रीच्या रोमारोमातून भय दाटून आलं. तिचं हृदय एखाद्या बास ड्रमसारखं थडथडू लागलं. तिचे डोळे भयानं विस्फारले गेले. जबडा उघडा पडून लोंबल्यासारखा झाला आणि पक्षाघाताचा झटका यावा, तसा थरथरू लागला. ती बोलण्याचा प्रयत्न करू लागली. पण तोंडातून शब्दच न फुटल्यानं चाचरल्यासारखं करू लागली; मग छातीत हवा भरून घेण्यासाठी प्रयत्न करू लागली आणि मनाचा थरकाप होणारी एक किंकाळी तिनं फोडली.

कोठीघरातून बाहेर पडून स्वयंपाकघरात प्रवेश करू लागलेले त्या पर्यटक चमूतले सदस्य त्या स्त्रीच्या उन्मादावस्थेनं जागच्या जागी निश्चल नि गोठल्यासारखे उभे राहिले. ती स्त्री रेफ्रिजरेटरपासून हळूहळू मागं येत होती. तिचे दोन्ही हात तिनं अगदी घट्टपणे तोंडावर दाबून धरले होते आणि तिची नजर जमिनीवर रोखलेली होती. इतर पर्यटक काय झालं आहे ते पाहण्यासाठी म्हणून सावधपणे, दबकत दबकत उपकरणं नि टेबलं यांच्या पसाऱ्यातून स्वयंपाकघराच्या दिशेनं सरकले.

पहिल्या किंकाळीबरोबरच सॅम नि जेनिफर स्वयंपाकघराकडे जाणाऱ्या जिन्याच्या दिशेनं धावले. सॅम एका ढांगेत दोन-दोन पायऱ्या चढत गेला आणि त्यानं दरवाजा उघडला. त्यानं स्वयंपाकघरात प्रवेश केला तसे गोंधळलेले, नजर जमिनीकडे खिळलेले डझनभर पर्यटकांचे चेहेरे त्याला सामोरे आले.

स्टेनलेस स्टील टेबलाभोवतालून जाता जाता बोगार्डस अचानक त्याच्या मार्गात गोठल्यासारखा उभा राहिला. आर्थर सिमिंग्टनच्या पिळवटलेल्या चेहऱ्याकडे त्यानं रोखून पाहिलं, तसा त्याचा श्वास क्षणकाल थांबलाच. त्या इसमाच्या पोटातल्या जखमेतून रक्त वाहत होतं आणि पोटाला अंतरा अंतरानं झटके येऊन ते उसळ्या मारत होतं नि एक बारीकशी लाल रेषा ओठांच्या कोपऱ्यातून ओघळत होती. बोगार्डस झपाट्यानं त्याचं जाकीट काढून त्या देहाच्या जवळ सरकला; आणि आपला कोट पोटातल्या जखमेवर ठेवून दाब देत राहिला.

पर्यटन मार्गदर्शिकेनं वर नजर करून पाहिलं. ‘‘तुम्ही डॉक्टर आहात?’’ तिनं विचारलं.

‘‘नाही.’’

‘‘मी ॲम्ब्युलन्स बोलवायला जाते. तुम्ही याच्यापाशी थांबाल?’’

त्या स्त्रीकडे न पाहताच सॅमनं मान हलवून उत्तर दिलं.

"मला फार वेळ लागणार नाही." ती मार्गदर्शक महिला स्वयंपाकघरातून धावतच निघून गेली.

जेनिफर टेबलाला वळसा घालून आली आणि सिमिंग्टन रक्ताच्या थारोळ्यात पडल्याचं तिनं प्रथमच पाहिलं. दोन्ही हात तोंडावर धरून तिनं एक हलकीशी किंकाळी फोडली आणि ती तिथून दूर झाली.

पर्यटक आता आपापसांत हलक्या आवाजात कुजबुजत होते आणि त्यांच्या आवाजाची गुणगुण ऐकू येत होती. एक वृद्ध स्त्री गुलाबी रंगाच्या पॅण्टमधल्या त्या स्थूल देहाच्या स्त्रीचं सांत्वन करण्यासाठी पुढं सरकली. मग तिथं अनेक बायका एकत्र गोळा झाल्या आणि त्यांनी तिला स्वयंपाकघरातून पुन्हा कोठीघराकडे नेलं.

ॲम्ब्युलन्स येणं हा निरर्थक उद्योग ठरणार हे सॅमला लक्षात आलं होतं. ती तिथं पोचण्यापूर्वीच तिच्यातून न्यायचा 'माल' थंड होणार होता. आर्थर सिमिंग्टन मरणपंथावर होता. त्याचे डोळे सताड उघडे होते आणि त्याचे ओठ थरथरत होते. त्याच्या देहातून वाहणारं रक्त जसंजसं त्याच्या पोटातल्या जखमेकडं सरकत होतं तसा तसा त्याच्या चेहऱ्याचा वर्ण निस्तेज होत चालला होता. वेदनांच्या झटक्यात सिमिंग्टन बोलण्याचा प्रयत्न करत होता.

त्या बिचाऱ्या माणसासाठी सॅम काहीच करू शकत नव्हता.

तो त्याच्या चेहऱ्यावर झुकला आणि आपले ओठ त्यानं सिमिंग्टनच्या कानाशी नेले. जणू तो त्याला शांत करू पाहात होता. "जर्नल कुठे आहे?" सॅमनं श्वास रोधून हलक्या आवाजात प्रश्न केला.

सिमिंग्टनची छाती उचलली गेली. "चेंबर"

"कुठलं चेंबर? कुठे आहे ते?" सिमिंग्टनच्या मस्तकाच्या एका बाजूला कलून अगदी जवळून सॅम बोलत राहिला.

"द सिमीऑन चेंबर."

सॅमनं आपलं मस्तक त्या वयस्कर गृहस्थाच्या कानाशी भिडवलं आणि तो काही कुजबुजला. मग स्वत:चा कान त्यानं सिमिंग्टनच्या ओठांवर ठेवला. त्याच्या शब्दाबरोबर त्याचा श्वास जसा बाहेर पडला तसा त्याचा आडवा पडलेला देह निष्प्राण होत गेला. त्याच्या पायांनी आपली अखंडपणे होत असलेली हालचाल थांबवली. बोगार्डसनं आपलं डोकं वर उचललं आणि आर्थर सिमिंग्टनच्या डोळ्यांमध्ये स्थिरावलेल्या मृत्यूच्या रिक्त अवस्थेकडे स्थिर नजरेनं पाहिलं. सॅम धीमेपणे उठून उभा राहिला आणि पर्यटकांच्या त्या छोट्या जथ्याकडे त्यानं नजर टाकली. आता त्यांची कुजबूज थांबली होती; पण ती त्यांच्यासमोर जमिनीवर पडलेल्या मृत्यूच्या स्वाभाविक निश्चलतेतून निर्माण झालेल्या शांततेचा परिणाम म्हणून.

तो उठला नि जेनिफरकडे गेला. जमिनीच्यावर त्या निष्प्राण मानवी आकृतीपासून भानरहित अवस्थेत दूर होत ती स्वयंपाकघरातून संथ चालीने बाहेर पडली होती. कोठीघराच्या दरवाज्याकडे जाणाऱ्या मार्गात ती आता उभी होती. त्यानं तिचा खांदा पकडला आणि तो तिच्या कानात कुजबुजला, ''पोलीस इथं पोचायच्या आत आपण ह्या ठिकाणाहून बाहेर पडू या.''

एका प्रौढ स्त्रीनं सडत चाललेल्या नि रंग उडालेल्या फळ्यांच्या लाकडी कुंपणावरून मान उंचावून पाहिलं. ओव्हनमध्ये दोन 'पाय' भाजत ठेवून ती बागेत अगदी वेळेवर परतली होती. कारण अगदी त्याच वेळी एक पांढरी सेडान आतल्या खाजगी रस्त्यावरून आर्थर सिमिंग्टनच्या घरासमोर येऊन उभी राहिली. 'हा आम रहदारीचाच रस्ता असल्यासारखं झालंय आज,' ती पुटपुटल्यागत म्हणाली. चांगला महागडा ओव्हरकोट परिधान केलेला आकर्षक पोषाखातला एक इसम मोटारीच्या ड्रायव्हरच्या बाजूनं बाहेर पडला. धातूची एक लांब वस्तू त्यानं बरोबर आणलेली होती नि तिची मूठ पकडून त्यानं तिचं टोक जमिनीवर टेकेपर्यंत ती वस्तू अगदी विचित्र वाटत होती. ती वस्तू म्हणजे चालताना वापरायची काठी होती. तो इसम त्या मार्गावर दर्शनी दरवाज्यापर्यंत चालत राहिला आणि मग थांबला. त्यानं दारावर थाप दिली नाही. त्याऐवजी त्यानं त्याच्या सुटाच्या निमुळत्या आकाराच्या कोटाच्या खिशातून गडद रंगाचे दोन हातमोजे काढले. चारी दिशांना नजर टाकून तो सहजगत्या मागे वळला आणि घराच्या दरवाज्याला पाठमोरा होत घट्ट होणारे ते हातमोजे एकेका हातावर चढवू लागला. ती प्रौढ स्त्री उठून त्याला काही मदत करण्याच्या विचारात असतानाच त्या इसमानं हातावर पुढच्या बाजूला लटकणाऱ्या त्या काठीची मूठ वर उचलली आणि त्या मुठीच्या बाजूला काही तरी दाबलं. एक बारीक 'क्लिक्' असा आवाज झाला आणि धातूचं एक नाजूक पातं त्या काठीच्या माथ्यातून बाहेर उसळलं. ते चांगलं लांब नि लहान खंजीरासारखं होतं. त्याला सुईसारखं तीक्ष्ण अग्र होतं.

ती स्त्री जागच्या जागीच गोठल्यासारखी उभी राहिली आणि तिनं एक डोळा कुंपणाच्या एका फटीला भिडवला. आता त्या इसमाची पाठ तिच्याकडे होती आणि त्यानं ती काठी दोन्ही हातांनी तिच्या माथ्यापाशी धरलेली होती. तो ती काठी दरवाजा आणि त्याच्या बाजूचा खांब यांत तरफेसारखी, मागेपुढे हलवित होता. लाकडाचे छिलके उडत असल्याचं तिला ऐकू येत होतं. अशातच दार अचानक उघडलं गेलं. तो इसम एक क्षणभर थांबला आणि खांद्यावरून नजर टाकत मागे वळला. कुणी पाहतंय की काय, ते तो न्याहाळत होता. आपलं दडून राहणं जाणवू नये म्हणून ती स्त्री कुंपणातल्या भगदाडाच्या एका अंगाला झाली. किती तरी क्षण ती वाट पाहात

राहिली. मग तिनं पुन्हा डोकावून बघितलं. आता तो इसम गायब झालेला होता; दार पुन्हा बंद झालेलं होतं.

ती प्रौढ स्त्री अर्धवट दडून राहिलेल्या स्थितीतच कुंपणापासून दूर झाली नि तीस एक यार्ड अंतरावरच्या तिच्या घराकडे जाणाऱ्या रस्त्याला लागली तरी ती गोंधळली होती. तो माणूस घरफोड्यासारखा दिसत नव्हता. त्यानं उत्तम पोषाख केलेला होता. पण तो घर फोडून आत शिरला यात शंकाच नव्हती. बाब नगरपालानं दखल घेण्याजोगी होती.

आत, आर्थर सिमिंग्टनच्या घरात, जॉर्ज जॉन्सन त्वरेने मागल्या खोलीत शिरला. गबाळेपणे पसरलेली कागदपत्रं नि पुस्तकं यांनी ती भरून गेलेली होती. एका पंडिताच्या कोठीचा आदर्श नमुना जणू. जुन्या पद्धतीचं, पृष्ठभाग उघडता-मिटवता येण्याजोगं एक डेस्क एका भिंतीला टेकून उभं होतं. लिहिण्यासाठी वापरायचा त्याचा सारा पृष्ठभाग उघडी पुस्तकं, कागदांचे तुकडे, आणि मासिकं नि वृत्तपत्रांची कात्रणं यांनी झाकला गेला होता. कितीतरी पुस्तकं चांगली जाडजूड नि गुळगुळीत पेंटिंग्ज आणि वेलबुट्टीदार नक्षीकाम असलेली लिथोग्राफ चित्रं असणारी होती. विरुद्ध अंगाच्या भिंतीशी आणखी काही जाडजूड ग्रंथ नि सुटे कागद यांच्या वजनानं पाय वाकलेलं, पत्ते खेळायचं एक तकलादू घडीचं टेबल होतं.

आपल्या लांब कोटाखाली त्याचं अंग घामानं डबडबलं होतं. पण तो तसाच अंगावर ठेवणं, त्याच्या सूट-जाकिटाचा रक्ताचे डाग पडलेला भाग झाकला जाण्याच्या दृष्टीनं आवश्यक होतं. त्यानं काहीशा दूर अंतरावरून नेम धरला होता. पण इतर कुणापेक्षा त्याला हे अधिक माहीत होतं, की आर्थर सिमिंग्टनची दगाबाजीसाठी मोठीच ख्याती होती. हत्याराचं पातं शरीरात घुसताना सिमिंग्टनच्या डोळ्यांत जे काही दिसलं ते जॉर्ज जॉन्सनला असं सांगत होतं, की त्या माणसाचे अखेरचे शब्द असत्य होते.

तो समोरच्या प्रत्येक पुस्तकाची पानं भराभरा उलटत झपाझपा नजरेखाली घालत राहिला; नि प्रत्येकाची तपासणी झाल्यावर ते परत जमिनीवर फेकत राहिला. शेवटचा कागदाचा कपटा हातानं बाजूला सारत जमिनीवर फेकून देत त्यानं टेबल रिकामं केलं आणि आपलं लक्ष डेस्काकडे वळवलं. त्याचे ड्रॉवर त्यानं एकामागून एक बाहेर ओढून काढले, त्या प्रत्येकातल्या वस्तूंचा ढीग टेबलावर रचला आणि त्यातल्या बाबीही फिस्कारत तपासल्या. मग वैतागूनच त्यानं त्याचा हात शेवटच्या ढिगाऱ्यातून फिरवला तशा टेबलावरच्या सगळ्याच गोष्टी खाली पडून फरशीवर इतस्ततः पसरल्या. सिमिंग्टनच्या अभ्यासिकेत ती जर्नल असल्याची कुठलीच खूण नव्हती.

एक क्षणभर त्याचे डोळे डेस्कच्या वर भिंतीवर लटकणाऱ्या चौकटीतल्या एका मोठ्या काळ्यापांढऱ्या फोटोकडे गेले. खूपच तरुण वयातला काळ्याभोर केसांचा आर्थर सिमिंग्टन खाकी शर्ट नि पँट मध्ये गुडघ्यावर बसलेला त्या फोटोत दिसत होता. त्यानं छातीशी एक केसाळ प्राणी धरलेला होता. हर्स्टच्या त्या अहंमन्य कला सल्लागाराच्या बाबतीत तो वेष आगळावेगळा नि ती बैठक अनोखी होती.

चित्रातल्या त्या व्यक्तिमागे पोलादी कडांची चाकं असलेली एक जुनी-पुराणी ढकलगाडी आणि तिन्ही बाजूंनी मोकळा असणारा, खिळ्यांच्या सपाट माथ्याच्या झाकणांची नि बुडाची पिंप नि इतर बांधकाम सामग्री, यानं भरलेला फोर्ड- मॉडेल नंबर एक ट्रक दिसत होता. एका बाजूला राखाडी रंगाच्या सिमेंट द्रावणातून बाहेर डोकावणाऱ्या पोलादी रिइन्फोर्सिंग सळ्यांसहित नुकत्याच ओतलेल्या वेगवेगळ्या आकाराच्या काही बाबी ठेवलेल्या होत्या. सिमिंग्टनच्या छातीभोवती बिलगून असलेल्या भल्या लांब हातापायांच्या नि शेपटाच्या 'स्पायडर मंकी' जातीच्या माकडाची शेपूट त्याच्या हाताभोवती सापासारखी गुंडाळलेली होती.

जॉन्सन मागे वळला आणि त्यानं खोलीची पुन्हा एकदा, अखेरची पाहणी केली. कदाचित त्या वकिलाकडे ते जर्नल गेलं असेल; किंवा त्याच्याकडे नसेल, तर मग कुठे आहे ते त्याला ठाऊक तरी असेल.

आर्थर सिमिंग्टनच्या घरापासून निघणाऱ्या धूळभरल्या रस्त्यावरून जॉर्ज जॉन्सन नुकताच वळण घेऊन गावाकडे जाणाऱ्या रस्त्यावरून पावभर मैल गेला असेल-नसेल, एवढ्यात त्याला विरुद्ध दिशेला बेफाट वेगानं जाणारी, माथ्यावर चमकणाऱ्या नारंगी, लाल नि निळ्या दिव्याची नगरपालाची गस्ती गाडी पार झाली. गाडीचा सायरन वाजत नव्हता. आपल्यामागे बऱ्याच अंतरावर अदृश्य होणारं नगरपालाचं वाहन तो इसम सावधपणे पाहात होता.

शेवटी संध्याकाळी सहा वाजता निक चिंतामुक्त झाला. तो पथिकाश्रमात सॅम नि जेनिफरला भेटू शकला आणि आश्चर्य म्हणजे त्याला पाहिल्यावर बोगार्डस रागावला नाही. उलट त्या वकिलानं त्याचं हात पसरून स्वागतच केलं नि तो कार्न्सला बरोबर का घेऊन आला नाही, एवढंच त्यानं त्याला विचारलं. काही तरी नियोजित, पण अद्याप स्पष्ट न केलेल्या एखाद्या धाडसी कामगिरीसाठी सॅमला 'स्वयंसेवक' हवे असावेत असं निकला वाटलं – नि निक त्याच्या तिथवरच्या फेरीबाबत पुन्हा विचार करू लागला. प्रश्न करण्यासाठी वाट न पाहाता त्यानं बोगार्डसला कार्न्स तुरुंगात असल्याचं सांगून टाकलं. शहरातल्या तुरुंगाशी संबंधित आपल्या एका मित्राला सॅमनं लगोलग दूरध्वनी केला तेव्हा त्याला असं समजलं, की जेक कार्न्सला त्या दिवशीच दुपारी त्याच्या स्वत:च्या जात-मुचलक्यावर मुक्त

करण्यात आलेलं आहे.

मग त्यांनी रात्रीचं जेवण घेतलं. निकनं बीफचा एक उत्तमसा भरदार तुकडा भराभर गट्टम केला. सॅमचं खाणं चाललं होतं नि जेनिफर तिच्या प्लेटची कडा बोटांनी साफसूफ करत असताना निकनं फ्रेंच ब्रेडचा शेवटचा तुकडा तोंडात टाकला. दिवसभरात घडलेल्या घटनांनंतर जेनिफरला जेवणाची वासना उरली नव्हती. आर्थर सिमिंग्टनचा पिळवटलेला चेहरा, कॅसलमधल्या जमिनीवर पसरलेला त्याचा रक्ताळलेला देह तिच्या मनात कोरल्यासारखा झाला होता. तो विसरला गेलाच कधी काळी, तर त्याला खूप अवधी लागणार होता.

''का ते मला सांगता येणार नाही, सॅम. पण जेनिफरचं बरोबर आहे असं मला वाटतं. मला वाटतं आपण सारं प्रकरण फ्लेचरवर सोपवावं आणि पोलिसांना काय करायचंय ते करू द्यावं.''

निक तिच्या अनुकूल प्रतिसादासाठी तिच्याकडे पाहात थांबला. पण तिने कोणतीच प्रतिक्रिया दिली नाही.

''तुम्हा दोघांनीच ठरवायचं आहे, काय करायचं ते.'' तिचा स्वर अतिशय शांत होता. तिच्या डोळ्यांतल्या थंड नजरेशी तो जुळणारा होता. गेल्या चोवीस तासांतल्या घटनांपासून तिनं स्वत:ला, कोणतंही स्पष्टीकरण न देता अलग करून घेतलं होतं. ''एक्स्क्यूज मी,'' म्हणून उठत तिनं लेडीज रूमची वाट पकडली.

''काय घडलंय तुम्हा दोघांमध्ये?'' निकनं नजर उचलून सॅमकडं पाहात त्याला प्रश्न केला.

''मला वाटतं मानसिक ताणाचा प्रकार आहे हा. सकाळपर्यंत ती ठीक होईल.''

''मांस शिजवण्याच्या लोखंडी सळईवर लावलेल्या मांसाच्या तुकड्यासारख्या झालेल्या सिमिंग्टनला पाहिल्यानंतर तिची तशी अवस्था होणं मी समजू शकतो,'' निक म्हणाला. ''पण मला वाटतं तिचं बरोबर आहे. ही बाब पोलिसांकडे सोपवण्या-सारखी आहे.''

बोगार्डसनं त्या सूचनेकडे दुर्लक्ष केलं. जेवणानंतरचा फलाहार कोणता निवडावा ते पाहण्यासाठी निकनं वेटरकडं मेनूकार्ड मागितलं.

पोलिसांच्या हस्तक्षेपाविषयी निकच्या प्रस्तावातला जेनिफरचा रस अचानक कसा आटला, ह्याचा विचार करत राहण्यावाचून सॅमला दुसरा मार्ग नव्हता. वास्तविक तिनं स्वत: याच गोष्टीचा आग्रह धरला होता. तिचं मन अचानक कसं बदललं? काय साधू पाहात होती ती? पण त्या क्षणापुरती तरी चिंता दूर ठेवायचा त्यानं विचार केला आणि निकशी जरा खाजगीत बोलायचं ठरवलं.

''तुला माहिती नाही, अशी एक गोष्ट आहे.'' सॅम म्हणाला. ''मरण्यापूर्वी सिमिंग्टननं मला ते जर्नल कुठं मिळेल, ते सांगितलं.''

जॉर्गनसनच्या चेहऱ्यावर प्रकटलेले भाव पाहून रबरी मुखवटे बनवणाऱ्या एखाद्या कारखानदारानं त्याचं पेटंट घेतलं असतं. त्याच्या हातातला काटा प्लेटपासून तोंडापर्यंत अर्ध्यावरच, हवेत गोठल्यासारखा झाला होता. तो त्यानं परत डिशमध्ये टाकला.

"जेनिफरनं केलेल्या वर्णनावरून मला वाटलं, की त्या बिचाऱ्या गृहस्थाला वाचवण्यासाठी तू तुझं जाकीट वाया घालवून, तिथं जमिनीवर बसून एखाद्या चांगल्या परोपकारी माणसाची भूमिका बजावत होतास." निक म्हणाला.

"छे रे, मी काही पूर्णपणे दुसऱ्याच्या हिताविषयी दक्ष असणाऱ्या माणसासारखा वागलो नाही."

"ठीक आहे. पुढचं ऐकण्यासाठी मी कान टवकारून बसलो आहे. आहे कुठे ते जर्नल?"

"त्यासाठी कॅसलवर आणखी एक फेरी टाकावी लागेल."

"ते तिथं आहे?"

"त्या सद्‌गृहस्थानं प्राण सोडण्यापूर्वी तसं सांगितलं खरं आणि ते मिळवण्यासाठी मला मदतीची गरज आहे."

■

११

फ्लेचरनं रिसीव्हर कानाशी घट्ट दाबून धरला. ''मला तू त्या दोघांच्या बरोबर राहायला हवा आहेस. अं? नाही आपण त्यांना उचलू नाही शकत. बोगार्डस काही फरारी कैदी नाही; निदान अजून तरी नाही. या क्षणी तरी त्याला आपण ताब्यात घेऊ शकू असं काहीच नाहीये आणि आपण तसा प्रयत्न केला तर, च्यायला, तो आपल्यावर शहराबाहेर खटला गुदरेल. ती बाई कोण आहे, याची काही कल्पना आहे का तुला?''

फ्लेचर ऐकत राहिला आणि त्याच्या डेस्कावरल्या नोटपॅडवर 'जेनिफर डॅवीज' हे नाव त्यानं खरडलं.

''मी तिची माहिती घेतो आणि काय सापडतंय पाहतो. पण डॅवीज हे सार्वत्रिक नाव आहे आणि दुसरं नाव घेणं त्यांना अडचणीचं ठरलं असावं. तेव्हा मी आता काय सांगतो ते नीट ऐक, जॅक. त्यांना तुझ्या नजरेआड होऊ देऊ नकोस. ते कितीही वेळा वरती कॅसलवर गेले तरी मला पर्वा नाही; पण तू त्यांच्या मागे राहा.''

त्यानं रिसीव्हर क्रेडलवर आपटला. ''च्याऽयला.''

''काय बिघडलंय, लेफ्टनंट?'' फ्लेचरच्या 'इन बास्केट' मध्ये ठेवण्यासाठी फाइलफोल्डर घेऊन नुकत्याच आत आलेल्या डेस्क सार्जंटनं विचारलं

''जॉर्गनसन आपल्याला थेट बोगार्डसपर्यंत घेऊन गेला.''

''तेच तुम्हाला हवं होतं, मला वाटतं!''

''अडचण आहे ती, बोगार्डस आपल्याला गोलगोल फिरवत राहिलाय ही! शहर पोलिसांनी त्यांच्या दोघा सर्वोत्तम माणसांना आतापर्यंत सान सिमीऑनच्या फेऱ्यांसाठी जवळपास दीडशे डॉलर चुकते केले आहेत.''

''काऽय?''

''बोगार्डस नि त्याचा लवाजमा पर्वतातून राहणाऱ्या बकऱ्यांसारखा सान सिमीऑन

टेकडीवर वर-खाली करतो आहे. आतापर्यंत त्यांनी कॅसलचा मुख्य मजला, बगिचे, दोन अतिथिगृहं आणि कॅसलचे बहुतेक सारे वरचे मजले धुंडाळले आहेत.''

''सुटी घालवण्यासाठी आलेत?'' सार्जंटनं भुवया उंचावत प्रश्न केला.

''फारच कमी शक्यता,'' फ्लेचरनं उत्तर दिलं. ''ते काही तरी शोधताहेत.'' रुग्णालयात दाखल होण्याच्या आदल्या दिवशी जेनेट लमोन्जेकडून मिळालेल्या माहितीचे तुकडे फ्लेचरनं एकत्र केले. तिचा जबाब घेताना त्यानं काढलेल्या टिपणांची त्यानं छाननी केली. शेवटी ती मुलगी बोलू शकण्याइतपत शांत झाली होती; पण त्याची अपेक्षा होती तितकी काही तिची मदत त्याला झाली नाही. तिचा चुलता तिच्यापाशी आला होता आणि त्यानं तिच्या कहाणीची तीव्रता कमी करण्यासाठी तिचं मन वळवलं. तसं होणार याची फ्लेचरला खात्री होती.

तरी तिनं त्याला सांगितलं होतं, की दुकानासमोरच्या पदपथावरून त्यांनी ज्याचा देह उचलून नेला होता तो शोफर पॅटर्सनच्या हत्येच्या दिवशी दुकानात आलेला होता. तिनं हेही सांगून टाकलं होतं, की कुठल्या तरी चर्मपत्रांविषयी विचारणा करायला ती – पॅट – दुकानात आलेली होती. फ्रान्सिस ड्रेकविषयीचं फ्लेचरचं ज्ञान यथातथाच होतं. शाळेतल्या इतिहासतलं त्याला जेवढं आठवत होतं त्या पलीकडे ते नाव शहरातल्या एका हॉटेलशी त्यानं जोडलं होतं.

आता बोगार्डस हर्स्ट कॅसल – अमूल्य चित्रसंग्रह आणि इतर खजिन्याचं प्रत्ययकारी वस्तुसंग्रहालय – धुंडाळण्यात मग्न झालेला होता. *अंहऽ. तो अमली पदार्थांच्या व्यवहारात गुंतलेला नाही. फ्लेचरच्या मनात आलं.* बोगार्डस एखाद्या कलावस्तुविषयक घोटाळ्यात गळ्याइतका खोल पोहोचला आहे याची फ्लेचरला इतकी खात्री वाटत होती, की त्याबाबत पैज तो मारता, तरी तो हरला नसता, असं त्याला वाटत होतं.

त्यानं मान वर करून सार्जंटकडं पाहिलं. ''माझ्यासाठी एक काम करशील?''

''अगदी नक्की.''

''चार्टर्ड इन्शुरन्स इन्स्टिट्यूटकडे दोघा व्यक्तींची तपासणी करायला तुला मी सांगणार आहे. ही पहिली.'' त्यानं जेनिफरचं नाव असलेला कागद सार्जण्टच्या हाती सोपवला. ''तिच्या हाताच्या बोटांच्या ठशांशिवाय सगळंच खुंटणार आहे, हे मला पटतंय; पण काहीही करून प्रयत्न करायला हवा. दुसरं नाव आहे आर्थर सिमिंग्टन.'' त्यानं 'सिमिंग्टन'चं स्पेलिंग लिहून दाखवलं. ''ह्या दोघांच्या संबंधित तुला जेवढं म्हणून शक्य आहे, ते सारं मला आणून दे.''

''आहेत तरी कोण हे?''

''ही मुलगी कोण आहे त्याची मला काही कल्पना नाही. पुरुष माणसाबद्दल म्हणशील, तर फक्त मेह्यूकडे फुटकळ माहिती आहे त्याची. राज्याच्या पोलिसांच्या

म्हणण्यानुसार सिमिंग्टनचा काल कुणीतरी खून करीपर्यंत तो कॅसलमधला कलाविषयक खाजगी सल्लागार होता.''

''बोगार्डस यात गुंतलाय का?''

''आपल्याजवळ काही माहिती नाही. पण ही गोष्ट चमत्कारिक आहे, की जिथं जिथं बोगार्डस आणि त्याचे मित्र जातात तिथे मृतदेहही उपटतात असं दिसतं.'' फ्लेचरच्या कपाळावर आठ्या पडल्या. ''त्यानंतर मग बोगार्डसचे ठसे तुला मिळवता येताहेत का पाहा. मोटर वाहनखात्यात प्रयत्न कर. जर त्यांच्याकडे ते चांगल्या स्थितीतले नसतील, तर गृह विभागाकडे प्रयत्न कर किंवा पासपोर्ट विभागात पाहा. परदेश प्रवास केलेला माणूस दिसतो मला तो. तुला जर ठसे मिळाले, तर एक प्रत राज्याच्या पोलिसांकडे पाठव; आणि सिमिंग्टनच्या खुनाशी संबंधित काहीही असलं, तर त्याच्याशी जुळणारं काही त्यांना मिळतंय का पाहा. अजूनही आपण त्याला पकडू शकू.''

फ्लेचरनं आपल्या डेस्कावरची कागदपत्रं खालीवर करत त्यांच्यावर नजर टाकली. ''डेल सिटी मधल्या त्या घराचा – आपण जॉर्गनसनला सोडून दिल्यावर तो ज्या घरात दडला होता, त्या घराचा – पत्ता कुठे आहे?''

सार्जंटनं डेस्कवरल्या ढिगाकडे मोहरा वळवला. त्यातून एक छोटी चिठ्ठी त्यानं काढली नि ती फ्लेचरच्या हाती दिली.

त्या चिठ्ठीवर लिहिलेल्या पत्त्याकडे नि त्याच्या वरती छापलेल्या नावावर त्यानं नजर टाकली. ''ॲन्जी बोगार्डस?'' त्यानं प्रश्नार्थक मुद्रेनं सार्जण्टकडे पाहिलं.

''हां. त्या वकिलाची म्हातारी आई.''

फ्लेचरनं त्याच्या भुवया आकसल्या आणि त्या चिठीची घडी करून आपल्या शर्टाच्या खिशात सारली. ''हे बघ, जर कुणी विचारणा केली तर मी काही तास तरी ऑफिसबाहेर असणार आहे म्हणून सांग. तिकडे किनारपट्टीवर जर काही सनसनाटी घडलं, तर माझ्याशी रेडिओवरून संपर्क साध.

फ्लेचरनं आपला कोट झडप घातल्यासारखा उचलला आणि तो एलेवेटरच्या दिशेनं चालू लागला.

मेडिसी[१८] कुटुंबीयांना ती खोली कदाचित भव्य वाटली असेल. सॅमसाठी मात्र ती खोली विसाव्या शतकातल्या 'हर्स्ट'छाप भपकेबाजपणाची निदर्शक होती. गॉथिक पद्धतीतील रचनेच्या त्या अभ्यासिकेच्या गुलाबी रंगाच्या खिडक्यांतून मंद प्रकाश पसरला होता. ते हर्स्टचं खाजगी कार्यालय होतं. तो जेव्हा सान सिमीऑनमध्ये राहात होता तेव्हाचं त्याच्या प्रकाशन साम्राज्याच्या हालचालीचं मध्यवर्ती केंद्र होतं. छताला आधार देणाऱ्या, दोन्ही तोंडांना निमुळत्या असलेल्या पिंपासारखे कप्पे असणाऱ्या

कमानींतून चार भव्य, शिशाचं आवरण असणाऱ्या काचेची झुंबरं टांगलेली होती. त्या कमानी बायबलमधल्या नि पौराणिक दृश्यं असलेल्या नाजूक भित्तिचित्रांनी व्यापलेल्या होत्या. ती चित्रं कॅसलचं बांधकाम करण्यासाठी आलेल्या शेकडो कारागिरांपैकी एकानं रंगवलेली होती. ती खोली गडद रंगाच्या उत्तम नि कमालीच्या कलाकुसरीची शैली असणाऱ्या १७-१८व्या शतकातल्या युरोपीय वस्तूंनी सजवलेली होती. चकचकीत पॉलिशचं एक कॉन्फरन्स टेबल त्या खोलीच्या मध्यभागी ठेवलेलं होतं. त्या टेबलाच्या नागमोडी पायांवर उठावामध्ये उत्तम दर्जाचं कोरीव काम केलेलं होतं. लांबवरून त्या दणकट टेबलाचे पाय जमिनीकडे वळणाऱ्या कोरीव लाकडाच्या दोरखंडासारखे दिसत होते. टेबलाच्या भोवती उंच पाठीच्या, हात असलेल्या दहा खुर्च्या मांडलेल्या होत्या. प्रत्येक खुर्चीची बैठक नि पाठ काथ्या, स्प्रिंगा भरलेल्या वेलबुट्टीदार गिर्द्यांनी बनवलेली होती. तिथं असलेल्या अनेक उभ्या दिव्यांच्या शेडसाठी मध्ययुगीन काळातील मठ, संन्यासी नि संन्यासिनी यांच्याविषयीच्या गीतांच्या पुस्तकातल्या चर्मपत्रांचा वापर केलेला होता आणि त्यांच्या अगदी समोरच्या अंगाला घडीचे पारखे असलेल्या टेबलांवर डच मेणबत्त्या विराजमान होत्या. त्या मेणबत्त्यांवर भरपूर कोरीव काम केलेलं होतं. बहुतेक राजेशाही घरांमध्ये असतो त्याप्रमाणे त्या खोलीचा भवताल म्हणजे पुनरुज्जीवन कालीन युरोप व १९३०ची अमेरिका यांचं मिश्रण होतं. पंधराव्या शतकातल्या एका टेबलावर १९२०-३०च्या दशकातल्या, अतिशय स्पष्ट बाह्य रेषा नि तकतकीत दाट रंगांच्या भौमितिक आकृत्यांनी प्रभावित असलेल्या कलेच्या लोकप्रिय शैलीतला दिवा नि त्याची शेड – अभिजात सौंदर्याचा भूतकाळ नि रोखठोक वर्तमान यांचं मिश्रण – ठेवताना हर्स्टनं कसलाच विचार केलेला नव्हता

पण बोगार्डसला त्याचं लक्ष केंद्रित करताना काहीच अडचण वाटत नव्हती. अभ्यासिकेच्या भिंतींना खिडक्यांच्या खाली हारीनं लावलेल्या पुस्तकांच्या अवजड, गडद रंगछटेच्या लाकडी कपाटांवर त्याची नजर स्थिरावलेली होती. प्रत्येक जाडजूड वक्राकार कमानींच्या मध्ये धातूंच्या बारीक तारेत गुंफलेलं नक्षीकाम केलेल्या कपाटांच्या दारांमागे हर्स्टच्या खाजगी संग्रहामधले शेकडो ग्रंथ गच्च भरलेले होते. सॅम खट्टू झाला. *ती जर्नल दडवण्यासाठी किती चांगली जागा आहे ही!* त्याच्या मनात विचार आला.

त्यानं आपले डोळे वर उचलले आणि मार्गदर्शिकेकडं पाहिलं. त्या खोलीत नजर फिरवण्यासाठी त्या पर्यटक चमूला अवधी मिळावा म्हणून ती काही क्षण निवेदन करायची थांबली होती.

"ह्या खोलीत पुस्तकं किती आहेत?" सॅमनं प्रश्न केला. त्याचा स्वर एखाद्या फिरत्या पर्यटकासारखा होता– चौकस.

त्या मध्यमवयीन मार्गदर्शिकेनं त्याच्याकडे नजर वळवली नि स्मित केलं. "अंदाजे पंचाहत्तर हजार. अगदी नेमकं माहिती नाही. कारण त्यांची सूची करायची संधी आम्हाला कधीच मिळालेली नाही. शिवाय विम्याचे कागदपत्र सुद्धा उपलब्ध नाहीत. कुठल्याच पुस्तकांचा विमा उतरविण्याची तसदी मिस्टर हर्स्टनी कधीच घेतली नाही. खरं तर ही सारी पुस्तकं दुर्मिळ आहेत."

"कल्पना येते त्याची." सॅमनं खोलीभर नजर फिरवली. त्याच्या चेहऱ्यावर एक निरुद्देश स्मित पसरलं होतं.

"आणि खालच्या मजल्यावरची ती मुख्य लायब्ररी? तिथं किती पुस्तकं आहेत?"

"आमच्या अंदाजाने आणखी पाच हजार. त्या बहुतेक त्या त्या पुस्तकांच्या पहिल्या आवृत्त्या आहेत. पण पुन्हा एकदा सांगायचं तर त्यांच्यापैकी देखील *काही पुस्तकांची सुद्धा सूची* आम्ही केलेली नाही.

जेनिफर त्याच्याकडे झुकली नि कुजबुजत्या स्वरात म्हणाली, "तुला वाटतं, हे ते आहे? सिमीऑन चेंबर?"

"काही तरी मला जाणवतंय खरं. हा हर्स्टचा क्रीडा कक्ष होता."

त्या तिघांची त्या दिवसातली टेकडीवरची ही चौथी फेरी होती. पहिल्या दोन फेऱ्यांनंतर निक नि जेनिफर यांच्या लक्षात आलं, की त्या जर्नलच्या नेमक्या स्थानाबाबत सॅमकडे काही ठोस माहिती नाहीये. त्याच्याकडे एकमेव धागा होता तो म्हणजे आर्थर सिमिंग्टनने प्राण सोडण्यापूर्वी उच्चारलेले दोन शब्द. सिमिंग्टनच्या मृत्यूनंतर राज्य स्थानिक पोलिसांच्या पलटणीला ते तिघेही खालच्या खालीच धूर्तपणे झुकांडी देत फिरतं ठेवण्यात यशस्वी झाले होते. सॅमला आणखी एका गोष्टीची आठवण झाली आणि काहीशी चिंता वाटली. त्यानं त्याचं व्यावसायिक ओळखपत्र मार्गदर्शकाकडे ठेवलं होतं आणि मार्गदर्शन केंद्राच्या स्वरूपातल्या त्या ट्रेलरमध्ये जी नोंदवही होती तिच्यात स्वतःचं खरं नाव सही करताना वापरलं होतं.

"तर, हे ते ठिकाण जिथे आधुनिक पत्रकारितेच्या जन्मदात्याचा दरबार भरत असे. मी पैजेवर सांगतो, की पीतपत्रकारितेतला धडा घेण्यासाठी बोलवलेल्या संपादकांनी बाहेर टाकलेल्या मळाचे डाग ह्या गालिच्यावर पडले असणार." जेनिफर नि सॅम यांच्या मधूनच निक पुढं घुसला. त्या मार्गदर्शिकेनं त्याच्याकडे एक तिरस्काराचा कटाक्ष टाकला आणि तो दाढीधारी 'अपराधी' नि आपण यांच्यामध्ये अंतर ठेवत ती टाचांवर बाजूला वळली.

"ही थोडीशी अडचण ठरू शकेल." सॅम म्हणाला.

"आता याचं ऐकावं लागणार!" निक स्वतःशीच पुटपुटला नि मग जरा मोठ्यानं म्हणाला, "मी जर निराशावाद्यांचा मुकुटमणी वाटत असेन, तर मला माफ

कर, पण डेनव्हर टाकसाळीला सुद्धा लाजेनं मान खाली घालायला लावील अशी सुरक्षायंत्रणा असणाऱ्या घरातल्या कलाकुसर केलेल्या कपाटांमध्ये बारा हजार ग्रंथ बंद केलेले आहेत, या गोष्टीला मी *थोडीशी अडचण* यापेक्षा अधिक काही म्हणेन. अर्थात तुला जर असं वाटत नसेल, की आपण तिघंजण दिवसाउजेडी – म्हणजे आपल्या या कॅसलच्या फेऱ्यांदरम्यान – 'कार्य' साधू शकू, तर...!''

बोगार्डसला अचानक जाणवू लागलं, की तो जणू एका अकस्मात रस्ता संपणाऱ्या गल्लीत वेगाने धावत आला आहे आणि एखाद्या कामुक स्त्रीच्या मागे लागलेल्या 'बोक्या'प्रमाणे त्यानं जेनिफर नि निकला आपल्यापुढे धावायला लावले आहे!

त्याला खात्री होती, त्यांची त्या दिवशी एकत्रितपणे किमान वीस मैल तरी चाल झाली असेल. त्यापैकी बहुतेक चाल मुख्य इमारतीच्या जुळ्या घंटामनोऱ्यांपासून मोकळ्या मैदानापर्यंतच्या वक्राकार काँक्रीट जिन्यानं खाली-वर नि पुन्हा परत, अशीच होती. कवायत घेणाऱ्या एखाद्या सार्जण्टपेक्षाही त्यानं, स्वत:सह तिघांना फिरवलं होतं आणि आता ते सारं या प्रकाराशी येऊन थांबलं होतं. नेमक्या पुस्तकावर त्यांचा हात पडण्यासाठी योग्य त्या शेल्फापर्यंत त्यांना नेण्याकरिता साथीला सिमिंग्टन असल्याशिवाय त्यांना ड्रेकचं जर्नल मिळणं सर्वथा अशक्य होतं.

पर्यटकांचा चमू जिन्यापर्यंत जाईस्तोवर तो मागे रेंगाळत राहिला. काहीशा नाखुषीनंच त्यानं त्या प्रचंड खोलीतून अखेरची नजर फिरवली आणि मग त्यांच्या मागून जात जिन्यावरून तो खाली उतरला.

सरळसोट उताराच्या रस्त्यावरून खालच्या गिअरमध्ये गूं गूं आवाज करत ती अवजड मोटर चालू लागली तेव्हा बसचालकाच्या मागच्या दोन सीटवर ते तिघंजण दुर्मुखलेल्या चेहऱ्यानं शांतपणे बसलेले होते. एक लहान मूल बरोबर त्यांच्यासमोर त्याच्या बापाबरोबर अखंडपणे बडबडत बसलं होतं. त्या बसनं साखळीत गुंतवलेलं गेट पार केलं. हर्स्ट कॉर्पोरेशनच्या घोडस्वारीच्या माळावरून पंधराशे फूट खाली असणाऱ्या महामार्गाच्या सपाट मैदानावरल्या सार्वजनिक मेळाव्यासाठी ठेवलेल्या भागाकडे बस जाऊ लागली.

एका अर्धवर्तुळाकार वळणाला ते वळसा घालू लागले तसं त्या मुलानं खिडकीतून बाहेर निर्देश करत बापाला विचारलं, ''ते काय आहे?'' त्याचा बाप थकल्यासारखा वाटत होता. सतत येणाऱ्या प्रश्नांचा अखंड ओघ वाहत होता. त्या नवीन प्रश्नाकडे त्याच्या बापानं दुर्लक्ष केलं. त्या मुलाचं लक्ष आकृष्ट करणाऱ्या बाबीकडे सॅमनं रिक्त तंद्री लागलेल्या नजरेनं रोखून पाहिलं. त्याची नजर धातूच्या गंजलेल्या गजांवर स्थिरावली. तसा त्याच्या मनात सिमिंग्टनच्या मरणसमयीच्या

संदेशाचा प्रतिध्वनी घुमला. का, त्याचा काही खुलासा करता आला नसता; पण मेंदूच्या दोन नसांमधल्या पेशींतील काही एका गूढ शक्तीनं वाहून आणल्यासारखा त्या शब्दांचा त्याला स्फटिकवत स्वच्छ बोध झाला. तिथं रस्त्याच्या कडेला ऑर्कर्ड हिलच्या वेलींनी छाया धरलेल्या फिरण्याच्या वाटेवर हर्स्टच्या प्राणिसंग्रहालयाचे काँक्रीट नि धातूंपासून बनवलेले पिंजरे उभे होते.

त्याला जे काही हवं होतं ते सापडेपर्यंत सॅम टेकडीच्या पायथ्याशी असलेल्या भेटवस्तूंच्या दुकानातल्या रांगांतून फिरत राहिला. निक नि जेनिफर त्याच्या मागून ओढल्याप्रमाणे जात होते. बोगार्डसनं एका शेल्फमधून एक पुस्तक बाहेर काढलं, आपला चष्मा चढवला आणि पुस्तकाची पानं भराभरा उलटून पाहिली. एका मिनिटाच्या आतच त्याला तो जे शोधत होता ते मिळालं.

''इथं आहे ते. वेब्स्टरच्या शब्दकोशात त्या शब्दाचा अर्थ असा दिला आहे. ऐका: 'ऑफ, रिलेटिंग टु ऑर रिझेम्बलिंग मन्कीज ऑर एप्स'. गोरिला, चिम्पान्झी वगैरे जातींच्या पुच्छविहीन माकडांचे, माकडांशी संबंधित किंवा सदृश.''

''कशाविषयी बोलतो आहेस तू?''

''मी 'सिमिअन चेंबर' विषयी बोलतो आहे. तू पाहिलं नाहीस का? त्या चर्मपत्रांवर ज्या कुणी पेन्सिलीनं खरडलं त्यानं माझ्यापेक्षाही खराब स्पेलिंग केलं. त्यानं त्या पानावर लिहिलं 'सिमीऑन सी'. आणि मूर्खासारखं आपण तेच बरोबर धरून चाललो. पण तो शब्द आहे 'सिमिअन'. एस-आय-एम-*ई-ओ-एन* नाही; एस-आय-एम-*आय-ए-एन.*''

मूर्खाकडे बघावं अशा नजरेनं निकनं त्याच्याकडे पाहिलं.

आणखी एका पुस्तकाचा पिसं लागल्यासारखा शोध घेण्याच्या भावनेनं पछाडलेला सॅम त्याच्या दोन साथीदारांपासून झपाटल्यासारखा त्या रांगेतून बाहेर पडला. काही सेकंदांतच तो जे शोधत होता, ते त्याला गवसलं, दुकानाच्या प्रवेशापाशीच पर्यटकांच्या सोयीसाठी ठेवलेली केवळ हर्स्ट नि त्याचा कॅसल यांनाच वाहिलेली पुस्तकांची एक मांडणी. त्या मांडणीतून एक जाडजूड ग्रंथ त्यानं बाहेर काढला, बरीचशी पानं उलटली, थोडासा विराम घेतला आणि मग तो मोठ्यांदा वाचू लागला :

''त्याकाळी हर्स्ट प्राणिसंग्रहालय हे जंगली नि दुर्मिळ प्राणी एकाच स्थळी एकत्र केलेलं सर्वांत मोठं खाजगी मालकीचं प्राणिसंग्रहालय होतं. त्यामध्ये पाळीव नि जंगली पशूंच्या शंभरापेक्षा अधिक प्रजाती प्रातिनिधिक स्वरूपात होत्या. त्यामध्ये मार्जार प्रजातीचे चित्ते, सिंह, बिबटे, पॅन्थर आणि कॅलिफोर्नियन पर्वतीय सिंह समाविष्ट होते. विशेषत:'' – जणू काही शब्दांवर जोर देण्यासाठी सॅमनं त्याच्या

वाचण्याची गती मंद केली – “हर्स्टचा प्राण्यांच्या श्रेष्ठ जाती, जपान व भारत येथील पवित्र वानरे, ओरॅन्गउटान, चिम्पान्झी नि गोरिला यांचा संग्रह अमूल्य होता. १९३० च्या उत्तरार्धात तो जेव्हा सोडून देण्यात आला तेव्हा या प्राणिसंग्रहालयातले प्राणी पश्चिम किनाऱ्यावरच्या निरनिराळ्या शहरांना त्यांच्या सार्वजनिक प्राणिसंग्रहालया-साठी भेटीदाखल देण्यात आले.”

त्यानं पुस्तकाच्या पानातून नजर वर करून पाहिलं. “तर हे सगळं असं आहे. ‘सिमीअन चेंबर’ म्हणजे माकडांचा पिंजरा – बहुधा प्राणिसंग्रहालयाच्या मागच्या बाजूच्या बोगदे नि निगराणीचे भाग यांच्या चक्रव्यूहात.”

“फारच थोडं तुझ्या हातात आलं आहे, असं नाही तुला वाटत?” युक्तिवाद हुशारीचा असला, तरी निकची प्रतिक्रिया संशयखोरासारखी होती.

“अजिबात नाही. विचार कर ना त्यावर. जागा अगदी आदर्श अशी आहे. काही निवडक कर्मचारी वगळता तिथं कुणीही गेलेलं नाही. हे कर्मचारीसुद्धा समितीनं फेकलेल्या तुकड्यांवर जगणारे. रिकाम्या प्राणिसंग्राहालयाकडे, ते पाहाण्यासाठी खालपर्यंत जाण्याची कुणाही अतिथि-अभ्यागताला इच्छा होत नसणार. आपलं प्राणिसंग्रहालय बंद करून हर्स्टनं अभावितपणे समितीला एक अगदी आदर्श असं लपून राहण्याजोगं ठिकाण जणू भेटच दिलं. माझं म्हणणं बरोबर असेल, तर जर्नल ह्या ठिकाणीच असायला हवं.”

“यामुळं वस्तुस्थितीत काय फरक पडतो?” जेनिफरच्या सुरात उदासीनतेची छटा होती. “तुम्ही तिथे वरती तर जाऊ शकणार नाही.”

“का नाही?”

“आत्ता या क्षणी मला लक्षात येतात, ती तीन कारणं.”

“ती कोणती?”

“बेकायदेशीर प्रवेश, घरफोडी किंवा फार मोठी चोरी – यांपैकी तुला कोणतं पसंत आहे?”

“एका रिकाम्या पडलेल्या प्राणिसंग्रहालयात डोकावणं – जे जर्नल तिथं आहे असं खुद्द हर्स्टलाही ज्ञात नव्हतं, जवळजवळ तीनशे वर्षं जे इतिहासात गडप झालेलं आहे. ते तिथं आहे आणि मला ते ठाऊक झालं आहे.”

सॅमनं जेनिफरकडे पाहिलं आणि आपला आवाज त्यानं खालच्या पट्टीत आणला. “तू माझ्यापासून काय दडवते आहेस त्याची मला कल्पना नाही; पण तू स्वत:लाच एक प्रश्न विचार. गमावण्यासारखं आपल्याकडे काय आहे? आपल्या दोघांपैकी कुणाकडेही? तू कदाचित तुझा बाप गमावणार असशील, मी तर अगोदरच माझ्या एका चांगल्या मैत्रिणीला गमावून बसलो आहे.”

आता मात्र जेनिफरला अप्रिय गोष्ट सौम्यपणे व्यक्त करणाऱ्या त्या शब्दांचा

अर्थ उमगला. बोगार्डसला त्याची जोडीदारीण म्हणजे 'एक मैत्रीण' याहीपेक्षा काही अधिक होती. जेव्हा जेव्हा कुणी सुझन पॅटर्सनच्या नावाचा उल्लेख करत असे तेव्हा त्याच्या अंत:करणाला खोलवर एक आग जाळीत असे, एक ज्वाला त्याच्या डोळ्यांत प्रकट होत असे. जेनिफर काही बोलण्यापूर्वी बोगार्डसनंच तिचे विचार बोलून दाखवले. ''तुझं बरोबर आहे. तिला ज्यानं ठार केलं त्याचा हिशेब मला मी संपून जाण्यापूर्वी चुकवायचा आहे. आणि माझी अशीही अटकळ आहे, की काय असेल ते असो, पण तू सुद्धा तुझ्या स्वत:च्या शत्रूशी दोन हात करणार आहेस; आपल्याला जर्नल मिळो, न मिळो; ते घडून येणारच आहे. तेव्हा आपण ते शोधणं हेच जास्त चांगलं.''

त्याच्या युक्तिवादातली तार्किकता किंवा त्याच्या नजरेतलं आवाहन यापैकी नेमकं कशानं ते तिला सांगता आलं नसतं; पण त्यात काहीतरी मनाला भुलविणारं होतं. आधीच घडून गेलं आहे त्यात बदल घडवण्यासाठी दोघांपैकी कुणी काही करू शकेल असं काहीच नव्हतं. पण निदान थोडा काळ तरी, तात्पुरतं का होईना ते त्यांची वेदना, मन दुसऱ्या कशात तरी गुंतवणाऱ्या 'औषधा'मध्ये बुडवू शकणार होते, त्या जर्नलच्या शोधात स्वत:ला हरवून घेऊ शकणार होते.

ती कित्येक क्षण स्तब्ध राहिली आणि मग जवळ जवळ अलिप्तपणाच्या भावनेनं म्हणाली, ''होय, खरंच चांगलं.''

''चलाऽ, शेवटी समझोता झाला हे छान झालं.'' निकच्या स्वरातून सुटकेची हलकीशी भावना नि चिंतेचा पूर्ण अभाव व्यक्त झाला. ''हे कशाविषयी होतं ते विचारण्याची तसदी मी घेणार नाही. कारण मला खात्री आहे, की काही झालं तरी तुम्ही कुणीच ते मला सांगणार नाही. पण माझ्यापुढे एक प्रश्न आहे. तू त्या प्राणिसंग्रहालयात प्रवेश कसा करणार आहेस?''

''मी ह्या वाक्याची जरा पुनर्रचना करतो,'' सॅम म्हणाला, ''योग्य प्रकारे हा प्रश्न मांडायचा तर असा मांडावा लागेल : आपण त्या प्राणिसंग्रहालयात प्रवेश कसा करणार आहोत?''

''यालाच मी भीत होतो. मला ठाऊक आहे, की आपण तिथे वरती असताना तू पुस्तकांची मोजदाद करण्यात व्यग्र होतास. पण तिथे ती माथ्यावर काटेरी तारा असणारी उंच कुंपणं आाणि गेट्सवर धोक्याची सूचना देणाऱ्या इलेक्ट्रॉनिक घंटा असल्याचं तुझ्या लक्षात आलंय का? उद्यान अधिकारी नि भाडोत्री सुरक्षादल तर वेगळेच. मला तर फक्त तेवढंच दिसलं. आता हे जर तुला चिंतेचं कारण वाटत नसेल, तर उंच मजल्यावर चढून अंतर्भागात प्रवेश करणारा घरफोड्या म्हणून माझ्या मर्यादित गुणवत्तेचा तू विचार करावास!''

''आता कसं सारं छान झालं. आपल्याला घराच्या जवळपास कुठेही जावं

लागणार नाही. बसमधली टेप तुम्ही ऐकत नव्हतात बहुधा. प्राणिसंग्रहालय कंपनीच्या मालकीच्या जमिनीवर आहे. तो राज्याच्या मालकीच्या स्मारकाचा हिस्सा नाही.''

''पण ते घरापासून हाकेच्या अंतरावर आहे.''

''होय. पण ते गेटच्या बाहेरही आहे. आपण जर अंधार पडण्याच्या सुमाराला निघालो, तर आपण दिवस उजाडायच्या आत तिथून बाहेर पडू शकू.''

आपल्या मित्राच्या आंधळ्या उत्साहापुढं त्याला कुठलाही विरोध करणं वायफळ ठरणार आहे, हे निकच्या लक्षात आलं. ''जास्तीत जास्त काय? आणखी काही रात्री जेलमधे काढायच्या.''

''ठीक तर,'' सॅम उत्तरला. ''मग आज रात्री आपण जातो आहोत. निक आणि मी संध्याकाळच्या वेळी महामार्गाजवळचं कुंपण पार करू आणि शक्य तितके रस्त्यापासून दूर राहात गावाच्या बाजूने टेकडीच्या माथ्याकडे कूच करत राहू.''

''माथ्यापर्यंत किती अंतर असेल असं तुला वाटतंय?'' जेनिफरनं विचारलं.

''मार्गदर्शिकेच्या सांगण्यानुसार रस्त्यावरून ते पाच मैल होतं. मला वाटतं आपण सरळ वर जाण्यानं ते अंतर अर्ध्यावर येईल.''

निकला या चर्चेचा आता कंटाळा आला नि तो तिथल्या पुस्तकांच्या पेटीवर बसला. त्यानं आपला एक बूट काढला आणि आपला दुखरा पाय तो चोळू लागला. भांडार कारकुनानं त्याच्याकडे जरा नाराजीनंचं पाहिलं. निकनं स्मित केलं आणि हलक्या आवाजात काही पुटपुटत त्या कारकुनाच्या नाराजीला बेदखल केलं.

सॅमनं आपलं लक्ष व्यूहरचनेकडे वळवलं. ''ठीक आहे. आता आपण प्रथम काही वस्तू मिळवू – फ्लॅश लाइट, पर्वतारोहणाचे चांगले बूट, काही फूट दोरखंड...''

''दोरखंडाची काय गरज आपल्याला?'' निकने निषेधाच्या सुरात प्रश्न केला.

''काही सांगता येतं का? आपण तिकडे वर पोचलो आणि मग त्याची गरज लागली आपल्याला, तर परत गावाकडं यायला नकोय मला – तुला चालेल?''

''मी नुसतं शंकेचं निरसन करून घेतलं.''

जेनिफर विषयाला तोंड फोडण्यासाठी संधी शोधत होती. ही वेळ त्यासाठी अगदी योग्य होती. ''तू एक गोष्ट विसरलास?''

''ती कोणती?''

''तू जर जाणार असशील, तर मीही येणार.''

सॅमनं याची अपेक्षा केलीच होती. किंबहुना तिनं या आधी हा मुद्दा कसा काढला नाही याचंच त्याला आश्चर्य वाटत होतं. ''अंहं. नाही. आम्ही जर अडचणीत आलो, तर इथं खाली कुणीतरी असण्याची आपल्याला गरज आहे. त्यांनी वर जर आम्हाला पकडलं, तर शहरातून मदत मिळवण्यासाठी आणि आम्हाला जामिनावर बाहेर

काढण्यासाठी, पैशांची व्यवस्था करायला आम्हाला कुणाची तरी गरज लागणारच...''

''तर मग मला वाटतं, *तू* राहावंस. कारण टेकडीवर कुणी जाणार असलं, तर त्याच्याबरोबर जाण्याचा माझा इरादा आहे.''

तो क्षणभर थांबला. एखादा विक्रेता शेवटची बोली करण्यासाठी थांबतो, तसा.

''ठीक आहे.'' तो दुकानाच्या दरवाजाकडे चालू लागला आणि त्यानं वाहन तळाच्या जागेत पाऊल टाकलं. जेनिफर दोन पावलं त्याच्यामागे होती. ''आम्ही तुला पथिकाश्रमात सोडतो आणि मग मी नि निक सामानाची व्यवस्था करायला जातो. एक तासाभरात तुला न्यायला आम्ही परत येऊ.''

त्याच्या योजनेच्या ह्या पारदर्शकतेमुळे तिला तिचा अवमान झाल्यासारखं वाटलं.

''सॅम,'' निकनं भाड्यानं आणलेल्या कारच्या दाराकडे तो चालत असताना तिच्या आवाजानं त्याला मध्येच रोखून धरलं. ''तुम्ही जर एक तासात परतला नाहीत तर मी पोलिसांना बोलवीन आणि मला माहीत असलेलं सारं त्यांना सांगून टाकीन. तुम्ही कुठं गेला आहात त्यासहित सारं.''

त्याच्या कपाळावर आठ्या पसरल्या. ''तू कोणत्या साईजचे हायकिंग शूज वापरतेस?''

''सहा नंबर, मध्यम.''

''च्याऽयला, फिरतेय चावी; पण गाडी चालू होत नाहीये.''

''आपल्याला रेडिओचा वापर करता येईल ना?''

''कशासाठी?''

''हाय-वे पेट्रोलला किंवा गावच्या शेरीफला बोलावण्याकरिता.''

''मूर्खपणा होईल तो. आपल्याला इथं यायचा मुळात अधिकारच नाही. आपल्या अधिकार क्षेत्राच्या बाहेर दोनशे मैल आलो आहोत आपण.''

''जर आपल्या नजरेतून ते निसटले आणि फ्लेचरला सापडले, तर मात्र आपण हजारभर मैल दूर असतो, तर बरं झालं असतं, असं वाटेल आपल्याला.''

जॅक मेह्यूची अवस्था पार हडबडल्यासारखी झाली होती. त्यानं त्याच्या सहकाऱ्याला ड्रायव्हरच्या दरवाजातून बाहेर ढकललं, स्वत: व्हीलच्या मागे सरकला आणि त्यानं इग्निशनची चावी फिरवली. बॅटरीतून स्टार्टर मोटर चेतनाशक्तीचा प्रवाह बाहेर टाकत असल्याचा आवाज मेह्यू ऐकत राहिला आणि तो लक्षपूर्वक पाहात असतानाच ती चमकदार नि गुळगुळीत निळी पोर्शे कॅम्ब्रिआच्या मुख्य रस्त्यावरून हलकेच महामार्गाकडे वळली.

''त्याची चिंता करू नकोस. ते बहुधा त्यांच्या खोलीवर परत निघाले असतील. एकदा ही बया व्यवस्थित सुरू झाली, की आपण त्यांना पाच मिनिटांतच गाठू शकू.''

पोर्शेच्या मागून काही अंतरावरून, दोन अधिकारी आत बसलेल्या आणि कसलीच ठळक खूण नसलेल्या एका पोलीस कारला पार करून पांढऱ्या रंगाची एक सेडान पुढे निघून गेली. तिच्या व्हीलवर असलेल्या इसमानं त्याच्या बाजूच्या सीटवर ठेवलेल्या, फिरायला जाताना वापरायच्या काठीची पितळी मूठ हातात पकडली नि त्याच्या चेहऱ्यावर दुष्ट हसू उमटलं. त्या दोन गुप्त पोलिसांनी इंजिनवरचं झाकण उचलून पिसाटल्यासारखं इंजिनाचं काम करायला सुरुवात केली, हे त्यानं पाहिलं. तो एक पोराटोरांचा खेळ होता; पण एकदम परिणामकारक.

बोगार्डस नि त्याचा मित्र यांचा पायीच पाठलाग करण्यासाठी त्या दोघा पोलीस अधिकाऱ्यांनी वीस मिनिटांपूर्वीच त्यांची कार सोडून दिली होती. ते तसे गेल्यानंतर त्या इसमानं वाहनतळाच्या पलीकडे असलेल्या एका छोट्या किराणामालाच्या दुकानातून एक मध्यम आकाराचा बटाटा विकत घेतला होता. पोलीस कार म्हणून ओळख पटवणारी काहीही खूण नसलेल्या त्या कारकडे तो चालत गेला होता नि अगदी सहजगत्या तो बटाटा त्यानं त्या कारच्या एक्झॉस्ट पाइपमध्ये घट्ट बसवून टाकला होता. त्या बटाट्यानं एक्झॉस्ट परिणामकारकपणे बंद करून टाकला होता. परिणामी ती कार चालू होण्यालाच त्यानं प्रतिबंध केला होता. त्या ठिकाणी तपासणी करण्याचा विचार त्यांच्या मनात सर्वांत शेवटी आला असता!

सॅम नि निक ह्यांना आणखी एका ठिकाणी थांबायचं होतं. कॅसल परिसराचा मोठ्या परिमाणांमधला स्वाभाविक रचनेचा एक नकाशा सॅमला हवा होता. गावामध्येच सॅमला तो मिळू शकला असता, असं एकमेव दुकान होतं. पण ते बंद होतं. तो महामार्गावर पोहोचला तसा तो दक्षिणेकडे वळला.

''तू कुणीकडे चालला आहेस? पथिकाश्रम उलट्या दिशेला आहे.''

''ठाऊक आहे मला. पण नकाशा घेण्यासाठी मला लॉस ओसोसला जायला हवं.''

''त्याच्याशिवाय आपलं भागणार नाही का?''

''नाही,'' सॅमनं मस्तक हलवत उत्तर दिलं. ''रात्रीच्या वेळी तरी नाही. आपल्याला कड्यावर चालत जावं लागेल. ओसोसला जायला फक्त वीस मिनिटं लागतील.''

''जेनिफर काय म्हणाली ते ऐकलं आहेसच तू. एका तासात आपण परतलो नाही, तर ती पोलिसांना बोलावील.''

''आपल्याला जर उशीर झाला, तर तिला आपण फोन करू आणि आपण कशामुळे अडकून पडलो आहोत ते तिला कळवू.''

सॅम महामार्गाकडून दक्षिणेकडे निघाला तशी ती पांढऱ्या रंगाची सेडान उजवीकडे वळली आणि महामार्गावर पथिकाश्रमाच्या दिशेनं उत्तरेकडे वळली.

दरवाजावर एक हलकीशी थाप पडली. आपण ती नक्की ऐकल्याची जेनिफरला खात्री नव्हती. थाप इतकी हलकी होती, की तिला वाटलं ती बाजूच्या खोलीतली असावी. ती थांबली नि कान देऊन ऐकत राहिली आणि पुन्हा थाप पडली.

''एक सेकंद. आलेच.''

दोघंही पुरुष बाहेर पडल्यावर तिनं चटकन शॉवरखाली स्नान करायची संधी साधली. आपलं शरीर टॉवेलनं अर्धमुर्ध कोरडं करत, शहरातून येताना तिनं घातलेला पेझली[११] प्रकारचा पोषाख झटपट अंगावर चढवला. तिनं डोक्याला टॉवेल गुंडाळलेला होता, तिच्या केसांतून पाणी निथळत होतं आणि तशा अवस्थेत तिनं दाराची मूठ हातानं चाचपडली. ती तिच्या हाताला आली तसा तिनं दरवाजा उघडला आणि न्हाणीघरात शिरण्यासाठी ती माघारी वळली.

सिंकवरच्या आरशासमोर ती उभी राहिली आणि केस कोरडे करण्यासाठी टॉवेलनं पुसू लागली. ''तुम्ही दोघं काही परत येणार नाहीत असाच विचार मी करायला लागले होते. पण मग मी असाही विचार केला, की तुमच्याकडे निवडीला फार पर्यायच नाहीत.'' आपल्या स्वरातला टोमण्याचा भाव ती लपवू शकली नाही. ''माझे शूज मिळाले का?''

दुसऱ्या खोलीतून कसलाच आवाज आला नाही. आपले केस टॉवेलनं पुसणं तिनं थांबवलं नि ती चाहूल घेत राहिली. ''सॅम? तुम्हाला हव्या त्या वस्तू मिळाल्या का?''

उत्तर आलं नाही.

''निक?''

तिची नाडी वेगानं धावू लागली. ते दोघं जर काही थट्टा करत असले, तर ती त्या दोघांना सोडणार नव्हती. तिनं आपल्या डोक्याला गुंडाळलेला टॉवेल काढून टाकला आणि आरशात पाहिलं. बाहेरच्या खोलीत कुणीच तिच्या नजरेला पडलं नाही. थंड, कठीण टाईल्सवर तिच्या उघड्या पावलांचा आवाज होत नव्हता. खोलीचं दार अर्धवट उघडं होतं. पण तिथं दोघांपैकी कुणीच नव्हतं. खोलीत सभोवार नजर फिरवित ती न्हाणीघराच्या दारात काही वेळ स्तब्ध उभी राहिली. सर्व काही ठीक दिसत होतं. सान सिमीऑनवरची पुस्तकं सॅम नि निकनं ठेवली होती त्या टेबलावर तशीच उघडी पडलेली होती. तिनं आदल्या दिवशी खरेदी केलेली जीन्स कपाटाच्या किंचित उघड्या असलेल्या दाराला वरच्या बाजूच्या हुकवर लटकत होती. कपाटाचं दार किंचित उघडं होतं.

''हॅलो? कुणी आहे का तिथं?''

उत्तर आलं नाही. आर्थर सिमिंग्टनचा फरशीवर लोळणारा रक्ताळलेला देह तिच्या नजरेपुढं तरळून गेला. तिचं हृदय जोरजोरात धडधडू लागलं.

"देवा! ते तिथं असू देत," पुटपुटल्यासारखे शब्द तिच्या तोंडून अर्धेमुर्धे बाहेर पडले.

दबक्या पावलांनी, एक पाय दुसऱ्यापुढे टाकत ती खोलीच्या अर्धवट उघड्या दाराच्या दिशेनं निघाली.

"तुम्ही दोघं जर तिथं असाल, तर प्लीऽज मला मदत करा; नाही तर मी तुमचे डोळे फोडीन."

तिनं दोन्ही हातांनी दरवाजा धरला आणि तो बंद करण्यासाठी स्वत:मधली सारी शक्ती तिनं झटकन एकवटली. बाहेरच्या हॉलच्या मार्गावर उघडपणे काही हालचाल दिसत नव्हती. तिनं दरवाजा बंद केला आणि झटकन सुरक्षा साखळी लावली. मग आपला पाय काळजीपूर्वक दाराच्या तळाशी घट्ट दाबून धरत तिनं ते फट राहील एवढं उघडलं आणि डोळे ताणून बाहेर हॉलमध्ये पाहिलं. ती फक्त एकाच दिशेनं स्पष्टपणे पाहू शकत होती. लांब, अरुंद कॉरिडॉर चांगला प्रकाशित झालेला होता नि तो प्रकाश टोकाला जाईपर्यंत थोडा थोडा मंद होत नाहीसा झाला होता. तिथं कुणीही नव्हतं.

तिनं पुन्हा दरवाजा बंद करून घेतला, बोल्ट लावून घेतला आणि त्या खोलीबाहेरच्या हॉलच्या मार्गावर आणखी कुणा व्यक्तीचं अस्तित्व उघड करणारे काही आवाज, पावलांचा ध्वनी, हसण्याचा आवाज किंवा आणखी काही याचा कानोसा घेत दरवाजाच्या आत केवळ काही इंचांवर नि:स्तब्ध उभी राहिली. बाहेर काहीच नव्हतं. जवळजवळ अर्ध मिनिट निघून गेलं. डोळे दाराच्या तळाशी लागलेले, कान कोणत्याही आवाजाची चाहूल घेण्यासाठी सज्ज अशा अवस्थेत जेनिफर निश्चल उभी राहिली. तिच्या गळ्यात नि मस्तकात जोराजोराने उडणाऱ्या नसांचा वेग कमी होत परत पूर्वस्थितीत आला. एक क्षणभरासाठी तिचे विचार तिच्या पायांभोवतीच्या गालिच्यावर पाणी निथळत असणाऱ्या ओल्या केसांकडे परतले. ती पुन्हा न्हाणीघराकडे गेली आणि तिनं टॉवेल उचलला. हॉलच्या दरवाजावर डोळे रोखत न्हाणीघराच्या दारात उभं राहून ती हळुवारपणे टॉवेलनं केस पुसू लागली.

सावधगिरीच्या इशाऱ्यापेक्षाही जिज्ञासेपोटी निर्माण झालेली ती प्रेरणा होती. नक्कीच ती थाप हॉलच्या पलीकडे असणाऱ्या खोल्यांपैकी एकीतून आलेली असणार. ती दारापर्यंत गेली नि तिनं सुरक्षा साखळी तिच्या सरकपट्टीतून बाजूला सरकवली. मग तिनं बोल्ट काढणं, दार उघडणं आणि हॉलमध्ये पाऊल टाकणं या तिन्ही गोष्टी एकाच हालचालीत केल्या. हॉल रिकामा होता. तिथं आणखी कुणीही नव्हतं.

मधूनमधून कानोसा घेण्यासाठी थांबत जेनिफर हॉलमधून बरीच पावलं चालत गेली. 'काही नाही' असं स्वत:शी म्हणत एक सुस्कारा सोडत ती परत खोलीत गेली. आपल्यामागे दार बंद करून त्याचा बोल्ट लावला नि मग साखळीही

सरकवली. ती वळली तशी तिच्या नजरेनंच ती उभी असल्याच्या स्थानापासून कपड्याच्या कपाटाच्या दारापर्यंत एक सहा-सात फुटांची रेषा काढली. आता ते बंद होतं आणि तिची जीन्स त्यांच्या हँगरसह कपाटासमोर जमिनीवरच्या ढिगाऱ्यात पडलेल्या होत्या.

फ्लेचर जरा जास्तच मोठ्या आकाराचा एक हॉट डॉग अधाशासारखा खाऊ लागला नि स्टायरोफोमच्या कपातून कोमट कॉफी घशात ओतू लागला, तशी त्या हॉट डॉगमधली मोहरी त्याच्या टायवर ओघळून आली. त्याच्या डेस्कवरल्या असंख्य उघड्या फायलींतल्या एकीतून मिळालेल्या धाग्याचा पाठलाग करताना कारच्या व्हीलमागे बसून तिच्यातच दुपारच जेवण घेण हा आता नित्यक्रम होऊ पाहात होता. आजची ही अशी तिसरी वेळ होती.

या खेपेस तो बर्कली हिल्समधल्या एका भरपूर प्रकाश असलेल्या वृक्षराजींमधून जाणाऱ्या रस्त्यावर गाडीत बसलेला होता आणि रस्त्यापलीकडच्या एका जरा अधिकच उंच असलेल्या अपार्टमेंटवर नजर रोखून होता. एका प्राध्यापकानं विद्यापीठा-कडून भाड्यानं घेतलेलं ते घर होतं. सर्वसाधारण विद्यार्थ्याला ते भाड्यावर घेणं परवडलं नसतं. त्यानं आपल्या मोटरवाहन टिपणांच्या नोंदवहीत पुन्हा एकवार ताडून पाहिलं नि मोटरवाहन खात्यानं मिळवून दिलेला पत्ता बरोबर असल्याची स्वत:ची खात्री करून घेतली.

त्यापूर्वी एक तास डॅली सिटीतल्या बोगार्डसच्या घराच्या दिवाणखान्यात उभा राहून फ्लेचर स्वत:ला ऑस्ट्रेलियन म्हणवणाऱ्या एका इंग्लिश माणसानं तिथं दिलेल्या भेटीचं वर्णन ॲन्जीकडून ऐकत होता. तिनं खालच्या मजल्यावरील अपार्टमेंटचा त्या माणसानं घेतलेला शोध नि एका छोट्याशा चांदीच्या चावीची त्याने केलेली चोरी, यांचा तपशील परिणामकारकपणे त्याला सांगितला होता. तिला भेटून गेलेल्या त्या इसमाचं म्हातारीनं दिलेलं तपशीलवार वर्णन त्यानं त्याच्या टिपणांच्या वहीत भराभरा नोंदवून घेतलं होतं. तिला थोडे फार प्रश्न विचारल्यानंतर आपला मुलगा काय उपद्व्याप करतो आहे, याविषयी तिला काहीच माहिती नसल्याची त्याला खात्री पटली.

फ्लेचरनं त्याची टिपणांची वही खिशात सारली आणि तो दरवाजाकडे निघणार एवढ्यात त्या वृद्ध स्त्रीनं त्याला आश्चर्याचा एक धक्का दिला. तो इंग्लिश इसम चालवत असलेल्या गाडीचा परवानाक्रमांक लिहिलेलं एक चिटोरं तिनं त्याच्या हाती ठेवलं. त्यानं ते तिच्याकडून जणू हिसकावूनच घेतलं. *'च्याऽयला! मला त्या मेह्यूची हकालपट्टी करून हिची सेवा भाड्यानं घ्यायला हवी.' फ्लेचरच्या मनात आलं.*

त्या अपार्टमेंट इमारतीच्या प्रवेशद्वाराभोवती त्यानं बऱ्याच चकरा मारल्या. दाराला इलेक्ट्रॉनिक सुरक्षा कुलूप होतं आणि ते रहिवाशांना त्यांच्या अपार्टमेंटमधूनच उघडता येत असे. 'होम्स, जे.' हे नाव सापडेपर्यंत फ्लेचरनं भाडेकरूंची मार्गदर्शिका तपासली. भिंतीत बसवलेल्या स्पीकरच्या खाली प्रत्येक बटणाच्या पुढे असलेलं नाव त्यात वेगळं दर्शवलेलं होतं. काही क्षणांतच गळ्यात पट्टी बांधलेल्या एका छोट्या कुत्र्यामागून एक तरुणी पुढच्या दारातून बाहेर पडली. फ्लेचर त्या मार्गदर्शिकेतली–नावांची यादी तपासत असल्याचं सोंग करत राहिला. त्या स्त्रीच्या मागे दरवाजा बंद होण्यापूर्वी त्यानं त्यावर झडप घातली आणि तो दिमाखदारपणे इमारतीच्या आत शिरला. काचेच्या पलीकडच्या बाजूनं त्या स्त्रीनं एक क्षणभर त्याच्याकडे प्रश्नार्थक मुद्रेनं पाहिलं, मग कुत्र्याच्या पट्ट्याला हिसका दिला आणि ती रस्त्यावर निघून गेली.

फ्लेचर दुसऱ्या मजल्यावरच्या एलेवेटरमध्ये शिरला आणि लांबलचक मार्गिकेमधून कॉरिडॉरमधून अपार्टमेंटपर्यंत चालत गेला. त्यानं दरवाजा ठोठावला. कित्येक क्षण निघून गेल्यावर पलीकडल्या बाजूला पावलांचा आवाज त्यानं ऐकला.

"कोण आहे?"

फ्लेचर योग्य ठिकाणी पोहोचला होता. इंग्लिश बोलीचा जबरदस्त प्रभाव असलेला उच्चार त्याच्या लक्षात आला.

"मिस्टर होम्स, मी लेफ्टनंट जॉर्ज फ्लेचर, सान फ्रान्सिस्को होमिसाइड." त्यानं दरवाज्या मधल्या त्रिकोणाकार लोलक बसवलेल्या पीपहोलजवळ आपला बिल्ला धरला. कित्येक क्षण उलटले. अखेरीस सुरक्षा साखळी तिच्या फटीतून सरकल्याचा आवाज फ्लेचरच्या कानानं टिपला आणि दार उघडलं गेलं.

ठाकठीक दिसणाऱ्या त्या इंग्रज गृहस्थाच्या डोळ्यांत गंभीर भाव होते. "येऽस? मी काय करू शकतो आपल्यासाठी?"

"मी एका खुनाचा तपास करतो आहे." ब्रिटिश मितभाषीपणाच्या कवचाला भेदण्यासाठी धक्कातंत्राचा वापर!

"कुणाचा खून?"

"मी आत येऊ का?"

त्या पोलीस अधिकाऱ्याला आत येण्यापासून रोखण्याला त्याला उघड कारण काहीच नव्हतं. तरीही त्या इंग्लिश माणसाच्या डोळ्यांत हरकत उघड दिसत होती.

"मी यावेळेला अतिशय व्यग्र आहे, लेफ्टनंट..." जास्पर नाखुषीने दारातून दूर झाला.

"फ्लेचर."

“हां, तेच.”

त्या गुप्त पोलिसानं आत पाऊल टाकलं आणि होम्सनं त्याच्या मागं दार बंद केलं.

“हे सारं काय चाललं आहे?” पाय जमिनीवर खिळवून ठेवल्यासारखा जास्पर त्या लहानशा पॅसेजमध्ये उभा राहिला.

“मी सुझन पॅटर्सनच्या खुनाचा तपास करतो आहे.” फ्लेचरनं त्याच्या स्पोर्ट कोटाच्या खिशातून एक छोटी टिपणांची वही काढली आणि तो होम्सला प्रवेशद्वाराशी एकट्यालाच सोडून देत सहजगत्या दिवाणखान्याच्या दिशेनं चालू लागला.

दर्शनी खोली म्हणजे अस्ताव्यस्त पसरलेली क्रमिक पुस्तकं नि जमिनीसकट प्रत्येक उपलब्ध पृष्ठभागावर ढिगानं रचलेले कागदपत्र याचं जंगल होतं. त्या उतू जाणाऱ्या गबाळग्रंथीपणावर मात करण्यासाठी डायनिंग टेबलाला जोडून एक पत्ते खेळण्याचं लहानसं टेबल ठेवलेलं होतं.

“ह्या स्त्रीला मी ओळखतो असं मला नाही वाटत.” फ्लेचरच्या मागोमाग त्याची सावली असल्यासारखा होम्स फिरत राहिला.

“ती सान फ्रान्सिस्कोतील एक वकील होती. कदाचित तिच्या भागीदाराला तुम्ही ओळखत असाल. मिस्टर सॅम्युएल बोगार्डस.”

“नाही; ते नावसुद्धा मी ऐकल्याचं मला आठवत नाही.”

“ठीक. मग निक जॉर्गनसन ह्या नावामुळं कदाचित लक्षात येईल?”

फ्लेचरनं आपली नजर त्या ‘इंग्लिशमन’च्या डोळ्यांत रोखली आणि त्याच्या डोळ्यांच्या बाहुल्या खोटं बोलावं-बोलू नये याचा निर्णय होत नसल्यासारख्या फिरत असल्याचं फ्लेचरनं पाहिलं. होम्सचं एक क्षणभराचं अडखळणं हा त्याच्या मनातून विजेच्या क्षणिक लहरीप्रमाणे तो प्रश्न चमकून गेल्याचा पुरावाच होता.

“एका विद्यापीठीय प्राध्यापकाच्या त्या नावाशी मी परिचित आहे. पण तो तर नक्कीच खुनी नसणार?”

“नाही, प्रोफेसर. आता या क्षणी मी थोडी माहिती मिळवण्याच्या प्रयत्नात आहे.” फ्लेचर पत्त्यांच्या टेबलाकडे सरकला नि त्यावर पसरलेल्या कागदांतून त्याची बोटं सहजच फिरली.

जास्पर अस्वस्थ, बेचैन होत टेबलाकडे सरकला आणि वाकड्यातिकड्या आकारातल्या काही जाडसर चर्मपत्रांच्या तुकड्यांच्या गुंडाळ्या करायला त्यानं सुरुवात केली. “प्लीऽज, लेफ्टनंट, तुम्हाला हे सारं अस्ताव्यस्त दिसतंय; पण यातलं कागदाचं प्रत्येक चिटोरं म्हणजे एक मोठ्या संशोधन कूटाचा लहानसा भाग आहे आणि या क्षणी त्यातल्या प्रत्येकाचं स्थान मला माहीत आहे.” त्यानं गुंडाळी केलेली ती चर्मपत्रं संरक्षक नळकांड्यात सारली आणि डायनिंग टेबलाच्या बाजूला

ते कलतं करून ठेवलं.

प्रतिसादादाखल फ्लेचरनं फक्त हुंकार दिला.

''प्लीज, बसा तुम्ही.'' खोलीतल्या समोरच्या कोपऱ्यात असलेल्या एका गुबगुबीत हातवाल्या खुर्चीकडे जास्परनं निर्देश केला.

फ्लेचरनं जास्परच्या या आतिथ्यशीलतेला काहीच प्रतिसाद दिला नाही आणि तो डायनिंग टेबलाजवळच्या त्या पुठ्ठ्याच्या नळकांड्यापासून फूटभर अंतरावरच्या एका सरळ पाठीच्या खुर्चीकडे गेला. तो खुर्चीत बसला, तसे त्याचे डोळे टेबलाच्या पृष्ठभागावरून फिरू लागले. ''फारच सुरस काम असलं पाहिजे. तुम्ही नेमकं काय शिकवता बरं?''

''इंग्रजी वाङ्मय.'' जास्पर शब्दांवर जोर देत म्हणाला. ''पण मला खात्री आहे, तुम्ही इतक्या लांबून माझ्या शैक्षणिक कारकिर्दीचा आढावा घेण्यासाठी नक्कीच आलेला नाहीत.''

फ्लेचरनं त्याच्याकडे प्रश्नार्थक मुद्रेनं पाहिलं.

''माझी वैयक्तिक माहिती – संक्षिप्त, लेफ्टनंट.''

त्या गुप्त पोलिसानं त्याचे ओठ, मुडपले आणि त्याचं म्हणणं समजल्यासारखी मान डोलवली. ''नाही, नाही; खरं तर मी इथं आलो आहे, ते एका तक्रारीच्या संदर्भात.''

''तक्रार?''

''हांऽ. आज तुम्ही डॅली सिटीतल्या एका स्त्रीला भेटल्याचं दिसतं.'' फ्लेचरनं त्याची टिपणांची वही अंगठा घालून उघडली. मदत घेण्यापेक्षा अधिक तर प्रभाव पाडण्याच्या हेतूने– ''ॲन्जी जोगार्डस.''

फ्लेचर कोपऱ्यातल्या हातवाल्या मोठ्या खुर्चीकडे जात असताना जास्पर त्याला पाठमोरा झाला. त्या वृद्ध स्त्रीनं त्याच्या बनावट नावाचा भेद केल्याचं उघड झाल्यासरशी होम्सच्या मेंदूतून त्याला होत असलेल्या प्रक्षोभाची थंडगार हलकीशी लहर पार झाली असणार, याची त्या गुप्त पोलिसाला कल्पना आली; पण तो मागं वळला नि खुर्चीत बसला, तशी भयाची कुठली रेषा असलीच तर ती, फटकून राहण्याच्या शांत ब्रिटिश मुखवट्याखाली झाकली गेली असणार. जास्परनं एक पाय दुसऱ्या गुडघ्यावर घेतला आणि तो त्या पोलीस अधिकाऱ्याकडे मख्ख चेहऱ्यानं शांतपणे टक लावून बसला.

फ्लेचरचे डोळे परत त्याच्या टिपणांच्या वहीत वळले. ''तिचं असं म्हणणं आहे, की तुम्ही तिच्या घरी गेलात आणि आपण मिस्टर जॉर्गसनचे मित्र असल्याचं तिला भासवलंत. ती म्हणते, की खालच्या मजल्यावरच्या तिच्या अपार्टमेंटमध्ये तुम्ही शोधशोध केलीत आणि काही तरी उचललंत.''

जास्परच्या चेहऱ्यावर एक गंभीर हसू उमटलं. ''ती नक्की थट्टा करत असणार. त्या बाईकडे विलक्षण कल्पनाशक्ती आहे.''

''नाही, सर. ती अगदी गंभीरपणे सांगत होती.''

''हे पाहा, लेफ्टनंट, मी तिच्या घरी गेलो होतो हे खरं आहे. घडलं ते असं, की प्रोफेसर जॉर्गनसन काही नियोजित कामासाठी गावाबाहेर असणार होते. त्यामुळे त्यांनी कॅम्पसवरच्या एका व्याख्यानासाठी काही कागदपत्रं त्यांच्या घरून घ्यायला मला सांगितलं होतं. मी तिच्या घराच्या बाहेरच्या बाजूला उभा राहिलो आणि तसं तिला सांगितलं. त्यामुळे प्रोफेसर जॉर्गनसन यांच्या अपार्टमेंटमध्ये तिनं मोठ्या मनानं मला जाऊ दिलं. मला आवश्यक ती कागदपत्रं मिळाली आणि मी निघून आलो. मला सांगायला खेद होतो; पण सांगण्यासारखं असं हे एवढंच.''

''तुम्ही दुसरं नाव का वापरलंत?''

''कुठलं दुसरं नाव?''

''जेसन स्टोन. तिनं हे नाव मला सांगितलं.''

जास्परला आवंढा गिळावा लागला. एरवी निर्विकार असणाऱ्या बाह्यरूपाला गेलेला पहिला तडा. ''मी माझी ओळख जास्पर होम्स अशीच करून दिली होती.''

''तसं ती म्हणत नाहीये.''

''मग ती चुकीचं सांगतेय.''

''अच्छाऽ?''

''तर मग तुम्ही त्या अपार्टमेंटमधून एक लहानशी किल्ली घेतली नाहीत म्हणता?''

''अजिबात नाही.''

फ्लेचर भिंतीला कलतं करून ठेवलेल्या पुठ्ठ्याच्या त्या नळकांड्याकडे गेला आणि वरच्या टोकाकडल्या प्लास्टिक टोपणावर टिचक्या वाजवू लागला. ''आणि अर्थातच तुम्हाला सुझन पॅटर्सनच्या खुनाविषयी काहीच माहिती नाही?''

''मी तुम्हाला या आधीच सांगितलं आहे, की तिचं नावही मी ऐकलेलं नाही.'' जास्परचा आवाज त्याच्या आधीच्या उत्तरापेक्षा आणखी एक पट्टी वर गेला.

''ड्रेकच्या चर्मपत्रांबद्दल तुम्हाला काय माहिती आहे?'' फ्लेचरनं आपला प्रश्न संपवताना प्लास्टिक टोपणावर बोटांनी ड्रमसारखा आवाज केला आणि तो होम्सकडे बघत राहिला. त्यावेळी त्या इंग्लिश माणसाची नजर फ्लेचरच्या हातातल्या पुठ्ठ्याच्या लांबुडक्या नळकांड्यावर खिळलेली होती. त्या वकिलाची आई फ्लेचर स्वत:च चौकसपणे इकडेतिकडे फिरू लागण्यापूर्वीच त्या चर्मपत्रांविषयी असंबद्धपणे बरंच काही भकली होती आणि आपल्या मुलाला धोका असल्याचं वारंवार म्हणत होती. त्या म्हातारीला ठामपणे वाटत होतं, की ज्या कुणी बोगार्डसच्या भागीदारणीला ठार

केलं होतं तो आता बोगार्डसच्या मागावर होता.

"हे पाहा, आपण ही लपाछपवी थांबवूया." फ्लेचर म्हणाला. "तुम्ही ज्या परिस्थितीत आता आहात तिच्या गांभीर्याबाबत कोणतीही चूक करू नका. तुम्ही जर हीच कहाणी ऐकवत राहिलात, तर खुनासंबंधी सत्य गोष्टी बाहेर आल्यानंतर तुम्ही खुनी माणसाचा मदतनीस म्हणून समजले जाल."

त्या इंग्लिश माणसाकडून काहीच प्रतिसाद आला नाही.

"ठीक," फ्लेचर आपल्या गुडघ्यांवर चापट्या मारीत खुर्चीतून उठला. "तुम्हाला जर या प्रकारेच वागायचं असेल, तर आता तुमचा कोट उचला. मग आपण बँकेला भेट देऊ. सेफ डिपॉझिट व्हॉल्टच्या रक्षकानं मला आपल्या कपड्यांची, दिमाखाची अती काळजी घेणाऱ्या त्या ऐटदार माणसाचं वर्णन दिलं आहे – अगदी तुमच्या त्या 'डायमण्ड पॅटर्न'वाल्या पायमोजांसकट."

जास्पर धपकन खुर्चीत कोसळला. त्यानं एक लांब सुस्कारा सोडला आणि त्याच्या वागणुकीतला ताठा अंड्याला तडा जावा तसा तडकला. "माझ्यावर विश्वास ठेवावा लागेल तुम्हाला, लेफ्टनंट! कुठल्याही हत्येबद्दल मला काही माहिती नाही." त्याचे डोळे फरसबंदीवरून फिरू लागले. "पण त्या 'चर्मपत्रां' विषयी मी तुम्हाला माहिती देऊ शकतो. मात्र तुमचा माझ्यावर कितपत विश्वास बसेल, याची मला शंका आहे."

दूरध्वनी बूथमधल्या दूरध्वनीची घंटी किमान वीस वेळा तरी वाजली, तसा सॅम अस्वस्थ झाला. प्रतिसाद मिळतच नव्हता. ती शॉवर घेत असेल आणि दूरध्वनीची घंटी तिला ऐकू जात नसेल, असं त्यानं स्वत:शीच म्हटलं. ही एक शक्यता होती. पण आणखीही एक असू शकत होती. जेनिफरशिवाय ते दोघे टेकडीवर गेले असा निष्कर्ष काढायला तिला जेवढा वेळ लागेल, त्यापेक्षा जास्त वेळ लॉस ओसोच्या फेरीला लागला. तिनं दिलेली धमकी खरी करून ती पोलिसांकडे गेली असण्याची शक्यताही त्यानं लक्षात घेतली. तो झपाट्याने त्याच्या कारकडे गेला.

सॅम महामार्गावर आला तसा त्यानं ॲक्सलेटर करचकून दाबला नि पोर्शे सुसाट वेगानं वळणावरूनही धावत राहिली; नि कमी वेगानं धावणाऱ्या वाहनांना पार करण्यासाठी वाहतुकीच्या विरुद्ध पट्ट्यांमध्ये वारंवार हेलकावत राहिली तसा निक त्याची बोटं सीटच्या गादीमध्ये खुपसत राहिला.

कॅम्ब्रिआमधल्या पथिकाश्रमाच्या वाहनतळात पोर्शे शिरेपर्यंत जॉर्गनसन घामाच्या थंड धारांमध्ये निथळू लागला होता. निकनं त्याचा सीटबेल्ट दूर करून आपल्या बाजूकडील दरवाजा उघडेपर्यंत सॅम कारमधून बाहेर पडून जिन्याकडे जाणारी लॉबी अर्धी पार करून गेलाही होता.

बोगार्डस एका वेळी दोन पायऱ्या ओलांडत धडाधड जिना चढून गेला आणि धावतच खोलीत घुसला. त्यानं दारावर थाप मारली तसं ते झटकन उघडलं गेलं.

"जेनिफर?"

उत्तर आलं नाही.

कपड्यांच्या कपाटाचं दार अर्धवट उघडं होतं; नि खाली जमिनीवर हँगरसकट पडलेली जीन्स त्याला अडकलेली होती आणि ती जीन्स आता आरशाच्या दाराला पाचरीसारखी आड आली होती. सॅम न्हाणीघराकडे गेला आणि त्यानं त्यावर थापा मारल्या.

"जेनिफर?"

त्यानं दार उघडलं नि दिवा लावला. न्हाणीघर रिकामं होतं, शॉवरचा पडदा मागं सारलेला होता नि त्यामुळे कॉम्बिनेशन शॉवर-टब उघडा पडला होता. टाइल्सच्या भिंतींवर अजूनही पाण्याचे थेंब दिसून येत होते.

दार ढकलून तो आत आला आणि गोंधळलेल्या अवस्थेत पुढे गेला नि आरशावर मोठ्या अक्षरांत लिहिलेल्या शब्दांकडे अविश्वासाने टक लावून पाहात राहिला. तो संदेश लिहिण्यासाठी वापरलेली लिपस्टिक सिंकमध्ये चुरडून टाकलेली होती.

अखेर एकदाचं निकनं सॅमला येऊन गाठलं आणि न्हाणीघराच्या दारात तो उभा राहिला नि सॅमच्या खांद्यावरून पलीकडे पाहू लागला.

"काय चाललंय तरी काय, च्याऽयला?" निकनं विचारलं.

सॅमनं उत्तर दिलं नाही; पण तो माघारी वळला नि न्हाणीघरातून बाहेर पडून चालू लागला.

निकनं आरशावरल्या शब्दांवरून त्याची नजर फिरवली.

उद्या दुपारी चार वाजता सेवन सिस्टरपाशी जर्नल घेऊन ये.
नाही तर ही स्त्री जिवंत राहणार नाही.

कपड्यांच्या कपाटाच्या दारावरल्या आरशात पाहात सॅम निश्चल उभा होता. त्याच्याकडे परतून रोखून पाहाणाऱ्या आरशातल्या प्रतिमेची तो जणू खरडपट्टी काढत होता. कोडं पुन्हा बरोबर लागत नव्हतं; आणि या वेळेला जेनिफर डॅवीजचा प्राण पणाला लागला होता.

"त्यानं तिला ताब्यात घेतलं आहे, निक."

"कुणी ताब्यात घेतलं आहे तिला?"

"स्लेडनं."

"काऽय?"

सॅम वळला नि आपल्या मित्राकडं त्यानं पाहिलं. त्याच्या कपाळावर दाट आठ्या

पडल्या होत्या. "तुझ्या लक्षात येत नाहीये का? ह्या सर्वांमागे स्लेड आहे. त्यानं जेनिफरच्या बापाला ब्लिम्पवर ठार मारलं. लमोन्जेला गप्प करण्यासाठी त्याच्या भावाला ठार मारलं. पॅटचा त्यानं खून केला, कारण ती चर्मपत्रांविषयी प्रश्न विचारत होती आणि त्यानंच सिमिंग्टनला मारलं कारण त्या माणसाला सगळी उत्तरं माहीत होती आणि आता त्यानं जेनिफरकडे मोहरा वळवला आहे. आता त्याच्याकडे जेनिफर आहे आणि आपल्या हाती आहे ते फक्त एक कूट. कोडं."

निकनं त्याच्याकडे गोंधळल्या मुद्रेनं पाहिलं.

सॅमनं आरशावरच्या संदेशाच्या दिशेनं मान उडवली. "द सेवन सिस्टर्स."

त्या खोलीत आल्यापासून निकनं पहिल्यांदाच स्मित केलं "जर्नल शोधून काढणं आपल्याला सोपं जाईल, अशी आशा करू या."

सॅमनं त्याच्याकडे प्रश्नार्थक मुद्रेनं पाहिलं.

" 'सेवन सिस्टर्स' म्हणजे मरिन कोस्टवर पॉइन्ट रेज जवळच्या पांढऱ्या वाळूच्या दगडाच्या कड्यांची रांग. ड्रेकला डोवरच्या चुनखडीच्या कड्यांची त्यामुळे आठवण झाली. म्हणूनच त्यानं ह्या जागेला, तो जेव्हा इथं किनाऱ्याला लागला तेव्हा *त्याचं 'नोवा अल्बिऑन'* असं म्हटलं."

"चला, म्हणजे आपल्याला भेटीचं संकेतस्थळ मिळालं. आता आपल्याला हवं ते फक्त जर्नल."

"आपली ज्याच्याशी गाठ आहे, तो स्लेडच आहे याची तुला खात्री का वाटतेय?"

बोगार्डसनं त्याच्याकडे एकटक नजरेनं पाहिलं. "मी तुला किंवा जेनिफरला आतापर्यंत सांगितली नाही अशी एक गोष्ट आहे. तिकडे वरती, सिमिंग्टन फरशीवर पडून मृत्युपंथाला लागला होता, तेव्हा मी त्याला एक प्रश्न विचारला होता. मी त्याला विचारलं की त्याला कुणी ठार केलं? मरण्यापूर्वी तो फक्त दोन शब्द उच्चारू शकला– 'त्या खलाशानं'. मृत्युसमयीचं प्रतिज्ञापन म्हणून, ज्यूरींच्या दृष्टीनं त्याला अपराधी ठरवण्यासाठी ते पुरेसं नसेल; पण माझ्यासाठी ते पुरेसं आहे."

न्हाणीघराच्या आरशावर गिरमिटलेल्या संदेशाचं उघडंनागडं वास्तव अचानक प्रत्ययकारी झालं. सॅमनं अपयशाच्या परिणामांचा विचार केला. त्यांचा त्या जर्नलचा शोध जर निष्फळ ठरला, तर काही तासांपूर्वी जी मोठी निराशा ठरली असती, तिनं आता मात्र एका भीषण शोकांतिकेचं स्वरूप धारण केलं होतं.

निक न्हाणीघरातून बाहेर पडून धीम्या गतीनं शयनगृहाकडे निघाला. तो आपल्या दाढीवर हातानं हलक्या थापट्या मारत होता नि त्याचं चित्त विचारात हरवलं होतं.

"यामध्ये त्यापेक्षा काही अधिक असावं."

"नक्की काय म्हणायचंय तुला?"

''आतापर्यंत मी तुला एक गोष्ट सांगितली नाही. कारण तिला महत्त्व आहे की कसं, याविषयी मला खात्री नव्हती.'' निक म्हणाला. ''त्या दिवशी मी जेव्हा किनारपट्टीकडे जाण्यासाठी ॲन्जीच्या घरून निघालो तेव्हा निघण्यापूर्वी मी ओहिओत ॲक्रोनला एक टेलिफोन कॉल केला होता.''

सॅमच्या मुद्रेवरचा भाव वैताग आल्याचा होता. जॉर्गनसनच्या असंबद्ध कथा ऐकण्याच्या मन:स्थितीत तो आत्ता नव्हता.

''ब्लिम्पचं उड्डाण करणाऱ्या एका इसमाशी मी बोललो. खरं तर ज्यावरून जेनिफरचा बाप नाहीसा झाला ते ब्लिम्प तो उडवतो.''

''क्ऽ काऽय?'' न्हाणीघराच्या आरशावरल्या संदेशात चित्त व्यग्र असलेल्या सॅमला त्या वाक्यानं खडबडून जागं केलं.

''असं दिसतंय, की त्या नौदल ब्लिम्पवरच्या गोन्डोलाची चौकट अद्याप वापरात आहे. ती स्वच्छ करून तिला चांगला उजाळा देण्यात येऊन ती पुन्हा बसवण्यात आली आहे. सॅम, त्या भुताळी ब्लिम्पवरचा गोन्डोला म्हणजे 'गुड इअर' एअरशिप *अमेरिका*चा एक भाग आहे.

''आणि हे इथंच संपत नाही. त्याच्या वैमानिकाकडून मला काही सुरस माहितीही मिळाली आहे. त्या गोंडोलाच्या इतिहासाबद्दल त्याला काही काळ कायम कुतूहल वाटत राहिलं होतं असं दिसतं. त्यानं काही संशोधन केलं आहे, काही आकडेमोड केली आहे आणि त्यातून त्यानं एक रंगतदार उपपत्ती मांडली आहे.''

''काय आहे ती?''

''तुला ती पटते का पाहा. त्याला असं वाटतं, की पूर्वी १९४२ मध्ये त्या ब्लिम्पमधून दोन इसम चालत बाहेर पडले आहेत.''

''दोन?''

''होय. कड्याजवळच्या घरानजीकच्या पुळणीवर ते जहाज तरंगत असताना घेतलेल्या फोटोग्राफ्सचा त्यानं अभ्यास केला आहे. असं दिसतं, की ते ब्लिम्प समुद्र पातळीवर आलं आणि अनेकवेळा वाळूला टेकून गेलं आणि पुन्हा जवळच्या गोल्फ मैदानालाही शिवून गेलं! मग काही अज्ञात कारणाने ते एखाद्या रॉकेटसारखं उडालं आणि शहरभागावर वाहून येण्यापूर्वी कित्येक हजार फूट उंचीपर्यंत चढलं. खाली येण्याअगोदर ते कित्येक तास वर स्थिरावलं होतं. त्या वैमानिकाच्या मतानुसार या प्रकारच्या सरळ उभ्या ऊर्ध्वगमनाला फक्त एकच गोष्ट कारणीभूत होऊ शकते – खूप मोठा वजनभार अन्यत्र जाणं. गोल्फच्या मैदानावर त्यावेळी त्यांना समुद्रात इच्छित खोलीवर स्फोट घडवून आणता येणारा एक छोटासा पाणबुडी-विनाशक बॉम्ब सापडला. पण त्या वैमानिकाच्या मतानुसार तेवढंच पुरेसं नव्हतं. त्याचं म्हणणं असं, की त्या बॉम्बचं वजन हिशेबात घेता ऊर्ध्वगमनाची गती हिशेबात घेण्यासाठी

जहाज हलकं करण्याकरता बाहेर फेकण्याचं वजन आणखी ३०० ते ३५० पौंडाच्या आसपास असणं गरजेचं असतं. ते खाली येऊन शहरावर आदळलं तेव्हा त्या हवाई जहाजावरचं आणखी काहीही नाहीसं झालेलं नव्हतं.''

''म्हणून त्यानं निष्कर्ष काढला....'' सॅम बोलू लागला.

''...की त्या दिवशी दोन इसम गोल्फ मैदानाच्या जवळ कुठंतरी बाहेर पडले. आणखी असं, की ते दोघेही असे अदृश्य झाले, की जणू ते या कालखंडातून दुसऱ्या कालखंडात चालत गेले.'' निकनं वाक्य पुरं केलं.

भयाची थंडगार शिरशिरी सॅमच्या कण्यातून बाहेर पडली. दोन इसम त्या हवाई जहाजातून तीस वर्षांपूर्वी चालत बाहेर पडले. त्यांपैकी एक रेमण्ड स्लेड होता. दोनएक आठवड्यांपूर्वी जेनिफर डॅविजची मुलाखत झाल्यापासून सॅमनं पहिल्यांदाच वेगवेगळ्या शक्यतांचा विचार केला आणि मनातल्या संशयाचा निरास करून घेतला. कारण त्याला आता 'काहीतरी' असं सांगत होतं, की जेम्स स्पेन्सर हयात आहे.

■

१२

गेल्या वसंत ऋतूतल्या वाळलेल्या मुलायम गवतामधून मखमली हिरव्या तृणांचा गालिचा कुरणावर पसरायला नुकतीच सुरुवात झाली होती. दूर समुद्रावरती क्षितिजाला टेकलेल्या धुक्याच्या किनारीतून अस्ताला जात चाललेल्या सूर्याची चमकदार नारंगी नि जांभळ्या छटा ल्यायलेली किरणं बाहेर पडत होती.

सॅम नि निक वाळलेलं गवत साठवण्यासाठी लाकडी ओंडक्यांनी बनवलेल्या झोपड्यांपैकी एकीचा सावलीसाठी आश्रय घेऊन अंगाचं मुटकुळं करून बसले होते. त्या तसल्या झोपड्या एरवी कॅसलच्या खालच्या अंगाला असणाऱ्या टेकाडांवर चरायला येणाऱ्या झेब्रांच्या कळपांसाठी सुकलेल्या गवतांची कोठारं म्हणून वापरल्या जात. ते दोघेही जण पार थकल्यानं धापा टाकत होते आणि निकच्या तर पायांतून गोळे येऊ लागले होते. गुडघ्यांवर हात ठेवून तो कमरेत वाकला नि दीर्घ श्वास घेऊ लागला.

''तुमचं शरीर तुमच्या मेंदूकडे एक चार अक्षरी संदेश पाठवू लागतं अशीच ही वेळ आहे,'' निकनं त्याच्या तोंडातली दाट लाळ गवतावर थुंकून टाकली. ''एस-टी-ओ-पी. स्टॉप. थांबा.''

''आता आपल्याला अगदी थोडंच तर अंतर जायचंय. त्या घळीतून वरती त्या ओक झाडांच्या राईमध्ये,'' सॅमनं टेकडीच्या माथ्याच्या दिशेनं बोट दाखवलं. ''तिथं जाऊन आपण अगदी पूर्ण अंधार होईपर्यंत थांबू.''

''प्राण्यांच्या पिंजऱ्यांपासून आपण किती अंतरावर आलो आहोत याचा तुला काही अंदाज आहे का?'' निकनं किंचित अवसर घेत धापा टाकत पृच्छा केली.

सॅमनं हातातला वजनदार नायलॉन दोर जमिनीवर आपल्या पायाशी ठेवला आणि नकाशासाठी जाकिटाच्या खिशात हात घालून बोटांनी तो चाचपू लागला. तो एका गुडघ्यावर बसला. झोपडीच्या धुळीनं भरलेल्या जमिनीवर त्यानं तो नकाशा पसरला.

“माझ्या कल्पनेप्रमाणे आपण इथं आहोत,” नकाशावरील एका भागावर बोट ठेवत तो म्हणाला. “मला रस्ता अगदी बरोबर आठवत असेल तर, प्राण्यांचे पिंजरे इथे आहेत.” त्यानं आपली बोटं नकाशावरती इंचभरापेक्षा कमीच अंतर असणाऱ्या आणखी एका ठिकाणापर्यंत फिरविली.

तसं ते अगदी जवळ दिसत होतं; पण निकनं स्वत: जेव्हा माहिती करून घेण्यासाठी नकाशा पाहायला सुरुवात केली तेव्हा त्याच्या असं लक्षात आलं, की महामार्ग क्र. १ दाखवणारी रेषा त्यांच्या सध्याच्या जागेपासून केवळ तीन इंच आहे. रस्ता नि ते झोपडं यांच्या दरम्यानचा भाग पार करायला त्यांना जवळपास सव्वादोन तास घाम गाळावा लागला होता.

“तिथं पोचल्यानंतर आपण काय करणार आहोत?” निकनं तो प्रश्न विचारला खरा; पण विचारल्याक्षणीच तो मूर्खासारखा असल्याचं त्याला स्वत:लाच जाणवलं होतं. पण ते काय शोधणार आहेत याची त्याला खरोखरच कल्पना नव्हती.

“तुझी तर्कबुद्धी माझ्याइतकीच चांगली आहे. तेव्हा तुझ्याही लक्षात येईल,की सिमिंग्टन जे काही म्हणाला त्यावरून ती चांगली मोठ्या आकाराची खोली असावी. वरवर असं दिसतं, की त्यांनी तिथं वेळोवेळी मोठ्या आकाराच्या कलावस्तू मोठ्या संख्येने लपवून ठेवल्या असाव्यात.”

“तसलं काही अगदी स्वाभाविक आहे, असं तुला वाटतंय. म्हणजे मला असं म्हणायचं आहे, की बगीच्याच्या देखभालीसाठी नेमलेले कर्मचारी कधीमधी तरी तिथं कडमडतील असं तुला वाटत नाही का?”

सॅमनं खांदे उडवले. “मला नाही सांगता येणार. जेव्हा ते प्राणिसंग्रहालय चालू होतं तेव्हा राखणदारांखेरीज अन्य कुणी या जागी जाण्याचं धाडस केलं असेल का नाही, याची मला शंकाच आहे. सिमिंग्टन आणि त्याची कंपनी यांनी त्यांना त्यांच्या हजेरीपटावर ठेवलंही असेल. मी जी काही माहिती मिळवलीय त्यावरून ही जागा दीर्घकाल दुर्लक्षित पडून होती. ते पिंजरे राज्याच्या ताब्यातल्या जमिनींवर नसल्याने राज्याच्या अखत्यारीतील माळ्यांना त्यांच्या जवळ जाण्याचं काही कारण नव्हतं आणि कॉर्पोरेशनला ते अद्ययावत राखण्यात काहीच रस नव्हता.

“हंऽ शोध घेणं व्यर्थ जाणार बहुधा, म्हणजे जर...”

“शूऽऽ” सॅमनं ओठांवर तर्जनी ठेवली. झोपड्याबाहेर वाळलेल्या गवतावर पावलांचा ध्वनी उमटत होता. बोगार्ड्स झोपड्याच्या भिंतीकडे सरकला आणि पोक काढल्या अवस्थेत खाली बसला आणि ओंडक्यांच्या भिंतीतल्या सालं निघत आलेल्या एका फटीतून सभोवार पाहू लागला. काही फूट अंतरावर एका खुरट्या ओकच्या झाडाखाली चरणाऱ्या एका मोठ्या झेब्र्याची रुंद पाठ नि तकतकीत पट्टे त्याच्या एकटक नजरेनं टिपले, तसा त्यानं एक दीर्घ सुस्कारा सोडला. त्या

प्राण्यानंही त्याच्याकडे उलट पाहिलं आणि त्याची काहीच दखल न घेतल्यासारखं करत जमिनीलगतच्या कोवळ्या हिरव्या गवताचे घास तो परत धुंडाळू लागला.

सॅमनं निककडं पाहिलं आणि आपलं मस्तक हलवलं. ''हंऽ याच्याशिवायही आता माझं चालून जाईल,'' नकाशाकडे पाहात तो म्हणाला. त्याच्या मानेवरच्या शिरा ताडताड उडू लागल्या होत्या आणि आपल्या शरीरातून रक्तप्रवाह वेगानं दौडू लागल्याचं त्याला जाणवत होतं.

तो खाली बसला आणि नकाशाची घडी करून त्यानं परत खिशात ठेवली. ''चल, निघू या आपण.''

''आणखी थोडा वेळ विश्रांती घेऊया.'' सॅमनं त्या विनवणीकडे दुर्लक्ष केलं नि तो झोपड्यातून बाहेर पडून त्या सरळसोट चढणीच्या टेकडीवरून धळीच्या दिशेनं चालू लागला. ते आणखी चाळीस मिनिटं टेकडी चढून गेले. पुढं जाताना मधेमधे ते थांबत होते नि प्रत्येक वेळी मागं टाकलेल्या रस्त्याचा अंदाज घेत होते. त्यांच्या मार्गक्रमणेत खूप चढ उतारांचे अनेक रस्ते आडवे येत होते आणि किल्ल्यावरच्या सुरक्षा रक्षकांच्या शोधक डोळ्यांपासून सुरक्षित ठेवणारे एरव्ही हिरवीगार झाडं असणारे उघडेवाघडे भागही सामोरे येत होते. ला कासा ग्रान्दचे दोन जुळे शुभ्र मनोरे माथ्यावरती उरात धडकी भरवत होते आणि झाडांचं आच्छादन जेव्हा जेव्हा बाजूला होई, अशा प्रत्येक वेळी ते मनोरे अधिकच मोठे होत चालल्याचे आणि अनिष्टसूचक वाटत राहात. किल्ल्याच्या खाली असणाऱ्या मोकळ्या मैदानावर असणारे काही थोडे दिवे वगळता तो भव्य अंधारा निवास, नुकत्याच उगवू लागलेल्या अर्ध्या चंद्राच्या लुकलुकत्या तेजाने प्रकाशमान झालेला होता.

सॅम पायापुढे हात टेकत, जवळपास रांगत्या अवस्थेत उभ्या चढणीच्या टेकडीवरच्या बगलेवर असणाऱ्या दाट झाडाझुडपांमधून श्वास रोधून धरत, हातांनी पकड घेत झपाझप चालला होता. दहा, पंधरा फूट टेकडी पार करून गेल्यावर आपण गुलाबकाट्यांच्या जाळ्यात अडकलो आहोत असं त्याच्या लक्षात आलं. तसं त्यानं त्याच्या अंगाला टोचणारे आणि ओरखडे काढणारे अणकुचीदार काटे जिथं अडकले होते, ते त्याच्या जाकिटाचे हात नि त्याची पॅन्ट यांच्या खालून गुलाबाच्या फांद्या उचलून बाजूला काढल्या. त्याच्या खालच्या बाजूला निक अंग घासत, सरकत येत असल्याचं त्याला ऐकू येत होतं. पुढच्याच क्षणाला लहान-लहान झुडपांमधून डोकावून पाहाणाऱ्या आपल्या मित्राचा दाढीधारी गोल चेहरा त्याला दिसला.

''च्याऽयला बोगार्डस! माझ्या शरीराचा तू पिन कुशन म्हणून उपयोग करणार आहेस हे मला कळलं असतं, तर मी अंगुस्तान तरी घेऊन आलो असतो.'' आपल्या उजव्या हाताची तर्जनी नि अंगठा यांची चिमूट करत निकनं सावधगिरीनं आणि एकेक करून शर्टात अडकलेले काटे काढून टाकले, तसा गुलाबांचा तो ताटवा परत

आपल्या जागी रेटला गेला.

"ह्या गोल गुबगुबीत देहाच्या दर्शनी अवस्थेवरून असं दिसतं, की त्या काट्यांना यापेक्षा आणखी कुठली योग्य जागा सापडली नसावी."

निकनं या शेरेबाजीकडे लक्ष देण्याऐवजी ती कानामागे टाकली आणि श्वासोच्छ्वास पुन्हा जागेवर आणण्याचा प्रयत्न केला.

"आपण कुठे आलो आहोत?"

सॅमनं अवतीभवती नजर फिरवली. त्याचे डोळे कॅसलच्या खालच्या अंगाला असणाऱ्या चढावरच्या वृक्षांमध्ये नि झुडपांमध्ये अदृश्य झालेल्या इतिहासकालीन स्तंभांच्या मालिकांचा शोध घेत होते.

"आपण वेलींनी झाकलेल्या रस्त्याच्या, 'पर्गोला'च्या, खालच्या बाजूला आहोत." त्या भव्य निवासाकडे जाणाऱ्या, टेकडीभोवतीच्या नागमोडी रस्त्याला कवेत घेणाऱ्या काँक्रीटच्या स्तंभांकडे बोट दाखवत सॅम म्हणाला. त्या स्तंभांवर लाकडी तुळया घातलेल्या होत्या आणि त्या तुळयाही निगा न राखलेल्या द्राक्षांच्या वेलींनी झाकलेल्या होत्या. एखाद्या ग्रीक किंवा रोमन देवतेच्या, दीर्घ काळापूर्वीपासून वावर नसलेल्या देवळासारखा, वेलींनी झाकलेला तो रस्ता, विस्मृतीत गेलेल्या फळझाडांच्या राईच्या पार्श्वभूमीवर शाही इतमामाने पसरलेला होता.

"तो गाइड ज्याला 'ऑर्कर्ड हिल' म्हणत होता तो हाच भाग असला पाहिजे. ते पिंजरे टेकडीच्या अगदी माथ्यावरच पलीकडल्या बाजूला असायला हवेत." सॅमनं त्याच्या पॅन्टच्या एका पायातून शेवटचा गुलाबाचा काटा उपटून काढला आणि निक उठून उभा राहण्याच्या आत तो त्या वेलींनी झाकलेल्या रस्त्यावर; आणि त्यावरून पुढे त्या टेकडीच्या माथ्यावर एखाद्या मुकुटासारख्या शोभणाऱ्या फळबागेतून पार झाला.

निक मागून दुडक्या चालीनं धावत होता आणि बदल म्हणून टेकडीवरच्या सपाट रस्त्यावरून जाण्यातच समाधानी होता. प्रत्येक पावलागणिक त्याच्या दोन पावलांतलं अंतर विस्तारत होतं आणि टेकडीचा उभा उतार जसा वाढला, तसं निकला आपल्या चालीचा वेग वाढून आपण हळूहळू पळू लागलो आहोत असं लक्षात आलं. जेमतेम दहा ढांगांच्या आतच टेकडीच्या निरुपद्रवी वाटणाऱ्या उताराचं उभ्या कड्यात रूपांतर झालं. निकला आता त्याचे पाय सावरता येईनासे झाले. तो भरधाव वेगाने उभ्या उतारावरून खाली झेपावू लागला. उतारावरून वेगाने खाली जात असताना त्याचे हात पिसाटल्यासारखे वर्तुळाकार गतीनं फिरत होते, आणि तो आपले पाय जमिनीवर रोवून शरीरावर नियंत्रण राहण्यासाठी आटोकाट प्रयत्न करत होता.

स्वत:ला थांबवायचा प्रयत्न करण्याच्या भरात निक त्याच्या पायाचे तळवे कठीण जमिनीवर स्थिरावत असतानाच सॅमला त्याच्या मागे गोंधळ ऐकू आला.

बर्फावरून घसरण्याचा खेळ करताना जॉर्गनसननं ज्यावर हुकूमत मिळवली होती असा एकमेव धडा जॉर्गसननं गिरवला – जेव्हा काही पेच असेल, तेव्हा खाली बसा. तो मागे रेलला आणि त्यानं त्याचं ढुंगण टेकडीच्या उतरावर टेकलं, तसा धुळीचा एक हलकासा ढग वर उठला. तुतीच्या एका बळकट झाडाला तटून निक पुढं घसरला गेला. त्यामुळे त्याची गती मंदावली आणि स्वच्छ करड्या रंगाच्या कॉंक्रीटच्या एका भिंतीला धडकल्याचा एक आवाज निर्माण झाला नि त्याची गती अचानक थांबली.

सॅमही त्याच्यामागे घसरत खाली आला. ''तू ठीक आहेस ना?''

''हो, मला तसं वाटतंय.'' निकनं कण्हत जबाब दिला.

सॅमनं त्याला आधार देत आस्ते आस्ते पायांवर उभं केलं. ''पुढच्यावेळी प्रयत्नपूर्वक जरा अधिक सावरून चाल. इथं वरती आपल्याला पायावर सतत काबू ठेवणं, एवढंच करायची गरज असते.''

''तसं होत असेल, तर एक पिस्तूल नि त्यात एक गोळी एवढ्यासहित तू मला मागं ठेवू शकतोस.'' निकच्या स्वरातून छद्मीपणा निथळला.

निकच्या पॅण्टच्या मागच्या बाजूची धूळ चापट्या मारून झटकत सॅम हसला. तो मागे वळला आणि त्यानं वरती बघितलं. ''मला वाटतं आपण आलो आपल्या ठिकाणावर.''

तिथं त्यांच्यासमोर कॉंक्रीटचा एक दणकट सोट ऑर्कर्ड हिलकडच्या बाजूला जमिनीवर येऊन अखंड वीस फूट उंचीची कमान करून उभा होता. एखाद्या मोठ्या तोफेच्या चबुतऱ्यापासूनच्या प्रचंड विस्ताराच्या एखाद्या बंकरप्रमाणे ती प्राण्यांसाठीची बंदिस्त जागा दोन फूट जाडीच्या, आत स्टील भरलेल्या भिंतींनी घडवलेली होती. बंदिस्त जागेची मागची बाजू म्हणजे टेकडीच्याच एका बाजूमध्ये बनवलेला कॉंक्रीटचा अर्धवर्तुळाकृती भाग होता.

सॅम त्या वक्राकार भागाच्या बाजूने उजवीकडे सरकला आणि टेकडीच्या उंच बाजूवरच्या भिंतीच्या जवळजवळ माथ्यापर्यंत वर आलेल्या मातीच्या भरावाचा ढिगारा चढून गेला.

त्यानं खांद्यावरचा दोरखंड काढला आणि त्याचं एक टोक त्या भिंतीच्या माथ्यातून बाहेर आलेल्या एका गंजक्या पाइपच्या तुकड्याभोवती फेकलं. तीन वेळा प्रयत्न केल्यानंतर पाइपभोवती दोरखंडाचा फासा पडून दोरखंड माघारी आला तसं त्याचं टोक त्याला पकडता आलं. त्यानं एक सुरगाठ मारली आणि भिंतीच्या माथ्यापर्यंतच्या उरलेल्या सात फुटासाठी जोर करून स्वत:च्या शरीराला उशी दिली. आतल्या बाजूला, ती बंदिस्त जागा सिमेंटच्या विभाजक भिंतींनी विभागून वेगवेगळ्या प्राण्यांसाठी सात स्वतंत्र 'चेंबर' तयार केलली होती. पलीकडे मागच्या बाजूला अणकुचीदार लोखंडी पट्ट्यांची एक रांग होती नि ती कालौघात गंजून गेली होती.

सिमेंटच्या चढ्या भिंती असलेल्या एका रुंद, खोल विवराने पिंजऱ्यांची पुढची बाजू, लोकांनी पाहाण्यासाठी म्हणून राखून ठेवलेल्या भागापासून विलग केलेली होती. कॉंक्रीटची वक्राकार पायवाट त्या पिंजऱ्यांच्या एका टोकापासून दुसऱ्या टोकापर्यंत, त्या विभाजक भिंतीवरून पसरलेली होती. मागच्या बाजूला बरोबर त्याच्या खालच्या अंगाला पिंजऱ्यांपासून लोखंडी पट्ट्याच्या साह्याने अलग केलेली एक मोठी खुली जागा होती आणि मुख्य बंदिस्त जागेपासून निघून प्रत्येक लहान विभाजित पिंजऱ्याकडे जाणारा एक दरवाजा त्या लोखंडी पट्ट्यांमध्ये तयार केलेला होता. ती मोठी खुली जागा एखाद्या मैदानाभोवती उभारलेल्या खुल्या नाट्यगृहासारखी, ॲम्फिथिएटर सारखी, होती. सॅमनं असा अंदाज केला, की हर्स्ट आणि त्याचा लवाजमा पिंजऱ्यांवरच्या पुलावरून खास खेळ बघण्यासाठी त्या जागेचा वापर करत असावा.

निक आपला मार्ग काढत त्या बंदिस्त जागेच्या माथ्यावर आला नि सॅमच्या शेजारी उभा राहिला.

"कुठून सुरुवात करावी आपण असं तुला वाटतं?"

"खालून, त्या तिथून." सॅमनं त्या खुल्या नाट्यगृहाच्या तळाशी बोट दाखवत उत्तर दिलं. त्यानं दोरखंड वर उचलून घेतला नि तो त्या मोठ्या बंदिस्त जागेत सोडला. दोन-चार क्षणांनंतर तो त्या कड्यावरून सहजपणे घसरत खाली पिंजऱ्यांच्या तळाशी गेला.

"ये, खाली." सॅमच्या कुजबुजत्या स्वराचा कॉंक्रीटच्या वक्राकार भिंतीवरून प्रतिध्वनी उमटला.

निकनं अडखळत दोर पकडला नि तो पाठमोरा झाला. सॅमच्या हालचालीचं अनुकरण करत त्यानं त्याचे पाय कॉंक्रीट भिंतीला दाबून धरले आणि पावलापावलानं तो त्या विवरात खोल उतरत राहिला. त्याच्या मनात मात्र परतीचा विचार आधीच सुरू झाला होता.

निक तळाशी पोहोचला तोपर्यंत सॅमनं त्या 'ॲम्फी थिएटर'च्या भिंतींची नि जमिनीची पाहाणी करायला सुरुवात केली होती. ते सारं दणकट कॉंक्रीटचं होतं आणि त्या बंदिस्त जागेच्या पुढच्या बाजूला असणाऱ्या पिंजऱ्यांकडे जाणाऱ्या लोखंडी पट्ट्यांच्या दरवाजांव्यतिरिक्त तिथं इतर काही खुले मार्ग, निदान नजरेला तरी पडत नव्हते. त्या पिंजऱ्यांना ॲम्फी थिएटरपासून अलग करणाऱ्या कॉंक्रीटच्या पायवाटेखाली सॅम सरकला. तो कामकाज करण्याचा भाग असावा. कारण तिथे उच्च दाबाचे पाणी फवारणीच्या पाइप्सचे पाळे दिसत होते. त्यांचा वापर ते पिंजरे धुण्यासाठी केला जात असावा. सिमेंटच्या भूभागावर कालहत लोखंडी पट्ट्यांच्या गंजाचे डाग पसरलेले होते. पुलाखालच्या कॉंक्रीट पायवाटेच्या टोकाशी, एका मोठ्या खोलीत सामावलेल्या अनेक आच्छादित पिंजऱ्यांकडे जाणारा बोगदा होता.

ही खोली म्हणजे प्राणी जेव्हा प्रदर्शनासाठी ठेवले जात नसत; किंवा हवामान खराब असे तेव्हा त्यांच्यासाठी वापरात असणारा आच्छादित निवारा होता. त्या खोलीतून निघून पिंजऱ्याच्या पुढचा भाग पार करून बाहेरच्या मार्गाकडे जाणारा एकमेव निर्गमन मार्ग होता. सॅम पुढं सरकला आणि त्यानं तो निर्गमन मार्ग बंद करणाऱ्या दाराची झटकन पाहाणी केली. त्याला कुलूप लावलेलं होतं.

तो खुल्या नाट्यगृहामध्ये माघारी आला.

समोरच्या बाजूला, काँक्रीट पायवाटेच्या खाली एक लहानसं लोखंडी दार निकनं शोधून काढलं होतं. सॅमनं त्या बंदिस्त जागेची बारकाईनं पाहाणी केली, तेव्हा त्यांना वेढून घेणारा तो एरव्ही अखंड असलेला सिमेंट पट्टा फक्त दोन ठिकाणी खंडित झाल्याचं त्याला दिसलं: एकमेव निर्गमन मार्ग असणारा तो प्राण्यांचा निवारा आणि जॉर्गनसननं शोधून काढलेलं ते छोटं लोखंडी दार.

निकनं धातूचं अंगचं कुलूप असलेली मूठ फिरवून पाहिली. ती जराही हलत नव्हती.

''बंद झालेलं आहे का ते?''

''बहुधा; किंवा मग गंजून तरी गेलं असावं.'' निक म्हणाला.

तिथं फेकून देण्यात आलेला लोखंडी पाइपाचा एक सहा इंची तुकडा सॅमनं शोधून काढला. त्यानं त्या पाइपाचं तोंड दरवाजाच्या अंगच्या – कुलपाच्या मुठीत तरफेसारखा वापर करण्यासाठी सरकवलं.

''मी तुझ्या जागी असतो, तर थोडी काळजी घेतली असती.'' जॉर्गनसनचे शब्द समयोचित नसले तरी भविष्यवाणी प्रकट करणारे होते.

दोन्ही हातांनी त्या कुलपाची मूठ पकडत सॅमनं पाइपची मूठ वर ओढली. कुलपाची धातूची मूठ तुटून जमिनीवर पडली तसा गंजलेल्या धातूचा भुसा फवारा उडवत खाली पसरला.

''हं. छान कल्पना होती ती. आणखी काही कल्पना?'' निकनं विचारलं.

''च्याऽयला.''

''चल, मला पाहू दे बरं.'' निकनं त्याच्या भोवती फिरत दाराची तपासणी केली. ते दार दोन मजबूत लोखंडी पत्र्यांचा वापर करून, एक वरचं नि एक तळाचं तावदान अशा प्रकारे बनवलेलं होतं. ती दोन्ही तावदानं सांधकाम केलेल्या पोलादी चौकटीत पक्की बसवलेली होती आणि चौकट धातूच्या चांगल्या जाड बिजागऱ्यांनी काँक्रीटला जोडलेली होती. जॉर्गसननं आपल्या खिशात हात सरकवला आणि एक 'स्विस आर्मी नाइफ' त्यानं बाहेर काढला. त्याच्यात असणारी डझनभर खास पाती लक्ष वेधणारी होती.

''तसल्या गोष्टी हाताशी बाळगण्याजोग्या असतात खऱ्या; पण मला नाही

वाटत कॅन ओपनर त्या दरवाजाच्या बाबतीत कामाला येईल.'' सॅम म्हणाला.

निकनं त्याच्याकडे दुर्लक्ष केलं आणि त्या पात्यांपैकी एक पातं उघडलं. ते लांब, सुईसारखं नि स्टेनलेस स्टीलचं होतं. ते त्यानं त्या तुटलेल्या कुलपाच्या मुठी खाली असणाऱ्या किल्लीच्या मोठ्या भोकात घातलं. सॅमला दाराच्या आतल्या भागातून खटक्याचा एक स्पष्ट आवाज ऐकू आला. निकनं हात लांबवला आणि त्या तुटलेल्या अंगच्या कुलपाच्या मुठीचा छोटा गोळा हातात पकडला. झटकन एक तिढा देत त्यानं तो फिरवला त्यासरशी दार हेलकावा घेत एक इंचभर उघडलं.

''हे करायला तू शिकलास तरी कुठं?''

''आपण फक्त एवढंच म्हणूया, की मी माझं सारं आयुष्य शैक्षणिक कारकिर्दीच्या मागं धावण्यापुरतं बंदिस्त करून टाकलेलं नाही.'' निकनं त्याच्याकडे बघत स्मित केलं नि डोळे मिचकावले.

सॅमनं जॉर्गनसनकडे चकित होऊन पाहिलं. त्याला पहिल्यांदाच जाणीव झाली, की या माणसाकडे असं एक अंग आहे जे त्यानं यापूर्वी कधीच पाहिलं नव्हतं – प्रतिकूल परिस्थितीला सामोरं जाताना अडचणीतूनही मार्ग काढण्यातला हिकमतीपणा. त्याची त्यानं कधीच अपेक्षा केली नव्हती. चालण्याबोलण्यातल्या हुशारीच्या अभावाची एवढी बतावणी पाहून त्याला आश्चर्य वाटलं. निकच्या जरा जास्तच असणाऱ्या वजनामुळे समाजाकडून होणाऱ्या त्याच्या टिंगलीची धार जरा कमी करणारी गोष्ट! त्यानं धारण केलेली शारीर कवचकुंडलं!

आत प्रवेश करण्याइतपत उघडण्याच्या दृष्टीनं ते दार ओढण्याकरता दोघांना त्यांची एकत्रित ताकद वापरावी लागली. गंजलेल्या बिजागऱ्या करकरल्या आणि वजनाच्या भारामुळे वाकल्या. आतमध्ये मिट्ट काळा अंधार होता. आपल्या कोटाच्या खिशातून निकनं एक लहानसा प्लास्टिक फ्लॅशलाइट बाहेर काढला आणि त्याचा झोत आत सोडला. दाराच्या आतला खोलीचा विस्तार मर्यादित होता. त्यांनी आत सोडलेला झोताचा प्रकाश क्षणार्धात जळमटांनी वेढलेल्या एका सर्वोपयोगी कपाटाच्या मागच्या भिंतीला भिडून परावर्तित झाला. त्या कपाटात धातूची काही भांडी आणि एक ओतीव लोखंडाचं सर्व्हिस सिंक होतं. बाजूच्या दोन्ही भिंती लाकडी शेल्फांनी झाकल्या गेल्या होत्या आणि त्या शेल्फांमध्ये हरतऱ्हेचे ब्रश, चिंध्या आणि इतर टाकून दिलेल्या स्वच्छतेच्या वस्तू होत्या. निकच्या मागोमाग सॅम मोकळ्या जागेतून आत घुसला आणि आपला फ्लॅशलाइट त्यानं सभोवार फिरवला नि त्या छोट्या खोलीत भोवताली नजर टाकली.

कॅम्ब्रियामधल्या पुस्तकांच्या दुकानात त्यानं मोठ्या हुषारीनं सोडवलेलं शब्दार्थाचं कोडं, खुद्द अतिसंवेदनशील कल्पनाशक्तीनं घडवलेल्या आत्मवंचनेपेक्षा अधिक काही नव्हतं हे उघड होत होतं. जेनिफरच्या अपहरणामुळे त्या चुकीचे परिणाम

त्याच्यावर येऊन आदळायला सुरुवात झाली होती.

निक बाजूच्या दोन्ही भिंतीवरच्या शेल्फांची तपासणी करण्यात व्यग्र झालेला होता.

बोगार्डसनं जमिनीची पाहणी केली. बाजूची दोन शेल्फ नि सर्व्हिस सिंक यांच्या मागच्या भिंतीप्रमाणे ती भक्कम काँक्रीटची बनवलेली होती. मागच्या भिंतीवरून वरच्या दिशेनं त्यानं फ्लॅश लाइट फिरवला. त्याचा किरण तक्तपोशीत जिरून गेला. त्या तक्तपोशीच्या सीमा चटकन लक्षात येत नव्हत्या आणि एका बाजूची शेल्फ भिंतीवर इतक्या आवाक्यापलीकडे चढत गेली होती, की त्याचा व्यवहार्य हेतू लक्षात येत नव्हता.

“मी जो विचार करतो आहे तोच तू करतो आहेस की काय?” निकनं विचारलं.

सॅमनं त्याचा फ्लॅशलाइट मालवला, तो खिशात सारला आणि तो शेल्फांवर चढू लागला. “तिथं वरती थोडासा फ्लॅशचा प्रकाश टाकत राहा.” त्या छोट्या खोलीत त्याचा आवाज घुमला. निक समोरच्या भिंतीकडे गेला आणि त्याच्या जवळच्या फ्लॅशलाइटचा प्रकाश, सॅम वर चढत असताना त्याच्या हाताच्या जरासा पुढे पाडत राहिला. ते शेल्फ साधारण बारा फुटांच्या उंचीपर्यंतच आहेत हे बोगर्डसला दिसून आलं. शेवटच्या शेल्फच्या बरोबर वरतीच धातूच्या मोठ्या रिबिटांची एक रांग वाटावी असं काही त्या फ्लॅशलाइटच्या प्रकाश किरणाच्या कक्षेत आलं.

दोन फूट रुंद नि सहा फूट लांब आकाराच्या त्या शेल्फांपैकी एकाला सॅम एका हातानं लटकला आणि त्याच्या कोटाच्या खिशातून त्यानं फ्लॅशलाइट बाहेर काढला. त्यानं तो जसा लावला तसा मोठ्या गोलाकार रिबिटांनी बसवलेली तावदानं असलेला एक छोटा लोखंडी दरवाजा दिव्याच्या उजेडात प्रकाशमान झाला. त्याला लॅच नव्हतं; फक्त वरच्या अंगाला अर्ध्यावरती दाराच्या कडेला एक मोठं किल्लीचं भोक होतं.

“आता तुझी पाळी, असं दिसतंय.” सॅम म्हणाला.

तो शिडीवरून खाली उतरला आणि त्यानंतर एक मिनिटभरात निक अगदी वरच्या पायरीवर उभा राहिला आणि पुन्हा एकदा त्या छोट्या स्विस चाकूची जादूई कामगिरी करू लागला.

आपला फ्लॅशलाइट किल्लीच्या छिद्रावर रोखत त्याच्या काही पायऱ्या खाली सॅम उभा राहिला.

ऐकू येण्याइतपत एक खणखण आवाज दाराच्या आतल्या भागात झाला आणि बाजूच्या भिंतीच्या काँक्रीटवर आपटून घुमणारा आवाज करत ते दार एक झोका घेत उघडलं गेलं.

“देवा रे! खालच्या बाजूला धरून ठेव ते.” सॅमनं फ्लॅशलाइट वर-खाली, डावी-उजवीकडे फिरवला. सिमेंटवर झालेल्या धडकेने धातूच्या आवाजाचा प्रतिध्वनी त्या

छोट्या चेंबरमध्ये आणि त्या खोलीबाहेर खुल्या नाट्यगृहामध्ये उमटला. निक शिडीवर निश्चल उभा राहिला. ते दार आपटण्याची नि परत भिंतीवर धडकण्याची त्याला धास्ती वाटत होती म्हणून तो हालचालही करत नव्हता. कित्येक क्षण निघून गेले. निकनं चाकू बंद केला आणि आपल्या जाकिटाच्या खिशात ठेवून दिला नि आपला फ्लॅशलाइट परत बाहेर काढला. पट्टी सरकवून त्यानं तो चालू केला आणि 'सर्व्हिस क्लोजेट'च्या भिंतीवर उंचावर असणाऱ्या, खुल्या झालेल्या दरवाजाकडे वळवला. दारापासून बऱ्यापैकी अंतरावर असणाऱ्या एका मातकट भिंतीवर अंधुक प्रतिबिंब पडलेलं त्यानं पाहिलं. मग त्यानं तो फ्लॅश सभोवार फिरवला. खुल्या झालेल्या दाराच्या लगेच आतल्या बाजूला असलेल्या एका भिंतीवर दिव्याचं बटण होतं. मंदीपासूनच्या काळात हार्डवेअरच्या दुकानात कधीच दृष्टीला न पडलेलं, जुन्या काळचं, फिरवून लावण्याच्या प्रकारातलं ते बटण होतं. निकनं हात लांबवला आणि बटण फिरवलं. तत्क्षणी तो जिथं उभा होता त्या भिंतीच्या मध्यभागी उंचावर असलेला तो खुला झालेला दरवाजा मंद पिवळसर प्रकाशात न्हाऊन निघाला आणि त्या खुल्या दरवाजातून त्याच्या समोर पसरलेली भव्य खोली प्रकाशित झाली. त्या प्रवेशद्वारातून एक शिडी खाली खोलीत उतरली होती. एकही शब्द न उच्चारता निक त्या दरवाज्यातून आत शिरला नि तिथं असणाऱ्या शिडीवरून पलीकडे खाली उतरला.

''काय दिसतं आहे तुला?'' सॅमनं त्याचा फ्लॅशलाइट बंद केला. वरच्या उघड्या दरवाज्यातून प्रकाशाचं परावर्तन होऊन 'सर्व्हिस क्लोजेट' प्रकाशित झालं होतं. सॅम त्या उघड्या दरवाज्याच्या दिशेनं शेल्फ चढून गेला.

निक त्या गुहेसारख्या प्रचंड मोठ्या नि रिकाम्या, अंधाऱ्या खोलीकडे तोंड करून शिडीच्या तळाशी उभा होता. त्याच्या मुद्रेवरचे भाव एखाद्या पाषाणमूर्तीप्रमाणे गोठून गेले होते.

''माय गॉड!'' भिंतीवर उंचावर असणाऱ्या त्या उघड्या दारापर्यंत सॅम आला होता आणि त्याच्या शरीराची कंबरेपर्यंतची बाजू दाराच्या वाटेत असल्याच्या स्थितीत शिडीवर उभा होता. तिथं, त्याच्यासमोर पसरली होती ती एखाद्या छोट्या गोदामाच्या आवाक्याएवढी एक खोली; ऑर्कर्ड हिलच्या खाली, भूमिगत असलेली. ती खोली जमिनीपासून छतापर्यंत पंचवीस ते तीस फूट उंच होती. पंधरा फूट उंचीपर्यंत भिंतींना लागून रांगेनं ठेवलेली लांब लाकडी शेल्फ होती आणि ती गुहेच्या लांबी-रुंदी एवढी पसरलेली होती. बहुतेक शेल्फ मोकळी होती; किंवा जुनी, पॅकिंगसाठी वापरली जाणारी सामग्री नि चित्रविचित्र आकाराची खोकी त्यांवर अस्ताव्यस्तपणे पडलेली होती. त्या खोक्यांची झाकणं जमिनीवर इतस्तत: विखुरली होती. त्या खोलीच्या मध्यभागी सात फूट लांब आणि टनभर वजनाची एक इतिहासकालीन शवपेटी होती. संगमरवरामध्ये कोरीव काम केलेली ती पुरातन शवपेटी तिच्या झाकणासहित होती

आणि त्या झाकणावर अप्रतिम कौशल्यानं कोरलेला एक मृत्यूचा मुखवटा दिसून येत होता. त्या शवपेटीच्या बाजूला जमिनीवर दोन लहान फुलदाण्या होत्या. पलीकडच्या भिंतीलगत चार लाकडी क्रेट होते नि त्यांपैकी तीन उघडे होते आणि जमिनीवर भुशाच्या समुद्रात अस्ताव्यस्तपणे पडले होते.

शिडीवर अगदी वरच्या पायरीवर असल्याचा फायदा घेऊन सॅमनं खोलीची पाहणी केली आणि बांधणी केलेल्या ग्रंथासारखं दिसणारं काही तिथं आहे का त्याचा नजरेनं शोध घेतला. परंतु लांब अंतरावरून सहजपणे पाहणी करण्याच्या दृष्टीनं त्या खोलीचा गबाळ पसारा फारच होता. तो शिडीवरून खाली उतरला नि निकजवळ येऊन उभा राहिला.

"हा प्रकार बऱ्यापैकी वेळ घेणार आपला." असं म्हणत निकनं त्याच्या कपाळावरचा घाम निपटला.

"हे सारं अविश्वसनीय आहे. सिमिंग्टन म्हणाला होता, की ते या चेंबरचा वापर वेळोवेळी वस्तू दडवण्यासाठी करत. पण या दृश्यासाठी मात्र माझी तयारी नव्हती. इथं तर आतमध्ये तुम्ही फुटबॉल खेळू शकाल." सॅम खोलीच्या मध्याकडे हलके हलके जात राहिला. भिंतींना आवरणासारखी असलेली शेल्फांची रांग कमालीच्या अविश्वासानं तो टक लावून न्याहाळत राहिला. त्यापैकी एका शेल्फकडे तो गेला आणि त्यानं एक लहानशी चहादाणी उचलली. समितीनं चेंबरमधून केलेल्या अखेरच्या लुटीतल्या ज्या काही बाबी शिल्लक राहिल्या बहुधा त्यांपैकी ती एक असावी. ती ब्रॉन्झची होती; नि तिचं मूळ ग्रीक वाटत होतं. हजारो वर्षांची जुनीही वाटत होती ती. त्यानं ती चहादाणी जागेवर ठेवली आणि टोपल्या वगैरेंसारख्या वस्तू विणण्यासाठी वापरल्या जाणाऱ्या माडाच्या किंवा त्यासारख्या वृक्षांच्या पानांच्या देठांचे धागे नि भुसा यांचा एक ढीग एका शेल्फमधून खाली जमिनीवर लोटून दिला.

"फेरोचं थडगं लुटून नेल्यानंतर ते कसं दिसेल, ते आता मला कळलं." सॅम म्हणाला.

"एऽ, हे इकडे पाहा," घोगऱ्या स्वरात निक ओरडला. तो खोलीच्या मध्यभागी काही क्रेटच्या मागे उभा होता.

"काय आहे ते?"

त्या शवपेटीला वळसा घालून सॅम तिथे आला आणि निकच्या खांद्यावरून त्यानं डोकावून पाहिलं. एका लाकडी पेटीच्या मागच्या बाजूला स्वस्तिक चिन्हावर स्थिरावलेल्या गरुडाची निशाणी होती. त्याच्या खाली असलेली अक्षरं जर्मन भाषेतली होती. पेटी मात्र रिकामी होती.

ते जर्नल केव्हातरी ह्या पेटीत विसावलेलं असेल अशी शक्यता जेव्हा त्या दोघांच्या मनात डोकावली, तेव्हा भयामुळे त्यांच्या पोटात गोळा आला!

"त्यांनी मौल्यवान असं काही मागं सोडलेलं दिसत नाही. हो ना?'' निक म्हणाला.

"नाही.''

"त्या दुसऱ्या पेटीत काय आहे?'' जमिनीवर पडलेल्या एकमेव बंद पेटीकडे सॅमनं निर्देश केला.

निकनं त्याचा खिशातला चाकू काढला. त्याचं पातं लागून हाताला इजा होणार नाही याची काळजी घेत त्यानं झाकणाची एक कड, तिच्याखालून आपली बोटं आत शिरू शकतील एवढी हलकेच वर उचलली आणि हिसका देऊन पेटीचा वरचा भाग ओढला तसं कर्कश आवाज करत ते झाकण उघडलं आणि तो आवाज कॉँक्रीट भिंतीवर आदळून त्याचा प्रतिध्वनी उमटला. निकनं ते झाकण बाजूला फेकून दिलं आणि पॅकिंगसाठी म्हणून वापरलेले तागाच्या तंतूंचे तुकडे काढून टाकण्यासाठी आत हात घातला. त्या लाकडी पेटीतली वस्तू उचलण्यासाठी त्यानं शरीराला किंचितसा ताण दिला. अतिशय मोलाचे आणि अर्ध-मोलाचे खडे पृष्ठभागावर जडवलेल्या चांदीच्या पेटीवरचं नक्षीकाम डोळे बारीक करून तो पाहात राहिला. त्या दागिन्याच्या पेटीच्या पुढच्या भागाला खोबणी पाडून दोन मोठी आयताकृती गवाक्षं तयार केलेली होती. त्या प्रत्येकाचा व्यास काही इंचांचा होता आणि पॉलिश केलेल्या खड्यांनी ती चमकत होती.

"आयुष्याची ददात मिटवण्याएवढा पैसा मिळवून देणारी आहे ही!'' निक उत्तेजित स्वरात म्हणाला. तो अजूनही गुडघ्यांवर बसलेला होता. "इटालियन पुनरुज्जीवन काळातली – पंधराव्या, कदाचित सोळाव्या शतकामधलीही. लढाईत बहुधा जहाजावर मिळवलेली लूट असणार. तिच्यावरचं कोरीव काम पाहा. अतिशय उत्कृष्ट आहे ते.''

सॅमनं ती दागिन्यांची पेटी परत पेटाऱ्यात ठेवून दिली. "चल, आटप. आपल्याला जर्नल शोधलं पाहिजे नि इथून एकदाचं बाहेर पडलं पाहिजे.'' त्यानं खोलीच्या एका कोपऱ्यापासून नि निकनं दुसऱ्या कोपऱ्यापासून सुरुवात केली नि ते शेल्फमध्ये पुस्तकं; नि कदाचित एखाद्या क्रेटमध्ये ड्रेकचं जर्नल असू शकेल, म्हणून क्रेटही धुंडाळू लागले. दोन तासांपेक्षाही अधिक वेळ ते शोधत राहिले. उंचावरच्या शेल्फपर्यंत पोहोचण्यासाठी ते पेट्यांवर उभे राहात होते.

खोलीच्या विरुद्ध टोकांकडून ते उरलेल्या क्षेत्राचं अंतर कमी-कमी करत एकमेकांकडे जसे येऊ लागले तशी सॅमला हताशपणाची भावना जाणवू लागली. त्याच्या नजरेनं त्या दोघांमधल्या मर्यादित क्षेत्राची बारकाईनं तपासणी केली आणि त्याच्या आशा मावळू लागल्या. निकनं शेवटच्या पेटीचा शोध संपवला होता. त्यांना एकही बांधणी केलेला ग्रंथ सापडला नव्हता.

''सारं व्यर्थ आहे,'' सॅम उद्गारला. त्याच्या आवाजात कडवटपणाची छटा होती. ''ते इथं नाहीये. एकतर सिमिंग्टन खोटं बोलला किंवा समितीच्या सर्व सभासदांना हर्स्टनं टेकडीवरून हाकलून लावण्यापूर्वीच समितीला ते मिळालं असेल.''

''मला मात्र तसं निश्चितच वाटत नाही.'' निकनं प्रतिवाद केला.

बोगार्डसनं त्याच्याकडं पाहिलं.

''त्याचं काय?'' निकनं शवपेटीकडे निर्देश केला.

''ते विसरून जा. मी ती अगोदरच आतून पाहिली आहे. ती रिकामी आहे.'' सॅम म्हणाला.

''अंहंऽ, मी म्हणतो ते त्याविषयी नव्हे. मला म्हणायचंय, की ती त्यांनी इथं आतमध्ये कशी आणली?''

सॅमनं कोरीव संगमरवराच्या त्या अवाढव्य ठोकळ्याकडे पाहिलं. ''खरंच की!'' सर्व्हिस क्लोजेटच्या वरच्या बाजूला असलेल्या शिडीच्या माथ्यावरल्या त्या मोकळ्या दारातून आणण्याचा विचार करता ती शवपेटी अत्यंत मोठी होती.

''तुझं म्हणणं अगदी बरोबर आहे. इथं कुठंतरी आणखी एखादा आत येण्याचा मार्ग असला पाहिजे.''

भिंतीवर आच्छादल्यासारख्या असणाऱ्या त्या शेल्फांकडे निकनं पाहिलं. प्रत्येक विभागाला चार चौरस इंच जाडीच्या लांब खांबांचा आधार दिलेला होता. आणि मागच्या बाजूला दोन इंच रुंद व चार इंच लांब या आकारातल्या, एकमेकाला छेदणाऱ्या दांड्यांच्या आधारे बनवलेल्या उघड्या चौकटीने तो जोडला होता. फक्त शेल्फांचा एक संच अपवाद होता. त्या ठिकाणी मात्र एका कडेच्या अंगाने लांब छेद देऊन आणि दुसरीच्या अंगाने लांब तिरपा सांधा, अशा रीतीने एकमेकाला जोडलेल्या फळ्यांनी बनवलेली भरीव लाकडी पाठ होती. लांब अंतरावरून असं वाटे, की ते शेल्फ कॉंक्रीटच्या भिंतीवर काटकोनात विसावलेलं आहे. निक तिथपर्यंत गेला आणि त्या शेल्फकडे त्यानं निरखून पाहिलं. ती लाकडी पाठ भिंतीत अशा प्रकारे बसवलेली होती, की ती बसवण्यासाठी कॉंक्रीट ओतलेलं आहे असं वाटावं. सॅम दुसऱ्या टोकाला गेला आणि त्या दोघांनी ती हलवण्यासाठी आलटून पालटून ओढून नि ढकलून पाहिली. शेल्फ हललं नाही. काही तरी योजना करून ते भिंतीवर घट्ट बसवलेलं होतं. जरा बऱ्यापैकी पकड मिळावी म्हणून सॅमनं हात इकडे तिकडे सरकवून पाहिला. तसं त्याच्या हाताला त्या शेल्फांपैकी एकाच्या खालच्या बाजूला एक कडा असल्याचं जाणवलं. तो गुडघ्यावर बसला आणि त्यानं खाली वाकून बघितलं. खालच्या बाजूला एक मूठ पक्की बसवलेली होती आणि त्या मुठीतून मागच्या बाजूच्या एका तावदानात केबल नेलेली होती. बोगार्डसनं मूठ घट्ट पकडून ओढली. त्याबरोबर शेल्फचा तो संपूर्ण विभागच कुठलाही आवाज न करता त्याच्यापासून दूर होऊन मागे भिंतीत जाऊ लागला. नजरेला जी कॉंक्रीटची भिंत दिसत होती, ती म्हणजे प्रत्यक्षात एक दरवाजा होता.

एक छोटा ट्रक आत येण्याएवढा! शेल्फचा तो भाग एखादं धान्याचं कोठार धीम्या गतीनं उघडावं तसा हलला आणि भरीव खडकात खोदलेल्या एका लांबलचक बोगद्याच्या भिंतीला जाऊन टेकला. बोगद्याच्या जमिनीवर अरुंद अंतराच्या गंजलेल्या रुळांची एक जोडी होती.

"हे आहे तरी काय?" सॅमनं विचारलं.

"खाणीतला रस्ता." निक अंधाऱ्या रस्त्याकडे टक लावून पाहात राहिला.

"त्याचं इथं काय काम?"

"माझा तर्क असं सांगतो, की हर्स्टनं हे घर बांधण्यापूर्वीपासूनच तो इथं अस्तित्वात होता. समितीनं जेव्हा चेंबरची रचना केली, तेव्हा याचा फायदा तिनं करून घेतला असला पाहिजे. माझा होरा चुकत नसेल, तर त्यांनी जॉर्ज हर्स्टचे – विल्यम रॅण्डॉल्फच्या बापाचे – आभार मानायला हवेत. गेल्या शतकात त्यानं *पाइड्रा ब्लान्का* खरेदी केला तेव्हा त्याला असा विश्वास वाटत होता की तिथं मौल्यवान खनिजांचा साठा गवसेल. तेजस्वी लाल रंगाचं सिनाबार नावाचं खनिज किंवा चांदी यांची अपेक्षा धरून त्यानं खोदलेला सुरुवातीच्या कठीण खडकांमधला हा बहुधा पहिला रस्ता असावा."

त्या दीर्घ गुहेच्या टोकाला प्रकाशाची मंद तिरीप असावी असं सॅमला वाटत होतं.

"एक सेकंद." निक त्या गुहेच्या दुसऱ्या बाजूला धावला – आणि दागिन्यांची पेटी असलेला तो खोका त्यानं उचलला. "रिकाम्या हातानं निघून जाण्यात शहाणपण नाही." खुल्या असलेल्या दरवाजापाशी तो सॅमला येऊन मिळाला.

सॅम पुढे मार्ग चालत राहिला आणि त्याच्या अगदी मागून जॉर्गनसन. त्यांच्या फ्लॅशलाइटच्या त्या गंजक्या रुळांवर पडणाऱ्या अपुऱ्या प्रकाश किरणांच्या साह्याने मार्ग काढत ते दोघे कच्च्या खनिजाच्या तशाच सोडून दिलेल्या एका गाड्या भोवतालून पावलं टाकत बोगद्यातून पुढे जात राहिले. सुमारे तीनेकशे फूट ते गेले आणि त्यांना त्या रस्त्याला छेदून जाणारा एक खाणरस्ता लागला.

ती जागा आता त्यांना चक्रव्यूहासारखी वाटू लागली होती. सॅमच्या मनात एक विचार चमकून गेला – एक जरी चुकीचं वळण त्यांनी घेतलं, तर त्यांना बाहेर जाण्याचा रस्ता कधीच मिळणार नाही म्हणून समजावं!

वाटेतले अडथळे किंवा आणखी खाली जाणारे खाणरस्ते आढळतात का, ते पाहण्यासाठी जमीन न्याहाळत ते कित्येक मिनिटं चालत राहिले. बोगद्यातल्या एका छोट्या वाकणावर त्यांनी वळसा घेतला, तसा निकनं सुटकेचा निःश्वास सोडला. वरती पृष्ठभागाकडे जाणाऱ्या एका मोठ्या दरवाजाचे लोखंडी गज त्यांना समोर दिसत होते. निक त्या लोखंडी गजांकडे धावला आणि त्यानं ते पुढं ढकलले. ते कुलूप लावल्या अवस्थेत होते. त्यानं कुलपाची तपासणी केली.

"घाम नाही गाळावा लागणार. ते 'स्विस आर्मी स्पेशल' प्रकारचं आहे." निक

हसला. त्याचा हात आपल्या चाकूकडे गेला. ''एका सेकंदात उघडीन मी ते.''

''एवढ्यात नाही. आपण तिथं मागं काही टाकून आलो आहोत.''

''काय ते?''

''जर्नल.''

''ते तिथं नाहीये सॅम – आपण शोधलंय.''

''ते तिथं आहे. आपण फक्त चुकीच्या ठिकाणी पाहिलं.'' सॅमच्या आवाजात आता तो केवळ अंदाज व्यक्त करत नाहीये तर खात्रीनं सांगतोय अशा माणसाचा आत्मविश्वास होता. ''ते तिकडे दुसऱ्याच एका खाणरस्त्यावर आहे. घराच्या दिशेनं जाणाऱ्या!''

''इतकी खात्री तुला कशामुळे वाटते आहे?''

''सिमिंग्टनची कलाविषयक आसक्ती.''

''तू काय म्हणतो आहेस?''

सॅमनं आपल्या घड्याळात नजर टाकली. पहाटेचे दोन वाजायला आले होते. ''खुलासा करत बसायला वेळ नाही. चल, नीघ.''

खाणरस्त्याच्या प्रवेशस्थानाशी ती दगिन्याची पेटी निकनं ठेवली आणि तो धावत जाऊन सॅमला मिळाला. ते दुसऱ्या एका रस्त्याने अधिकच आस्ते आस्ते चालू लागले, अधिक खोलवर जाणारे खाणरस्ते टाळण्याची खबरदारी घेऊ लागले. आणि *'हर्स्टर्स् एन्चान्टेड हिल'* वरल्या इमारतींच्या समूहाकडे भुयारी रस्त्यावरून त्यांचा मार्ग काढू लागले. ते जसजसे पुढे जाऊ लागले, तशा आडव्या जाणाऱ्या खाणरस्त्याच्या भिंतामधली जागा अरुंद होत गेली. इत, की की त्यांना एकामागे दुसरा असं रांगेतच पुढं जाणं अटळ झालं. तो भिंतींच्या मधून जाणारा रस्ता भक्कम, करड्या ग्रॅनाइट मधून खोदलेला होता. खडक जिथे उचकटले होते; किंवा स्फोट घडवून पर्वतापासून वेगळे केले होते अशा पुढे आलेल्या डोंगरकड्याच्या सपाट भागांत मधूनमधून ड्रिलची भोकं सॅमच्या नजरेला पडत होती.

तो बोगदा जसजसा अरुंद होत होता आणि त्यांच्या अगदी जवळ येत चालला, तसे जॉर्गसनच्या मनातले संशय प्रत्येक पावलागणिक वाढू लागले. खडकातल्या प्रवेशस्थानाचा अंदाज घेत तो आता भिंतीला लगटून चालत राहिला. चांगल्या चांगल्या विनोदांचा त्याचा साठाही संपुष्टात आला होता. एवढ्यात बोगार्डस अचानक थांबला.

''या छोट्या जागेत कोंदटण्याची भीती माझ्या मनात निर्माण व्हायच्या आत आपण या खुराड्यातून बाहेर पडू या.'' तो सॅमचा खांदा पकडण्यासाठी आपला हात पुढे नेणार एवढ्यात बोगार्डसनं खडकातल्या त्या अरुंद, छोट्या मार्गावरून पंधरा-वीस पावलं पुढं असणाऱ्या एका विस्तीर्ण गुहेत पाऊल टाकलं. त्या दोघांपुढे थेट

त्यांच्यासमोर, पलीकडल्या बाजूला, इमारती लाकडाच्या चौकटीत बसवलेलं एक कमानदार लाकडी दार खडकामध्ये बसवलेलं होतं. दारावर काही कुलचिन्हे उमटवलेल्या धातूच्या ढाली होत्या.

"हे अविश्वसनीय आहे!" निक त्याच्या फ्लॅशलाइटच्या प्रकाशात ते पाहण्यासाठी खटाटोप करत म्हणाला. "हा दरवाजा स्पॅनिश पुनरुज्जीवन काळातला आहे. पंधरावं शतक." नाजूक रंगकाम केलेल्या तावदानांवरून त्यानं बोट फिरवलं. "भरीव ओक लाकूड."

"पण हे इथं कशाला आणलंय?"

"माझा तर्क सांगू तुला? –स्पॅनिश यादवी युद्धातला अवशेष."

सॅमनं त्या दाराला चावीचं भोक आहे का ते पाहिलं. ते नव्हतं. त्यानं हात जरासा लांबवला आणि एका तावदानाच्या मधोमध बसवलेली लोखंडी कडी पकडली. त्यानं जोर लावून ती कडी पिरगाळली – नि तिला हिसका दिला. दार उघडलं गेलं. सॅमनं त्याच्या फ्लॅशलाइटचा प्रकाश उंबरठ्यापलीकडे पाडला आणि प्रथम फरसबंदीकडं पाहिलं. ती मोठ्या पण एकाच पातळीत नसलेल्या टाइल्सनी झाकलेली होती.

सॅम त्या खोलीच्या आत कित्येक पावलं चालून गेला आणि अचानक, कोणतीही पूर्वसूचना न मिळता ती खोली क्षणार्धात लख्ख प्रकाशात न्हाऊन निघाली. आश्चर्यचकित होऊन डोळे बारीक करत सॅम मागे वळला. खोलीच्या समोरच्या भिंतीला टेकून निक उभा होता. तो स्मित करत होता नि त्याचा हात बटणावर होता. त्या प्राण्यांच्या पिंजऱ्याजवळच्या भांडारखोलीत घडलेल्या आधीच्या प्रकरणासारखंच प्रकरण!

भिंतींना पांढऱ्या रंगाचं प्लास्टर लावलेलं होतं. डोक्यावरती लाकडी छत तयार केलेलं होतं नि त्याला चांगल्या जाडजूड तुळयांना आधार दिलेला होता. खोली लहान होती. औरसचौरस दहा फुटांपेक्षा अधिक नसावी. बिडापासून बनवलेल्या, भिंतीवर लावायच्या दोन दिव्यांचा प्रकाश तिथं पडलेला होता. दूरवरच्या कोपऱ्यात एका छोट्या जिन्याकडे जाणाऱ्या दोन पायऱ्या होत्या नि त्यांचा काही भाग भिंतीमागे झाकला गेला होता. निक त्या पायऱ्या चढून गेला.

"या बाजूला बघ. इथं वर सरळ जाणारा एक जिना आहे."

सॅम मागोमाग आला. जिन्याच्या पायऱ्या उभ्या आणि लांब होत्या. माथ्यावरच्या वक्राकार छतातल्या दिव्यांच्या मालिकेने त्या प्रकाशित झालेल्या होत्या. ते जसा जिना चढू लागले, तसं सॅमनं मागे वळून दूर अंतरात विलीन होत जाणाऱ्या त्या जिन्याकडे कितीतरी वेळा पाहिलं.

"दिवस उजाडण्यापूर्वी डोंगर उतरण्याची थोडी जरी संधी आपल्याला साधायची असेल, तर आपल्याला इथून लवकरच बाहेर पडावं लागेल," निक म्हणाला.

"पुढे जात राहा." सॅम निकच्या सूचनेची दखल घेतल्या, न घेतल्यासारखं

दाखवत म्हणाला.

त्या जिन्याचा माथा आणखी एका खोलीच्या प्रवेशद्वाराशी भिडला होता. निकनं दिव्याचं बटण शोधलं नि ते फिरवलं. मंद धवल प्रकाशात ती खोली अचानक न्हाऊन निघाली. जिन्याच्या माथ्यावर बोगार्डस नि जॉर्गनसन मूक होऊन उभे राहिले. प्लास्टर केलेल्या भिंतीवर लावलेली तैलचित्रे अव्यवस्थितपणे ठेवलेली होती. मात्र प्रत्येक चित्र उत्कृष्ट चौकटीत बसवलेलं होतं – प्रकाशविहीन पृष्ठभूमीवर रोखून पाहणाऱ्या करारी मुद्रा, मोठी निसर्गचित्रे. आणि ग्रामीण जीवनावरील दृश्ये. असंख्य आयताकृती 'मिनिएचर' शैलीतली चित्रं अव्यवस्थितपणे पसरलेला भाग पार करून जवळपास भारल्यासारखा निक खोलीभर फिरला. त्या प्रत्येक चित्रावर युरोपीय खानदानी उमेदपणाची शाही मुद्रा उमटलेली होती. ते चेहरे भिन्न युगातले होते. शेवटी त्यांनी आर्थर सिमिंग्टनचा खाजगी कक्ष शोधून काढला होता!

उंचावर असणारी तक्तपोशी नाजूक लाकडी तावदानांनी बनवलेली होती. ती तावदानं हिरव्या नि फिकट सोनेरी छटांत रंगवलेली होती – एखाद्या युरोपीय किल्ल्यातील ती लूट होती हे उघडच होतं. त्या भिंतीच्या अर्ध्या उंचीवर सभोवताली बिडाचे नक्षीदार खांब असलेला कठडा होता आणि त्या खोलीच्या अंतर्गत भिंतीभोवती तो फिरवलेला होता. सज्ज्यात जाण्यासाठी एक जिना होता.

''हे कलेचे उत्कृष्ट नमुने आहेत. मास्टर पीसेस. होल्बिन, टायटिअन, कोरोजिओ.'' त्या कक्षाच्या कोपऱ्यातल्या एका भिंतीवर उंचावर लावलेल्या एका मोठ्या पोर्ट्रेटवरच्या सहीवरून निकनं बोट फिरवलं. ''अरे बाऽपरे – फ्रा ॲन्जोलिको. यांचं मोल किती आहे, ह्याची तुला काही कल्पना आहे का? महत्त्वाची वस्तुसंग्रहालये नि गॅलऱ्या यांची केलेली लूट आपण पाहत आहोत.''

सॅमनं त्याच्याकडे दुर्लक्ष केलं आणि तो त्या नक्षीदार खांबांच्या सज्जाकडे जाणारा जिना झटकन चढून वर गेला. वरती उंचावर प्लास्टरच्या भिंतीमध्येच बनवलेली पुस्तकांची अनेक शेल्फ होती आणि त्यांत, शिशाचा थर दिलेल्या काचा असलेल्या कपाटांच्या बंद दारामागे, पुस्तकं ठेवलेली होती.

तो पहिल्या कपाटाशी गेला, त्यानं त्याची दारं उघडली आणि आतल्या पुस्तकांची शोधाशोध केली. फरसबंदीपासून तक्तपोशीपर्यंत विस्तारलेली चार शेल्फं ब्रॉन्झ पुतळ्यांनी भरलेली होती. तो त्या नक्षीदार खांबाच्या कठड्याला धरून पुढच्या कपाटांकडे सरकला आणि काचेतून पलीकडे पाहू लागला. एका मिनिएचर पेंटिंग-सहित तिथं शेल्फमध्ये अनेक ग्रंथ लावलेले दिसत होते. त्यानं कपाट उघडलं नि एका वेळी एक असं पुस्तक तो बाहेर काढू लागला. त्यानं त्यांची पानं चाळून पाहिली. तिकडे मागे, शहरात, बँकेतल्या सुरक्षित ठेवकक्षात ठेवलेल्या चर्मपत्रांचा विचार करता त्यातलं प्रत्येक पान फारच लहान होतं आणि त्याचा कागदही डॅवीज

चर्मपत्रांच्या पोतापेक्षा वेगळ्या पोताचा होता. तो पुढच्या कपाटाकडे गेला. तिथं शेल्फवर मेणकापडात गुंडाळून ठेवलेलं एकमेव पार्सल दिसत होतं. त्यानं कपाटाची दारं सताड उघडली नि ते पुडकं उचललं. ते जड होतं; चार इंचांपेक्षा अधिक जाड होतं. एका बाजूला अठरा इंच नि दुसऱ्या बाजूला एक फूट आकाराचं, तागाच्या वादीनं बांधलेलं होतं. सॅमनं ते उलटून पाहिलं तोपर्यंत त्याची छाती आधीच धडधडू लागली होती. पुडक्याच्या कापडी आवरणावरचं 'थर्ड राइश'चं स्वस्तिक नि गरुड यांचं कोरलेलं चिन्ह त्याच्या डोळ्यांनी पिऊन घेतलं; नि फक्त एक क्षणभर तो थांबला.

त्याच्या डोक्यावरचे केस उभे राहात असल्याचं त्याला जाणवलं तसा त्याचा श्वासोच्छ्वासही अनियमित होऊ लागला. निककडे पाहाण्यासाठी म्हणून सॅम मागे वळला. तो पहिल्या कपाटातली सेलिनीची एक ब्रॉन्झ कलाकृती पाहण्यात गढून गेला होता.

"मला वाटतं मला ते सापडलंय." सॅम आवाज उत्तेजित झालेला होता.

निकनं घाईघाईनं कठडा पार केला. तो सॅमच्या अगदी मागे येऊन थांबला आणि तागाची वादी पाहून आपल्या खिशातला चाकू त्यानं बाहेर काढला. एकाच झटक्यात त्यानं ती वादी तोडून टाकली. सॅमनं मेणकापड काळजीपूर्वक दूर केलं. आतमध्ये जाड चामड्याच्या आवरणात बांधणी केलेलं एक पुस्तक होतं. त्याच्या कडेवर किंवा वेष्टणावर काहीही खुणा वा चिन्हं नव्हती. सॅमनं मुखपृष्ठ उघडलं आणि कागदावरून हात फिरवला. त्याचा पोत नि रंग जेनिफरला पाठवलेल्या चर्मपत्राच्या चार पानांशी सहीसही जुळणारा होता. त्यानं ते पान उलटलं आणि पहिल्या दृश्य अक्षरांकडे तो पाहात राहिला. पानाच्या मध्यावर काही अक्षरे खरडलेली होती. काहीशा निष्काळजीपणे खरडलेल्या मोठ्या आकारात त्या त्या अक्षरांवर त्याचे डोळे खिळून राहिले. अक्षरांतून निघणाऱ्या शाईच्या फराट्यांसहित ती मोठी शैलीदार अक्षरांची लिपी! तिच्याविषयी खुलाशाची आवश्यकताच नव्हती. त्यानं ते शब्द मोठ्यांदा वाचले:

तुम्हा सर्व मनुष्यमात्रांना ज्ञात होवो
सार्वभौम राणीसाहेबांचा सेनापती आणि
'पेलिकन' या त्यांच्या जहाजाचा प्रमुख
फ्रान्सिस ड्रेक याचं जर्नल

"हेच, हेच ते," निक क्षणार्धात म्हणाला. "ड्रेकच्या जहाजाचं 'गोल्डन हाइंड' असं पुनर्नामकरण होण्यापूर्वी त्याचं 'पेलिकन' असं नाव होतं."

सॅमनं त्या पुस्ताकाची बरीचशी पानं भर्रकन चाळली. पानं चाळताचाळता त्याचं हृदय वेगानं पळू लागलं नि कानाजवळची शीर उडू लागली. प्रत्येक पानावर एकच

नमुना अनुसरला होता. अगदी डाव्या बाजूला समासात प्रस्थानाच्या नि नवीन शोधाच्या तारखा लिहिलेल्या होत्या नि त्या पाठोपाठ लांबलचक वर्णन होतं. सगळं एकसारख्या आकर्षक हस्ताक्षरात – जाड, लंबवर्तुळाकार लिपी. उजव्या बाजूचे समास शाईतल्या अनेक छोट्या रेखाकृतींनी भरलेले. काही लाल, हिरव्या नि तपकिरी रंगातल्या शाईत काढलेल्या कित्येक रेखाकृतींचं आरेखन इतकं नाजूक, की त्या मिनिएचर चित्रांच्या दर्जाला जाऊन पोहोचत होत्या; तर काही त्यांच्या रचनेत घाई झाल्याचं दर्शवत होत्या.

त्या जाडजूड ग्रंथाकडे एकटक नजरेनं सॅमच्या खांद्यावरून पाहताना निकचे डोळे विस्फारले गेले होते. त्याचं मन हादरून गेलं होतं. गेली तीनशे वर्षं ड्रेकच्या समुद्रपर्यटनाच्या कहाणीला, निव्वळ तर्कट नि वादविवाद इतका खालचा दर्जा विद्वानांमध्ये मिळत होता. मात्र आता न्यू वर्ल्डमध्ये तो कुठे उतरला आणि तिथे आल्यानंतर त्याला काय आढळलं हे पहिल्या प्रथमच जगाला निश्चित स्वरूपात कळेल. ड्रेकच्या अत्यंत व्यक्तिगत नि खासगी विचारांची, त्याच्या चिंता नि आशा यांची छाननी करणे इतिहासकारांना आता शक्य होईल आणि त्याच्या शोधमोहिमेची नि विजयाची थरारकता अस्सलतेने अनुभवता येईल.

मनाच्या उत्तेजित अवस्थेमुळे त्या दोघांनाही गरगरत होतं. तिथं त्यांच्या समोरच्या त्या शेल्फमधे इंग्लंडच्या पहिल्या महान सागरी शोधक प्रवाशाचा वृत्तांत पडला होता. साहस नि मृत्यू यांचे; निसर्गातली हाडं फोडून काढणारी थंडी नि भाजून काढणारी उष्णता यांचे; ज्यांची संस्कृती नि ज्यांचा समाज दीर्घ काळापूर्वीच इतिहासजमा झाला त्यांचे कालक्रमानुसार कथन. सॅमनं भूप्रदेशांचे तक्ते नि रेखाकृती पाहाण्यासाठी थांबत तो ग्रंथ चाळून पाहिला. त्यामध्ये 'नोवा अल्बिऑन'चा नकाशा असेल का – आणि कदाचित, फक्त कदाचितच, ड्रेकनं सोनं नि चांदी लपवून ठेवली ती जागाही – अशी शंका त्याच्या मनात आली. पण ते पाहण्यासाठी वेळ नव्हता. रेमण्ड स्लेडला 'सेवन सिस्टर्स'वर भेटण्याचा दिवस उजाडला. त्यांच्याकडे चोवीस तासांपेक्षाही कमी वेळ होता.

ते तिथून निघून जाण्यासाठी वळले, न वळले तोच तिथे पावलांचे आवाज अचानक घुमू लागले. त्या नक्षीदार खांबांच्या कठड्याच्या वर असणाऱ्या भिंतीतून गूढ भीती निर्माण करणारा प्रतिध्वनी!

"दिवे." कुजबुजत्या स्वरात निक म्हणाला. तो शिडीकडे; नि तिथून खाली भिंतीवरच्या बटणाकडे नि:शब्दपणे जाऊ लागला तेव्हा त्याच्या डोळ्यांत भय नि गोंधळाची भावना होती. एका खटक्याबरोबर भिंतीवर लावलेले दिवे काळोखात बुडून गेले. हवा खेळती राहण्यासाठी पुस्तकांच्या कपाटांवर ठेवलेल्या जाळ्यांमधून खोलीमध्ये प्रकाशाचे चार प्रखर किरण पसरले तसा खोलीत एक

विचित्र प्रकाश पसरला.

पायरव मोठ्याने ऐकू येऊ लागला – टणक, कठीण संगमरवरावरती भरीव टाचांचा.

निकनं त्याचे बूट काढून टाकले आणि सॅमला जाऊन मिळण्यासाठी तो शिडी चढू लागला. सॅम ते शेल्फ नि जर्नल यांच्यापासून जराही हलला नव्हता.

तिथं पसरलेल्या शांततेत निकनं सॅमकडे पाहिलं. त्याच्या मुद्रेवर गोंधळल्याचे भाव होते. सॅमनं खांदे उडवले आणि आपलं मस्तक गोंधळात पडल्यासारखं हलवलं. त्याचे डोळे तक्तपोशीकडे वळलेले होते. मग प्रथम निकनं हालचाल केली नि तो खाली वाकला आणि आपले दोन्ही हात एकत्र घेऊन त्यानं गुडघ्यांत पकडले. निकच्या हातांनी तयार केलेल्या कड्यात सॅमनं त्याचा उजवा पाय ठेवला आणि निकच्या खांद्यावर एक हात ठेवत स्वत:ला स्थिर करत पुस्तकांच्या कपाटाच्या तळातल्या शेल्फावर त्यानं आपला दुसरा पाय सावधगिरीनं ठेवला. कपाटाच्या वर असणाऱ्या भिंतीला दाबून धरलेल्या नि सॅमच्या माकडहाडापर्यंत निकच्या ताणलेल्या हातांनी जागेवर पक्केपणे धरलेल्या; सॅमनं छोट्या लोखंडी जाळीनं झाकलेल्या गवाक्षातून डोकावून पाहिलं.

पलीकडे त्याच्यासमोर जमिनीच्या पातळीवर ला कासा ग्रान्देची भव्य 'असेंब्ली रूम', तिच्या भव्य प्रवेशद्वाराला चौकट पुरवणारे, सोन्यानं चमकणारे ऐश्वर्यशाली स्तंभ, रूममधले कमानदार आकर्षक संगमरवरी नि ग्रॅनाइट भिंतीमधले झुलणारे पडदे हे सारं नजरेला पडत होतं. सॅमच्या चेहऱ्यापासून जेमतेम पाच फुटांवर एका इसमाच्या काळ्या बुटांची चमकदार टाच स्थिरावली होती आणि तिच्यावर पॅन्टच्या एका पायाची दुमड पसरलेली दिसत होती. तो माणूस भिंत नि जाळी यांच्यापासून दूर जाण्याकरता पावले उचलत असे, तसा त्याच्या बुटाचा चवडा वाकत असे. ती आकृती खोलीच्या मध्यभागाकडे गेली, की गणवेषधारी सुरक्षा रक्षकाची पाठ नि पँटच्या पट्ट्याला लावलेलं रिव्हॉल्वर सॅमच्या नजरेला पडे. आवाज ऐकू जाण्याच्या भीतीनं सॅम आपला श्वाससुद्धा आतल्या आत घेत होता. त्या सुरक्षा रक्षकाने आपले हात एकमेकांत गुंफून पाठीमागे धरले होते आणि वॉलनटमध्ये हातानं कोरीव काम केलेल्या नि काथ्या भरलेल्या बैठकींच्या भिंतीलगत ठेवलेल्या रांगेच्या एका बाजूच्या दिशेने तो चालत होता. पाण्यावर पडणाऱ्या एखाद्या पदार्थासारखा आवाज काढत आपला देह खुर्चीत सारत तो सुरक्षारक्षक मागे टेकला आणि आपल्या हातांचे पंजे कपासारखे करून, ते एकात एक गुंतवून त्यानं डोक्यामागे धरले आणि एक डुलकी काढण्यासाठी डोळे मिटले.

कपाटांच्या शेल्फवर उंच अडचणीच्या जागी पाय ठेवून उभ्या असलेल्या सॅमनं आपला देह वरच्या शेल्फच्या आधारे दाबून धरलेला होता. आपल्या जोडीदाराचं

वजन हातावरून दूर झाल्याने निकला हायसं वाटलं आणि अचानक त्याच्या लक्षात आला – बोगद्याच्या टोकाशी ते उभे असताना आणि बाहेर रात्रीच्या आकाशाकडे पाहात असताना सॅमनं उच्चारलेल्या शब्दांचा अर्थ! ती जर्नल मागे बोगद्यातच असेल, याविषयी बोगार्डसला इतकी खात्री कशी होती ते त्याला उमगलं होतं. दस्तऐवज नि तैलचित्रं दमटपणाला संवेदनक्षम असतात. आर्द्रता नि तापमान यांच्यातल्या फरकानं अशा बाबी नष्ट केल्या असत्या – अगदी थोडक्या कालावधीतही. प्राण्यांच्या पिंजऱ्याच्या लगत असणाऱ्या भांडारगृहाच्या ओलसर परिसरात त्या साठवून ठेवणं शक्य नव्हतं. सिमिंग्टनला हे ज्ञात होतं. अत्यंत मौल्यवान कलावस्तू किंवा भरपाई होऊ न शकणारी चर्मपत्रं अशा ठिकाणी आणण्यास त्यानं समितीला कधीच मुभा दिली नसती. ही खोली त्याची अत्यंत खाजगी खोली होती. सदस्यांचं निधन झाल्यानंतर समितीच्या लुटीतून ही खोली वाचली होती. इथे त्या महान निवासाचं काळजीपूर्वक वातावरणीय नियंत्रण करून आणि भिंतीवरच्या जाळ्यांतून कोरडी उष्ण हवा पुरवून ती जर्नल हजार वर्षांपर्यंत टिकून राहणं शक्य होतं.

जाळीला चेहरा दाबून धरत सॅमनं शांत झोपलेल्या त्या रक्षकाकडे जाळीतून पाहिलं. एका पौर्वात्य गालिचावर त्याचे पाय पसरले होते, त्याची बैठक कलाकुसर केलेल्या काथ्याच्या खुर्चीच्या कडेला विसावली होती आणि खांदे पोक येऊन खुर्चीच्या उंच पाठीवर स्थिरावले होते.

सॅमनं मूकपणे हातानं हालचाल करत खुणा केल्या आणि निकनं नक्षीदार कठड्याच्या फरसबंदीवर त्याचं पाऊल टाकलं.

सॅमनं ते मेणकापड उचललं आणि जर्नलभोवती पुन्हा ते गुंडाळून टाकलं. आपला पट्टा काढून घेत त्या मेणकापडानं झाकलेल्या ग्रंथाभोवती तो आवळला आणि ग्रंथ उचलला.

''आपल्याला संधी मिळाली आहे तोपर्यंतच आपण या नरकातून बाहेर पडू या.'' सॅम म्हणाला.

■

१३

"अरे, पण ते गायब झाले या तुमच्या म्हणण्याचा अर्थ काय? आं? च्याऽयला!" फ्लेचरची वागणूक तुटक व उद्धट असली, तरी अपशब्द उच्चारणं खरं तर त्याच्या स्वभावात बसत नव्हतं. ते त्यानं काही खास संकट प्रसंगांसाठी राखून ठेवलेले असत आणि तसे प्रसंग घडत तेव्हा त्याच्या विभागातले पोलीस कर्मचारी त्याला टाळू लागत.

मेह्यूसाठी त्यातल्या त्यात सोयीस्कर गोष्ट एवढीच होती, की तो फ्लेचरपासून दोनशे मैल दूर अंतरावर टेलिफोन बूथमध्ये होता. त्याचा सहकारी बूथच्या उघड्या दरवाजात उभा होता. समुद्रावरून येणाऱ्या वाऱ्यामुळे ती रात्र बोचऱ्या थंडीची असली, तरी त्या दोघांना मात्र दरदरून घाम सुटला होता नि त्यांच्या पांढऱ्या शुभ्र शर्टावर मोटर ऑईल नि इंजिनाची काजळी यांचे डाग पडलेले होते.

"पण आम्ही अगदीच रिकाम्या हातानं आलो नाही, लेफ्टनंट. आम्ही त्या पथिकाश्रमात परत गेलो तेव्हा त्यांच्या खोलीवर गेलो. आम्ही तिथं जाण्यापूर्वी वीस मिनिटं बोगार्डस नि जॉर्गनसन तिथून बाहेर पडले होते. पण आश्चर्याची गोष्ट म्हणजे ती पोरगी त्यांच्याबरोबर नव्हती. डेस्क क्लार्कच्या म्हणण्यानुसार ती एक तासाभरापूर्वी दुसऱ्याच एका माणसाबरोबर तिथून निघून गेली. डेस्क क्लार्क असंही म्हणाला, की त्यानं त्या इसमाला त्याआधी कधी पाहिलं नव्हतं. आणखी एक गोष्ट आहे, लेफ्टनंट," लाइनवर एक विराम आला. फ्लेचरला लक्षात आलं, की ती बातमी नक्कीच वाईट असली पाहिजे.

"त्या पथिकाश्रमात सफाईकाम करणाऱ्या बाईनं सांगितलं, की ती जेव्हा खोली साफ करायला गेली तेव्हा बाथरूममधल्या आरशावर सर्वत्र लिपस्टिकनं खरडून ठेवलं होतं. ती बाई अगदी वेडी झालेली होती."

मेह्यू त्याच्या नोंदी तपासण्यासाठी थांबावं, तसा थांबला.

''असं? काय लिहिलं होतं तिथं?''

''त्या बाईला तो थट्टेचा भाग वाटला. त्या संदेशात म्हटलं होतं, की त्यांना ती स्त्री परत यायला हवी असेल, तर त्यांनी उद्या चार वाजेपर्यंत सेवन सिस्टर्स नावाच्या कुठल्या तरी ठिकाणी यावं.''

कित्येक सेकंद फ्लेचर काहीच बोलला नाही.

''त्याचा अर्थ काय होतो लेफ्टनंट?''

''त्याचा अर्थ तुम्ही गाढवांनी गोंधळ घातला आहे. आता नीट ऐका. तुम्ही दोघं मला परत शहरात यायला हवे आहात. आणि इथं येताना वेगमर्यादेची काळजी करू नका. मला तुम्ही दोघंही इथं माझ्या कचेरीत उद्या सकाळी नऊ वाजता हजर हवे आहात. कळलं का?''

''येस सर.'' मेह्यूच्या ओठातून हे शब्द बाहेर पडण्यापूर्वीच पलीकडल्या बाजूला फ्लेचरनं रिसीव्हर आदळल्यावर दूरध्वनी यंत्राची 'क्लिक्' ऐकू आली.

''माझ्याकडे ते सगळ्या मूर्खांनाच का पाठवत असतात?'' त्याच्या समोर बसलेल्या डेस्क सार्जंटकडे फ्लेचरनं बघितलं.

त्या सार्जंटनं डोकं हलवलं. ''सेवन सिस्टर्स अशा एखाद्या ठिकाणाचं नाव ऐकलयंस का तू?''

सार्जंटनं डोळे बारीक केले. ''कदाचित एखादा बार असेल?''

''जाऊ दे, विसरून जा. बरं, असं सांग, की त्या कारमध्ये तुला काही सापडलं? – ती चायनाटाऊनमध्ये आपण उचललेली?''

''होय, होय. रिपोर्ट तुमच्या डेस्कवर आहे. तो तिथं.'' डेस्काच्या कोपऱ्यावरल्या एका सुट्या कागदावर सार्जण्टनं हलकेच चापटी मारली.

''थॅन्क्स.'' फ्लेचरनं त्या संक्षिप्त अहवालावरून नजर फिरविली.

''हा बिनचूक आहे याची खात्री आहे तुझी? हा त्या कारचा मालक आहे?''

''अगदी तसंच आहे ते.'' सार्जंट म्हणाला.

फ्लेचरनं त्या संक्षिप्त टिपणाकडे पाहिलं :

१९७४, लिंकन मार्क पाच (सुधारित 'स्ट्रेच' लिमोझीन)
व्ही आय एन जे ३८७६५०९२८
नोंदणीकृत मालक : जॉर्ज जॉन्सन

''पत्ता काय आहे?''

''तो बनावट निघाला. सान फ्रान्सिस्कोमधला ओल्स्टीड स्ट्रीटवरचा कुठला तरी एक पत्ता. त्या शहरात ओल्स्टीड स्ट्रीट नावाचा रस्ताच नाही.''

''उत्तम. बोगार्डस आणि जॉर्गनसनवर सर्व मुद्यांचा एक अधिकृत अहवाल तयार

कर. ते काही धोकादायक नाहीत. त्यांना फक्त उचलायचं. महामार्ग गस्तीवाल्यांना अहवाल मिळेल याची खातरजमा कर. ते इथून सान लुइ ओबिस्पो या दरम्यान कुठं तरी रस्त्यावरच बहुधा असणार.''

सार्जंट दाराकडे जाण्यासाठी वळला. ''आणि हो, मी विसरून जाण्यापूर्वी, आणखी एक गोष्ट. त्या बटणाच्या चाकूची फॉरेन्सिककडून तपासणी करून घ्यायला तुम्ही मला सांगितलं होतं, ती निगेटिव्ह आलीय. वैद्यकीय तपासनीस म्हणतो, की त्या चाकूच्या पात्याची सर्व परिमाणं त्या मुलीच्या पाठीतल्या जखमेचा विचार करता चुकीची आहेत.''

''फार छान. आणखी एखादी वाईट बातमी?''

''तिच्या अपार्टमेंटच्या कुलपामधल्या अणकुचीदार हत्याराच्या खुणा फॉरेन्सिक अजूनही तपासून पाहाते आहे.'' सार्जंटनं कार्यालय सोडलं नि फ्लेचरनं त्याची नोंदवही काढली नि त्याच्या जास्पर होम्सबरोबरच्या मुलाखतीच्या नोंदी तो पडताळू लागला.

त्या इंग्रज गृहस्थानं ब्रिटिश उमरावाच्या औद्धत्याचं प्रदर्शन केलं होतं हे खरं; पण जे नाट्य उलगडलं जात होतं त्यात त्याची भूमिका किरकोळच असल्याचं दिसत होतं. होम्सला त्यात असलेलं स्वारस्य मुख्यत: शैक्षणिक स्वरूपाचं होतं. चर्मपत्रांची ती चार पानं नि ड्रेकचं जर्नल ताब्यात येणं म्हणजे त्याला त्याच्या शैक्षणिक क्षेत्रातल्या श्रेष्ठत्वाकडे नेणारं प्रवेशपत्रच होतं.

खरा कर्ताकरविता कुणी दुसराच माणूस असावा. होम्स ज्याच्याबरोबर दूरध्वनीवर आणि पुन्हा कॅम्पसमध्ये कित्येक दिवसांपूर्वी एका लिमोझीनमधल्या माणसाबरोबर बोलल्याचं म्हणाला, तो माणूस. त्या माणसानं होम्सला वचन दिलं होतं, की त्यानं जर त्याला त्या चार पानांचं – जी फ्लेचरला होम्सच्या बर्कली इथल्या अपार्टमेंटमध्ये सापडली होती – अचूक भाषांतर करून दिलं, तर तो त्या पूर्ण जर्नलपर्यंत पोचण्याचा मार्ग त्याला खुला करून देईल. फ्लेचरचा विचार अगदीच चुकीचा नसेल, तर त्या 'इंग्लिशमन'ला त्या भाषांतरापासून जो एकमात्र सन्मान मिळेल तो, तो जेव्हा *वॅल हालाच्या*[२०] तोडीच्या कॉलेजमधल्या सन्माननीयांच्या मांदियाळीत स्थान मिळवेल तेव्हा. ॲन्जी बोगार्डसनं होम्सचा जीव वाचवला होता. बहुधा!!

आता उपकाराची परतफेड करण्याची होम्सची पाळी होती. फ्लेचरनं दूरध्वनी उचलला नि बर्कलीमधला जास्परचा क्रमांक फिरवला. पलीकडे दूरध्वनीची घंटी वाजली, तसा तो एका कागदाच्या कपट्यावर त्यानं आधी केलेल्या नोंदीभोवती – 'उद्या चार वाजता' या शब्दांभोवती वेटोळी नि रेघा चितारू लागला. होम्स उत्तर देत असताना फ्लेचरनं तीन शब्द अधोरेखित केले. *'द सेवन सिस्टर्स.'*

१०१ क्रमांकाच्या रस्त्यावरून उत्तरेला सान फ्रान्सिस्कोकडे निक पोर्शे पळवित

होता तेव्हा इंजिनाच्या घरघरीनं सॅमला झोपेच्या एका चुटकीनं घेरून टाकलं होतं. हलक्याशा रिमझिम पावसामुळं विन्डशील्डवर गाडी चालवताना जमा होणाऱ्या धुक्याचं आवरण चढत होतं. ते जर्नल मृत्यूच्या घट्ट मिठीप्रमाणे सॅमच्या हाताच्या गच्च पकडीत त्याच्या छातीवर विसावलं होतं. त्या शांत झोपेतदेखील सॅमच्या मनात कॅसलच्या खालचं स्पॅनिश टाइल्स लावलेलं चेंबर आणि टेकडी खालचे ग्रॅनाइटचे अंधारे बोगदे, जेनिफरची मुद्रा आणि उत्तरीय शवतपासणीच्या थंड, कठीण पृष्ठभागाच्या पोर्सलीन टेबलावर पसरलेली सुझन पॅटर्सनची विद्रूप झालेली प्रतिमा ह्या दृश्यांचा नाच सुरू होता.

विंडशील्ड वायपरचा ठरावीक अंतराने येणारा तालबद्ध आवाज निकवर झोपेची पेंग यावी असं संमोहन करत होता आणि त्याचं मस्तक वारंवार त्याच्या छातीकडे झुकत होतं. मोटर रस्ता सोडून डोंगराच्या एका पुढे आलेल्या भागाकडे वळली आणि अस्फाल्टमधल्या खड्ड्यात खडखडत गेली. दोघेही दचकून जागे झाले. निकनं झटकन मोटर परत जलद वेगाच्या पट्ट्यात आणली.

''माफ कर, गड्या.''

सॅमनं पाठीची कमान केली आणि त्या वाहनाच्या फार उंच नसलेल्या टपाच्या मर्यादेत शक्य होईल तितपत आपले हात ताणून धरले. सॅम एखाद्या तासापेक्षाही कमी झोपेवर का होईना, पण काम करत राहिला. निकला तर तेवढीही झोप मिळाली नव्हती. बाहेर ग्रामीण परिसर मागे पडत चालल्याचं खिडक्यांतून दिसलं, तेव्हा आता काय करायला हवं ते त्या दोघाही सद्‌गृहस्थांना उमगलं. त्यांना ते जर्नल सेवन सिस्टर्सकडे घेऊन जायचं होतं आणि काहीही करून त्या बदल्यात जेनिफर डॅवीजची सुटका करायची होती. अर्थात ती अजून जिवंत असेल तर!

''मला वाटतं परत गेल्यावर आपण जेकशी बोलूया,'' निक म्हणाला.

''तुझं म्हणणं तसं बरोबर आहे. पण आपण शहरात गेल्यावर तू ते सगळं पाहा.''

निकनं मानेनं रुकार दर्शवला.

तो प्रवास तसा व्यर्थच होता. आपल्या दोन्ही मित्रांपैकी कोणालाही त्यात आणखी गुंतवण्याचा सॅमचा इरादा नव्हता. त्याला तो अधिकारच नव्हता. त्याच्या स्वत:च्या मूर्खपणामुळे जेनिफरचं आयुष्य आता तोलकाट्यावर आलं होतं. तिनं त्याला पोलिसांकडे जाण्यासाठी विनवणी केली होती अणि मूर्खाप्रमाणे त्यानं ती नाकारली होती. आता तो दुसरी चूक करणार नव्हता. न्यायाच्या सुस्त प्रक्रियेशी तो पूर्णपणे परिचित होता. रेमण्ड स्लेडसाठी त्याच्या मनात आणखी वेगाने कार्यवाही करण्याची आणि अधिक ठाम स्वरूपाची योजना होती. पण त्या योजनेत आपल्या मित्रांना गुंतवायची त्याची तयारी नव्हती.

पॅटच्या खुनानं सॅममधल्या जुन्या सुडाच्या ऊर्मीला पुन्हा फुंकर घातली होती. त्याच्यातला वकील योग्य प्रक्रिया आणि सुसंस्कृत समाजाच्या दीर्घसूत्री कार्यपद्धतीच्या बाजूने मत देत होता. पण त्याच्यातल्या सहजप्रेरणा त्याला अधिकतर भाग पाडून स्लेडला आपल्या स्वत:च्या अटींवर, एकटं आणि कुणाही अधिकाऱ्या-बिधिकाऱ्याच्या नजरेला न पडता भेटायला प्रवृत्त करत होत्या. आता सॅमला आपण हत्या करण्याला समर्थ आहोत की नाही, याची शंका वाटत नव्हती. प्रश्न फक्त त्याला संधी मिळेल की नाही, एवढाच होता.

"गावातून जाताना आपल्या वाटेवर मला ऑफिसात जायचं आहे. तेव्हा हे सेवन सिस्टर्स ठिकाण कुठे आहे ते तू मला नकाशात दाखवून दे. मग मला थोडंसं निरुद्देश फिरायचं आहे. मला एकट्यानंच काही एक गोष्ट करायची आहे. तू जेकला माझ्या ऑफिसमधून फोन करू शकशील. आणि मी गावातून परत येईन नि तुम्हा दोघांना बरोबर घेईन."

निकनं त्याच्याकडे पाहत संमतिदर्शक मान हलवली.

प्रवेशद्वारावर बिडामध्ये घडवलेल्या उठावदार अक्षरांच्या कमानीखाली सुळकन येऊन पोर्शे थांबली.

मािद्रगल वाइनयार्ड्स
सोनोमा, कॅलिफोर्निया

वाळू, खड्यांच्या रस्त्यावरून सॅमनं गाडी हळूहळू घराकडे नेली. लुई डॅवीज आपल्याला भेटेल अशी अपेक्षा त्यानं ठेवलेली नव्हती; पण त्याला दूरध्वनीवर बोलून करता आलं नसतं असं काही ते होतं – त्या वृद्ध इसमाला एका खुन्यानं त्याच्या सावत्र मुलीला पळवून नेल्याचं नि तिला ओलीस ठेवल्याचं सांगणे.

दर्शनी दरवाज्याच्या पायऱ्यांशी त्यांनी गाडी उभी केली आणि धीम्या गतीनं तो चालत गेला नि त्यानं दारावरची घंटी दाबली. तो कित्येक क्षण वाट पाहात थांबून राहिला. केसांवर स्कार्फ बांधलेल्या आणि ज्याचा काही भाग एप्रननं झाकला गेला आहे असा साध्या प्रिन्टचा वेष परिधान केलेल्या एका वृद्ध स्त्रीनं दार उघडलं.

"हॅलो." वैशिष्ट्यपूर्ण उच्चारात ती म्हणाली.

"मला लुई डॅवीजना भेटायचंय. ते आत आहेत ना?"

"या क्षणी तरी नाहीत. पण एवढ्यातच त्यांची येण्याची वाट आहे."

"मला थांबता येईल असं वाटत नाही. पण हे फार महत्त्वाचं आहे."

"कशा संबंधी आहे ते, मी विचारू शकते का?"

''वैयक्तिक बाब आहे.''

त्या वृद्ध स्त्रीनं एक क्षणभर दहीखाऊ महीखाऊ केलं आणि मग त्याला आत घेण्यासाठी दार पूर्ण उघडलं. एका मोठ्या दालनातून आणि दोन दरवाजे पार करून अत्यंत आकर्षकपणे सजवलेल्या एका दिवाणखान्यात ती त्याला घेऊन आली.

''कृपया बसा. तुम्हाला प्यायला काही आणू का?''

''नको. मला असंच छान वाटतंय. माझ्यामुळे तुमच्या कामात व्यत्यय येऊ देऊ नका.''

फायर प्लेसच्या समोरच्या एका मोठ्या सोफ्यावर सॅम बसला. त्या स्त्रीनं त्याची माफी मागितली आणि ती त्या दालनातून बाहेर पडली.

सॅमनं त्याच्या कोटाच्या आतल्या खिशात हात घातला आणि आपल्या कचेरीतून घेतलेल्या लहान बॅरलच्या एका छोट्या रिव्हॉल्वरची मूठ बोटांनी चाचपून पाहिली. निक बाजूच्या खोलीतून जेक कार्न्सशी दूरध्वनीवरून बोलण्यात गुंतला असताना सॅमनं ते रिव्हॉल्वर त्याच्या डेस्कच्या कुलूपबंद कॅबिनेटमधून काढून घेतलं होतं. त्याचे ते दोन मित्र दुपारी दोन वाजताच्या त्यांच्या भेटीचं संकेतस्थळ म्हणून त्याच्या कचेरीची जागा निश्चित करत होते – सॅम त्या भेटीच्या संकेतस्थळावर फिरकणारसुद्धा नव्हता – त्यावेळी तो त्या पिस्तुलाची नळी उघडून तिच्या चेंबरमध्ये भरलेल्या पाच 'अडतीस स्पेशल' गोळ्यांची तपासणी करत होता.

त्याच गनची मूठ याक्षणी आपल्या हातानं पकडून ठेवत सॅमनं आपलं मस्तक त्या कोचाच्या काथ्या भरलेल्या गिर्दीच्या मुलायम पाठीवर हलकेच विसावलं आणि डोळे मिटून घेतले. थेट शहरापासून डॅवीजच्या द्राक्ष मळ्यापर्यंत झोप ही त्याची अवांच्छित; पण सातत्याची सोबत ठरली होती. त्या संमोहक आकर्षणाला आता अधिक काळ तो प्रतिबंध करून शकला नाही. झोप शांत, विनाव्यत्यय होती. ज्यानं आपल्या साऱ्या संशयांचा निरास करून टाकला होता आणि सगळा डळमळीतपणा संपवून टाकला होता त्याला लागलेली शांत, गाढ झोप. आता नेमकं काय करायचं आहे ते बोगार्डसला माहीत झालेलं होतं.

अचानक काहीतरी त्याच्या मांडीवर येऊन विसावलं आणि तो दचकून जागा झाला. आपण किती वेळ झोपलो याची त्याला कल्पना नव्हती.

एक हिसका देऊन त्यानं त्याचं मस्तक कोचाच्या पाठीवरून हलवलं आणि खाली नजर करून पाहिलं. अत्यंत स्वच्छ, शुभ्र रंगाचं, ब्लोफिश माशासारखे फुलारलेले केस असलेलं एक पर्शिअन मांजर त्याच्या छातीवर आपलं अंग घासत होतं. ते गुरगुरत होतं आणि आपलं तोंड सॅमच्या हनुवटीखाली दाबत होतं, त्याच्या छातीशी आपल्या पाठीची कमान करत मागं-पुढं करत होतं. संकोचून जात, आपल्याला झोपल्याचं कुणी पाहिलं की काय हे जाणण्यासाठी बोर्गाडसने खोलीत

सभोवार पाहिलं. त्या मांजराचा अपवाद वगळता तो तिथं एकटाच होता. त्यानं त्या प्राण्याला आपल्या मांडीतून उचलून हलकेच खाली जमिनीवर ठेवलं आणि झोप झटकून टाकण्याचा प्रयत्न करत तो उभा राहिला.

कोचापासून फायर प्लेसच्या दिशेन सॅम गेला आणि फायरप्लेसवरच्या पुढे आलेल्या फळीसारख्या भागावर मांडून ठेवलेल्या वस्तू तो पाहू लागला. एका छोट्या काचेच्या पेटीत बंद करून ठेवलेल्या सोन्याच्या घड्याळानं त्याचं लक्ष वेधून घेतलं. ते घड्याळ ही त्या कुटुंबात पिढ्यान् पिढ्या चालत आलेली मौल्यवान वस्तू असावी. त्यानं काचेवर हलकेच थोपटून पाहिलं.

''अंहं,'' त्या वृद्ध स्त्रीनं घसा खाकरला. ती खोलीत आली होती नि दरवाजात त्याच्या मागे येऊन उभी राहिली होती. ती खरडपट्टी काढणार आहे की काय, असं वाटत होतं.

''फारच सुंदर घड्याळ आहे हे,'' सॅम म्हणाला. ''हॉवर्ड असावं असं दिसतंय. कित्यक वर्षांपूर्वी माझ्या आजोबांकडेही त्यासारखंच एक होतं.''

ती दरवाजात मूकपणेच उभी राहिली.

बोगार्डसने फायरप्लेसवरच्या त्या पट्टीवरून एक फोटो उचलला.

''हे मिस्टर डॅवीज आहेत का? जेनिफरचे सावत्र वडील?''

''होय.''

तो चाळिशीच्या आसपासचा होता. करारी. कानशिलावरचे केस पांढुरके झालेला. पण सॅम असं समजून चालला, की तो फोटो काही वर्षांपूर्वी काढलेला असावा. कारण बोगार्डसनं त्या इसमाचं वय आधीच्या फोटोवरून निश्चित केलेलं होतं – ट्रेजर आयलंडपरून त्यानं मिळवलेला फोटो. त्याच्या हातातल्या फोटोग्राफवरून रेमण्ड स्लेडचे थंड, काळेभोर डोळे त्याच्याकडे परत रोखून पाहात होते.

ढगांनी व्यापलेल्या चंदेरी आकाशाखाली, लाटांच्या गर्जना करणाऱ्या पॅसिफिकचं दृश्य नजरेत येणाऱ्या कड्यावर पोर्शेमध्ये व्हीलमागे सॅम हतबल होऊन बसला होता. ड्रेक्स बीचच्या प्रवेशापासून तो अवघ्या एक मैलाच्या अंतरावर होता. पण त्याचे विचार मात्र जेनिफर डॅवीजच्या, शब्दात व्यक्त न झालेल्या रहस्यामध्ये हरवले होते.

रेमण्ड स्लेडविषयी तिला काही तरी माहिती आहे; काही एक विकृत रहस्य तिला ज्ञात आहे या जाणिवेमुळे कित्येक दिवस त्याला यातना होत होत्या. आता त्याला कळलं होतं, की त्या शंका म्हणजे निरर्थक कल्पनांची निर्मिती नव्हती.

सिमिंग्टनच्या त्या किल्ल्याच्या खालच्या घुमटाकार आढ्यांच्या, चक्रव्यूहासारख्या इमारतीमध्ये जेनिफरनं फक्त एकाच प्रश्नाचा पाठपुरावा केला होता. ''तुला असं वाटतं, तू रेमण्ड स्लेडला पाहिलंस तर त्याला तू ओळखू शकशील?'' तिनं

विचारलं होतं.

ती त्याला हॉस्पिटलमध्ये पहिल्यांदा भेटायला आली होती त्या दिवसाच्या सकाळपासून त्या इसमाचा फोटो शोधण्याच्या इच्छेनं पछाडलेली होती – पहिल्यांदा ट्रेजर आयलंडचा फोटो असलेल्या फर्मच्या फायलीमधून, आणि ते न मिळाल्यानं तिच्या आईजवळच्या जुन्या फोटो अल्बममधून.

पण स्लेड प्रत्येक वेळी एक पाऊल पुढे होता. आणि का असणार नाही? रेमण्ड स्लेड ऊर्फ लुई डॅवीजनं जेनिफर राहायची त्या घरातून त्याच्या युद्धकालीन प्रतिमेची बारीकशीही खूण पुसून टाकण्यासाठी कष्ट घेतले होते. पण सॅमला एक गोष्ट मात्र अजिबात लक्षात येत नव्हती, की स्लेडची कायदा कचेरीपर्यंत पोच कशी झाली आणि कचेरीची फाईल त्याला कशी मिळाली. पण तो तिथपर्यंत पोहोचला होता यात त्याला काही संशय नव्हता.

ते यापूर्वीच लक्षात न येण्याइतका बोगार्डस आंधळा झाला असला पाहिजे.

पण मग खुद्द जेनिफरलाही नक्कीच माहिती नव्हतं. म्हणून तर तिला त्याचा फोटो हवा होता. पॅटच्या मृत्यूनंतर जेनिफरचा बोगार्डसवर विश्वास उरला नव्हता. आपल्या बापानं खून केला आहे ह्या दिवसेंदिवस वाढणाऱ्या समजातच ती वावरत होती. तिला कुरतडणारी ही शंका ज्याच्या जोडीदाराची – ज्याच्या प्रेयसीची – लुई डॅवीजनं हत्या केली आहे त्या माणसाकडे ती कशी व्यक्त करणार?

त्यानं असा तर्क केला, की कित्येक वर्षांपूर्वी एके दिवशी तिच्या आई-वडिलांचं भांडण झालं, तेव्हा त्यांच्या शयनगृहाबाहेर तिच्या कानावर काही तरी आलं होतं – असं काही, जे ती दुसऱ्या कुणाही जिवंत माणसाला सांगू शकत नव्हती. त्याचं मन, एखाद्या लहान मुलाच्या कोड्यासारखं, तो निखळलेला दुवा एकमेव रिकाम्या जागी चपखल बसेपर्यंत घोळवत राहिलं. जेनिफर डॅवीज हा विचार बरोबर बाळगूनच जगत होती, की तिची आई नि रेमण्ड स्लेड यांचं 'प्रकरण' होतं; ठरलेल्या ठिकाणी नि वेळी योजलेली एखादी भेट होत होती, ज्यातून त्या दोघांना तिच्या बापाचा, जेम्स स्पेन्सरचा खून करणं भाग पडलं आणि स्लेडनं ते कृत्य भवितव्य घडविणाऱ्या त्या दुपारी ब्लिम्पवर पार पाडलं.

'गुड इयर' पायलटचं म्हणणं बरोबर होतं. त्या दिवशी त्या हवाई जहाजावरून दोन इसम बाहेर पडले; पण त्यांच्यापैकी एक जण मरण पावला होता. अन्यथा जेम्स स्पेन्सरच्या नाहीसं होण्याचा खुलासा कसा करता येईल? जर तो माणूस हयात असता, तर त्यानं स्वत:ला आपल्या अपत्यापासून आयुष्यभर दूर ठेवलं नसतं.

पण आपल्या स्वत:च्याच सावत्र मुलीला स्लेड ठार करू शकला असता? सॅमला अचानक लक्षात आलं, की लुई डॅवीजबरोबरच्या जेनिफरच्या संबंधांबद्दल त्याला काहीही ठाऊक नाही. त्या माणसानं तिच्या बापाची हत्या केलेली होती.

तिच्या आयुष्यावर एखाद्या दुश्चिन्हाच्या ढगासारख्या लटकणाऱ्या एका प्रश्नासोबत ती हयातभर जगत आली होती. ती जेव्हा जेव्हा त्याच्या डोळ्यांत पाही तेव्हा याची दाट छाया तिथं दिसत असे. मायेची अपेक्षा ठेवणाऱ्या अपत्याला मृत्युसरसं दैव वाट्याला आलं आणि आता इतकी वर्षं बाळगलेल्या संशयाची खात्री पटली होती.

सॅमचे विचार अधिकाधिक लुइ डॅवीजकडे – ज्या माणसाला त्यानं कधीही पाहिलं नव्हतं आणि ज्याचा आवाजही फक्त एकदाच जेनिफरबरोबर रुग्णालयातून झालेल्या त्रोटक दूरध्वनी संभाषणादरम्यान ऐकला होता अशा माणसाकडे – वळले. पॅटचा खून होण्यापूर्वी फक्त काही तास अगोदर तो तिच्या खुन्याशी बोलला होता, ही एक विलक्षण संवेदना होती.

नदीमुखापासून उत्तरेकडे पसरलेल्या, ज्यावर अखंडपणे थंड वारे वाहताहेत अशा सागर तटावर दुपारचा प्रकाश लांबच लांब सावल्यांचे आच्छादन घालू लागला होता. सॅमनं पोर्शे उभी केली. एक शुभ्र सेडान, एरवी रिकाम्या असलेल्या वाहनतळावरचं एकमेव वाहन, तीन स्लॉट पलीकडे असलेल्या मोकळ्या जागेत मागे घेतलं जात होतं. पोर्शेच्या थेट समोर जोरदार वाऱ्यामुळे वाकलेला एक फलक होता :

DRAKE'S BEACH

तो व्हीलमागे काहीही हालचाल न करता बसून राहिला. त्याची नजर निर्मनुष्य चौपाटीवर नि सभोवतालच्या उंच कड्यावर स्थिरावली होती.

डाव्या बाजूला पन्नास यार्ड दूरवर एक एकाकी लाकडी बांधकाम उभं होतं. निसर्ग न्याहाळण्याची जागा आणि लहानसं कॉफी शॉप यांचं एकत्रीकरण केल्यासारखं.

दोन स्त्रिया समुद्राच्या फेसाळणाऱ्या लाटांच्या बाजूनं एक कुत्रं घेऊन चालत होत्या. त्यांपैकी एक बुटकी नि स्थूल होती. तिनं भडक प्रिंटचे कपडे घातले होते नि झगमगीत रंगीत रुमाल डोक्याला बांधलेला होता. दुसरी उंचपुरी होती. तिनं एक लांब कोट नि डोक्यावर हॅट घातली होती. पांढऱ्या वाळूवर येऊन आपटणाऱ्या लाटांवर ते कुत्रं कर्कश भुंकत होतं आणि ती बुटबैंगण स्त्री जोरदार वाऱ्यानं उडणारा आपला वेष तिच्या गुबगुबीत पायांवर खाली ठेवण्यासाठी धडपडत होती. पुळणीच्या वरच्या अंगाला कित्येक यार्डांवर एक तरुण जोडपं हातात हात घालून खडकांवर चालत होतं. किनाऱ्यावर फुटणाऱ्या लाटांमध्ये पायांची बोटं बुडवत होतं आणि सागरी जीवांच्या खुणा कुठं दिसतात का, ते पाहण्यासाठी लहान लहान पाणथळींची पाहणी करत होतं.

सॅम त्या कॉफीशॉपच्या दिशेनं आणि त्या इमारतीच्या लाकडी चढणीवरून चालून गेला. पुळणीवर तोल सांभाळून उभ्या केलेल्या लाकडी फळ्यांच्या मचाणाच्या

टोकाशी तो थोडा थांबला आणि *ड्रेक्स बे* च्या पसाऱ्याचं त्यानं निरीक्षण केलं. *पॉइंट रेजचं* भूशिर उत्तरेकडे कित्येक मैल पसरल्याचं त्याला दिसत होतं. ते वायव्येला एकदम वक्राकार झालेलं होतं. आणि एरवी मुक्त असलेल्या समुद्र किनाऱ्याचं उत्तर पॅसिफिकच्या महाकाय भीषण लाटांपासून रक्षण करत होतं. त्या लाकडी मचाणाच्या समोरची पुळण वाहनतळाच्या एका बाजूला लागून जाणाऱ्या खाडीतून वाहून आलेल्या गोलाकार अस्ताव्यस्त दगडांनी भरलेली होती.

पण सेवन सिस्टर्सची खूण कुठेच दिसत नव्हती – तुटलेल्या कड्यांच्या उंच ठेंगण्या असलेल्या रांगा, ज्यांच्यामुळे ड्रेकला *क्लिफ्ज ऑफ डोवर* ची तीव्र आठवण झाली होती. दक्षिणेकडे सॅमच्या नजरेला वर आलेल्या टेकड्यांचा विक्षेप येत होता.

सॅमच्या मागच्या बाजूला कॉफी शॉपचा दरवाजा उघडला तसा तुतारीसारखं मोठ्या आवाजात वाजत असणाऱ्या, आतल्या काउंटरवरच्या रेडिओवरच्या रॉक संगीताचा आवाज ऐकू आला. सॅम दचकून मागे वळला नि विशीच्या आतच असणाऱ्या एका पोरीकडे टक लावून पाहात राहिला. त्या पोरीनं मळकट कॅनवासचा एप्रन अंगावर चढवलेला होता. प्रवेशमार्गाशी ती चौकटीत उभी असल्यासारखी दिसत होती.

''तुम्ही बोगार्डस आहात का?'' त्या मुलीच्या चेहऱ्यावरचे भाव म्हणजे औदासिन्य नि उद्विग्नता यांचं मिश्रण होतं.

सॅमनं एक क्षणभर तिचं निरीक्षण केलं आणि असा निष्कर्ष काढला, की तिच्यापासून काही धोका नाही. तो उत्तरादाखल ''होय.'' म्हणाला.

''तुमचा मित्र पुढं गेला आहे. तो म्हणाला, की नदीमुखाजवळ तो खुणेपाशी तुमची वाट पाहात थांबेल.''

सॅमनं त्या स्त्रीकडं सावधपणे पाहिलं.

''माझा मित्र – एकटाच होता, की त्याच्याबरोबर एक स्त्रीही होती?''

''ओ मिस्टऽर, मी काही *'वेस्टर्न युनियन'* नाही. मी फक्त निरोप पोहोचवण्याचं काम केलं.''

''त्या नदीमुखापर्यंत मी कसं जायचं?''

तिनं हात उडवून साधारण दक्षिण दिशेकडं निर्देश केला, मग ती मागं वळली आणि रिकाम्या कॉफी शॉपमध्ये परत गेली.

सॅम त्या आच्छादित मचाणावरून उतरून त्याच्या गाडीकडे परत गेला आणि त्यानं पुढच्या बाजूचं सामानाचं कंपार्टमेंट उघडलं. त्यातून त्यानं दुर्बीण काढून घेतली आणि गळ्यात लटकवली, मग मेणकापडात गुंडाळलेलं ते अवजड पुस्तक उचललं आणि काखोटीला मारलं.

तो पोर्शेचा टप दाणकन बंद करणार तोच तिथून वीस फूट दूर असणाऱ्या त्या

दुसऱ्या वाहनाच्या डिकीच्या लॅचमध्ये अडकलेल्या कापडाच्या एका तुकड्यानं त्याची नजर वेधून घेतली. त्या मोटरवरचे किंवा कापडावरचे आपले डोळे बाजूला न घेता बोगार्डस पोर्शेच्या जादा टायरखाली जॅक हॅण्डल हातानं चाचपडत राहिला. त्याच्या हाताला जसा त्या थंड धातूचा स्पर्श जाणवला तसा तो त्या पांढऱ्या सेडानच्या डिकीच्या झाकणात अडकलेल्या जेनिफर डॅवीजच्या पोषाखावरल्या सिल्कच्या *पेझली* नमुन्याच्या चित्राकृतीकडे पाहात निश्चल उभा राहिला.

त्या कॉफी शॉपच्या लाकडी मचाणापासून बोगार्डस वीसएक पावलांपेक्षा कमीच पावलं चालून गेला असेल, नसेल; तो सागराकडे पाठ करून उभा राहिला आणि *पॉइंट राये*पासून दक्षिणेकडे *गोल्डन गेट* पर्यंतचा भूशिराचा पूर्ण पट्टा त्याच्या नजरेत आला. त्याच्या डोळ्यांसमोर सभोवार वाळूच्या खडकाच्या उंच – ठेंगण्या भिंती उभ्या होत्या नि त्यांच्या मधोमध *ड्रेक्स बीच* होता. डोंगर उतारानं भूस्तरांचाच वर-खाली जाणारा रस्ता बनवलेला होता आणि त्या साऱ्या वक्राकार सागरकिनाऱ्याच्या विस्ताराइतका तो पसरलेला होता. वाहनतळावरून आणि कॉफी शॉपच्या मचाणावरून जे दृष्टिआड झालेलं होतं ते समुद्रावरून सहजपणे दिसत होतं. आता त्याच्या डोळ्यांसमोर सेवन सिस्टर्स होत्या. माथ्यावर ते कडे प्रचंड नि भीषण भासत होते. त्यांच्या पृष्ठभागावरच्या खड्ड्या-खळग्यांमुळे छोट्या छोट्या गुहा तयार झाल्यासारखं भासत होतं आणि अगदी बारीक लोहकणांमुळे त्यावर गंजाचे डाग पडल्याचं दिसत होतं.

पाय रुतणाऱ्या वाळूतून कष्टानं जात सॅम सागरतीरापर्यंत मार्ग चालत राहिला. तिथं ओलसर घट्ट वाळूमुळे त्याला अधिक चांगल्याप्रकारे पाय टाकता येत होते. त्या दोन स्त्रिया आणि त्यांचा कुत्रा यांच्याखेरीज फक्त तोच पुळणीवर होता. लांब अंतरावर धुक्यामधून त्या स्त्रिया त्याला दिसत होत्या. कुत्रं लाटांकडे पाहून भुंकत होतं. नि त्या मानवी आकृती त्याच्या बरोबरीने पुळणीच्या कडेने दक्षिणेकडे जात होत्या.

कड्याच्या माथ्यावर अत्यंत सोयीच्या ठिकाणी असणाऱ्या रेमण्ड स्लेडनं त्याची नक्षीदार वॉकिंग केन उंच दलदली गवतामध्ये त्याच्या पायाशी ठेवली. अतिशक्तिशाली रायफलीची दुर्बीण व्यवस्थित केली आणि खाली चालत असणाऱ्या बोगार्डसवर रोखली. तिच्या 'क्रॉस हेअर्स'चा त्या वकिलाच्या हनुवटीच्या खालीच एका बिंदूवर नेम लावून ठेवला. मग त्या शक्तिशाली दुर्बिणीच्या डोळ्यांतून खाली, त्याच्या बळीच्या देहावरून, त्याचं उद्दिष्ट असलेला बिंदू केंद्रस्थानी येईपर्यंत तो नजर फिरवत राहिला. ते पुडकं सुरक्षितपणे काखेत धरलेलं दिसत होतं. स्लेडच्या ओठांच्या कोपऱ्यातून स्मित बाहेर पडलं. तो कड्याच्या काठाला असणाऱ्या झुडपांतून उठून

उभा राहिला आणि कित्येक यार्ड दक्षिणेकडे सरकला – खाली त्याला खुणेचा एक जाडजूड लाकडी खांब – *द ड्रेक मार्कर* आणि नदीमुखाचं खारट पाणी कुठलाही व्यत्यय न येता दिसत होतं. त्या खुणेच्या खांबापासून शंभरएक यार्डवर नदीमुखापाशी लांबवर एक एकांडा मच्छीमार भरतीच्या लाटेवर एका लहानशा ॲल्युमिनियम होडग्यात बसून हेलकावे खात होता. पुळणीवरच्या त्या स्त्रिया दोनशे यार्ड दूर वाळूच्या भूशिराच्या दुसऱ्या टोकाला जाईतोवर तो लक्षपूर्वक त्यांच्याकडे पाहात राहिला. तो मच्छीमार त्याच्या होडग्यात निश्चल बसून होता. तो गळ टाकून बसला होता हे उघडच होतं. ही सारी आगंतुक मंडळी काही गुंता करणार नाहीत याची खात्री झाल्यावर स्लेड कड्याच्या टोकाकडे परतला आणि त्या वकिलाची टेहळणी त्यानं पुढं चालू ठेवली.

उंच दलदली गवतातून चालताना सॅमला कष्ट होत होते. त्यानं ते मेणकापडातलं पुडकं त्याच्या डाव्या काखेखाली पकडून ठेवलेलं असल्यानं त्याच्या उजव्या मागच्या बाजूला त्या गवताच्या वस्तऱ्यासारख्या धारदार पानांची टोकं डंख मारल्यासारखी टोचत होती. त्यानं त्याच्या खिशात हात घातला तसा आतल्या छोट्या रिव्हॉल्वरचा स्पर्श त्याला जाणवला.

कमरेइतक्या उंच गवताच्या काट्यांमधून बोगार्डस जसा चालत राहिला, तशी सुडाच्या तीव्र इच्छेनं त्याच्या तोंडाला कोरड पडली. त्यांच्या दोघांच्या ठिकाणांच्या तुलनात्मक बलस्थानांचा नि उणिवांचा त्यानं विचार केला. स्लेडच्या मोटारीच्या डिकीतल्या त्याला लागलेल्या शोधानं ह्या समीकरणात त्यानं भरलेल्या किमतींनी त्यांच्यामध्ये मुळापासून बदल घडवला होता. रेमण्ड स्लेडकडे, त्याच्याशी देवाणघेवाण करण्यासारखं काहीच उरलं नव्हतं. त्यांच्यापैकी कुणीतरी एकच जण त्या पुळणीवरून जिवंत परतणार होता.

नदीमुखाला संरक्षण देत सर्व बाजूंनी उभे उंच कडे जवळ आल्याने गर्जना करत किनाऱ्यावर फुटणाऱ्या फेसाळ लाटांपासून पावभर मैल अंतरावरच्या वाळूच्या उंच मैदानावर आपण अक्षरश: एकाकी असल्याचं सॅमला लक्षात आलं.

नदीमुखाच्या काठाशी तीन फूट परिघाचा एक जाडजूड लाकडी स्तंभ पुळणीच्या पंधरा फूट वर आलेल्या स्थितीत उभा होता. सॅम त्या खांबाकडे चालू लागला. त्या खांबाच्या मध्याजवळ दर्यावर्दींच्या संघटनेनं एक फलक लावलेला होता. तो धातूपासून बनलेला होता आणि त्याला कागदाच्या उलगडलेल्या गुंडाळीचा आकार देऊन त्यावर मजकूर कोरलेला होता. तिथं एक वाळूचा ढिगारा होता आणि त्यावरून सतत वारा घोंघावत होता. ढिगाऱ्याचं ते ठिकाण म्हणजे सन १५७९ च्या त्या उन्हाळ्यात ड्रेक आणि त्याचे जहाज-चालक व इतर कर्मचारी यांनी एक महिन्यापेक्षाही

अधिक काळ वास्तव्य केलं होतं, तेच ठिकाण असल्याचं तो मजकूर उद्घोषित करत होता.

त्या खुणेच्या आसपासचा भाग निर्मनुष्य होता. दुर्बिणीतून ३६० अंशांचा पट्टा न्याहाळत सॅमनं नदीमुखाची बारकाईनं पाहणी केली. पुळणीच्या टोकाला असलेल्या वालुकामय भूशिराचं दृश्य, त्याच्या भोवताली असणाऱ्या असंख्य वाळूच्या ढिगांमुळे अगदी अस्पष्ट झालेलं होतं.

त्यानं ती निरीक्षण-दुर्बीण छातीवर लटकत सोडून दिली आणि त्याचा हात परत त्याच्या कोटाच्या खिशाकडे जाऊन रिवॉल्वर चाचपू लागला. बोगार्डस त्या स्मारकाकडे वळला तसा तो गोठल्यासारखा उभा राहिला. त्याचं लक्ष अचानक एका इसमाच्या हालचालीनं वेधून घेतलं. तो इसम त्या खुणेच्या मागून पुढे आला. त्याच्या हातात रोखलेली रायफल होती. सॅमचा देह जागच्या जागी खिळला. खिशातल्या पिस्तुलावरचा हात लुळा पडला. पन्नास फुटांपेक्षाही कमी अंतर! तिथं साक्षात मृत्यू उभा होता.

अनंत भासणारा काळ नि:शब्दतेत निघून गेला. रायफल घेतलेली ती मानवाकृती खांबाच्या पायथ्याशी निश्चल उभी होती. रायफलीच्या दुर्बिणीमागे नि त्या रायफल-धाऱ्याच्या उंचावलेल्या हातामागे दडलेला त्या माणसाचा चेहरा दिसावा म्हणून सॅमनं बरेच प्रयास केले. एक क्षणभर सॅमनं भावी संकटापासून आपले डोळे बाजूला वळवले तसे ते आशेचा एक बारीक किरण दाखवणाऱ्या वस्तूवर खिळले. त्या बंदुकधाऱ्याच्या उजव्या बाजूला दोन फुटांवर ड्रेकच्या खुणेला टेकवून ठेवलेली फिरायला जाताना वापरायची एक पितळी मुठीची काठी होती. कदाचित स्लेड अपंग असावा. कदाचित त्याची प्रतिक्रिया सेकंदभर धीमी होईल. सॅमला अजूनही त्या इसमाच्या चेहरेपट्टीचा मात्र अंदाज करता येत नव्हता.

आतापावेतो खिशातच दृष्टिआड ठेवलेल्या पिस्तुलाची नळी एका वेळी एक सेंटिमीटर या गतीनं वर घेत त्या खुणेजवळच्या इसमाच्या दिशेनं सॅम उंचावत राहिला.

"एक इंचभर जरी हललास तर तू मेलासच बघ! तुझा तो हात खिशाबाहेर घे."

सॅमची चलबिचल झाली.

"लगेच."

बोगार्डसनं हळूहळू, नाखुषीनंच पिस्तुलावरची पकड सोडून दिली. ते पुडकं हवेत उंच धरत त्यानं दोन्ही हात वर केले.

"जर्नल खाली, जमिनीवर ठेव." आदेशाचा स्वर थंड, एकसुरी होता.

उंच गवतात उसळी मारून पिस्तुलाचा वापर करायची संधी साधण्याचा सॅमला मोह झाला. परंतु दुर्बीण असलेल्या रायफलीनं एखाद्या लेसर किरणाप्रमाणे नेम धरलेला होता. बोगार्डसनं त्याच्या पर्यायांचा अंदाज घेतला आणि वाट पाहायचं ठरवलं.

सॅमनं ते पुस्तक डोक्यावर उंच धरत नदीमुखाच्या शांत, स्थिर, काळ्या पाण्याच्या दिशेनं कित्येक पावलं टाकली. आपल्या सावजावर नेम स्थिर ठेवत त्या खुणेजवळचा बंदुकधारी वळला.

"रायफल खाली ठेव," सॅम म्हणाला.

"मी का म्हणून ठेवू?"

बोगार्डसनं अवाक्षर काढलं नाही. उलट, प्रथमदर्शनी आळशासारखी हालचाल वाटेल अशा आविर्भावात तो नदीमुखाकडे चालत राहिला. आणखी दोनच ढांगांत त्या माणसाला त्याचं उत्तर मिळणार होतं. सॅम किनाऱ्यावर बांधलेल्या मातीच्या भरावावर पोहोचला. भराव उंच चढाचा होता. साचलेल्या पाण्याच्या थेट वर तयार झालेला द्वीपकल्पाचा तो निमुळता भाग होता.

एक हात आडवा धरून त्यानं ते मेणकापडात बांधलेलं पुडकं बाहेर, पाण्याच्या वर धरलं. "ह्या जर्नलचा लगदा झाला, तर त्याची किंमत काय उरेलसं तुला वाटतं? म्हणजे अर्थात तुला पुन्हा ते सापडलंच, तर?"

"पुस्तक टाकून दे तर खरं. मग तुला त्या पोरीचं दर्शनही जिवंत स्वरूपात कधीही होणार नाही; हे मात्र लक्षात घे."

"मोठाच विनोद आहे हा." सॅमच्या आवाजात उपरोधाची छटा होती.

एक क्षण रायफलची नळी नेम सोडून हलल्याचं सॅमनं बारकाईनं टिपलं. जेनिफरच्या सुरक्षेबाबत सॅमच्या बेदरकार वृत्तीनं तो बंदुकधारी विचलित झाल्याचं उघड दिसत होतं. रेमण्ड स्लेडला त्याच्या शक्तिशाली रायफलचा फायदा पुरेसा ठरला नव्हता. सॅमची आता खात्री झाली होती, की शत्रूनं देऊ केलेल्या अधिकच्या संरक्षणावर स्लेड विसंबणार होता; त्याला सुरक्षिततेची जी काही संधी होती, ती सुद्धा सॅमनं आता त्याच्या वृत्तीनं प्रभावहीन केली होती.

बोगार्डस त्याचा हात बाहेरच्या बाजूला ताणून उभा आणि ते मेणकापडाचं पुडकं नदीमुखाच्या खाऱ्या पाण्याच्या वर हवेत; अशी स्थिती असतानाच सागरी वाऱ्यावरून लांबवरून एक आवाज हवेबरोबर अलगदपणे वाहात आला – सायरनचा कर्कश आवाज. सॅमनं आधीच दूरध्वनी करून बोलावलेली अॅम्ब्युलन्स वाहनतळाकडे येत होती.

रात्रीच्या वेळी आगसूचक घंटीचा आवाज बदलावा तद्वत आवाजाची पट्टी बदलत जाणाऱ्या सायरनचा कर्णकटू आवाज जसा पुळणीच्या अधिकाधिक जवळ येऊ लागला तसा त्या आवाजानं त्या खुणेच्या स्तंभाजवळच्या बंदुकधाऱ्याचा धीर सुटत चालला. जवळ येणाऱ्या आवाजाच्या दिशेनं पुळणीकडे त्याचे डोळे वळले. त्याची एकटक नजर अचानक निस्तेज झाली आणि त्याच्या बोटानं रायफलवरची सुरक्षा-पिन मोकळी केली.

आपला ताणलेला हात पवनचक्कीप्रमाणे फिरवत सॅमनं ते पुस्तक त्याच्या हल्लेखोरावर भिरकावलं. त्या अवजड पुडक्याच्या हवेतल्या भिरकावण्याचा वेध घेण्यासाठी रायफलीचं तोंड वर आलं खरं; पण ती हालचाल नेम साधून केलेल्या कृतीपेक्षा सहजप्रेरणेतून केलेली कृती होती.

नंतरच्याच क्षणी झगझगीत प्रकाशाची चमक लकाकली आणि कानठळ्या बसवणारा स्फोट झाला, विजेसारखा प्रकाश नि मेघगर्जनेसारखा कडकडाट यांची एकाचवेळी प्रतिक्रिया व्हावी तसा; नि त्यासरशी, बातम्या टाइप करण्याच्या स्वयंचलित यंत्रात वापरली जाते त्या कागदी फितीचं प्रदर्शनात प्रात्यक्षिक करताना रंगीत कागदाच्या चकत्या हवेत उधळाव्यात तद्वत कागदाचे तुकडे अवकाशात उधळले गेले. ते जाडजूड पुडकं जमिनीवर पडलं होतं नि त्याच्या पानांचे, त्या पुस्तकाच्या आवरणांमधून तीव्र वेगाची गोळ्यांची फैर बाहेर फेकली गेल्याने फाटून तुकडे झाले होते. त्या दणक्याच्या आवाजाचा नदीमुखाभोवतालचा उंच कड्यांवरून प्रतिध्वनी बाहेर पडला आणि त्यामुळे सीगल पक्षी कर्कश ओरडत आकाशात झेपावले.

सॅम नदीमुखाच्या किनाऱ्यावरच्या उंच गवतात झेपावला. त्यानं खिशातून पिस्तुल बाहेर काढलं आणि वर बघितलं – सरळ दहा फूट अंतरावरच्या रायफलच्या निमुळत्या टोकाच्या नळीत. पहिल्या बाराबरोबर तो बंदुकधारी त्याच्या जवळ आला होता. फिरायला जाताना वापरायच्या त्या काठीच्या रूपानं निर्देशित केलेल्या त्याच्या अपंगतेबाबत सॅमनं केलेला अंदाज प्रमाणापेक्षा अधिकच फसवा ठरला होता आणि आता तो स्वत: जमिनीवर पालथा पडला होता; त्याच्या बाजूला त्याचं पिस्तूल होतं आणि समोर उभ्या राहिलेल्या मृत्यूकडे तो टक लावून पाहात होता.

गोळीबार करणाऱ्या पथकासमोर उभ्या असणाऱ्या माणसाप्रमाणे सॅम बंदुकीच्या बाराचा स्फोट होण्याची वाट पाहात राहिला. एका पळत्या क्षणी त्याच्या मनात तो मूर्खपणाचा प्रश्न चमकून गेला – माणसाला ठार करणारा गोळीबाराचा दणका त्याला कधीच ऐकू येत नाही, हे खरं असावं का? गोळीच्या आघाताच्या अपेक्षेनं त्याच्या शरीरावर ताण आला, त्याचे डोळे रायफलच्या तोंडावर खिळून राहिले.

पण बंदूक चालवल्याक्षणीच ती मागे जाण्याची हालचाल घडली नाही, तिच्या तोंडाशी प्रकाशाचं तेज प्रकटलं नाही. उलट त्या इसमाच्या दुर्बिणीमागच्या मस्तकाचाच नारंगी धुक्याच्या गोलकात स्फोट झाला आणि त्याचा देह एक क्षणभर हवेत अधांतरी राहिला. मस्तक म्हणून ओळखही पटू नये असा चमत्कारिक आकार. मग तो लोळागोळा होऊन जमिनीवर कोसळला. एखाद्या कळसूत्री बाहुल्यासारखा.

तो देह घाणीच्या एखाद्या पोत्यासारखा जमिनीवर आपटला आणि बंदुकीच्या एका लांबवरच्या बाराचा आवाज बाहेर पडला नि त्या खुणेच्या स्तंभाच्या वरच्या बाजूला असणाऱ्या कड्यांवर आपटून घुमला.

पाठोपाठ अनेक पिस्तुलांतून एकापाठोपाठ बाहेर पडणाऱ्या बारांचा भडिमार उसळला. त्या नदीमुखाला वेढणाऱ्या लहानशा पुळणीवरून ते बार काढले जात होते.

सॅम वाळूच्या एका छोट्याशा ढिगाकडे गुडघ्यांवर रांगत भराभरा गेला आणि त्या बंदुकीच्या बारांच्या भडिमाराच्या दिशेनं पाहात राहिला.

पुळणीवरती कुत्र्यासह ज्या दोन स्त्रिया चालत होत्या, त्या वाळूवर आडव्या पडल्या होत्या. प्रत्येकीच्या हातात एक हॅण्डगन होती आणि ती नदीमुखाच्या दिशेनं नि खुणेच्या स्तंभापासून पन्नास यार्डांच्या आत हेलकावत असणाऱ्या छोट्या ॲल्युमिनिअम मच्छीमार बोटीवर अखंड गोळीबार करत होती. त्या बोटीच्या सभोवती गोळ्या पाण्यावर उसळत होत्या; त्यातल्या काही त्यांच्या लक्ष्यावर आपटत होत्या नि मंदसा आवाज करत त्या पातळ धातूला भेदत होत्या. त्या स्थूल, बुटक्या स्त्रीचा चेहरा पहिल्यांदाच सॅमच्या दिशेनं वळला. तो पूर्ण वाढलेल्या दाढीनं झाकलेला होता!

निक जॉर्गनसननं हात वर उचलला आणि डोक्याला बांधलेला झगमगीत रंगीत रुमाल काढून टाकला. हे करत असताना दुसऱ्या हातातल्या मोठ्या रिव्हॉल्वरमधून त्याचा गोळ्यांचा भडिमार चालूच होता. त्याच्या बाजूलाच वाळूवर जेक कार्न्स होता. त्यानं 'फॉर्टिफाइव्ह ऑटोमॅटिक' पिस्तुलाची क्लिप मोकळी केली नि दुसरी झटकन हॅण्डलमध्ये घट्ट बसवली आणि ती बोट टप्प्याच्या पलीकडे नि नदीमुखात खोलवर असलेल्या उंच वेळूच्या बनाच्या आश्रयाला जाण्याच्या आत तिच्यावर आणखी पाच गोळ्या झाडल्या. कित्येक क्षण निक नि जेक वाळूवर निश्चल पडून राहिले. सॅमचे डोळे त्याच्या दोघा मित्रांवर खिळलेले होते. नुकतंच जे घडून गेलं होतं त्याचा काहीच उलगडा त्याच्या मनाला होत नव्हता.

त्या खुणेच्या स्तंभापासून दहा पावलांवर त्यांच्या पायापाशी पडलेल्या देहाच्या त्या विलक्षण नि भयकारक आकाराकडे पाहात सॅम नि जेक उभे होते. त्या इसमाच्या चेहऱ्याचे जे काही भाग उरलेले होते ते ओळखू न येण्याच्या अवस्थेत होते. त्या छोट्या बोटीतून मारलेल्या गोळीच्या परिणामी खाली आपटल्याच्या आघातामुळे तो चेहरा आकारहीन झाला होता.

कपटे होऊन वाळूवर पसरलेल्या त्या पुडक्याच्या अवशेषांकडे निक अवाक होऊन पाहात उभा होता. तो खाली वाकला आणि ते पुडकं त्यानं उचललं नि त्याच्या वरच्या बाजूला मेणकापडातून पडलेल्या पूर्ण गोलाकार भोकाकडे त्यानं पाहिलं. मग

ते पुडकं त्यानं उलटून पाहिलं. दुसऱ्या बाजूचं कापड पोलादी आवरणाची गोळी बाहेर पडल्याबरोबर वेगळं झालं होतं; तसंच मागचं पूर्ण वेष्टण नि पुस्तकामधला बहुतांश ऐवजसुद्धा खराब झाला होता. वाऱ्यानं वाहून, उडवून नेलेल्या कागदी तुकड्यांपैकी वाळूच्या टेकड्यांवरून उडून पाण्यात पडत असणाऱ्या फाटलेल्या कागदांच्या त्या तुकड्यांकडे तो पाहात राहिला.

सॅमनं त्याच्या पायानंच तो मृतदेह वळवून पाठीवर उताणा केला. त्यानं त्या मृत माणसाच्या कोटाच्या आतल्या खिशात हात घातला. त्याचं पाकीट सॅमच्या हाताला लागलं. ते त्यानं बाहेर काढलं. त्यातून त्याचं फाटकंतुटकं ड्रायव्हिंग लायसन्स त्यानं काढलं आणि कित्येक क्षण त्यावर नजर रोखून ते न्याहाळलं. त्याच्या मुद्रेवर अनोळखी-पणाचा भाव प्रकटला. मग त्यानं ते लायसन्स नि पाकीट वाळूत फेकून दिलं.

आपल्या मित्राच्या चेहऱ्यावरचा पराभवाचा तिरस्करणीय भाव पाहून सॅमनं ते पुस्तक निकच्या हातातून काढून घेतलं. निकचे डोळे पुस्तकाच्या शीर्षकावर रोखले गेले नि दिलासा मिळाल्याचा भाव त्यांत दाटून आला. ते शीर्षक होतं: *‘केसेस अ‍ॅण्ड मटेरिअल्स ऑन द लॉ ऑफ रिअल प्रॉपर्टी.’*

सॅमनं ते पुस्तक वाळूवर फेकून दिलं

“मग जर्नल कुठे आहे?”

“माझ्या गाडीच्या डिकीमध्ये.”

एखाद्या कोल्ह्याच्या वासावर शिकारी कुत्रे यावेत त्याप्रमाणे जॉर्ज फ्लेचर आणि त्याच्या मागोमाग गणवेषधारी तीन पोलीस अधिकारी बंदुकीच्या बारांच्या आवाजाच्या दिशेने धावत पुळणीवर आले.

दोनशे यार्ड दूर अंतरावरून सॅमनं ते येत असल्याचं पाहिलं.

“हे बघ निक, आता मी सांगतो ते नीट ऐक. मला काहीही करून इथून गेलं पाहिजे.” त्यानं वाळूत पडलेल्या त्या मृतदेहाकडे पाहिलं “पोलीस इथं आले की त्यांना सांग, अंगठ्याला बांधलेल्या कॉरोनरच्या टॅगवर रेमण्ड स्लेड नाव आलं पाहिजे.”

“तू कुठं चालला आहेस?”

“मला जेम्स स्पेन्सरशी बोलायचं आहे.”

निकच्या चेहऱ्यावरचे आश्चर्याचे भाव पाहून तो आणखी काही बोलण्यापूर्वीच सॅम नदीमुखाच्या वर असणाऱ्या कड्यांच्या माथ्याकडे जाणाऱ्या, पण वापरात नसलेल्या रस्त्यावर पोहोचला होता.

ओतीव लोखंडात घडवलेल्या त्या खुणेच्या फलकाखालून आणि लांब वालुकामय गाडी-रस्त्यावरून सॅमनं त्याची मोटरकार आणली, तेव्हा त्या घराच्या समोर एक

निळी बीएमडब्ल्यू उभी असल्याचं त्याला दिसलं. गाडीचा ड्रायव्हरच्या बाजूचा दरवाजा उघडाच होता. तो पुढं गेला आणि त्यानं त्याची गाडी बीएमडब्ल्यूच्या पुढं आणून उभी केली. तिचं इंजिन चालू होतं आणि तो त्याच्या पोर्शेमधून बाहेर पडून त्या दुसऱ्या गाडीला वळसा घालून आला, तेव्हा बोगार्डसला व्हीलमागच्या सीटवर रक्ताचे डाग पडलेले नजरेस आले.त्यानं त्या गाडीतून खाली पडलेल्या रक्ताच्या थेंबांचा माग घेत घराच्या पायऱ्या चढल्या आणि उघड्याच असलेल्या दर्शनी दरवाजातून तो आत गेला.

त्यानं खिशातलं पिस्तूल चाचपलं खरं; पण त्याला एक आवाज असं सांगत होता, की या खेपेस त्याची त्याला गरजच पडणार नाही.

सॅम प्रवेशकक्षातून चालून गेला आणि त्याच्या बाजूलाच उघडणाऱ्या अतिशय आकर्षक अशा एका खोलीत शिरला.

फायरप्लेसच्या समोरच्या कोचावर एक वयस्कर इसम बसला होता. त्याचा चेहरा लाल झालेला होता, देह सुंदर, महागड्या पांढऱ्या शुभ्र सोफ्याच्या अगदी टोकाला टेकवून ठेवलेला होता. सॅमला या आधी, दुपारी जिनं घरात घेतलं होतं ती स्त्री गुडघ्यावर बसलेली होती नि लुई डॅवीजचं मस्तक तिनं आपल्या बाहूंमध्ये धरलेलं होतं आणि ते ती हलवत होती.

सॅम तिथं आल्याचं तिच्या लक्षात येताच त्या स्त्रीनं विनवणीच्या नजरेनं वर पाहिलं. ''सिनॉर, ते मला ॲम्ब्युलन्स बोलवू देत नाहीयेत.''

''ठीक आहे सारं, मार्गरित.'' त्या वयस्कर इसमाचा आवाज ओढल्यासारखा येत होता. त्याच्या जाकिटाच्या अस्तरावर रक्ताचे गडद डाग पडलेले होते. त्याचे डोळे बोगार्डसकडे वळले.

''जेनिफर ठीक आहे ना?''

''होय. इथं येताना वाटेत मी फोनवर हॉस्पिटलमध्ये बोललो. तिला गाडीच्या डिकीत कोंडण्यापूर्वी स्लेडनं तिच्यावर, तिनं काही गडबड करू नये म्हणून कुठल्यातरी जालीम द्रव्याचा वापर केला होता. पण डॉक्टर म्हणतात, की ती एक-दोन दिवसांतच ठीक होईल.''

सॅम सोफ्याच्या बाजूलाच गुडघे टेकून बसला, त्यानं डॅवीजच्या कोटाची बटणं काढली आणि जखमेची तपासणी केली. शर्टावर रक्त साठून राहिलं होतं नि डाव्या बाजूला झालेल्या जखमेतून रक्त वाहत होतं.

''आपण ॲम्ब्युलन्स बोलावूया.''

''नको. संपलंय सारं आता. हे असंच व्हावं अशी माझी इच्छा होती. तिला ते सोईचं ठरेल.''

डॅवीजनं सॅमकडं पाहिलं. त्याच्या चेहऱ्यावर एका वयोवृद्ध आजोबाचं कनवाळू

स्मित होतं. "तुझ्या केव्हा लक्षात आलं ते?"

"एक तासापूर्वी," सॅम म्हणाला. "बीचवर जेव्हा मी त्याचं ड्रायव्हिंग लायसन्स पाहिलं आणि त्यावरचं जॉर्ज जॉन्सन हे नाव पाहिलं तेव्हा. ते नाव त्यानं पूर्वी एकदा वापरलं होतं – ट्रेजर आयलंडवर, ते फोटो ओळखायला. जेम्स स्पेन्सरचे सर्व फोटो नाहीसे का झाले, ते लक्षात यायला फार वेळ लागला हे मात्र खरं आणि मग माझ्या डोक्यात एक कल्पना चमकली. स्पेन्सरचा फोटो मुळी नाहीसा झालेलाच नव्हता. स्लेडनं फोटोंवरच्या नावांची फक्त अदलाबदल केली होती आणि स्वत:चा फोटो फायलीतून काढून टाकला होता. त्यानं तसं का केलं?"

जेम्स स्पेन्सर ऊर्फ लुई डॅवीजनं वर नजर करून बोगार्डसकडं पाहिलं आणि तो बोलू लागला : "अगदी अखेरीअखेरीस जेनिफरनं जेव्हा मोबदला देऊन तुला नेमलं तेव्हा मला तिच्या संशयाचा रोख काय आहे त्याची जाणीव झाली. तिनं असा समज करून घेतला, की मीच रेमण्ड स्लेड आहे. तिची आई नि मी एकमेकांच्या प्रेमात पडलो असून आम्ही काही डाव रचला होता आणि त्यातून कित्येक वर्षांपूर्वी मी तिच्या बापाचा खून केला आहे. तिच्या या संशयाविषयी स्लेडला सांगण्याची चूक मी केली आणि त्यानं फोटोग्राफची अदलाबदल करून मला जबाब दिला. मला असं वाटतं, की तिच्या भीतीचं निराकरण करून तिच्या मनात विश्वास निर्माण करण्याचा आव आणायचा आणि आपली स्वत:ची ओळख नाहीशी करण्याचा त्याचा तो मार्ग होता."

त्या वयस्कर इसमानं मस्तक डावी-उजवीकडं हलवलं आणि पुन्हा क्षीण आवाजात तो सांगू लागला : "मी त्याला इशारा दिला, की त्यानं जर जेनिफरला मोकळं सोडलं नाही, तर मी त्याला ठार करीन. एक खाजगी गुप्तहेर नेमून मी एक आठवडाभर त्याचा माग काढला. आज दुपारी तो हेर माझ्याकडे आला आणि त्यानं मला कॅम्ब्रिआतल्या त्या हॉटेलमधल्या आरशावर लिहिलेल्या संदेशाविषयी सांगितलं. मला ठाऊक होतं, की तो नदीमुखाकडेच जाणार. नाटकीपणाकडे त्या माणसाचा मुळातच कल होता. गेल्या इतक्या वर्षांत आम्ही त्या दळभद्री खांबापाशी डझनभर वेळा तरी भेटलो असू. म्हणून मग मी एका मित्राची बोट भाड्यानं घेतली. बाकी पुढचं तुला माहीत आहेच."

सॅमनं त्या नोकराणीच्या डोईचा रंगीत चिटाचा रुमाल काढून घेतला आणि लुई डॅवीजच्या कोटाखालच्या जखमेवर दाबून धरला. त्या पोक्त गृहस्थाची मुद्रा वेदनेनं वाकडीतिकडी झाली आणि त्यानं हलकेच आपल्या पाठीची कमान केली, नि मग तो पुन्हा कोचावर विसावला.

"पण तुम्ही तिला आपण तिचे वडील असल्याचं सांगितलं का नाहीत?" सॅमनं त्याला प्रश्न केला."

"जिच्यावर तुमचं प्रेम आहे अशा तुमच्या मुलीला, तुम्ही आरमारातील एक

फरार सैनिक, एक चोर असल्याचं कसं काय सांगू शकाल? या साऱ्याचं; हे घर, हा द्राक्षमळा, माझा व्यवसाय यांचं बीज समितीकडून आम्ही घेतलेल्या पैशात पेरलेलं होतं.'' त्याला खोकला आला आणि त्याबरोबर आलेलं रक्त त्यानं बाहेर थुंकलं. मग परत श्वास घेण्यासाठी तो किंचित थांबला. ''त्या दिवसापूर्वी कितीतरी आधीपासून मला स्लेडच्या काळ्या बाजारातल्या भानगडीविषयी माहिती होती. पण मी मलाच बजावत राहिलो, की संबंधित अधिकारी यंत्रणेकडे पोहोचण्यासाठी मला अधिक पुराव्याची गरज आहे. पण मला हेही ठाऊक होतं, की तसं काही घडणार नाही.'' त्याच्या विधानात जवळपास आत्मप्रौढीच होती. ''रेमण्ड स्लेडनं कशातच कधी पुढाकार घेतला नाही. तो फक्त एक उडाणटप्पू पगारी पोरगा होता. आमचा मार्ग चालत असताना प्रत्येक पावलावर मलाच त्याला घोड्यावर बसवावं लागे. त्या ब्लिम्पवरती तो मशिनगनपाशी थांबला. मी खाली समुद्रात गेलो आणि ते पुस्तक नि एक कोटी डॉलरवर कब्जा केला. त्या हवाई जहाजाला आम्ही जसं परत किनाऱ्यावर वल्हवत आणलं, तसा त्यातला हेलिअम काढून टाकला. मग आम्हाला उडी मारून बाहेर पडता येईल इतक्या दूरवर गोल्फ मैदानापर्यंत ते जाईल असं ते सोडून दिलं. मी जेव्हा घरी परतलो आणि आम्ही काय केलं ते बायकोला सांगितलं, तेव्हा मी पैसे परत करावेत नि एकांतवास पत्करावा अशी तिची इच्छा असल्याचं तिनं सांगितलं.'' तो सौम्यसा हसला. ''या वृत्तीची स्त्री होती ती. पण तोपर्यंत खूप उशीर झाला होता. आम्ही मिस्टर आणि मिसेस लुई डॅवीज या नावानं आमची दोघांची आयुष्य एकत्र केली आणि खोटं आयुष्य जगायला लागलो.''

तो एक क्षणभर थांबला. ''गमतीची गोष्ट अशी, की जेनिफर आपल्या बापाविषयी प्रश्न विचारायला लागेपर्यंत सारं सुरळीत होतं.'' स्पेन्सरला पुन्हा खोकल्याची उबळ आली आणि त्याचा चेहरा विकृत झाला; ओठांच्या कोपऱ्यातून रक्ताची रेषा वाहू लागली.

सॅम उठला आणि कोचाला पाठमोरा होत फायरप्लेसच्या दिशेनं गेला.

''ती चर्मपत्रं कुणी पाठवली?'' त्यानं विचारलं. तो वळला तसा त्याला जेम्स स्पेन्सरच्या मुद्रेवर देहाच्या सीमा ओलांडून जाणारा मृत्यूचा भाव दिसला, त्याचे डोळे उघडे होते, नजर अनंतात खिळलेली होती.

मार्गरित पलोननं हलकेच आपला हात डॅवीजच्या डोक्याखालून काढून घेतला आणि ती उठून उभी राहिली नि कोचापासून बाजूला झाली. तिच्या उजव्या गालावरून एक अश्रू ओघळला.

''तिला हे असं कधीही घडायला नको होतं,'' ती नोकराणी बोलली.

''कशाविषयी बोलते आहेस तू?''

''डोरोथी – मिसेस डॅवीज. जेनिफरला सत्य सांगावं असा धोशा कित्येक वर्षं

तिनं त्याच्याकडं लावला होता. पण तो नेहमीच नाकारत आला. मृत्युशय्येवर असताना तिनं त्याच्याकडं अजिजीनं विनवणी केली होती. त्यानं त्याकडे बिलकूल लक्ष दिलं नाही.'' तिनं तिच्या स्वेटरमधून हातरुमाल बाहेर काढला, चेहऱ्याजवळ नेला आणि गालावरचा तो एकमेव अश्रुबिंदू टिपून घेतला. ''चर्मपत्रं – मी ती जेनिफरकडे पाठवली. डोरोथी मरण्यापूर्वी तिनं माझ्याकडे केलेली ती शेवटची मागणी होती.''

सॅम त्या नोकराणीकडे पाहात उभा राहिला. लुई डॅवीजसाठी एकमेव अश्रू गाळून ती वळली आणि खोलीतून बाहेर पडली. शेवटी त्याला सगळं गवसलं होतं. असत्य, आयुष्यभराची फसवणूक. आणि जेम्स स्पेन्सरच्या निष्प्राण देहाकडे खाली नजर करून बघताना त्याच्या युवावस्थेतलं एक अर्थपूर्ण वाक्य अचानक अवतीर्ण सॅमच्या मनात झालं : 'आणि शेवटी असत्य म्हणजे तरी काय? दुसरं तिसरं काही नाही; केवळ मुखवट्याआडचं सत्य.'

■

१४

गळ्यात ओव्हरऑल घातलेल्या एका कामगारानं *पीअर नाइन* वरच्या कमानी दरवाज्याखालची पितळी पाटी काढून टाकली. त्या जागी एक नवीन फलक बसवण्यात आला. त्यावर नावं होती : *बोगार्डस ॲण्ड डॅवीज* त्याखाली उठावाच्या अक्षरांत शब्द होते – *ॲटर्नीज ॲण्ड काउन्सेलर्स ॲट लॉ.* पॅटच्या देखावा करण्याच्या वृत्तीचा दर्शक भाग काढून टाकण्याची हिम्मत सॅम दाखवू शकला नाही – *काउन्सेलर्स ॲट लॉ* हे पददर्शक शब्द फर्मच्या त्या कोरीव मजकुराचा एक भाग म्हणून शिल्लक राहाणार होते. तो जिला कधीही विसरू शकत नव्हता त्या स्त्रीबद्दल अखेरचा आदर व्यक्त करण्याची त्याची ती कृती असावी. प्रेमाची अखेरची अभिव्यक्ती.

तिकडे वरती पॅटच्या जुन्या कचेरीत जेनिफर डॅवीज एका छापील प्रपत्रामधील रिकाम्या जागा भरत डेस्कापाशी बसली होती. तो नमुना नंतर कॅरल टंकलिखित करणार होती. त्या प्रपत्राच्या पानाच्या शीर्षस्थानी जाड ठशातले शब्द होते: 'पिटिशन फॉर कन्झर्वेटरशिप'– कलावस्तू, इमारत, सांस्कृतिक महत्त्वाच्या वस्तू यांची काळजी घेणाऱ्या व्यक्तीसाठीचा अर्ज.

जेनिफरला ते काही उमगलं नाही. काही वेळा ॲन्जी चमत्कारिक वागली खरी; पण सॅम जरा जादाच प्रतिक्रिया व्यक्त करत होता. तिनं त्या प्रपत्रावरच्या

जिची देखभाल करावयाची :

ती व्यक्ती [ ]

ती स्थावर [ ]

या शब्दांपर्यंत पेन आणलं आणि दोन्ही कंसांतला मजकूर तपासला.

ती त्या पत्राच्या शीर्षभागाकडे परतली आणि देखभालीअधीन व्यक्तीचा संदर्भ या शब्दांनंतर तिनं नाव लिहिलं: *ॲन्जेला कॅथरिन बोगार्डस*

सॅमनं खूप त्वरेनं पावलं टाकली होती. त्यानं आपली राहती जागा बदलली

होती व कोल्मामधलं जुनं घर विक्रीला काढलं होतं. त्याच्याशी कुणी बोलणी वगैरे केली नाहीत. दोन दिवसांतच ते विकलं गेलं. द्वीपकल्पाच्या एका टोकाला ज्येष्ठ नागरिकांसाठी असलेल्या निवासस्थानात ॲन्जीला हलवण्यात आलं होतं. तिथं चोवीस तास सुरक्षा उपलब्ध होती. आणि देखभालीचा दर्जा ॲन्जीसारखी मानसिक क्षमता असणाऱ्या एखाद्या स्त्रीसाठी निरुपयोगी ठरेल असा होता. जेनिफरला अशी आशा वाटत होती, की आपण चूक केल्याचं सॅमला उमजेल आणि त्या वृद्ध स्त्रीवर झालेला अन्याय तो दूर करील.

पण एक गोष्ट अगदी लक्षणीय होती. जागेतल्या या बदलाला स्वत: ॲन्जीचा फारसा विरोध होता असं वाटत नव्हतं. ते न्यायालयात हजर झाले तेव्हा देखभालीला विरोध न करता तिनं आनंदानं संमती दिली होती आणि त्या घराच्या परिसराशी खुशीनं जुळवून घेतलं होतं. जेनिफर जेव्हा काही मोजक्याच प्रसंगी तिच्याकडे गेली होती, त्यावेळी ॲन्जीनं कसलीच तक्रार केली नव्हती आणि स्वत:च्या मुलाविषयी अवास्तव स्तुती करणं चालूच ठेवलं होतं. सॅमनं ह्या परिस्थितीची वाच्यता कधीच केली नाही. जणू काही आई नि मुलगा यांच्यात काही गुप्त करार झाला होता आणि परस्पर सामंजस्याच्या अटी फक्त त्या दोघांनाच ठाऊक होत्या.

पोलीस मुख्यालय आणि फ्लेचरची कचेरी यांना दिलेल्या अखेरच्या भेटीपासून सॅमवर एकही पूर्ण रात्र निद्रादेवीची कृपा झाली नव्हती. त्या जर्नलचा शोध लागल्यापासून आणि पुळणीवर झालेल्या संघर्षापासून जवळ जवळ दोन आठवड्यांनी सॅमनं ती भेट दिली होती. रेमण्ड स्लेड नि लुई डॅवीज यांच्या मृत्यूबरोबरच फ्लेचरनं पॅटर्सन खून प्रकरणाची फाईल बंद करून टाकली होती आणि पुराव्यांवरील गोपनीयतेची बंदीही उठवली होती.

अनाकलनीय अशा कुठल्यातरी कारणामुळे सॅमला सारखं टोचत राहणारं कुतूहल स्वस्थ बसू देत नव्हतं. म्हणून फ्लेचरच्या कचेरीतच त्याच्या कक्षाच्या बाजूला असणाऱ्या एका छोट्या खोलीत एका सकाळचा बहुतेक वेळ सॅम खुनाच्या जागेची ज्या पोलिस अधिकाऱ्यांनी पाहाणी केली होती त्यांच्या, त्या जागीच केलेल्या टिपणांचं वाचन आणि पोलिसांनी या आधी खुल्या न केलेल्या पुराव्याची तपासणी करत बसला होता.

त्याच्या हाताला एक छोटी ऑडिओ कॅसेट लागली. ती त्यानं उचलली, फ्लेचरनं त्याला तात्पुरत्या दिलेल्या पोर्टेबल रेकॉर्डरमध्ये त्यानं ती सारली आणि 'प्ले'ची कळ दाबली. मग त्यानं पोलीस अहवाल उचलला आणि त्याचं वाचन त्यानं पुढे चालू केलं. मेट्रोनोम नावाचं, उलट्या लंबकावर ठेका धरणारं एक यंत्र असतं. त्यावर जसा इलेक्ट्रॉनिक बीपचा सूचना देणारा आवाज दर पाच सेकंदाला येतो आणि

बोलणाऱ्याला त्याचे शब्द रेकॉर्ड होत आहेत याची सूचना देत राहतो, तसे बीपचे आवाज ऐकू येऊ लागले.

"सान फ्रान्सिस्को पोलीस डिपार्टमेन्ट."

कित्येक सेकंद नि:शब्द निघून गेले; फक्त त्या पुन्हा पुन्हा वाजणाऱ्या बीपचा आवाज येत राहिला.

"हॅलोऽ, हे सान फ्रान्सिस्को पोलीस खातं आहे."

"हॅलो," एका स्त्रीचा स्वरात ठामपणा नसलेला आवाज आला. सॅमनं तो वाचत असलेला अहवाल डेस्कवर ठेवला आणि तो ऐकू लागला. "मला एका गुन्ह्याची खबर द्यायची आहे."

"हं, हंऽ. ठीक आहे." पुन्हा कित्येक क्षण निघून गेले "तो घडतो आहे का या क्षणी देखील?"

"मला तसं वाटत नाही."

"मॅऽम तुम्हाला जरा जोरात बोलायला हवं. मला तुमचं बोलणं नीट ऐकू येत नाहीये."

"माझ्या हॉलच्या खालच्या अपार्टमेंटमध्ये तो घडतो आहे." आवाज आता अधिक मोठा होता. स्पष्ट ऐकू येण्याइतपत मोठा. "मला वाटतं एका स्त्रीला ठार करण्यात आलं असावं. एक मोठा, जोरानं काही आपटल्याचा आवाज आणि किंचाळणं मी ऐकलं. मग एक उंच माणूस त्या अपार्टमेंटमधून पळत बाहेर पडला. त्यावेळी अंधार होता. मी त्याचा चेहरा पाहू शकले नाही. मला तिथं खाली जायला भीती वाटते आहे."

"पत्ता मॅऽम?"

बोलणारी व्यक्ती पॅटच्या अपार्टमेंटचा पत्ता देत असताना तो अधिक एकाग्रपणे ऐकत राहिला.

"आम्ही गस्ती गाडी ताबडतोब पाठवतो आहोत. तुम्ही तुमच्या अपार्टमेंटमध्येच राहा. दरवाजा लॉक करून घ्या. कळलं ना तुम्हाला?"

"होय."

"मला तुमचं नाव कळेल का?"

टेपवर 'क्लिक्' असा आवाज झाला. लाइन बंद झाली होती. जबरदस्त धक्का बसल्याने नि:शब्द अवस्थेत सॅम ऐकत असतानाच पलीकडे ॲन्जीनं फोन खाली ठेवल्याचा आवाज आला.

बोगार्डसनं हात लांबवून रेकॉर्डर बंद करीपर्यंत कित्येक मिनिटं रेकॉर्डरच्या स्पीकरमधून टेपच्या शेवटच्या कोऱ्या भागाचा हिस्स्ऽ असा आवाज येत राहिला.

स्वत:वर पुरेसं नियंत्रण मिळवून शांत होण्यासाठी त्याला जवळजवळ एक

तासभर लागला आणि मगच तो सहज, स्वाभाविकपणे फ्लेचरच्या कक्षात टेप रेकॉर्डर आणि फाईल परत करायला जाऊ शकला. त्या छोट्याशा खोलीत एकटा बसून तो टेपवरचं संभाषण पुसून टाकण्याच्या विचाराचे फायदे-तोटे तोलून पाहात होता. पण मग त्यानं असा निष्कर्ष काढला, की त्यामुळं टेपचं स्वरूप अधिकच उघड होईल. त्याशिवाय, निदान काही काळासाठी तरी ती मास्टर टेपवर नक्कीच जतन करून ठेवली जाणार नाही. ती संपूर्ण फाईल भांडार कक्षातच त्यांना पाठवू देणं अधिक चांगलं होईल. अधिकारशाहीच्या नैसर्गिक ओघात सुझन पॅटर्सनच्या खुनाचा पुरावा काढून टाकून पाप धुतल्यासारखा तो एखाद्या भट्टीत किंवा तुकडे करण्याच्या यंत्रात पाठवला जाईपर्यंत ती फाईल तिथंच धूळ खात पडून राहील.

फ्लेचरच्या कचेरीत जाऊन आल्यापासून तीन दिवस त्यानं जुन्या घरात, तो जे शोधत होता ते सापडेपर्यंत पार उलथापालथ केली होती. ती वस्तू तळघरातल्या कारागिरीच्या बाकड्याखालच्या, एकेकाळी त्याच्या आजोबांच्या ताब्यात असणाऱ्या नि आता विनावापर पडून राहिलेल्या हत्याराच्या पेटीत बंद करून ठेवली होती. रबरासारख्या दिसणाऱ्या कृत्रिम द्रव्यापासून बनवलेले पिवळे हातमोजे. विविध औद्योगिक प्रक्रियांत वापरल्या जाणाऱ्या मोठा ओव्हन साफ करायच्या कुठल्यातरी द्रव्याच्या अवशिष्ट अंशाने ते माखलेले होते. त्यावर अजूनही पॅटच्या रक्ताचे डाग दिसत होते आणि पेटीत अगदी तळाला होती – खोबण असलेली एक लाकडी मूठ, अॅन्जीनं पॅटला ठार मारण्यासाठी वापरलेल्या खाटकाच्या सुऱ्याची! त्या पेटीच्या अगदी वरच्या ट्रे मध्ये होता घट्ट गुंडाळी केलेला आणि ग्रीज नि मोटर ऑईलचे डाग पडलेला, वकिलाचे कागदपत्र ठेवायचा मॅनिला फोल्डर. त्यानं तो पेटीतून ओढून बाहेर काढला आणि ती फाइल उघडली, त्याबरोबर फोल्डरमधून काहीतरी खाली कॉंक्रीटच्या फरशीवर पडलं. रेमण्ड स्लेडच्या आठ ईंच गुणिले दहा इंच आकाराच्या, गुळगुळीत कागदांवरच्या फोटोंकडे सॅम डोळे ताणून पाहात राहिला. त्याला डॅवीज फाईल गवसली होती. नेहमीच एखादी गोष्ट, विशेषतः धोकादायक, करण्याबाबत टोकाला जाण्याइतकी तीव्र इच्छा बाळगणाऱ्या सुझन पॅटर्सननं त्याला किंवा कॅरलला नकळत ती फाईल नेली होती आणि तीच तिला तिच्या मृत्यूकडे घेऊन गेली होती. पॅटनं तिच्या *जेड हाऊस* भेटीच्या दिवशी ती घेतली होती आणि नंतर ती तिच्याकडेच तिच्या अपार्टमेंटवर होती. त्याच वेळी अॅन्जी दर्शनी दरवाजापाशी अंधारात दडून बसली होती.

माणसाचं मन कसं गमतीदारपणे कार्य करत असतं! एक आठवड्याभरापूर्वी एखाद्यानं अॅन्जीवर गुन्ह्याचा आरोप केला असता, तर त्यानं त्याला वेडं ठरविलं असतं. पण टेपवरचा तिचा आवाज ऐकल्यानंतर सारे धागे त्याच्या जाणिवेच्या पातळीवर भराभरा जुळून आले – ते दोघं एकमेकांपासून दूर झाल्यानंतर त्यानं न

वापरलेली पॅटच्या अपार्टमेंटची चावी असणारी त्याची चाव्यांची रिंग, त्या चाव्या रुग्णालयात पाहिल्याचं त्याला आठवत होतं; पण तो ते सोडून निघाला तेव्हा त्या किल्ल्या त्याला मिळाल्या नव्हत्या. त्याला अखेरीस त्या मिळाल्या – ॲन्जीच्या शयनगृहामधल्या ड्रेसरच्या अगदी वरच्या ड्रॉवरमध्ये. अपार्टमेंटच्या तळघरात पाइनच्या टेबलावर पातळ कागदाची खूण घालून उघडे ठेवलेले पुस्तक, त्याच्या बालपणीच्या संग्रहातलं समोरासमोरच्या लढतीवरचं पुस्तक – सॅमनं ते शेल्फमधून बाहेर काढलं नि पातळ कागदाची खूण असलेल्या ठिकाणी उघडलं. पानाच्या अर्ध्यावर जाड ठशातलं एक शीर्षक असं होतं :

Knives - Silencing the Sentry

खाली विद्वत्तापूर्ण शैलीचं अनुकरण करत लिहिलेल्या मजकुरात 'किडनी थ्रस्ट'च्या गुणांची माहिती नोंदवलेली होती – तडाखा बसल्यापासून काही सेकंदांतच बळी मृत पावण्याइतका प्राणघातक तडाखा; बसलेल्या धक्क्याच्या परिणामी कुठल्याही आवाजाचं उच्चारण सुद्धा अशक्य करणारा आणि अत्यंत यातनादायक वेदना निर्माण करणारा.

बहुश: त्याला माग काढता यावा म्हणून तिनं मागं ठेवलेली खूणच होती ती. निराशेतून जीवावर उदार झाल्यानं उभा केलेला इशाऱ्याचा खांब. 'काय केलं मी ते पाहिलंस? माझं तुझ्यावर किती प्रेम होतं ते पाहिलंस?' असं सांगणारा.

तळघरात हत्याराची पेटी सापडल्यानंतर मागीलदारी जाऊन गॅसोलिनच्या पन्नास गॅलनच्या पिंपात ते मोजे आपण कसे टाकले आणि आगीच्या ज्वालांनी ते स्वाहा केल्याचं आपण कसं पाहात होतो, ते त्याला आठवलं. त्यानंतर चार दिवसांनी तो सुरा त्यानं मोटारींची विल्हेवाट लावणाऱ्या यार्डातल्या धातूंच्या मालाच्या ढिगाऱ्यात फेकून दिला.

एका परीनं तो स्वत:चं सांत्वन करू शकत होता, की अप्रत्यक्षपणे पॅटच्या हत्येला स्लेड कारणीभूत होता. सॅमवर त्याच्या अपार्टमेंटमध्ये जो अनर्थकारी प्रसंग गुदरला होता त्यातच ॲन्जीनं आपली संधी साधली होती. तो प्रारंभिक हल्ला झाल्यानंतर, त्या चर्मपत्रांच्या परिणामी तिचा मुलगा नि त्याच्या आजूबाजूला वावरणारे सततच्या धोक्यात आहेत हे लक्षात येण्याइतपत पुरेशी माहिती तिनं कॅरलकडून गोळा केलेली होती. आपल्या गुन्ह्यासाठी परिपूर्ण मुखवटा होता तो.

त्या दुपारी डॅवीज फाईलचं पॅटच्या अपार्टमेंटमधलं अस्तित्व त्या वृद्ध स्त्रीला योगायोगाने अमाप पैसा मिळवण्याचं साधन वाटलं असलं पाहिजे. कारण ती फाईल नाहीशी होण्यानेच केवळ संशयाचा केंद्रबिंदू अन्यत्र असल्याच्या शंकेला बळकटी येण्यासाठी उपयोग होणार होता! स्लेडनं जेव्हा सिमिंग्टनची चाकू वापरूनच निर्घृण

हत्या केली, तेव्हा अॅन्जीला आपला जन्म शुभ नक्षत्रावर झाल्याचं निश्चितच वाटलं असेल.

तिच्या विवेकशून्य कृत्याच्या बीजांशी शेवटी सॅमच्या मनातल्या सुडाच्या – ज्यानं त्याच्यावर पूर्ण कब्जा केला होता – बेचैन पाठलागाचा मेळ पडला होता. शिक्षा बजावण्याच्या भावनेची विवेकावर कुरघोडी होऊ दिल्यामुळे वसूल कराव्या लागणाऱ्या भयानक किमतीची त्याला जाणीव झाली होती.

डेस्कपलीकडल्या डॉक्टरकडे तो शून्य नजरेनं बघत आणि त्याला जे आधीच ज्ञात होतं ते ऐकत बसला होता.

''यासारख्या प्रकरणांमध्ये रोगांच्या संभाव्य चढ-उताराचे व कारणांचे पूर्वनिदान करून जास्तीत जास्त काळजी घेता येते, एवढंच. आता, हे स्पष्टच आहे की उत्साह नि विषण्णता यांचे झटके येणाऱ्या घटना ती अनुभवत आहे. त्यातून स्वाभाविक अशा भ्रामक घटना निर्माण होतात. त्यातल्या काही धार्मिकतेमध्ये पूर्णपणे भिनलेल्या असतात. आपल्याला देवानं सूड घेणारा ईश्वरी दूत म्हणून पाठवल्यासारखं ती अजूनही बोलते आहे. किती काळापासून हे असं चाललं आहे?''

''मला नेमकं नाही सांगता येणार. मी तिच्या जेवढा जवळ असायला हवा होतो तितका दुर्दैवाने गेल्या काही वर्षांत नव्हतो.'' त्या हत्यारांच्या पेटीतल्या वस्तूंबाबत त्याचा तिच्याशी खटका उडाल्यापासून अॅन्जीला असंबद्ध बडबडीचे ठरावीक कालांतराने झटके येऊ लागले होते. त्यानंतर कित्येक तास ती नेहमीसारखीच; जणू काहीच घडलेलं नाही असं वागत असे, तिच्या जाणिवेच्या कक्षेतून ती घटना पूर्णपणे काढून टाकू शकत असे. पॅटच्या खुनाभोवती वेढून असलेल्या वास्तव गोष्टी मानसोपचार तज्ज्ञापासून लपवून ठेवून, आपण ती बरी होण्याच्या संभवात अडथळे आणतो आहोत याची सॅमला जाणीव होती; पण जे रहस्य फक्त अॅन्जी आणि त्याच्या पुरतंच मर्यादित होतं, ते डॉक्टरपुढे खुलं करण्याइतका विश्वास तो त्या डॉक्टरवर टाकू शकणार नव्हता!

सॅम त्याच्या समोरून उठला नि शांतपणे बाहेर पडला.

■

उपसंहार

माउंट टॅमलपेसवर साधारणत: अर्ध्या वाटेवर असलेल्या एका खाजगी निवासस्थानामागच्या एका उंच, उभ्या, तुटलेल्या कड्यावर अभ्यासकांचा एक छोटासा गट इतस्तत: निरुद्देश भटकत होता. 'इंजिनिअर्स ट्रान्सम' नावाच्या उपकरणाच्या त्या छोट्या खिडकीतून निरीक्षण करायला मिळण्याची आपली पाळी केव्हा येते त्याची त्या गटातले अभ्यासक वाट पाहात होते. समुद्र किनाऱ्याकडून येणारा वारा धुळीचे लहान लहान ढग उसळवीत होता. टेबलं मांडलेली होती नि वेटर छोट्या प्लास्टिक कपांमध्ये शॅम्पेन नि वाइन भरत होते; तर स्त्री-पुरुषांचे गट चैतन्यभरल्या वृत्तीनं एकामेकांशी संवाद साधत होते. नेव्हिगेटर्स गिल्ड खुषीत होतं. अखेर एकदाची इतिहासकार, नाविक आणि अभ्यासक यांच्या एका पिढीच्या कार्याला मान्यता मिळाली होती. आता काहीच शंका नव्हती. जर्नलमधील नकाशा नि वर्णन अगदी अचूक होतं. नदीमुखाजवळच्या कड्यांखालच्या विस्तीर्ण समुद्र किनाऱ्यावर ड्रेकनं केलेल्या मुक्कामाच्या ठिकाणाबाबत सर्व शंकांना इतिहास आता मूठमाती देऊ शकणार होता. 'गिल्ड'नं आपल्या संशोधन पुस्तिकांमधून जसं सिद्धांत-रूप दिलं होतं नि लिहिलं होतं, अगदी त्यानुसारच ह्या तेज इंग्रज कप्तानानं गोल्डन हाइंड दुरुस्ती नि स्वच्छतेसाठी आच्छादित नदीमुखाच्या उथळ पाण्यात आणून उभं केलं होतं.

सॅम बोगार्डस त्या 'ट्रान्सम'कडे वळला नि त्याच्या भिंगातून निरीक्षण करण्यासाठी त्यावर ओणवला. त्या दूरदर्शिका उपकरणाच्या डाव्या बाजूवरची एक कडी त्यानं फिरकी देऊन सोयीची करून घेतली आणि त्यातून डोळे बारीक करून तो निरीक्षण करू लागला.

निक आणि विद्यापीठ शिक्षकांमधल्या अभ्यासकांचा एक गट यांनी जवळजवळ दोन आठवडे त्या जर्नलच्या अनेक विभागांचं लिप्यंतर मोठ्या खटपटीनं केलं होतं आणि ड्रेकनं ज्याला पोर्टस नोवी अल्बिऑनिस – त्याचं 'नोवा अल्बिऑन'– असं नाव दिलं होतं, त्या जमिनीवरच्या एका ठिकाणी त्यानं केलेल्या महिन्याभराच्या मुक्कामादरम्यानच्या त्याच्या हालचालींचे तुकडे एकेक करून जुळवले होते. मे, १५७९ च्या पूर्वार्धात त्याच्या

उत्तरेकडच्या अल्पशा मुक्कामात मेक्सिकन समुद्रात एक लहानसं स्पॅनिश जहाज त्यानं पकडलं होतं. गोल्डन हाइंड दुरुस्तीसाठी नदीमुखाच्या उथळ पाण्यात उभं केल्यावर ड्रेकनं हे छोटं जहाज आणि त्याचे मूठभर विश्वासू दर्यावर्दी यांचा, बहुधा ड्रेक्स बेच्या दक्षिणेकडील किनारी प्रदेशाची टेहळणी करण्याच्या कामगिरीवर जाताना वापर केला होता. पाच दिवस हे जहाज आणि त्यावरची कामगिरी करणारी मूठभर माणसं गोल्डन गेटच्या धुक्यानं वेढलेल्या किनाऱ्यावर नाहीशी झाली. जेव्हा ड्रेक नि त्याचे नोकरचाकर व इतर लवाजमा अखेरीस परत आले, तेव्हा ते पूर्वेकडून खुष्कीच्या मार्गाने पायी चालत आलेले होते. जर्नलमध्ये विलक्षण नेमकेपणाने दाखवलेल्या ठिकाणी त्यांनी बारा टन मौल्यवान खडे, सोनं व चांदी गुपचुप नेऊन ठेवलेली होती. राणीनं नंतर जर पुन्हा कामगिरीवर पाठवलं तर त्यावेळी तेथून ते सर्व परत ताब्यात घ्यायचं, या हेतूनं ड्रेकनं योजलेली ती गुप्त जागा होती– अतीव हुषारीचा एक अपूर्व झटका, नवीन जगाच्या आणखी एका कामगिरीवर जाण्यासाठी केलेली भविष्यकालीन तरतूद. ड्रेकनं ज्याचं वर्णन 'अंतर्गत भागातला एक मोठा समुद्र' असं करून ठेवलं होतं त्या समुद्रात एका छोट्या स्पॅनिश जहाजावर छापा टाकून त्यानं पलायन केलं होतं. फ्रान्सिस ड्रेकनं सान फ्रान्सिस्को बे चा शोध लावला होता; मात्र त्याला स्वत:ला ते ज्ञात झालेलं नव्हतं!

दरीपासून पाच मैल अंतरावरच्या सान क्वेन्टिन तुरुंगाच्या गिलावा केलेल्या ग्रॅनाइट नि विटांच्या भिंतीची प्रतिमा असलेलं पिवळसर धूसर दृश्य सुरुवातीला दूरदर्शिकेच्या केंद्रबिंदूवर हळूहळू निर्माण होत गेलं. सॅमनं ट्रान्समचं दृश्य-भिंग किंचित फिरवलं. भूशिराच्या बाजूने, पाण्याच्या किनारीपाशी टेकलेल्या त्याच्या टोकापर्यंत एक उदासवाणा दगडी पट्टा पसरला होता. त्याच्या उंच भिंती कॉन्सर्टिना वाद्याच्या तीक्ष्ण, धारदार तारांच्या गुंडाळ्यांनी आच्छादलेल्या होत्या.

वृत्तांतवहीचा शोध लागल्यावर त्यातल्या बिनचूक सूचनांचा वापर करून भूगर्भशास्त्रज्ञांनी तुरुंगाच्या भिंतीपलीकडच्या भागात अनेक 'बोअर' चाचण्या केल्या होत्या. कुजलेल्या ज्यूट कापडाचे असंख्य तुकडे नि मेणबत्यांच्या अवशिष्ट मेणाचा अंश या खेरीज अन्य काही न मिळता रिकाम्या हातानं त्यांना परतावं लागलं होतं सान फ्रान्सिस्को बे च्या परिसरातल्या बहुतांश भागाबरोबरच सान क्वेन्टिन पॉइंट भूगर्भशास्त्रदृष्ट्या अस्थिर होता आणि पृथ्वीच्या भूपृष्ठ कवचाचं, किंचितशाही स्थलांतराच्या परिणामी द्रवीकरण करणाऱ्या शक्तींना अनुकूल होता. समुद्र किनाऱ्याचं पाणी आणि त्यात येऊन मिळालेली सामग्री यांच्या मिश्रणाची घुसळण होताना त्यात सापडलेले कठीण धातू किंवा मूल्यवान खडे इतस्तत: विखुरले जातात आणि मग तो एकत्र आलेला विविध सामग्रीचा भिरभिरणारा साठा घनरूप होण्यापूर्वी, कदाचित शेकडो फूट, खालच्या दिशेनं ओढला जातो. ड्रेकनं त्याच्या स्वत:च्या जर्नलत अमेरिकन वारसा मागे ठेवून दिल्याची जी कीर्ती आहे तो वारसा खरोखरच अस्तित्वात

प्दहोता का, हे इतिहासाला कधीच निश्चित असं कळणार नाही; पण सॅम्युएल बोगार्डसच्या दृष्टीने मात्र त्याबाबत काहीही संशय नव्हता.

इतिहासाचा क्रूर खेळ, त्याच्या मनात आलं. एका इंग्रज सागरी पर्यटकाला त्याच्या परतीच्या प्रवासात शोधून काढणं शक्य झालं, इतकं महत्त्वाचं भूमीवरचं ठिकाण त्यानंतर दोनशे वर्षांनीही राज्य तुरुंग मंडळाकडून दुर्लक्षित न होण्याइतकं डोळ्यांत भरण्यासारखं खचितच होतं. ड्रेकचं मूळचं भूशिर आता लक्षावधी घनयार्ड मातीच्या भरावानं आच्छादून पडलेलं आहे. त्याचं टोक सर्वोच्च सुरक्षितता असलेल्या तुरुंगाच्या भिंतीखाली गाडलं गेलं आहे – आणि त्याबरोबर ड्रेकचा खजिनाही कायमचा नाहीसा झाला आहे!

■

कादंबरीच्या कथानकातील काही संदर्भांचे आकलन होण्यासाठी त्यांच्याविषयी स्पष्टीकरणात्मक नोंदी साह्यभूत ठरतील.

१. जॅक लंडन (पृ. २८) : (मूळ नाव जॉन ग्रिफिथ चॅनी) : अमेरिकन कादंबरीकार. ह्याच्या बहुतेक कादंबऱ्या त्याच्या स्वत:च्या जीवनावरच आधारलेल्या आहेत. पराकोटीच्या नैसर्गिक आपत्तींशी मानवाने केलेल्या संघर्षाचे चित्रण, हा त्यांचा ठळक विशेष. 'द कॉल ऑफ वाइल्ड', 'द सी वुल्फ', 'व्हाइट फॅंग' या अशा काही कादंबऱ्या.

२. फ्रान्सिस ड्रेक (पृ. ३४) : (१५४०–१५९६) इंग्लिश समुद्रचाचा आणि सागरी शोधक प्रवासी. कॅरिबिअन समुद्रात चाचेगिरी करून स्पेनच्या जहाजांची हा लूट करी. त्यातून त्याने भरपूर संपत्ती गाठीला बांधली. पहिल्या एलिझाबेथ राणीनं प्रशांत महासागरातून जगप्रवासाच्या मोहिमेसाठी याला पैसा पुरवला होता (१५७७–८०). या मोहिमेत तो 'गोल्डन हाइंड' या जहाजातून प्रवासाला निघाला आणि या प्रवासमार्गातच तो स्पेनच्या जहाजांची लूट करत गेला. कालक्रमाने पाहता त्याचा हा जगप्रवास दुसऱ्या क्रमांकाचा. त्याच्या आधी पोर्तुगीज शोधक सागर प्रवासी फर्डिनंड मॅगेलन पहिल्यांदा सागरी मार्गाने पृथ्वी प्रदक्षिणेस निघाला होता. ड्रेकने १५८८ मध्ये स्पेनच्या आरमाराला पराभूत करण्याचा पराक्रम केला. तो त्यावेळी इंग्लिश आरमाराचा व्हाइस ॲडमिरल होता.

३. फ्लोरिडा कीज (पृ. ३५) : अमेरिकेच्या दक्षिणपूर्वेकडील टोकाच्या फ्लोरिडा राज्यातील, दक्षिणेकडून पूर्वेकडे वळणारी २४० कि.मी. अंतराची कोरल बेटांची मालिका. लार्गो व की वेस्ट ही त्यातील सर्वांत महत्त्वाची, मच्छीमारी व पर्यटन व्यवसायावर अवलंबून असणारी बेटे.

४. फर्डिनण्ड मॅगेलन (पृ. ५७) : (१४८०–१५२१) पोर्तुगीज दर्यावर्दी. १५१९ मध्ये तो पश्चिमेच्या मार्गाने ईस्ट इंडिजला जाण्यासाठी सर्विल येथून 'व्हिक्टोरिआ' जहाजातून सागरप्रवासास निघाला. दक्षिण अमेरिकेच्या टोकाकडील मॅगेलनच्या सामुद्रधुनीतून (त्याच्याच स्मरणार्थ हे नाव देण्यात आले) त्यानं प्रवास केला आणि ज्याला त्यानं प्रशांत महासागर (पॅसिफिक ओशन) असं नाव दिलं तो समुद्र पार करून मॅगेलन १५२१ मध्ये फिलिपाइन्समध्ये पोहोचला. मात्र तिथं त्या बेटावरच्या स्थानिक नागरिकांबरोबर झालेल्या युद्धात तो मारला गेला.

५. गोल्डन गेट (पृ. १६) : युनायटेड स्टेट्सच्या पश्चिम किनाऱ्यावरील सान फ्रान्सिस्को जवळचा झुलता पूल 'सान फ्रान्सिस्को'ने ला प्रशांत महासागराशी

(पॅसिफिक ओशन) मरिन काउंटी'जवळ जोडणाऱ्या गोल्डन गेट सामुद्रधुनीवर तो उभारला आहे. १९३७ मध्ये तो पूर्ण झाला. त्याचा मध्यवर्ती कमान विस्तार (स्पॅन)१२८० मीटर असून तो जगातील तत्कालीन सर्वाधिक दीर्घ पल्ल्याचा होता.

६. गॅलिअन (पृ. ३६) : १५ व्या शतकापुढील काळातले तीन शिडाचे मोठे लढाऊ जहाज. पूर्वी अमेरिकेशी व्यापार करणारी स्पेनची अशी जहाजे होती. मात्र नंतर सर्वसाधारणपणे कोणत्याही जहाजासाठी हा शब्द वापरला जाऊ लागला.

७. नोवा अल्बिऑन (पृ. ३८) : 'नवीन इंग्लड'. अल्बिऑन हे ब्रिटनसाठी ग्रीकांनी व रोमनांनी वापरलेले नाव. मॉसीलिआच्या (४थे शतक) पायाशिअस या ग्रीकाने याचा पहिला उल्लेख केला. मात्र रोमनांच्या मनात डोवरचे पांढऱ्या शुभ्र रंगाचे ('अल्बस') कडे असावेत. पायथिअस हा ग्रीक दर्यावर्दी आणि त्याने किमान डेन्मार्क पर्यंतचा पश्चिम युरोपीय किनारा शोधून काढला आणि ब्रिटनभवती सागरी प्रवास केला. ड्रेकलादेखील सान फ्रान्सिस्को किनाऱ्यावर पॉइंट रेजजवळच्या पांढऱ्या कड्यांनी 'क्लिफ्ज ऑफ डोवर'चीच तीव्र आठवण झाली होती.

८. जेम्स टाऊन (पृ. ३८) : उत्तर अमेरिकेतली पहिली ब्रिटिश वसाहत. ही कॅप्टन स्मिथनं इ.स. १७०७ मध्ये स्थापिली. १६२४-१६९९ या काळात व्हर्जिनिआची राजधानी.

९. अॅझटेक (पृ. ३८) : मेक्सिकोमध्ये, १६ व्या शतकात स्पेनने विजय मिळवण्यापूर्वी वर्चस्व असणारे स्थानिक लोक.

१०. इन्का (पृ. ३८) : पेरूमधील, १५३० मध्ये स्पेननं पेरूचा कब्जा करण्यापूर्वीच्या तेथील संस्कृतीतील लोक.

११. माना (पृ. ३८) : बायबलच्या जुन्या कराराप्रमाणे ('ओल्ड टेस्टामेंट') इस्राइली लोकांना वाळवंटात अन्य कोणतेही अन्न नसताना साक्षात परमेश्वराने पुरवलेले अन्न. बायबलनुसार, माना हे तमादिस्क नावाचं एक झाड किंवा लाइकन (दगडफूल) यापासून उत्पन्न केले गेले.

१२. बॅक-हो (पृ. ५९) : रस्ते वगैरेंच्या बांधकामात खणती कामासाठी वापरले जाणारे, यंत्रसामग्रीने सुसज्ज मोठे वाहन.

१३. जेसन, अर्गोनॉट, फ्लीस (पृ. ७५) : जेसन हा ग्रीक पुराणकथेतला अर्गोनॉट्सचा नेता. अर्गोनॉट्स म्हणजे ग्रीक वीरांचा समूह. 'सोनेरी लोकरी' (फ्लीस)च्या शोधात तो 'अर्गो' जहाजातून कोल्चिस येथे गेला. त्याच्याबरोबर पळून आलेल्या कोल्चिसच्या राजकन्येनं त्याला या कामी मदत केली. सोनेरी लोकर असणारा क्रिसोमालस नावाचा पंख असलेला मेंढा कोल्चिस इथं एका ओकच्या झाडावर टांगून होता. तीक्ष्ण नखांचा, आग ओकणारा सर्प त्याचं रक्षण करत होता तरी जेसन व अर्गोनॉट्सनी तो मेंढा पळवला.

१४. सायक्लोट्रोन (पृ.१०८) : विद्युत चुंबकीय क्षेत्रात परिभ्रमण करणारे भारित अणू व अणूपेक्षाही लहान मूलकणांना गती देणारे साधन.

१५. मॅडिसन ॲव्हेन्यू (पृ.१८८) : अमेरिकेतील जाहिरात उद्योग. न्यूयॉर्कमधील त्या नावाच्या रस्त्यावर अनेक जाहिरात कंपन्यांची नावे आहेत, त्यावरून अमेरिकन जाहिरात उद्योगासाठी हे नाव रूढ झाले.

१६. कॅरी ग्रान्ट (पृ.१९०) : आर्चिबाल्ड अलेक्झांडर लीच याने रंगभूमीसाठी घेतलेले नाव. जन्माने ब्रिटिश; पण १९४२ मध्ये अमेरिकेचे नागरिकत्व घेतले. तीस वर्षांपेक्षाही अधिक काळ त्याने चित्रपट अभिनेता म्हणून लौकिक नि लोकप्रियता मिळवली. 'टु कॅच ए थीफ', 'नॉर्थ बाय नॉर्थ वेस्ट' हे त्याच्या गाजलेल्या चित्रपटांपैकीचे चित्रपट.

१७. रोझेटा स्टोन (पृ.२२१) : प्राचीन अश्म. हा सन १७९९ मध्ये इजिप्तमध्ये रोझेटाजवळ सापडला आणि त्यावर तीन वेगवेगळ्या भाषांतला मजकूर कोरलेला आढळला. त्यामुळे अनेक इजिप्ती पाठ समजून घेऊन त्यांचं भाषांतर करण्याला पुरातत्त्व शास्त्रज्ञांना मदत झाली.

१८. मेडिसी (पृ.२४५) : कॉसिमो डी'मेडिसी. इटलीचा राजकारणी आणि बँकर. फ्लॉरेन्सच्या सरकारवर याची हुकमत होती. कलांचा आश्रयदाता. लोरेन्झो डी'मेडिसी. इटालिअन राजकारणी. १४६९ पासून फ्लॉरेन्सचा राजकर्ता. कवी आणि कलांचा उदार आश्रयदाता.

१९. पेझलि (पृ.२५५) : पेझली (स्कॉटलण्ड) मध्ये १९ व्या शतकात बनवली जाणारी काश्मिरी पद्धतीची शाल; त्या कापडापासून बनवलेली वस्तू.

२०. वॅल हाला (पृ.२९०) : नोर्सच्या (स्कॅण्डेनेवियाच्या) पुराणकथेचा संदर्भ. आकाशाचा देव ओदिन. हा अस्‌गार्ड मध्ये जगाच्या (जगरूपी) वृक्षाच्या शेंड्यावर वसती करून असतो, अशी समजूत आहे. या ठिकाणी तो युद्धात वीरमरण आलेल्यांना मेजवानी देतो; इतरांना त्याची बायको फ्रेया मेजवानी देते अशी धारणा आहे (संदर्भः द हचिसन एन्सायक्लोपिडिया, २००० मिलेनियम आवृत्ती. हेलिकॉन पब्लिशिंग लि. ऑक्सफर्ड)

२१. क्लार्क (पृ.२०९) : अमेरिकन चित्रपट अभिनेता (१९०१-६०) इट हॅपन्ड वन नाइट' या विनोदी चित्रपटासाठी (१९३४) त्याला ॲकेडमी ॲवार्ड मिळाले. मात्र गॉन विथ द विंड' या चित्रपटातील ऱ्हेट बटलर ही त्याची भूमिका खूपच गाजली. ती व्यक्तिरेखा ही त्याची सर्वोत्तम ओळख ठरली.

२२. कॅरल लोम्बार्ड (पृ.२०९) : अमेरिकन चित्रपट अभिनेत्री.